உலக இலக்கிய பேருரைகள்

முன்னோடி நூல்கள்

வே.ஆனைமுத்து - பெரியார் ஈ.வெ.ரா. சிந்தனைகள் (மூன்று தொகுதிகள்) சிந்தனையாளர் பதிப்பகம், திருச்சிராப்பள்ளி, 1974.

-பெரியாரின் அயல்நாட்டுப் பயணக் குறிப்புகள், 1997.

-பொதுவுடைமைவாதிகளும், பெரியார் கொள்கைகளும் பெரியார் நூல் வெளியீட்டகம். சென்னை 1980.

எஸ்.வி.ராஜதுரை - வ.கீதா - பெரியார்: சுயமரியாதை சமதர்மம், விடியல் பதிப்பகம், கோவை, 1999.

நெ.து. சுந்தர வடிவேலு - பெரியாரும் சமதர்மமும் புரட்சியாளர் பெரியார், புதுவாழ்வு பதிப்பகம், சென்னை, 1987.

ஏ.எஸ்.கே. - பகுத்தறிவின் சிகரம் ஈ.வெ.ரா. இந்திய தத்துவஞான விமர்சனம் (1974).

- கம்யூனிஸம் பகத்ஹவுஸ் பப்ளிகேஷன்ஸ், சென்னை, (1975).

ம.சிங்கார வேலு - சமதர்ம உபன்யாசம் குடி அரசு பதிப்பகம் (1934).

கோ.கேசவன் - சுயமரியாதை இயக்கமும் பொதுவுடைமையும், 1999.

- பொதுவுடைமை இயக்கமும் சிவகாரவேலரும் சரவணபாலு பதிப்பகம் விழுப்புரம், 1988.

கி.வீரமணி - விடுதலைப் போரும் திராவிடர் இயக்கமும் திராவிடர் கழகம், சென்னை, 1985.

கருணானந்தம் - தந்தை பெரியார். 1979.

தந்தை பெரியார் - இலங்கைப் பேருரை பெரியார் சுயமரியாதை பிரச்சார நிறுவனம், 1989.

ம.சிங்காரவேலு - சொற்பொழிவுகள் 1984, அரசியல் நிலைமை 1975, சமூகம் பொருளாதாரம் 1985, சமூகம் அரசியல் 1985, என்.சி.பி.எச்.வெளியீடுகள், சென்னை.

சாமி சிதம்பரனார் - தமிழர் தலைவர் பெ.சு.பி. நிறுவனம் சென்னை, *1983*.

அமீர் ஹைதர்கான் - தென்னிந்தியாவைக் கண்டேன், என்.சி.பி.எச்., சென்னை, *1989*.

கே.முருகேசன் - சி.எஸ்.சுப்பிரமணியம் - சிங்காரவேலு - தென்னிந்தியாவின் முதல் கம்யூனிஸ்ட், என்.சி.பி.எச்., சென்னை, *1991*.

எம்.இஸ்மத் பாஷா - *(மொழிபெயர்ப்பு)* - சோவியத் கம்யூனிஸ்ட் கட்சியின் சரித்திரம் ஜனசக்தி பிரசுராலயம், சென்னை *1947*.

உலக
இலக்கிய
பேருரைகள்

எஸ்.ராமகிருஷ்ணன்

தேசாந்திரி பதிப்பகம்

தேசாந்திரி பதிப்பக வெளியீடு: 13

உலக இலக்கிய பேருரைகள் உரைகள்
எஸ்.ராமகிருஷ்ணன்

நான்காம் பதிப்பு: ஆகஸ்ட் 2022

தேசாந்திரி பதிப்பகம்,
டி-1, கங்கை அப்பார்ட்மெண்ட்,
110, 80 அடி ரோடு, சத்யா கார்டன்,
சாலிக்கிராமம், சென்னை 600 093,
தொலைபேசி: 044 23644947.
விலை: ரூ.350

Uzhaga Izhakkiya Peruraigal - Lectures

S.Ramakrishnan ©

Fourth Edition: August 2022, Pages: 344
Size: Demy 1x8, Paper: 18.6 kg maplitho

Published by :
Desanthiri Pathippagam
D-1, Gangai Apartments,
110, 80-Feet Road, Satya Garden, Saligramam,
Chennai - 600 093, Ph: 044 2364 4947
Email : desanthiripathippagam@gmail.com
www.desanthiri.com

ISBN: 978-93-87484-13-9

Layout: sivakasi suresh

conception: karthick Pugazhendhi

Wrapper Design: Hari Prasad R
Printed by: Ramani Print Solution, Chennai.

Price: Rs. 350

எஸ்.ராமகிருஷ்ணன்

எஸ்.ராமகிருஷ்ணன், விருதுநகர் மாவட்டம் மல்லாங்கிணறு கிராமத்தில் 1966ல் பிறந்தார். முழுநேர எழுத்தாளரான இவர் தற்போது சென்னையில் வசிக்கிறார்.

சிறுகதைத் தொகுப்புகள்: எஸ்.ராமகிருஷ்ணன் கதைகள், நடந்து செல்லும் நீரூற்று, பதினெட்டாம் நூற்றாண்டின் மழை, அப்போதும் கடல் பார்த்துக் கொண்டிருந்தது, நகுலன் வீட்டில் யாருமில்லை, புத்தனாவது சுலபம், வெளியில் ஒருவன், காட்டின் உருவம், தாவரங்களின் உரையாடல், வெயிலைக் கொண்டு வாருங்கள், பால்ய நதி, மழைமான், குதிரைகள் பேச மறுக்கின்றன, காந்தியோடு பேசுவேன், நீரிலும் நடக்கலாம், என்ன சொல்கிறாய் சுடரே, சைக்கிள் கமலத்தின் தங்கை, தனிமையின் வீட்டுக்கு நூறு ஜன்னல்கள்.

நாவல்: உப பாண்டவம், நெடுங்குருதி, உறுபசி, யாமம், துயில், நிமித்தம், சஞ்சாரம், இடக்கை, பதின்.

கட்டுரைத் தொகுப்புகள்: விழித்திருப்பவனின் இரவு, இலைகளை வியக்கும் மரம், என்றார் போர்ஹே, கதாவிலாசம், தேசாந்திரி, கேள்விக்குறி, துணையெழுத்து, ஆதலினால், வாக்கியங்களின் சாலை, சித்திரங்களின் விசித்திரங்கள், நம் காலத்து நாவல்கள், காற்றில் யாரோ நடக்கிறார்கள், கோடுகள் இல்லாத வரைபடம், மலைகள் சப்தமிடுவதில்லை, வாசகபர்வம், சிறிது வெளிச்சம், காண் என்றது இயற்கை, செகாவின் மீது பனி பெய்கிறது, குறத்தி முடுக்கின் கனவுகள், என்றும் சுஜாதா, கலிலியோ மண்டியிடவில்லை, சாப்ளினுடன் பேசுங்கள், கூழாங்கற்கள் பாடுகின்றன, எனதருமை டால்ஸ்டாய், ரயிலேறிய கிராமம், பிகாசோவின் கோடுகள், இலக்கற்ற பயணி, செகாவ் வாழ்கிறார், ஆயிரம் வண்ணங்கள், இந்திய வானம், நிலம் கேட்டது கடல் சொன்னது, வீடில்லாத புத்தகங்கள், நிலவழி, உலகை வாசிப்போம், எழுத்தே வாழ்க்கை, நாவல் எனும் சிம்பொனி.

திரைப்பட நூல்கள்: பதேர் பாஞ்சாலி-நிதர்சனத்தின் பதிவுகள், அயல் சினிமா, உலக சினிமா, பேசத் தெரிந்த நிழல்கள், இருள் இனிது ஒளி இனிது, பறவைக் கோணம், சாமுராய்கள் காத்திருக்கிறார்கள், குற்றத்தின் கண்கள்.

குழந்தைகள் நூல்கள்: கால் முளைத்த கதைகள், ஏழு தலைநகரம், கிறுகிறு வானம், லாலிபாலே, நீளநாக்கு, தலையில்லாத பையன், எனக்கு ஏன் கனவு வருது, காசு கள்ளன், பம்பழாபம், சிரிக்கும் வகுப்பறை, அக்கடா, பூனையின் மனைவி, இறக்கை விரிக்கும் மரம், உலகின் மிகச்சிறிய தவளை, எலியின் பாஸ்வேர்ட்.

உலக இலக்கியப் பேருரைகள்: ஆயிரத்தொரு அரேபிய இரவுகள், ஹோமரின் இலியட், ஷேக்ஸ்பியரின் மெக்பத், ஹெமிங்வேயின் கடலும் கிழவனும், தஸ்தாயெவ்ஸ்கியின் குற்றமும் தண்டனையும், லியோ டால்ஸ்டாயின் அன்னா கரீனினா, பாஷோவின் ஜென் கவிதைகள்.

வரலாறு: எனது இந்தியா, மறைக்கப்பட்ட இந்தியா.

நாடகத் தொகுப்பு: அரவான், சிந்துபாத்தின் மனைவி, சூரியனைச் சுற்றும் பூமி.

நேர்காணல் தொகுப்பு: எப்போதுமிருக்கும் கதை, பேசிக்கடந்த தூரம்.

மொழிப்பெயர்ப்புகள்: நம்பிக்கையின் பரிமாணங்கள், ஆலீஸின் அற்புத உலகம், பயணப்படாத பாதைகள்.

தொகை நூல்கள்: அதே இரவு, அதே வரிகள் (அட்சரம் இதழ்களின் தொகுப்பு), வானெங்கும் பறவைகள், 100 சிறந்த சிறுகதைகள்.

பிறமொழி நூல்கள்: Nothing but water, Whirling Swirling sky.

இணையதளம்: www.sramakrishnan.com

மின்னஞ்சல்: writerramki@gmail.com

முன்னுரை

வேதனைகளைக் கணக்கிடும் மனிதன் சந்தோஷங்களை ஒரு போதும் கணக்கிடுவதேயில்லை. ஒருவேளை சந்தோஷங்களை ஒருபக்கமும் வேதனைகளை மறுபக்கமும் பட்டியலிடுவோமாயின் அந்த பட்டியிலில் எப்போதும் சந்தோஷத்தின் எண்ணிக்கைகளே அதிகமாக இருக்கும்.

உலக இலக்கியத்தின் முக்கிய படைப்பாளிகள் வாழ்வின் சுகதுக்கங்களை ஆராய்ந்து தங்களின் தூய அன்பால் வெளிச்சம் தந்திருக்கிறார்கள். அந்த வெளிச்சமே மனிதனுக்காக நிரந்தர துணை. உலக இலக்கியத்தின் முக்கியத்துவத்தை வெளிப்படுத்தும் விதமாக சென்னையில் ஒருவார காலம் நடைபெற்ற சொற்பொழிவுகளின் தொகுப்பே இந்நூல். முன்பு தனிவெளியீடுகளாக வந்தது. தற்போது தொகுக்கபட்டு ஒரே நூலாக வெளியாகிறது.

எனது பதினெட்டு வயது முதல் உலக இலக்கியத்தை வாசித்து வருகிறேன். உலக இலக்கியமென்பது பெரும்கடல். கையளவு அள்ளிய தண்ணீரைப்போல எனக்கு விருப்பமான சில ஆளுமைகளை இதில் அடையாளம் காட்டியிருக்கிறேன். இந்த உரையை நேரில் கேட்பதற்கு வந்தவர்கள் தந்த உத்வேகம் தொடர்ந்து இதை நூலாக வெளியிடச்செய்தது.

என்னோடும் எழுத்தோடும் நேசம் கொண்டுள்ள மனைவி சந்திரபிரபா, பிள்ளைகள் ஹரி மற்றும் ஆகாஷிற்கும், நண்பர்கள் கவிஞர் தேவதச்சன், விவேகானந்தன், தோழர் எஸ். ஏ. பெருமாள் மற்றும் இதனை வெளியிடும் தேசாந்திரி பதிப்பகத்திற்கும் என் மனம் நிறைந்த நன்றி.

அட்டை வடிவமைத்த ஹரிபிரசாத்திற்கும், நூலாக்கம் செய்த கார்த்திக் புகழேந்திக்கும் அன்பும் நன்றியும்...

மிக்க அன்புடன்,

எஸ்.ராமகிருஷ்ணன்.

சென்னை, 12.11.2017

உள்ளடக்கம்

1) எனதருமை டால்ஸ்டாய் — 11

2) ஷேக்ஸ்பியரின் மெக்பத் — 70

3) ஹோமரின் இலியட் — 104

4) ஹெமிங்வே — 137

5) பாஷோவின் ஜென் கவிதைகள் — 181

6) அரேபிய இரவுகள் — 236

7) தஸ்தாயெவ்ஸ்கியின் குற்றமும் தண்டனையும் — 276

எனதருமை டால்ஸ்டாய்

1.1. டால்ஸ்டாயோடு நடந்தேன்   12
1.2. எனதருமை டால்ஸ்டாய்   24
1.3. அஸ்தபோவ் ரயில்நிலையம்   33
1.4. நடனத்திற்குப் பிறகு   46
1.5. டால்ஸ்டாயின் அன்னா கரீனினா   54
      (உரையின் எழுத்துவடிவம்)

டால்ஸ்டாயோடு நடந்தேன்

டால்ஸ்டாயின் நாவல்களை வாசிப்பது எப்போதுமே அந்தரங்கமான நெருக்கமும் மன நெகிழ்வும் தரக்கூடியது. டால்ஸ்டாயை வாசிக்கையில் நமக்குள் என்ன நேர்கிறது? முதலில் அது ஒரு ரஷ்ய நாவல் என்ற அந்நியத்தன்மை விலகிப்போய் மிக நெருக்கமாக வாழ்வை விவரிக்கிறது. அத்தோடு நாவலின் மையமாக ஒரு கதாபாத்திரம் இருப்பதில்லை. நாவல் வாழ்வின் எண்ணிக்கையற்ற கிளைவேர்களுடன் இணைந்தே விரிவடைகிறது. அத்தோடு நாவலின் வழியாக சமகாலமும் வாழ்வின் சுக துக்கங்களும் அபத்தங்களும் விவரிக்கபடுகின்றன. விமர்சிக்கப்படுகின்றன. அதே நேரம் ரஷ்யவாழ்வின் தனித்துவங்களும் அதன் கலாச்சார நுண்மையும் நம்மால் உணர முடிகிறது.

டால்ஸ்டாய் என்ற கதைசொல்லியின் ஆளுமை பன்முகப்பட்டது. சிலவேளைகளில் அது ஒரு போர்வீரனைப்போல கலக்கமற்ற வாழ்வினை விவரிக்கிறது. சில வேளைகளில் அது ஒரு ஞானியைப் போல வாழ்வு இவ்வளவு தான் என்று அடையாளப்படுத்துகிறது. இன்னும் சில தருணங்களில் அது ஜிப்சியைப் போல சாகசமே வாழ்க்கை என்கிறது. சில தருணங்களில் இயற்கையின் பிரம்மாண்டத்தின் முன்பாக மனித வாழ்க்கை காற்றில் அடித்துச் செல்லப்படும் ஒரு மணல்துகள் என்று சுட்டிக் காட்டுகிறது. கல்லூரி நாட்களில் வாசித்தபோது டால்ஸ்டாய் என் கிராமப்புற மனிதனைப் போல ஒரு மூர்க்கமான விவசாயி யின் இயல்பையே கொண்டிருந்தார். எழுதித் தீராத நினைவுகளும் தொடர்ந்து குடும்ப உறவுகளின் வீழ்ச்சி மற்றும் சமுக மாற்றங்களோடு தன்னை அடையாளப்படுத்திக் கொள்வதன் நெருக்கடிகள், சிக்கல்கள் என்று ஒலிக்கும் அவரது குரல் தனித்துவமாக இருந்தது.

டால்ஸ்டாய் குறித்து நண்பர்களிடம் நிறைய பேசியிருக்கிறேன். அன்னா ஏன் தற்கொலை செய்து கொண்டாள். விரான்ஸ்கி செய்தது சரியா? எதற்காக ரயிலில் விழுந்து சாகிறாள்? புத்துயிர்ப்பில் வரும் மாஸ்லாவா பெரியவளா அல்லது தஸ்தாயெவ்ஸ்கியின் சோனியா பெரியவளா என்ற விவாதங்களும், டால்ஸ்டாயின் ஆன்மீக விடுதலை

குறித்த எண்ணங்களையும் பகலிரவாகப் பேசித் தீர்த்திருக்கிறேன். ஆனால், இப்போது டால்ஸ்டாய் என்ற எழுத்தாளனின் வாழ்வை வாசிக்கையில் அவனது புனைவுகள் அத்தனையும் விட விசித்திரமாகவும், காரணம் சொல்லமுடியாத நிகழ்வுகளோடும், துக்கத்தோடும், மன உளைச்சலோடும், விவரிக்கமுடியாத துயரோடும் வாழ்வை அவர் சந்தித்த விதம் என்னை தீவிரமாகப் பற்றிக் கொண்டுவிட்டது.

டால்ஸ்டாயின் ஒவ்வொரு நாவலை வாசித்து முடித்த பிறகு நாலைந்து இரவுகள் உறக்கமற்று கிடந்திருக்கிறேன். மனம் டால்ஸ்டாயின் மீதே கவிந்துகிடந்திருக்கிறது. எனக்கு மிக நெருக்கமான ஒரு மனிதனோடு நீண்ட நடைப்பயணம் ஒன்றை மேற்கொண்டுவிட்டுப் பாதியிலே விட்டு விலகி வந்தது போலிருந்த அனுபவமது. தன் பிறப்பிலிருந்து மரணம் வரை எல்லாவற்றையும் டால்ஸ்டாய் எழுத்தில் பதிவு செய்திருக்கிறார்.

அவை வெறுமனே ஒரு எழுத்தாளனின் நினைவுகள் என்று மட்டும் வரையறுத்துவிட முடியாது. மாறாக அவை ஒரு மனிதன் வாழ்வைச் சந்திக்க முடிந்த சாத்தியங்கள். சில வழிகாட்டுதல்கள், தவிர்க்கமுடியாத வீழ்ச்சிகள் என்றே எடுத்துக் கொள்ள வேண்டி யிருக்கிறது.

ஒரு ஆசானைப் போல டால்ஸ்டாயிடமிருந்து நிறைய கற்றுக் கொண்டிருக்கிறேன். பலநேரங்களில் அவரது கை என் தோளில், முதுகில் தொட்டு சாந்தம் தருவதையும் சில நேரங்களில் அவர் என்னை இறுக்கி அணைத்து ஆறுதல் சொல்லும்போது என்னை அறியாமல் கண்ணீர் வருவது போல உணர்ந்திருக்கிறேன்.

ரகசியம் என்று மனதில் ஒளிந்து கிடந்த, வேதனைகள் அத்தனையும் அவர் முன்னே மலரத் துவங்கிவிடுகின்றன. சில நேரங்களில் காற்றில் உதிர்ந்து அலையும் இலைபோல. அவர் இலக்கற்று நம்மைப் பறக்கச் செய்கிறார். சில நேரங்களில் மரத்தை தரையில் வீழ்த்தும் நிழலைப்போல நம் கடந்த காலத்தைக் காலடியில் வீழ்த்திக் காட்டுகிறார். இருபது வயதில் கதை சொல்வதில் டால்ஸ்டாய் காட்டிய பிரமிப்பை நோக்கியே மனது சுழன்றது. ஆனால், இன்று வாசிக்கையில் அதைவிடவும் வாழ்வை எப்படி சந்திப்பது என்பதை நோக்கியே மனது நகர்கிறது.

பனிப்பாறைகள் ஏதோ ஒரு நாளில் தானே உடைந்து வெள்ளப் பெருக்கெடுப்பது போல நமக்குள் உறைந்துபோன அந்தரங்கத்தின் வெளிப்படுத்தப்படாத தருணங்கள் டால்ஸ்டாய் எழுத்தின் காரணமாக உடைந்து சிதறுகின்றன டால்ஸ்டாயின் வாழ்க்கை விசித்திரமானது. அவரே நினைவுகொள்வதிலிருந்தும் அவரைப்பற்றி நினைவுகொள்வதிலிருந்தும் என்னை பாதித்த சில நிகழ்வுகள் இவை.

***

டால்ஸ்டாயின் குடும்பம் மரபான ரஷ்ய நிலப்பிரபுவின் குடும்பம். மகாகவி புஷ்கின் அவரது தந்தை வழி உறவினர். நூற்றுக்கணக்கான ஏக்கர் நிலம், பழத்தோட்டங்கள், விவசாய காரியங்களைக் கவனிக்கும் குடியானவர்கள், வேலையாட்கள் மற்றும் சார்ந்து வாழ்ந்த கிராம மக்கள் என்று பெரிய கூட்டுக் குடும்பமாக இருந்தது.

டால்ஸ்டாயின் பூர்வீக வீடு முப்பத்தியாறு அறைகள் கொண்டது. விருந்தினர்களுக்கு என்று தனி அறைகள், வேலைக்காரர்களுக்கு என்று தனியான வீடுகள் யாவும் சேர்ந்து அது ஒரு தனியொரு உலகமாக இருந்தது.

இளமையில் சாகசத்தை துரத்தியலைந்த டால்ஸ்டாய்க்கு சூதாட்டத்தில் இருந்த மிதமிஞ்சிய ஆர்வம் ஒருநாளில் பதினெட்டு மணிநேரம் சூதாட வைத்திருக்கிறது. சீட்டாட்டம், அதற்குத் துணையாக குடி, சீட்டாட்டம் ஏற்படுத்தும் மனச்சோர்விலிருந்து விடுபடுவதற்காக வேசைகள் என்று அவரது உலகம் சூதிற்குள்ளாகவே மையங்கொண்டிருந்தது. தொடர்ந்த தோல்விகள் சூதை ஒரு வெறியாக அவருக்குள் மாற்றியிருந்தன.

சில இரவுகளில் யாருமற்ற சூதாட்ட மேஜையின் முன்பாக அமர்ந்தபடியே தனியே பேசிக் கொண்டிருந்திருக்கிறார் டால்ஸ்டாய். கண்ணுக்குத் தெரியாத தீவினையின் உருவம் ஒன்று தன்னைப் பரிகசிப்பது போலவே தோன்றியிருக்கிறது. தொடர்ந்த சூதாட்டம் அவரைக் கடனாளி ஆக்கியது. அந்தக் கடனை அடைப்பதற்கு என்ன செய்வது என்று யோசிக்கையில் அவருக்கு வேறு வழி யில்லை. பூர்வீக வீட்டை விற்பது என்ற முடிவிற்கு வந்தார். இரண்டு மூன்றுதலைமுறைக்கு முன்னதாக கட்டப்பட்ட அவ்வளவு பிரம்மாண்டமான வீடு சூதாட்டத் தோல்விக்கு பறிபோவது அவரை வேதனைக்கு உள்ளாக்கியது. ஆனால், வேறு வழியில்லை என்ற நிலையில் அந்த வீட்டை அருகாமையில் உள்ள இன்னொரு நிலப்பிரபுவிடம் விற்றுவிட்டு அந்த வீட்டிலிருந்த முன்னோர்களின் கோட்டோவியங்களை மட்டும் எடுத்துக்கொண்டு வெளியேறி யிருக்கிறார்.

சூதாடி, தோற்று அதன் விளைவாக ஏற்பட்ட அவமானத் தைப் பற்றி அவர் தன்வாழ்நாள் முழுவதுமே குற்றவுணர்வு கொண்டிருக்கிறார். ஏறத்தாழ இதே போன்ற ஒரு நிலைதான் தஸ்தாயெவ்ஸ்கிக்கும் ஏற்பட்டது. தஸ்தாயெவ்ஸ்கி அதை சூதாடி என்ற பெயரில் நாவலாக எழுதியிருக்கிறார். டால்ஸ்டாய் தன்னுடைய சூதாட்ட நினைவுகளை அதிகம் எழுத்தில் பதிவு செய்யவில்லை. ஆனால், மறக்க முடியாத காயம்போல இழந்துபோன வீடும் அதன் அறைகளும் அங்கு நடப்பட்டிருந்த மரங்களும் அவருக்குள்ளாகவே இருந்தன என்பதை வாசிக்கையில் புரிந்துகொள்ள முடிகிறது.

மனைவிக்கு பிள்ளைகளுக்கு வீட்டு வேலையாட்களுக்கு நண்பர்களுக்கு பத்திரிகையாளர்களுக்கு என்று அவர் எழுதிய கடிதங்கள், குறிப்புகள் ஏராளம். அதுபோலவே அவரது வீட்டின் வரவேற்பு அறையில் ஒரு தபால்பெட்டி ஒன்றை பொருத்தியிருக்கிறார். அந்தப் பெட்டியில் வீட்டில் உள்ள எவரும் தான் எழுதிய கதை, கட்டுரை அல்லது கவிதைகள் எதையும் அதில் போட்டு விடலாம். அது ஒரு சாளரம். இந்தத் தபால்பெட்டி வார இறுதி நாளில் திறக்கப்படும். அன்று டால்ஸ்டாய் அதில் உள்ள படைப்புகள், கடிதங்கள், குறைகள் போன்றவற்றிற்குப் பதில் அளிப்பார். இதனால் டால்ஸ்டாயிடம் நேரில் கேட்கப் பயந்த எத்தனையோ கேள்விகள் அதில் எழுதி போடப்பட்டிருக்கின்றன. அப்பாவிற்குத் தெரியாமல் காதலித்த மகன் அதை டால்ஸ்டாயிடம் சொல்வதற்குக்கூட அதே தபால் பெட்டியைத்தான் பயன்படுத்தியிருக்கிறான்.

எழுத்து ஒன்றே பகிர்ந்துகொள்வதற்கான எளிய வழி என்று டால்ஸ்டாய் நம்பினார். இதற்காகவே கவிதை, கதை என்று வாசிக்கும் பழக்கத்தை வீட்டில் ஏற்படுத்தினார். இந்தத் தபால்பெட்டியில் டால்ஸ்டாயே பலமுறை மற்றவர்கள் மீதான தனது அதிருப்தியைக் கடிதமாக எழுதிப் போட்டிருக்கிறார். பிள்ளைகள் எழுதிய கவிதைகளை வாசித்துப் பாராட்டியிருக்கிறார். கவிதைகள் வாசிப்பதற்காகவே ஜெர்மன் மொழியைப் பிள்ளைகள் கற்றுக்கொள்ள வேண்டும் என்று தனி ஆசிரியரை நியமதித்திருக்கிறார். பிள்ளைகள் பிரெஞ்சு, ஜெர்மன், ஆங்கிலம் உள்ளிட்ட பல மொழிகள் கற்றிருக்கிறார்கள். வீட்டினுள் தபால்பெட்டி வைத்த நடைமுறையால் ஒளிவுமறைவற்ற தன்மை உருவானதோடு ஒருவரையொருவர் பகிர்ந்துகொள்வதற்கான எளிய சாத்தியமும் உருவாகியிருக்கிறது.

***

தன்னுடைய பிள்ளைகள் பற்றி டால்ஸ்டாய் எழுதிய குறிப்புகள் மிக முக்கியமானவை. ஒவ்வொரு தகப்பனும் தன்பிள்ளை பற்றி பகிர்ந்து கொள்ளப்படாத ஒரு ரகசிய குறிப்பேட்டை மனதிற்குள்ளாகவே கொண்டிருக்கிறான். அது அவனுக்குள்ளாகவே உருவாகி அவனுக்குள்ளாகவே அழிந்து போய்விடக்கூடியது. பிள்ளைகள் குறித்து வெளிப்படையாகப் பகிர்ந்துகொண்ட சம்பவங்களை விடவும் வெளிப்படுத்தப்படாத நிகழ்வுகளே அதிகம். தன்னுடைய பிள்ளைகள் ஒவ்வொருவரைப் பற்றியும் நுட்பமான அவதானிப்புகளை டால்ஸ்டாய் எழுதியிருக்கிறார். இதில் ஒரு பையனைப் பற்றி எழுதும்போது அவன் பிறந்தநாளில் இருந்து இன்றுவரை உடல்நலக்குறைவு வந்ததே கிடையாது.

அது அவனது தனித்துவம். அவன் ஏதோ ஒருவிதத்தில் இறந்துபோன தனது தம்பியை நினைவுபடுத்துகிறான் என்ற குறிப்பு காணப்படுகிறது. அதுபோலவே இன்னொரு மகனைப்

பற்றி எழுதும்போது இவனுக்கு என்ன ஆடைகள் அணிவித்தாலும் கச்சிதமாகப் பொருந்துகிறது. அவனுக்கு என்றே உருவாக்கப்பட்டது போன்றிருக்கிறது. இப்படி சிலர்தான் உலகிலிருப்பார்கள். அவர்களுக்கு எந்த ஆடை அணிவித்தாலும் நன்றாகவே இருக்கும். அவனிடமுள்ள சிரிப்பு அபூர்வமானது. அது உறக்கத்திலும் அவன் முகத்திலிருந்து பொங்கி வழிந்துகொண்டே யிருக்கிறது என்கிறார்.

இன்னொரு மகளைப் பற்றி சொல்லும்போது அவள் அப்படியே அம்மாவைக் கொண்டு பிறந்திருக்கிறாள். அவளைப் போலவே எதையும் வெளிக்காட்டிக் கொள்ளாத சுபாவம். காரணமற்ற ஏக்கம் என்று அவளைப் பற்றிச் சொல்லிக்கொண்டு வந்தவர் ஒவ்வொரு குழந்தையும் நம்மோடு இருந்து மறைந்த யாரையோ நினைவுபடுத்துகிறார்கள். அதை பலமுறை உணர்ந்திருக்கிறேன். சிறுவயதில் அப்பாவைப் பற்றிய நினைவுகள் மனதிலிருந்து விலகிப் போய்விட்டன. ஆனால், நீண்ட வருடத்தின் பிறகு தன்னுடைய மகனைப் பார்க்கும்போது தொடர்ந்து தன் அப்பாவின் நினைவு வருகிறது என்ற டால்ஸ்டாயின் குறிப்பு மிக முக்கியமானது.

***

டால்ஸ்டாயின் மகன் இலியா ஒரு பெண்ணைக் காதலித்திருக்கிறான். அந்தப் பெண்ணின் குடும்பத்தை டால்ஸ்டாய்க்குப் பிடிக்கவில்லை. அதைப்பற்றி பையனோடு எப்படிப் பேசுவது என்று புரியாமல் அவர் தடுமாறிக் கொண்டிருந்திருக்கிறார். தினசரி டால்ஸ்டாய் நடைப்பயிற்சிக்கு செல்வது வழக்கம். அப்படி நடைப்பயிற்சிக்கு செல்லும்போது தன்மகனைக் கூடவே அழைக்கிறார். அவனுக்குப் புரிந்துவிட்டது, தன்னுடைய காதல் விவகாரம் பற்றி பேசத்தான் அப்பா அழைக்கிறார் என்று, இருவருமே மிக அமைதியாக நடக்கிறார்கள். எந்த இடத்தில் எப்போது பேச்சைத் துவங்குவது என்று இருவருக்குள்ளுமே ஒரு போராட்டம் நடந்து கொண்டே யிருக்கிறது.

யாருமற்ற ஒரு சரிவு ஒன்றில் இறங்கி நடக்கத் துவங்கியதும் டால்ஸ்டாய் ஆத்திரத்துடன் அந்தக் கேடுகெட்ட குடும்பத்தோடு தினமும் பொழுதைக் கழிக்கிறாய் என்று கேள்விப்பட்டேன். நிஜமா என்று கேட்டிருக்கிறார். மகன் அமைதியாகத் தனக்கு அவர்கள் வீட்டுப் பெண்ணைப் பிடித்திருக்கிறது.

அவள் ரொம்பவும் நல்ல பெண் என்று சொல்லியிருக்கிறான். உனக்கு அவளைப் பிடித்திருக்கிறதா என்று டால்ஸ்டாய் திரும்பவும் கேட்கிறார். அவன் ரொம்பவும் பிடித்திருக்கிறது என்றதும் டால்ஸ்டாய் உடல் இன்பத்தை அனுபவிப்பதற்காக இவளைத் திருமணம் செய்துகொள்ள வேண்டும் என்று ஆசைப்படுகிறாய் என்றால் அது உன்னை ஒருநாள் வேதனை கொள்ளச் செய்துவிடும் ஒரு ஆணும் பெண்ணும் சேர்ந்து வாழ்வதற்கு உடற்கவர்ச்சியைத்

தாண்டிய ஏதோவொரு நெருக்கமும் ஒற்றுமையும் தேவைப்படுகிறது. உண்மையில் திருமணம் என்பது இணைந்து ஆற்ற வேண்டிய ஒரு கடமை. அது இரண்டு உடல்களால் மட்டும் தீர்மானிக்கப் படக்கூடாது என்கிறார்.

மகன் எரிச்சலோடு தங்களுக்குள் அப்படியரு மன ஒற்றுமை இருக்கிறது என்கிறான். அப்படியானால் உன் இஷ்டப்படி அவளைத் திருமணம் செய்து கொள். ஆனால், வாழ்க்கை என்பது காதலித்த பெண்ணைத் திருமணம் செய்து கொள்வதுடன் முடிந்து போவதில்லை என்று சொல்லிவிட்டு, தனியே நடக்கத் துவங்குகிறார். மகன் ஆத்திரத்துடன் வேறு பாதையில் தனியே வீடு திரும்புகிறான்.

அதன் சில நாட்களுக்குப் பிறகான இரவில் டால்ஸ்டாய் தனியே அறையில் இருக்கிறார். மகன் அவர் அறைக்குள் வருகிறான். அவர் அறையின் கதவைச் சாத்தச் சொல்லிவிட்டு அவனை முகம் கொடுத்துப் பார்க்காமல் திரும்பி உட்கார்ந்துகொண்டு கேட்கிறார். நீ இதுவரை எந்த பெண்ணோடாவது உடல் உறவு கொண்டிருக்கிறாயா? இல்லை என்று அமைதியான குரலில் சொல்கிறான் இலியா.

வேசைகளின் நிர்வாண உடல்களைக்கூட கண்டதில்லையா என்று மறுபடியும் கேட்கிறார். தான் காதலிக்கும் பெண்ணைத் தவிர வேறு பெண் எவரையும் தனக்குப் பரிச்சயமே கிடையாது என்று சொல்கிறான். டால்ஸ்டாய் குரல் கம்மியபடியே சொல்கிறார்: என்னதுரதிர்ஷ்டம். ஒரு பெண்ணோடு உடலுறவு கொள்வதற்காக ஒரு ஆண் எத்தனை ஆண்டுகள் காத்துக்கிடக்க வேண்டியிருக்கிறது. இலியா, உன் நிலைமை எனக்குப் புரிகிறது.

திருமணத்தை தவிர உனக்கு வேறு வழிகள் இல்லை என்று சொல்லியபடியே கண்ணீர்விடத் துவங்குகிறார். மகன் தன்னை மீறி அழுகிறான். அவர் எழுந்துவந்து ஒரு சிறுவனை அணைத்துக் கொள்வது போல இலியாவை அணைத்துக்கொள்கிறார். சில நிமிடத்திற்குப் பிறகு எழுந்து தன்னுடைய எழுதும் அறைக்குப் போய்விடுகிறார். மகனும் வெளியே செல்கிறான். வீட்டின் பின்புறம் உள்ள ஒரு மரத்தடியில் போய் நின்றபோது அவனுக்குத் தன்னுடைய அப்பாவின் மீது அளவு கடந்த பாசமும் அன்பும் பெருக்கெடுக்கிறது. அப்பா அவன் மனதில் அடைந்து கிடந்த ஏதோ ஒரு சிக்கலைத் தீர்த்துவிட்டது போலிருந்தது.

அவன் இருட்டிற்குள் இருந்தபடியே அப்பாவிற்கு நன்றி சொல்கிறான். அது தன் அப்பாவைப் பற்றி தனக்குள்ள மறக்கமுடியாத நினைவு என்று இலியா குறிப்பிடுகிறான். தன்னுடைய எழுதும் அறையில் டால்ஸ்டாய் டிக்கென்ஸின் உருசித்திரம் ஒன்றை வைத்திருந்தார். தன்னுடைய ஒவ்வொரு கதையையும் அவர் டிக்கென்ஸோடு ஒப்பிட்டுப் பார்க்கத் தவறுவதேயில்லை. அவர் வரையில்தான் அடைய விரும்பிய இடம் சார்லஸ் டிக்கென்ஸுக்கு

எழுத்தில் கிடைத்த கௌரவம் மற்றும் உயர் இடம்.

***

பைபிள் முழுவதையும் மனப்பாடம் செய்திருந்த டால்ஸ்டாய் பிரார்த்தனை நேரங்களில் எந்த அத்தியாயத்திலிருந்து எந்தப் பாடலை வேண்டுமானாலும் உடனே பாடவும் விளக்கம் சொல்லவும் கூடியவராகயிருந்தார். இதனால் அவரைக் கிராமப்புறங்களில் மதசொற்பொழிவு களுக்கு அழைத்திருக்கிறார்கள். விவசாயிகளிடம் அவர் பைபிள் குறித்து உரைகள் நிகழ்த்தியிருக்கிறார். கிராமப்புற மாணவர்கள் பள்ளியில் சென்று கல்விகற்க வேண்டும் என்று அவருக்கு இருந்த ஆசையின் காரணமாகத் தன் வீட்டின் ஒரு பகுதியில் சிறிய பள்ளிக்கூடம்போல ஒன்றைத் துவங்கி அதில் விவசாயக் குடும்பத்தைச் சேர்ந்த மாணவர்களை வரவழைத்து தானே பாடம் நடத்தியிருக்கிறார்.

அதுபோலவே தன் பண்ணையில் விளையும் தானியங்களில் இருந்து ஒரு கஞ்சித் தொட்டி உருவாக்கப்பட்டு தன் ஊரைக் கடந்து செல்லும் எவரும் எப்போதும் அங்கே வந்து சாப்பிட்டுச் செல்லலாம் என்ற நடைமுறை ஒன்றையும் ஏற்படுத்தியிருக்கிறார்.

***

பிள்ளைகள் வளர்ந்து தன் பேச்சைக் கேட்க மறுத்த நாட்களில் அவருக்குள் பொங்கி வழிந்த கோபத்தால் அவர் மிகவும் கடுமையாக நடந்திருக்கிறார். குறிப்பாக, தன்மகள் தன் பேச்சை மீறி கல்யாணம் செய்து கொள்ளப் போவதைக் கண்டித்து அவர் சிலநாட்கள் வீட்டிலே சாப்பிடாமல் உண்ணாநோன்பு இருந்திருக்கிறார்.

பின்பு, அவராகவே உணர்ந்து அதை ஏற்றுக் கொண்ட தோடு, தன்னைப் பொறுத்தவரை தன்பிள்ளைகள் எவருக்கும் வயதாவது தனக்குத் தெரியதேயில்லை என்ற குறிப்பு ஒன்றையும் எழுதியிருக்கிறார். எல்லா அப்பாக்களும் பையன்களை விடவும் பெண்கள் மீதே அதிக அன்பும் நெருக்கமும் கொண்டிருக்கிறார்கள். அதுவும் எல்லா பெண்களுக்கும் கிடைப்பதில்லை. ஏதோவொரு மகள் அப்பாவின் மிகுந்த அன்பிற்கும் பரிவிற்கும் உள்ளாகிறாள்.

அப்படி டால்ஸ்டாயின் அன்பிற்கு உரியவளாக இருந்தவள் மாஷா. தன்னுடைய குழந்தைகளை முத்தமிடுவதைக்கூட ஒரு சடங்குபோல செய்யக்கூடியவர் டால்ஸ்டாய். தாயின் வளர்ப்பில் மட்டுமே உருவானவர்கள் அவரது பிள்ளைகள். அந்த நிலையில் மாஷா ஒருத்தி மட்டும் அப்பா எழுதிக்கொண்டிருக்கும்போது அருகில் நின்று பேசுவது, அவரைக் கொஞ்சுவது அப்பாவோடு ஒன்றாக நடைப்பயிற்சி போவது, அப்பாவிடம் கதை கேட்பது என்று தனிஉரிமை கொண்டிருந்தாள்.

அவளை டால்ஸ்டாய் ஒரு போதும், கோபித்துக் கொண்டதே

கிடையாது. அவளும் உறங்கப் போகும் நிமிடம் வரை அப்பாவைப் பற்றியே நினைத்துக்கொண்டிருப்பாள். சிறுவயதிலே தாயை இழந்துபோன டால்ஸ்டாய்க்கு அவரது மகள் தன் தாயின் மாற்று வடிவமாகவே இருந்தாள். இதனாலே வீட்டிலிருந்த மற்ற பிள்ளைகளுக்கு அவளைப் பிடிக்காமல் போனது. மாஷா எப்போதும் சுத்தமான உடைகள் அணியக்கூடியவள். நேர்த்தியாக எழுதவும் படிக்கவும் தெரிந்தவள். ஆனால், அவள் ஒரு நோயாளி. அதுவும் பலவீனமான நுரையீரல் கொண்டவள். குளிர் அவளைப் படுத்தி எடுத்தது. நோய் முற்றிப் படுக்கையில் கிடந்த நாட்களில் டால்ஸ்டாய் அருகிலே இருந்து அவளைக் கவனித்திருக்கிறார்.

தன் வாழ்நாள் முழுவதும் மகள் அருகிலே இருக்க வேண்டும் என்பதற்காகவே மாஷாவைத் தனது அருகாமை ஊரிலே திருமணம் செய்து கொடுத்திருக்கிறார். சொத்தில் தனக்கு உள்ள பங்கைக்கூட வாங்க மறுத்த மாஷா தான் அப்பாவின் நெருக்கத்தில் இருப்பதையே விரும்பியிருக்கிறாள். இடைவிடாத நோய்மை அவளை வாட்டி வதைத்தது.

நோய்முற்றிய நிலையிலும் அவள் அப்பாவிற்கு உதவியாகவே இருந்தாள். எந்த நேரமும் அவள் இறந்து போய்விடுவாள் என்பதை டால்ஸ்டாய் உணர்ந்திருந்தார். ஆனால், அது நடந்துவிடக்கூடாது என்பதற்காக அவர் ரகசியமாகப் பிரார்த்தனை செய்துகொண்டிருந்தார். நுரையீரல் அழற்சி காரணமாக நிமோனியா முற்றி அவள் மரணம் அடைந்தாள்.

அந்தத் தகவல் கேட்டு குடும்பமே ஒன்றுகூடியது. இறுதிச் சடங்கில் கலந்து கொள்வதற்காக குடும்பம் தயார் ஆனது. டால்ஸ்டாய் அழவேயில்லை. தன் மகளுக்கு விருப்பமான ஆடையை அணிந்துகொண்டு மிக மௌமனமாக சவப்பெட்டியின் முன்னால் நடந்து சென்றிருக்கிறார். அவளைப் புதைத்துவிட்டு திரும்பிய பிறகும்கூட அவர் தன் வேதனையை வெளிப்படுத்தவேயில்லை. பலரும் டால்ஸ்டாய்க்கு ஆறுதல் சொன்னார்கள். அது எதுவும் அவருக்குள் போகவேயில்லை. அவர் அந்த வலியைக் கொஞ்சம் கொஞ்சமாக தனக்குள் நிரப்பிக்கொண்டார்.

ஒருநாள் அவரது பண்ணையில் வேலைசெய்யும் விவசாயி அவரைச் சந்தித்து இப்படித் தானும் பெண் பிள்ளைகளைப் பெற்று பறிகொடுத்திருக்கிறேன். எதற்காகக் கடவுள் இப்படி நடந்துகொள்கிறார். வாழ்க்கையின் அர்த்தம்தான் என்ன என்று புலம்பிய போது தன்னை அறியாமல் வெடித்து அழுததோடு இவ்வளவு காலம் எவ்வளவோ எழுதி படித்து வந்தபோதும் வாழ்க்கையை பற்றி தனக்கு எதுவும் தெரியாது. வாழ்க்கை இரக்கமற்றது என்று புலம்பியிருக்கிறார்.

மகளின் மரணம் டால்ஸ்டாய்க்குள் ஆழமான வலியை

உருவாக்கியது. இறந்து போன மகளின் நினைவாகவே தன் படைப்பில் வலிமையான பெண் கதாபாத்திரங்களாக உருவாக்க முயன்றார் என்று தோன்றுகிறது.

***

தன் காலத்தில் வாழ்ந்த எந்த எழுத்தாளரோடும் டால்ஸ்டாய் சண்டையிட்டதில்லை. துவேசத்துடன் எதையும் எழுதியதில்லை. மாறாக, மிகுந்த இணக்கத்துடன் அரவணைப்போடுதான் நடந்து கொண்டிருக்கிறார். துர்கனேவ் அவரைப் பற்றிக் குறிப்பிடும்போது டால்ஸ்டாய் ஒருவர்தான் தன்னோடு ஒருபோதும் சண்டையிடாதவர். இவ்வளவிற்கும் அவரை எவ்வளவோ காயப்படுத்தியிருக்கிறேன். ஆனால், அதை டால்ஸ்டாய் பெரிதாக எடுத்துக்கொண்டதே யில்லை என்று குறிப்பிடுகிறார்.

ஆனாலும் துர்கனேவ் தன்னுடைய மகளைப் படிக்கவைக்க மறுக்கிறார் என்பதற்காக அவரோடு பதினாறு வருடங்கள் டால்ஸ்டாய் பேசாமலே இருந்திருக்கிறார். செகாவ், கார்க்கி போன்றவர்கள் டால்ஸ்டாயின் மேதமை பற்றி மிக உயர்வாகவே சொல்கிறார்கள். டால்ஸ்டாய் எழுதுவதில் ஒருபோதும் சோர்வடைந்ததேயில்லை. அவரது எழுத்திற்குப் பெரும்பலமாக இருந்தது அவரது மனைவி.

டால்ஸ்டாயின் மனைவி அவரை இம்சைசெய்தார் என்ற பொதுவான எண்ணம் தவறானது. அவர் டால்ஸ்டாயின் வேலைகளில் கொண்ட ஈடுபாடும் அர்ப்பணிப்பும் நிகரற்றது. டால்ஸ்டாயின் கையெழுத்து மிக சுமாரானது. அதனால் அவரால் நேர்த்தியாக எழுத முடியாது. அத்தோடு இலக்கணப்பிழைகள் மலிந்தது. கையெழுத்துப் பிரதிகளின் குறுக்கு நெடுக்காக மாற்றங்கள் எழுதி சேர்க்கக்கூடியவர் டால்ஸ்டாய்.

அதனால் அவரது கையெழுத்துப் பிரதியை முழுமையாக அவரது மனைவி தன் கையெழுத்தில் மாற்றி, பிழைகள் நீக்கி எழுதி பதிப்பகத்திற்கு அனுப்புவதோடு, அங்கிருந்து அனுப்பப்படும் பிழைதிருத்தம் அத்தனையும் சரிசெய்து டால்ஸ்டாயின் ஒப்புதலோடு பதிப்பகத்திற்குத் திரும்ப அனுப்பியிருக்கிறார்.

டால்ஸ்டாய் திருத்தப்பட்ட பிரதிகளை அச்சிற்கு அனுப்பிய பிறகுகூட அதில் செய்ய வேண்டிய மாற்றங்கள் குறித்து தொடர்ந்து கடிதம் எழுதுவார். சில நேரங்களில் அவர் சில சொற்களுக்கு மாற்றான இணைச்சொற்களைக் கண்டுபிடித்து அவற்றைத் தந்தியடித்து மாற்ற செய்திருக்கிறார். நான்காயிரம் பக்கம் கொண்ட கையெழுத்துப் பிரதியாக ஒரு நாவலை எழுதி அதை நான்கு முறை திருத்தி எழுதியிருக்கிறார் என்பது எளிமையானதில்லை.

***

ஓர் இரவு தன்னுடைய அறையில் இருந்து பார்த்தபோது,

பின்னிரவில் தொலைதூரமான ஓரிடத்திலிருந்து வெளிச்சம் வருவதைக் கண்டிருக்கிறார் டால்ஸ்டாய். அது என்ன வெளிச்சம். பனிபெய்யும் அந்த இரவில் யார் விழித்திருக்க போகிறார்கள் என்ற யோசனையோடு தன் வீட்டிலிருந்து கிளம்பி வெளிச்சத்தை நோக்கி நடந்திருக்கிறார். தாங்கமுடியாத குளிர் நகரை நடுக்கிக் கொண்டிருக்கிறது. வெளிச்சம் வந்த இடம் எங்கே என்று தெரியவில்லை. தேடிக் கண்டுபிடித்தபோது உறங்க இடம் கிடைக்காத பிச்சைக்காரர்கள் ஒரு இடத்தில் குளிர்காய்வதற்காக நெருப்பிட்டு அதன்முன்பாக அமர்ந்தபடியே குளிரைப் போக்கிக் கொண்டு தூங்கி வழியும் முகமும் பசியுமாக இருந்திருக்கிறார்கள். டால்ஸ்டாயைக் கண்டவுடன் அவர்கள் உறக்கத்தைக் கலைத்துக்கொண்டு பணம் பணம் என்று கையேந்தியிருந்திருக்கிறார்கள்.

சாப்பிடுவதற்காக ஏதாவது தரும்படியாக அவர் கால்களைக் கட்டிக் கொண்டு கதறியிருக்கிறார்கள். நடுக்கமும் வேதனையுமாகத் தன்கையில் உள்ள பணம் முழுவதையும் தந்துவிட்டு வீடு திரும்பிய டால்ஸ்டாய் என்ன வாழ்க்கை இது, எதற்காக இவர்கள் இப்படிக் குளிரில் நடுங்கிக்கொண்டு இந்த நகரில் வசிக்க வேண்டும். எங்கோ கடைகோடியில் உள்ள ஒரு ரஷ்யக் கிராமத்தில் கூட விவசாயி குளிருக்குப் பாதுகாப்பாக ஒரு வீடு அமைத்துக்கொண்டு வாழ்ந்து கொண்டிருக்கிறான். இவர்கள் எதற்காக நகருக்கு வந்தார்கள். ஏன் இப்படி மக்கள் வாழ்க்கை நிம்மதியாக உறங்கக்கூட முடியாமல் இருக்கிறது என்று நீண்ட யோசனைகளுடன், இவர்களுக்கு தன் எழுத்தால் என்ன பயன் இருக்கப் போகிறது என்ற சலிப்பும் பற்றிக் கொண்டிருக்கிறது. அந்த நிகழ்ச்சிதான் டால்ஸ்டாயைக் கிறிஸ்துவ மதத்தின் மீது மிகுந்த ஈடுபாட்டுக்கும் ஆன்ம விடுதலை பற்றிய எண்ணங்களுக்கும் மூலகாரணமாக இருந்திருக்கிறது.

டால்ஸ்டாய் பசியைத் தாங்க முடியாதவர். அத்தோடு உணவு அருந்தும் மேஜையின் முன்பாக வந்து அமர்ந்தவுடன் பரிமாறப்பட்ட முதல் உணவை வேகவேகமாகச் சாப்பிடக்கூடியவர். ஒரு காலத்தில் வேட்டைக்காரராக இருந்த அவர் பின்பு தானாகவே விரும்பி மாமிச உணவைச் சாப்பிடுவதை விலக்கிக்கொண்டார். அதனால் அவருக்கு என்று சமைப்பதற்காகவே தனியே சமையற்காரன் ஒருவன் வீட்டில் இருந்தான். அவன் ஒவ்வொரு நாளும் சமைக்கப்படவேண்டிய உணவைப் பற்றி முன்னதாகவே அவரோடு பேசி முடிவு செய்தே சமைப்பான்.

தனக்குப் பெரும்பசி உண்டு என்று டால்ஸ்டாயே குறிப்பிடுகிறார். அத்தோடு சாப்பாட்டின் முன் உட்கார்ந்தவுடன் தனக்குள் அசுரத்தனம் வந்துவிடுகிறது. தன் வாழ்நாளில் ஒரு நாளும் நிதானமாக உணவு அருந்த தன்னால் முடிந்ததேயில்லை என்கிறார். முதுமையில் தன் வீட்டை விட்டு வெளியேறி டால்ஸ்டாய் அலையத் துவங்கியதற்குக் காரணம், ஒரு விவசாயியே. அவன் ஒருநாள் டால்ஸ்டாயை

சந்தித்து வயதான பிறகும் எதற்காக ஒரு மனிதன் தன் குடும்பம், பிள்ளைகள் என்று மட்டுமே ஒடுங்கியிருக்க வேண்டும். மிச்சமிருக்கும் வாழ்நாளைக் கடவுளுக்காகச் செலவழிக்கலாம் தானே என்று சொன்னது டால்ஸ்டாய்க்கு ஒப்புதலாக இருந்தது. அவர் தன்அந்திம காலத்தில் யாவரையும் விலக்கி தனியே கிளம்பிச் சென்றார். வழியில் நோயுற்று ஒரு ரயில் நிலையத்தில் வீழ்ந்தார். அவரை அடையாளம் கண்டு தந்தி கொடுத்து வீட்டிற்குக் கொண்டுவந்து சேர்த்தார்கள். தன் இறுதி நெருங்கி விட்டதை அறிந்த அவர் ஒவ்வொருவருக்காக நன்றி தெரிவிக்க விரும்பினார். தன்பிள்ளைகள், மனைவி, தன் வீட்டிலிருந்து நாய் என்று தன்னைச் சுற்றிய ஒவ்வொன்றிற்கும் டால்ஸ்டாய் நன்றி தெரிவித்திருக்கிறார். முடிவில் தன் மகனை அழைத்து தான் பிறந்ததில் இருந்த தன்னை அறிந்த மரம் ஒன்று இருக்கிறது. அதை வெட்டாமல் பார்த்துக் கொள்ளவும் என்று சொல்லியிருக்கிறார்.

***

டால்ஸ்டாயின் வாழ்வில் நாய்களுக்கும் குதிரைகளுக்கும் மிக முக்கிய இடமிருந்தது. அவர் நாய்கள் வளர்ப்பதிலும் நாயை அழைத்துக் கொண்டு வேட்டைக்குச் செல்வதிலும் அதிக ஆர்வம் காட்டினார். குறிப்பாக, அவரது வீட்டில் வேலைக்காரியாக இருந்த அகப்யாவிற்கு நாய்கள் என்றால் பிரியம்.

அவள் நாய்களைக் கவனிப்பதையே தன் முக்கிய வேலையாக வைத்திருந்தாள். வேட்டைக்காக டால்ஸ்டாய் கிளம்பிச் சென்ற நாட்களில் அவள் நாய்கள் நலமாக வீடு திரும்பி வர வேண்டும் என்று கடவுளிடம் பிரார்த்தனை செய்து மெழுகுவர்த்தி ஏற்றியிருக்கிறாள்.

அதுபோலவே வேட்டை முடித்து நாய்கள் திரும்பி வந்தவுடன் அவற்றைக் கொஞ்சிப் பேசி சாப்பிட வைத்து தனித்தனியாக தன்னிஷ்டம் போல அலைய விடுவாள். ஏன் அந்த வேலைக்காரிக்கு நாய்களிடம் அப்படியொரு பிரியம் இருந்தது என்று எவருக்குமே புரியவில்லை.

டால்ஸ்டாய் நாய்களின் தன்மையை அறிந்தவர் என்பது அவரது நாவல்களில் பலஇடங்களிலும் நுட்பமாக வெளிப்பட்டுள்ளது. குதிரைகளை வளர்த்துப் பெரிய பண்ணை ஒன்றை உருவாக்க வேண்டும் என்பதற்காகவே அவர் ஸ்டெப்பி பகுதியில் நிலம் வாங்கி அங்கே குதிரைகள வளர்ப்பதற்கு முயன்றிருக்கிறார். குதிரை சவாரி செய்வதில் அவருக்கு எப்போதுமே ஆர்வம் அதிகம். ஒரு நாளைக்கு நான்கு மணிநேரம் குதிரை சவாரி செய்வதுதான் தன் உடல் ஆரோக்கியத்திற்கான முக்கிய காரணம் என்று டால்ஸ்டாய் குறிப்பிடுகிறார்.

***

டால்ஸ்டாயின் வீட்டில் இருந்த இன்னொரு வேலைக்காரி இரவில் உறங்குவதேயில்லை. அவள் தன் வயிற்றில் ஒரு மரம் வளர்வதாகவும் அது பெரியதாகி கிளைவிடுவதால் தன்னால் உறங்கமுடியவில்லை என்று நம்பிக் கொண்டிருந்தாள். ஒவ்வொரு நாளும் இரவில் அவள் யார்? என்ன செய்துகொண்டிருக்கிறாள்? என்று இருள் அவளைக் கேட்டுக்கொண்டேயிருப்பதாகவும் அந்தக் கேள்விக்கான பதிலை தான் யோசித்து யோசித்து சலிப்படைந்து போய்விட்டதாகவும் அதனால் தனக்கு உறக்கமே வருவதில்லை என்று சொல்லியிருக்கிறாள். அதனாலே அவளை சாக்ரடீஸ் என்று டால்ஸ்டாய் கேலி செய்வதும் உண்டு.

***

முதுமை எல்லோரையும் போலவே டால்ஸ்டாயையும் நினைவுகள் தடுமாறச் செய்தது. பல நேரங்களில் அவர் ஒரு சிறுகுழந்தையைப் போல தன்னை யாராவது அரவணைத்து தூக்கும்படியாக மன்றாடியிருக்கிறார். தன் சொந்தப் பிள்ளைகளை யார் அவர்கள் என்று கேட்டிருக்கிறார். ஐம்பது வருடங்களுக்கு முன்னால் இறந்துபோன தனது சகோதரன் ஏன் தன்னைப் பார்க்க வரவில்லை என்ற கோபித்துக் கொண்டிருக்கிறார். பல நேரங்களில் இது தன்னுடைய வீடில்லை என்று மறுத்திருக்கிறார். ஆனால், சிறுவயதின் நினைவுகள் துல்லியமாக இருந்திருக்கின்றன. தன் தாயை பற்றியும் தன் அப்பாவைப் பற்றியும் அவர் மிக விரிவாக நினைவுகளைப் பகிர்ந்து கொண்டிருக்கிறார்.

***

அவர் விரும்பியபடியே ஆப்பிள் தோட்டத்தின் நடுவில் அவரது கல்லறை அமைக்கப்பட்டது. நிழலும் வெயிலும் பனியும் குளிர்காற்றும் எப்போதும் டால்ஸ்டாயின் புதைமேட்டினைக் கடந்து செல்கின்றன. நீண்ட மௌனத்தினுள்அவர் பூமியினுள் புதையுண்டு கிடக்கிறார். எங்கோ பெயர் தெரியாத ஊர்களில் திரும்பத் திரும்ப டால்ஸ்டாய் வாசிக்கப்பட்டுக் கொண்டேயிருக்கிறார். எழுத்து தன் நீண்ட பயணத்தில் யாவரையும் ஒன்று சேர்த்து விடுகிறது.

•••

எனதருமை டால்ஸ்டாய்

ஒரு நாவலின் வெற்றியும் தோல்வியும் எதை வைத்து முடிவு செய்யப்படுகிறது? உலக அரங்கில் பத்து ஆண்டுகளுக்கு முன்பு லட்சக் கணக்கில் விற்பனையான நாவல்கள் இன்று இருந்த இடமே தெரியவில்லை. வெளியான காலத்தில் சில நூறு பிரதிகள் விற்ற நாவல்கள் இன்று கொண்டாடப்பட்டு பல லட்சம் பிரதிகள் விற்பனையாகின்றன. புத்தகம் அது வாசிக்கப்படும் காலத்திற்காகவும் அதற்கான வாசகனுக்காகவும் எப்போதும் காத்துக் கொண்டிருக்கக்கூடும். அதைத் தவிர எழுத்தாளன் மேற்கொள்ளும் தந்திரங்கள், சுயபுகழ்ச்சிகள், ஊதிப்பெருக்கிய பாராட்டுகள் எதனாலும் ஒரு நாவலை வெற்றி அடையச் செய்துவிட முடியாது. அவை புகை மயக்கம் மட்டுமே.

ஒவ்வொரு நாவலின் பின்னேயும் எழுத்தாளர்கள் வெளியே பகிர்ந்து கொள்ளாத கஷ்டங்கள். நெருக்கடிகள். நாவலை எழுதுவதற்கு உந்துதலாக இருந்த சம்பவங்கள், நிஜமனிதர்களின் சாயல்கள் என வாசக உலகம் அறியாத எவ்வளவோ இருக்கின்றன. அவை எழுத்தாளனின் ரகசியங்கள்.

அவற்றைத் தனக்குள்ளாகவே புதைத்துவிடவே எழுத்தாளன் எப்போதும் விரும்புகிறான். அரிதாக சிலர் தனது நாவலின் அந்தரங்கக் குறிப்புகளில் ஒன்றிரண்டைப் பகிர்ந்து கொண்டிருக்கிறார்கள். பந்தயத்தில் வெற்றி பெறும் குதிரை புகழ்ந்து பேசப்படுகிறது. தோற்ற குதிரை புறக்கணிக்கப்படுகிறது. ஆனால், ஓடி வலித்த அதன் கால்களின் வேதனையை ஒருவருமே கவனிப்பதில்லை. அப்படிப்பட்டது தான் நாவலின் வெற்றி தோல்வியும், அதன் முன்னே எழுத்தாளின் வலிகள் கண்டுகொள்ளப்படாமல் போகின்றன. வெற்றி எல்லா வலிகளையும் மறக்கடிக்கச் செய்துவிடக் கூடியது என்பதுதானே உண்மை.

பெரும்பான்மை எழுத்தாளர்கள் தனது நாவல்கள் குறித்து திருப்தியின்மையே கொண்டிருக்கிறார்கள். திரும்பிச் செல்ல முடியாத பால்யத்தைப் பற்றி நினைத்து நினைத்து ஆதங்கப்பட்டுக் கொள்வது போன்ற ஒரு ரகசியவேதனை அல்லது ரகசிய சந்தோஷம்

இரண்டும் ஒவ்வொரு நாவல் எழுதி முடித்த போதும் ஏற்படுகிறது. டால்ஸ்டாயின் புத்துயிர்ப்பு (Resurrection) நாவல் வெளியானதன் பின்புலம் குறித்து வாசித்துக் கொண்டிருந்தேன். அவரது மற்ற நாவல்களை விட அது அதிக வாசகர்களின் கவனத்தைப் பெறவில்லை என்று அந்தக் கட்டுரை துவங்கியிருந்தது, தமிழில் இந்த நாவலை ராதுகா பதிப்பகம் வெளியிட்டுள்ளது. எனக்குப் புத்துயிர்ப்பு நாவலில் வரும் மாஸ்லாவை ரொம்பவும் பிடிக்கும். அவளை எனது ஊரில் நான் கண்ட மதினிகளில் ஒருத்தியைப் போலவே நினைக்கிறேன். அவ்வளவு அற்புதமான பெண், மாஸ்லாவா என அந்தப் பெயரைச் சொல்வதிலே ஒரு கிளர்ச்சியிருக்கிறது, வேசைமை குறித்து டால்ஸ்டாய் நிறைய எழுதியிருக்கிறார். இவள் அதில் ஒரு புனிதை. ஒருவகையில் இவள் வழியாகவே தனது ஆன்ம மீட்சிக்கான தேடுதலை டால்ஸ்டாய் முன்வைக்கிறார். புத்துயிர்ப்பு நாவலின்மீது திடீரெனக் கவனம் கொள்ளக் காரணமாக இருந்தது.

டால்ஸ்டாயின் மூத்த பையன் செர்ஜீ எழுதிய நாட்குறிப்புகளின் தொகுப்பான Sergei Tolstoy and the Doukhobors: A journey to Canada புத்தகம் வாசித்ததே. ஒரு நாவலை எழுதுவதற்கு எழுத்தாளனுக்கு ஏதாவது ஒரு அகக் காரணம் இருக்கக்கூடும். ஆனால், இந்த நாவலை டால்ஸ்டாய் எழுதுவற்கு இருந்த காரணம் வியப்பானது. 1898இல் பனிரெண்டாயிரம் டுகோபார்ஸ் (Dukhobors) குடும்பங்கள் ரஷ்யாவில் இருந்து அகதிகளாக வெளியேறி கனடாவில் தஞ்சம் புகும் நிலை ஏற்பட்டது.

ரஷ்யாவில் இருந்து அந்தக் குடும்பங்கள் கப்பல் ஏறி ஆறாயிரம் மைல் தூரம் பயணம் செய்யத் தேவையான பணமும் பொருள் உதவியும் தேவைப்பட்டது, அந்த உதவியை செய்தவற்காகவே டால்ஸ்டாய் தனது ஐந்தாவது நாவலாக Resurrection எழுத முன்வந்தார். அந்நாவலுக்குக் கிடைக்கும் ராயல்டி தொகையை டுகோபார்ஸ் இயக்கத்திற்கும், அகதியாகச் செல்லும் மக்களின் வழிச்செலவிற்கும் பயன்பட வேண்டும் என்று விரும்பினார்.

நாவல் எழுதத் துவங்கும்போது அவரது வயது 78. பத்தாண்டுகாலம் அவர் நாவல் எதையும் எழுதவும் இல்லை. முந்தைய நாவல்களான Anna Karenina , War and Peace இரண்டும் மகத்தான வெற்றி பெற்றிருந்தன. ஆனால், புத்துயிர்ப்பு நாவலை எழுதும் காலத்தில் டால்ஸ்டாயின் மனது ஆன்மீக விசயங்களில் அதிகமாக ஈடுபாடுகொண்டிருந்தது. அவர் நேரடியான மக்கள் சேவையைப் பெரிதும் விரும்பினார்.

ஒரு முறை பிரான்சில் அவர் பிரபல எழுத்தாளர் விக்டர் ஹ்யூகோவைச் சந்தித்தார். அவர் அடித்தட்டு மக்களின் வாழ்க்கையைப் பற்றிக் கவலை கொள்வதே எழுத்தாளனின் வேலை என்று சொன்னது டால்ஸ்டாய் மனதிலே ஆழமாகப்பதிந்து போயிருந்தது. அது போலவே பிரான்சில் இருந்த நாட்களில் ஏற்பட்ட

அடிப்படை கல்வி சார்ந்த விவாதம் ஈடுபாடு காரணமாக தனது முக்கிய கவனமாக கல்வி மற்றும் அடிப்படை வசதி சார்ந்த சமூக மாற்றங்களில் கவனம் செலுத்தி வேலை செய்து கொண்டிருந்தார்.

அவரது எண்ணங்களைப் பின்பற்றும் டால்ஸ்டாய்வாதிகளுடன் இணைந்து அறிவார்ந்த சபையை உருவாக்கிக் கொண்டு இயற்கையோடு கூடிய கூட்டுப்பண்ணையை நடத்திக் கொண்டிருந்தார், அத்தோடு தனது படைப்புகளை எவரும் இலவசமாக வெளியிட்டுக் கொள்ளலாம் என்ற அவரது அறிவிப்பின் காரணமாக அவரது புத்தகங்கள் பரவலாக வெளியிடப்பட்டன.

அந்த நாட்களில் தனது மொத்த சொத்தையும் விவசாயிகளுக்குப் பகிர்ந்து தந்துவிட வேண்டும் என்ற எண்ணம் கொண்டிருந்தார், இந்தச் சூழலில் அவர் டுகோபர்ஸ் இயக்கத்திற்காகப் பணம் வசூல் செய்ய ஒரு நாவலை எழுதியே ஆகவேண்டும் என்ற நிலை உருவானது. டுகோபார்ஸ் இயக்கம் என்றால் என்ன? ஏன் அதில் டால்ஸ்டாய் இவ்வளவு அக்கறை காட்டினார் என்ற கேள்வி எழுவது இயல்பே.

பதினேழாம் நூற்றாண்டில் இருந்து ரஷ்யாவின் தெற்குப் பகுதிகளில் வாழ்ந்து வந்த இடையர்களும் விவசாயிகளும் உருவாக்கிய ஒரு மதப்பிரிவே டுகோபார்ஸ். இவர்கள் கிறிஸ்துவர்களாக இருந்தாலும் தேவாலயம், மதச்சடங்குகள், பாதிரிகளின் கட்டுப்பாடுகள் யாவற்றையும் எதிர்த்தனர், மனிதனின் மனதே ஆலயம், மனதைத் தூய்மையாக வைத்துக்கொள்ள வேண்டும், ஆத்மாவை பலமாகவும், எளிமையாகவும் பரஸ்பர அன்பும் கருணையும் நிரம்பியதாகக் கொண்டிருக்க வேண்டும். எந்தக் காரணம் கொண்டும் வன்முறை, கொலை கூடாது. மனிதர்களில் எவரும் உயர்வும் தாழ்வும் கிடையாது. ஆகவே, தங்களை ஆத்ம போராளிகள் என்று அழைத்துக் கொண்ட இவர்கள் எலிஸ்தவ்போல். டிப்லி வஸ் போன்ற பகுதிகளில் விவசாயப் பண்ணை அமைத்துக்கொண்டு சிறுசிறு கிராமங்களாக வாழ்ந்தனர்.

காந்தி டால்ஸ்டாயிடம் இருந்து கற்றுக்கொண்ட பல விஷயங்கள் டுகோபார்ஸ் மக்கள் தங்கள் வாழ்வில் கடைபிடித்துவந்த பழக்கங்களே. டால்ஸ்டாயின் படைப்புகள் எந்த அறத்தை வலியுறுத்தியதோ அதே விசயங்களைத் தங்களது வாழ்வில் கடைபிடித்தவர்கள் டுகோபார்ஸ். அதனால் டால்ஸ்டாய் அவர்களைத் தனது எண்ணங்களை நடைமுறைப்படுத்தும் முன்னோடிகளாகக் கருதினார். டுகோபார்சின் வாழ்க்கை இயற்கையோடு இணைந்து மகத்தானதாக உள்ளதைக் கண்டு டால்ஸ்டாய் வியந்து போற்றியிருக்கிறார்.

டுகோபார்ஸ் மக்கள் கடுமையான உழைப்பாளிகள். விவசாயத்தில் நல்ல தேர்ச்சி கொண்டவர்கள். தங்களது சுய தேவைகளைத் தாங்களே பூர்த்தி செய்துகொள்ள வேண்டும் என்பதே அவர்களின் முக்கிய கோட்பாடு. அதற்காக விவசாயம், ஆடு மாடுகளின் பண்ணை, வீட்டு உபயோகப் பொருட்கள் தயாரித்தல், காய்கறிகள்,

பழங்கள் உற்பத்தி செய்வது. உடைகளைத் தாங்களே நெய்து கொள்வது, விவசாயத்திற்குத் தேவைப்படும் உபகரணங்கள், மரச் சாமான்களைத் தாங்களே செய்து கொள்வது. மண்ணால் வீடுகட்டுதல், பொது சமுதாயக்கூடம் அமைப்பது என்று அவர்களின் உலகம் சுயதேவைகளுக்காக எவரிடமும் கையேந்தி நிற்காதது. அது போலவே இறைவழிபாட்டிலும் அவர்களுக்கான வழிபாட்டுமுறைகள், பாடல்கள், விழாக்களை அவர்களே உருவாக்கிக் கொண்டனர். பைபிள் வாசிப்பது கூட அவர்களிடம் கிடையாது.

அவர்கள் முழுமையாக சைவ உணவுப் பழக்கத்தைக் கைக்கொண்டிருந்தார்கள். முட்டை சாப்பிடுவதுகூட பாவம் என்று விலக்கப்பட்டிருந்தது. அதுபோலவே பாலை அருந்தவும் அவர்கள் மறுத்தார்கள். அது முழுமையாக கன்றுகளுக்கு மட்டுமே உரியது என்று பாலை ஒதுக்கினார்கள். திருமணத்திலும்கூட பெண் விரும்பினால் மறுமணம் செய்துகொள்ளும் பழக்கம் இருந்தது. தங்களை எவராவது தாக்க வந்தால் திருப்பி அடிப்பதற்குப் பதிலாக அந்த அடியை ஏற்றுக் கொள்ள வேண்டும் என்பதே அவர்களின் நடைமுறை. எவ்வளவு வன்முறை பிரயோகப்படுத்தப்பட்டாலும் டுகோபார்ஸ் திரும்பி அடிக்க மாட்டார்கள். அடியைத் தங்களது ஆத்மாவின் பலத்தை சோதிப்பதற்கான பரீட்சையாக நினைத்தார்கள். புகையிலை மற்றும் மதுப்பழக்கம் அவர்களிடம் கிடையாது. அதுபோலவே தங்களைத் தேடிவரும் விருந்தாளிகளுக்கு உணவு, உறைவிடம் தருவதற்கு அவர்கள் ஒருபோதும் பணம் வாங்குவதில்லை, ரொட்டியை விலைக்கு விற்பது மிகக் கொடிய பாவம் என்பது அவர்களின் எண்ணம்.

கிராமங்களின் வீதிகள் பெரியதாக இருக்க வேண்டும். மண்ணில்தான் வீடுகட்ட வேண்டும். அடிப்படை வசதிகளுக்கு மேலே உடையோ, உடைமைகளோ வைத்துக் கொள்ளக்கூடாது. பணத்தை ஒருபோதும் பெரிதாக நினைக்கக்கூடாது. விலங்குகள் மற்றும் விவசாய உடைமைகள் பொதுவில் பகிர்ந்துகொள்ளப்பட வேண்டும். ஆணோ பெண்ணோ யாராக இருந்தாலும் கட்டாயம் தங்களால் ஆன வேலையைச் செய்தே ஆக வேண்டும். வயதாகியவர்களை ஊரே பராமரிக்கும். ஊரின் நிர்வாகத்தைக் கவனிக்க அவர்களே குழு அமைத்துக் கொள்வார்கள். ஆகவே, அரசாங்கத்தின் எந்த உதவியும் தேவையில்லாமல் அவர்களே தங்களுக்கான சாலைகள், அடிப்படை வசதிகளை அமைத்துக்கொண்டார்கள். குளியலுக்காகப் பொதுக்குளியல் கூடம் அவர்களிடம் இருந்தது.

திருமணம் செய்துகொள்வது கடவுளின் விருப்பம் என்பதால் அதை அரசாங்கத்தில் போய் பதிவு செய்துகொள்ள வேண்டும் என்பதை அவர்கள் ஏற்க மறுத்தார்கள். தொலைபேசி அறிமுகமான உடன் தங்களது கிராமங்களுக்குள் தொலைபேசி வசதியைத் தாங்களாகவே உருவாக்கிக் கொண்டது. அவர்களின் முன்னோடி

சாதனை, இதுபோலவே ஜாம் செய்வதிலும் தானியங்களைப் பாதுகாப்பதிலும், மாவு அரைப்பதிலும் அவர்கள் தனித்திறன் கொண்டிருந்தார்கள். இயந்திரங்களைப் பயன்படுத்தாமல் கையால் வேலை செய்வதே அவர்களின் பாணி. எங்கே செல்லும் போதும் நடந்து போவதையே அவர்கள் விரும்பினார்கள். இவை யாவையும் விட அவர்கள் ராணுவசேவையை வெறுத்தனர். ஒரு ஆண்கூட ராணுவத்தில் போய் பணியாற்றக்கூடாது என்பதில் கவனமாக இருந்தனர். ராணுவம் என்பது ஓர் ஆயுதங்களால் மனிதனை அச்சுறுத்தி அடக்கக் கூடியது. ஆகவே, ராணுவசேவை எப்போதுமே சமாதானத்திற்கு எதிரானது என்று தங்கள் எதிர்ப்பைக்காட்ட தங்களது அத்தனை ஆயுதங்களையும் தீயிட்டுக் கொளுத்தினார்கள் டுகோபார்ஸ் மக்கள்.

இன்னொரு பக்கம் தங்களை அரசு கண்டுகொள்ளவே இல்லை என்பதால் அரசிற்குச் செலுத்த வேண்டிய வரி மற்றும் நிலஅளவை, மக்கள் தொகை கணக்கெடுப்பு எதையும் அவர்கள் செயல்படுத்த அனுமதிக்கவில்லை. தாங்கள் ஒரு தனிராஜ்ஜியம் போலவே அமைதியாக வாழ்ந்தார்கள். ஆனால், அரசு மக்கள் நிம்மதியாக ஒதுங்கி வாழ ஒருபோதும் அனுமதிக்காதுதானே. ஆகவே, கசாக்கியப் படையை அனுப்பி அவர்களை ராணுவத்தில் சேர்க்க முயன்றது. மறுத்தவர்களைக் கைதுசெய்து சிறையில் அடைத்தார்கள். டுகோபார்ஸின் ஒரு கிராமத்தைச் சுற்றி வளைத்து அவர்களை அடிபணியும்படியாக அடித்தார்கள். அடியைத் தாங்களே முன்வந்து ஏற்றுக் கொண்டபோதும் ஒருவரும் அடிபணியவே யில்லை வன்முறை கட்டவிழ்த்து விடப்பட்டது. கைகால்கள் ஒடிக்கப்பட்டு சைபீரிய சிறைகளுக்கு அனுப்பி வைக்கப்பட்டார்கள். பல ஊர்கள் தீக்கிரையாகின. வீடுகள் நொறுக்கப்பட்டன, ஆனால், அவர்களின் ஆத்மபலம் குறையவேயில்லை.

ஒருநாள் முழுவதும் முந்நூறு கசை அடிவாங்கிய ஒரு மனிதன் மறுநாள் தன்னை அடிக்கின்ற கசாக்கிய வீரனிடம் உனக்கு சரியான ஓய்வு இல்லை, தேவையான உணவும். பழங்களும் என் சேமிப்பில் இருக்கின்றன. அதை சாப்பிட்டு வந்து என்னை அடிக்கலாமே என்று சொல்லியிருக்கிறான். அதுதான் டுகோபார்ஸின் இயல்பு.

பெண்களும் குழந்தைகளும்கூட இந்த வெறியாட்டத்தில் இருந்து தப்பவில்லை. அப்போதுதான் டால்ஸ்டாய் டுகோபார்ஸ் பிரி வினரைப் பற்றிக் கேள்விபடத் துவங்கினார். உடனே அவர்களுக்கு ஆதரவாக தனது அறிக்கையை வெளியிட்டதோடு அவர்கள் பக்கம் கடவுள் இருக்கிறார், தைரியமாக இருங்கள் என்று ஊக்கப்படுத்தினார். அன்றிலிருந்து டுகோபார்ஸ் மக்கள் டால்ஸ்டாயைத் தங்களது ரட்சகராகவே கருதினார்கள். அவர்களுக்காக அரசிடம் டால்ஸ்டாய் முறையிட்டார். உலகெங்கும் உள்ள பத்திரிகைகளின் கவனத்திற்குக் கொண்டு சென்றார். இதற்காக மதவாதிகள் டால்ஸ்டாயைக்

கடுமையாக எதிர்த்தனர். டுகோபார்ஸ் போன்ற இழிவான மக்களுக்காகப் போராடாதீர்கள் என்று டால்ஸ்டாய்க்கு எச்சரிக்கை விடுத்தனர் நிலப்பிரபுக்கள். ஆனால், அந்த எளிய மக்களின் பக்கமே டால்ஸ்டாய் நின்றார். அவர்கள் போராட்டத்திற்குத் துணை செய்தார். அரசாங்கத்தின் கண்களில் இருந்து தப்பியோடி வரும் டுகோபார்ஸ் இயக்கத்தவர்களுக்குத் தனது வீட்டைப் புகலிடமாக்கினார்.

அவர்களது நியாயத்திற்காக வாதாடினார். இந்த நிலையில் ரஷ்ய அரசாங்கம் நாற்பதாயிரம் மக்கள் தொகை கொண்ட டுகோபார்ஸ் பிரிவினர் மொத்தமாக நாட்டை விட்டு வெளியேறிப் போவது என்றால் ஒத்துக்கொள்வதாகச் சொன்னது. அப்போதுகூட அவர்கள் இனி ஒருபோதும் ரஷ்யாவிற்குத் திரும்பி வரக்கூடாது.

தங்களது பயணச் செலவைத் தாங்களே பார்த்துக் கொள்ள வேண்டும். சைபீரியச் சிறையில் உள்ள கைதிகள்தண்டனைக் காலம் முடிந்த பிறகே நாட்டை விட்டு வெளியேற அனுமதிப்பார்கள் என்ற நிபந்தனைகளை விதித்தது. அவர்கள் ஒத்துக் கொண்டார்கள். அதன் முதற்கட்டமாக 7500 பேர் ரஷ்யாவை விட்டு கனடா புறப்பட முடிவு செய்தனர். கனடா அரசு அவர்களை ஏற்றுக் கொள்வதாக அறி வித்தது. ஆனால், 6000 மைல் பயணம் செய்ய வேண்டும், அது பெரிய சவால்! ஆகவே, டால்ஸ்டாய் தனது நாவலில் இருந்து கிடைக்கும் பணத்தை வைத்துக்கொண்டு அவர்களுக்கு உதவ திட்டமிட்டார். அதற்காக நாவலைத் தொடராக வெளியிட முன்வந்தார். ஒரே நேரம் ஆங்கிலம், பிரெஞ்சு, ஜெர்மன் உள்ளிட்ட மொழிகளில் அது வெளியாக வேண்டும். அப்போதுதான் அதிக ராயல்டி கிடைக்கும் என்று முயற்சி செய்தார்.

டால்ஸ்டாயின் விருப்பப்படி 1899ஆம் ஆண்டு தொடர் கதை நீவா என்ற இதழில் ஆரம்பிக்கப்பட்டது. அதற்காகப் பனிரெண்டா யிரம் ரூபிள் பணம் பெறப்பட்டு டுகோபார்ஸ் இயக்கத்திடம் ஒப்படைக்கப்பட்டது. அகதிகளை ஏற்றிக் கொண்டு முதற்கப்பல் 1899 ஜனவரி 4ஆம் தேதி புறப்படுவதாக இருந்தது.

தனது மகன் செர்ஜியையும் அவனது நண்பர்களையும் டுகோபார்ஸ் மக்களுக்குத் துணையாக கனடா அனுப்பிவைத்தார் டால்ஸ்டாய். செர்ஜிக்கு ஆங்கிலம், பிரெஞ்சு, ஜெர்மன் உள்ளிட்ட மொழிகள் தெரியும். பல்கலைக்கழகத்தில் படித்தவர். ஆகவே, கனேடிய அரசுடன் பேசி மக்களை அங்கே தங்க வைக்க அவர் உதவி செய்வார் என டால்ஸ்டாய் நினைத்தார்.

2300 டுகோபார்களை ஏற்றிக்கொண்டு முதல்கப்பல் புறப்பட்டது. கடலில் பயணமான சில நாட்களிலே ஒரு குழந்தைக்கு அம்மை வந்து கப்பல் முழுவதும் தொற்று நோய் பரவியது. ஆகவே, எந்த துறைமுகத்திலும் கப்பல் நிற்க அனுமதி கிடைக்கவில்லை. 27 நாட்கள் கடலில் நின்றது அந்தக் கப்பல். பசி, நோய்மை என அவர்கள்

கப்பலில் முடங்கிக் கிடந்தனர். இன்னொரு பக்கம் தனது நாவலை எழுதத் துவங்கும் முன்பாக டால்ஸ்டாய் அதன் மையமாக ரட்சிப்பும் ஆத்ம விசாரணையும் இருக்க வேண்டும் என்று விரும்பினார். அந்த நாவலின் மையக்கதை அவரது நண்பர் வழக்கறிஞர் கோனி சொன்ன ஒரு நிஜ சம்பவத்திலிருந்து உருவானது. அதேபோலவே ஒரு இளம்பெண்ணை ஏமாற்றிக் கைவிட்ட சம்பவம் டால்ஸ்டாய் வாழ்விலும் நடைபெற்றிருக்கிறது. ஆகவே, அதைத் தனது தவறுக்காக மனம் வருந்தும் ஒருவனின் வாக்குமூலம் போலவே டால்ஸ்டாய் எழுத ஆரம்பித்தார்.

ஒரு நாளைக்குப் பத்து மணி நேரம் தொடர்ந்து எழுதினார். உடல்நலக்கோளாறு ஏற்பட்டது. வேளாவேளைக்கு உணவு சாப்பிட மறந்து போய் எழுதிக்கொண்டேயிருந்தார். பாதி உறக்கத்தில் எழுந்து மெழுகுவர்த்தி உதவியால் எழுதியதும் நடந்தேறியது. தன்னைக் காண வந்த மகள்களைக்கூட அவர் பார்க்க அனுமதிக்கவில்லை. உறக்கத்தில் நாவலைப்பற்றியே புலம்பியதைக் கண்டு மனைவி பயந்து போனார். எங்கே ஒருவேளை இந்த நாவலை முடிக்காமல் இறந்து போய்விடுவாரோ என்ற பயம் அவருக்குள் உருவானது.

அவர் நினைத்தது போல வேகமாக எழுத இயலவில்லை. எழுதிய அத்தியாயங்களைத் திரும்பத் திரும்ப அடித்துத் திருத்தி எழுதினார். இதனால் பிறமொழிகளில் மொழியாக்கம் செய்வதில் ஏகப்பட்ட குழப்பங்கள் உருவானது. நாவலின் ஒரு அத்தியாயத்தை அச்சிற்கு அனுப்பிவிட்டு அதில் மாற்றம் செய்ய வேண்டியதை தந்தியில் அனுப்புவார். அதுபோலவே இதற்கான மொழிபெயர்ப்பு உரிமையை தவறுதலாக இரண்டு பேருக்குத் தந்துவிடவே அதிலும் குழப்பம். சட்டச்சிக்கல் உருவானது.

டுகோபார்ஸ் மக்கள் அவர் தங்களுக்காக மேற்கொள்ளும் முயற்சிகளுக்காக அவருக்காக மனதாரப் பிரார்த்தனை செய்தனர். ரஷ்ய மக்களோ வாராவாரம் அவரது அத்தியாயங்களுக்காகக் காத்திருந்து வாசித்தனர். நாவல் பாதி எழுதும்போது டால்ஸ்டாய் கடுமையாக நோய்வாய்ப்பட்டார். நாவலை அப்படியே முடித்துவிடும்படியாக மனைவி வற்புறுத்தினார். ஆனால், டால்ஸ்டாய் கேட்கவேயில்லை. அவர் நோய் நீங்கியதும் நாவலைத் தொடர ஆரம்பித்தார்.

டால்ஸ்டாய்க்கு உதவி செய்த அவரது நண்பர்களை அரசு நாடு கடத்தியது. அவர் தனித்து விடப்பட்டார். தனது புத்தக விற்பனை, ராயல்டி, சொந்த வருமானம் என தன்னால் முடிந்த அளவு 17 ஆயிரம் ரூபிள் பணம் திரட்டி டுகோபார்ஸ் மக்கள் இடம்பெயர்ந்து போக உதவி செய்துகொண்டேயிருந்தார். ஆறுமாத காலம் கடுமையான கஷ்டங்களைத் தாங்கிக்கொண்டு டுகோபார்ஸ் மக்களை ஏற்றிக்கொண்ட கப்பல் கனடா போய் சேர்ந்தது. பிரிட்டிஷ் கொலம்பியா பகுதியில் அவர்கள் தங்க வைக்கப்பட்டார்கள். புதிய

நிலம், புதிய சூழல் ஆனாலும் கடுமையாக உழைத்து தங்களது வசிப்பிடங்களை அவர்கள் சிறப்பாக உருவாக்கிக் கொண்டார்கள். ஆறுமாத காலத்தின் பின்பு செர்ஜி நாடு திரும்பினார். டால்ஸ்டாயின் நாவல் 1899 டிசம்பர் 18 அன்று முடிவு பெற்றது. அதை எழுதி முடித்த கையோடு தனது நாட்குறிப்பில் இப்படித்தான் எழுதியிருக்கிறார்.

Completed Resurrection. Not good, uncorrected, hurried, but it is done with and I'm no longer interested. தான்நேசித்த மக்களைக் காப்பாற்ற வேண்டி ஒரு எழுத்தாளன் எழுதிய ஒரே நாவல் இதுவே. இதுபோல உலகில் வேறு எங்கும் நடைபெறவேயில்லை. எழுத்தாளனாக, தான் எதை அறமாக, கொண்டிருந்தாரோ அதை நடைமுறை வாழ்வில் டால்ஸ்டாய் சாதித்துக் காட்டியிருக்கிறார்.

ரஷ்ய இலக்கிய உலகம் இந்த நாவலை டால்ஸ்டாயின் மகத்தான தோல்வி என்று விமர்சனம் செய்தது. குளறுபடியான மொழியாக்கத்தால் பிரெஞ்சு மற்றும் ஜெர்மனியிலும் நாவல் பெரிதாக வெற்றி பெறவில்லை. ஆங்கிலத்தில் மட்டுமே நல்ல வரவேற்பு கிடைத்தது. இரண்டு மிகமுக்கிய நாவல்களை எழுதி அடைந்த வெற்றியை டால்ஸ்டாயால் தாண்ட முடியவில்லை. ஆனால், அவர் தனது இந்த நாவல் மற்ற நாவல்களைவிட பயனுள்ளது, அதனால் அதன் வெற்றி தோல்விகளைவிட அது மகத்தானது என்று அறிவித்தார், அது உண்மையும்கூட. இந்த நாவலில் வரும் மாஸ்லாவோ அவரது முந்தைய நாவல்களை விட வலிமையான பாத்திரம். அன்னா கரீனினாவை விடவும் பலமடங்கு சிறப்பானவள்.

அவளை நெக்லதுப் சந்திக்கும் இடமும் நீதிமன்ற விசாரணையும் அவனது மனக்குழப்பங்களும் டால்ஸ்டாய் என்ற மேதையின் எழுத்து மேன்மைக்குச் சான்றாக உள்ளது. இன்றும் அகிம்சை, சமாதானம், சைவஉணவு பழக்கம், சுயதேவைகளைத் தானே பூர்த்தி செய்துகொள்வது, எளிமை, நல்ல சிந்தனை, நல்ல செயல், நல்ல மனது என்று டுகோபார்ஸ் வம்சாவழிகள் வாழ்கிறார்கள்.

கால மாற்றத்தில் பலர் தங்களது பூர்வ அடையாளங்களை மறைத்துக்கொண்டு வாழ்கிறார்கள். ஆரம்ப காலங்களில் கனேடிய அரசு தங்களைப் பலவந்தப்படுத்தி மாற்ற முயற்சித்தபோது தங்கள் எதிர்ப்பைக் காட்ட டுகோபார்ஸ் உலகிலே முதன்முறையாக நிர்வாணமாக ஊர்வலம் போனார்கள். அதுதான் அவர்கள் காட்டும் அமைதியின் வழி.

டால்ஸ்டாயின் மகன் செர்ஜி தான் டுகோபார்ஸ்களுடன் மேற்கொண்ட பயணம் பற்றி விரிவாக எழுதியிருக்கிறார். அந்த நூலில் தனது அப்பாவைப் பற்றி அவர் குறிப்பிடுவது நெகிழ்ச்சியடையச் செய்கிறது. புத்துயிர்ப்பு நாவலின் காரணமாக உருவான வழக்குகள், தடைகள், எதிர்ப்புக் குரல்கள் என பிரச்சினைகள் அத்தனையும் ஒருங்கே சந்தித்தார் டால்ஸ்டாய். அதைப் பற்றி வாசிக்கையில் அது

புத்துயிர்ப்பு நாவலை விடவும் மிகவும் வியப்பூட்டுவதாக உள்ளது. புத்துயிர்ப்பு நாவல் ஆன்மாவின் வீழ்ச்சியைப் பற்றிப் பேசுகிறது. புறக்கணிக்கப்படும் நீதியைப் பற்றிப் பேசுகிறது. குற்றமனப்பாங்கின் துயரத்தைப் பற்றிப் பேசுகிறது. காதலுக்காக ஒரு பெண் எதிர் கொள்ளும் அவமானங்களைப் பேசுகிறது. அவ்விதத்தில் மனிதன் தனது செயல் களுக்குத் தானே பொறுப்பாளி என்பதையே வலியுறுத்துகிறது. இன்றும் கனடாவில் இருபதாயிரத்திற்கும் அதிகமாக டுகோபார்ஸ் பிரிவினர் வசிக்கிறார்கள்.

உலகெங்கும் அவர்கள் தாங்கள் வாழும் இடமெல்லாம் டால்ஸ்டாய்க்கு சிலை வைத்து வழிபடுகிறார்கள். தங்களின் வேதப்புத்தகம் போல புத்துயிர்ப்பு நாவலைத் தினசரி வாசிக்கிறார்கள். தான் வாழும் சமூகத்திற்கு எழுத்தாளன் ஆற்ற வேண்டிய பங்களிப்பு என்ன என்பதற்கு இதை விட வேறு என்ன சாட்சி வேண்டி யிருக்கிறது.

● ● ●

அஸ்தபோவ் ரயில்நிலையம்

நவம்பர் மாதக் குளிரில் அஸ்தபோவ் (Astapovo) என்ற சின்னஞ் சிறிய ரயில்நிலையம் பத்திரிகையாளர்கள், புகைப்படக்காரர்களால் நிரம்பப் பெற்றது. யார் இவர்கள், எதற்காக இப்படி வந்தபடியே இருக்கிறார்கள் என்று ரயில்வே ஊழியர்கள் ஆச்சரியமடைந்தனர். அந்த ஊரின் தந்திநிலையத்தில் தந்தி கொடுக்க நீண்ட வரிசை காத்திருந்தது. பொதுவில் அந்த ரயில் நிலையத்திற்கு வரும் பயணிகள் குறைவு.

அதன் ஸ்டேஷன் மாஸ்டராக இருந்த இவான் ஆந்த்ரேயேவிச் ஒரே நாளில் தனது ரயில் நிலையம் இத்தனை பரபரப்பு அடைந்து விட்டதைப் புரிந்துகொள்ளமுடியாமல் திகைத்துப் போயிருந்தார். தண்டவாளங்கள் கூட நடுங்கிக்கொண்டிருக்கக்கூடிய குளிர் காலமது. இந்த சிறிய ரயில்நிலையத்திற்கு யார் வரப்போகிறார்கள்! என்ன மாற்றமது?

வாழ்க்கை மிகவும் சலிப்பாக இருக்கிறது. எந்த சுவாரஸ்யமும் இங்கே இல்லை. பனிக்காற்று மட்டும் தான் அலைந்து கொண்டிருக்கிறது என்று தன்மனைவி அன்னாவோடு முந்தைய நாள் பேசிக் கொண்டிருந்தது ஸ்டேஷன் மாஸ்டருக்கு நினைவிற்கு வந்தது. அவரால் இப்போது தன்னைச் சுற்றி நடப்பதை நம்பமுடியவில்லை. ஒரேநாளில் இந்த ரயில் நிலையத்திற்கு அத்தனை பேரையும் வரவழைத்துவிட்ட அந்த முதியவர் ஓய்வு அறையில் நோயாளியாகப் படுத்துக்கிடக்கிறார். அவரது கடைசி மூச்சு பனியில் கரைந்துகொண்டிருக்கிறது.

ரஷ்யாவின் மிகப்பெரிய எழுத்தாளர் அவர் என்றார்கள். இவானுக்கு ரயில் நிலையப் பணியைத் தவிர படிப்பதில் விருப்பமில்லை. மாஸ்கோவின் தென்கிழக்கில் 120 மைலுக்கு அப்பால் இருந்த அந்த சிறிய ரயில்நிலையத்தில் நவம்பர் இரண்டாம் நாள் வந்து நின்ற ஒரு ரயிலில் இறங்கிய இளம்பெண் ஒருத்தி தனது தந்தை ரயிலில் நோயுற்றதால் தொடர்ந்து பயணம் செய்ய முடியாமல் சிரமப்படுகிறார். ஒருவேளை அவருக்கு நிமோனியா சுரம் கண்டிருக்கக்கூடும். இங்கே தங்கிக்கொள்வதற்கு ஏதாவது

வசதி செய்து தரப்படுமா என்று கேட்டாள்.

ரயில் நிலையத்தில் அப்படி வசதியான தங்கும் அறைகள் எதுவும் கிடையாது. அருகாமையில் மருத்துவர்களுமில்லையே என்று இவான் யோசித்தபோது, எங்களுடனே மருத்துவர் இருக்கிறார். அவர் எனது தந்தையால் தொடர்ந்து பயணம் செய்ய முடியாது. சற்று தங்கி ஓய்வு எடுக்கவேண்டும் என்று நிர்ப்பந்திக்கிறார். உடல் நலமானதும் நாங்கள் கிளம்பிவிடுவோம் என்று இளம்பெண் ஆதங்கமான குரலில் சொன்னாள். அவர் அந்தப் பெண் மீதான பரிதாபத்தில் பயணிகள் காத்திருப்பு அறையில் அவர்கள் தங்கிக்கொள்வதற்கு அனுமதித்தார். தனது தந்தையை அந்த இளம்பெண் ரயிலில் இருந்து இறக்கிக் கூட்டி வருவதை இவான் கவனித்தார். ஆறடிக்கும் மேலான உயரமுள்ள முதியவர் ரயிலில் இருந்து இறங்கி மகளைப் பிடித்தபடியே நடந்து வருவதைப் பார்த்துக் கொண்டிருந்தார்.

நோயுற்றபோதும் தளர்ச்சியடையாத நடை. நிச்சயம் இளவயதில் ராணுவத்தில் பணியாற்றியிருக்க வேண்டும். ஆனால், தோற்றம் தேவாலயங்களில் பிரசங்கம் செய்யும் மதகுருவைப் போலிருந்தது. அடர்ந்த நரைத்த தாடி. பழைய கறுப்பு மேல்கோட். பழமையான காலணிகள். களைத்துப் போன கண்கள். அகலமான பெரிய கைகள். அந்த மனிதர் குளிரைப் பார்த்துப் பழகியரைப் போல முணுமுணுப்பி!றி நடந்து வந்தார். அவரது கண்கள் தன்னை யாரோ பின்தொடர்ந்து வந்துவிடுவார்களோ என்று சந்தேகப்படுவதைப் போலவே சுற்றிலும் பார்த்துக் கொண்டது. அவர் மெதுவாக நடந்து படுக்கையை நோக்கிச் சென்றார். மகள் அவரது உடைகளை மாற்றிவிட்டு ஓய்வாகப் படுக்கையில் கிடத்தினாள்.

ஸ்டேஷன் மாஸ்டரின் மனைவி அந்த நோயாளி யார் என்று விசாரித்தாள். அவர் கவுண்ட் லியோ டால்ஸ்டாய் எனும் புகழ்பெற்ற ரஷ்ய எழுத்தாளர் என்று சொன்ன ஸ்டேஷன் மாஸ்டர், அவருடன் மருத்துவரும் மகளும் வந்திருக்கிறார்கள். எனவே அவர்களுக்குத் தேவையான சூப்பும், ரொட்டித் துண்டும் தயார் செய்து தர வேண்டும் என்று உத்தரவிட்டார்.

டால்ஸ்டாய் படுத்திருந்த அறையில் மெழுகுவர்த்திகள் எரிந்து கொண்டிருந்தன. கண்ணாடி ஜன்னல்களைத் தாண்டி குளிர் நுழைந்துகொண்டிருந்தது. சிறிய அறை. ஒருபக்கம் ரயில்வே நிலையத்தின் காகிதங்கள், தூசி யடைந்துபோன பொருட்கள், குப்பைகள் இருந்தன. மரக்கதவுகள், ஜன்னல்கள் இருந்தபோதும் அறை கதகதப்பாகவே இருந்தது.

டால்ஸ்டாய் தன் மகளை அருகில் அழைத்து சாஷா, நாம் வீட்டிலிருந்து வெகுதூரம் வந்துவிட்டோமா என்று கேட்டார். அவள் பதில் சொல்லவில்லை. இந்த ரயில் நிலையத்தின் பெயர் என்னவென்று மறுபடியும் கேட்டார். அவள் அஸ்தபோவ் என்றாள்.

அப்படியரு பெயரைத்தான் கேள்விப்பட்டதேயில்லை என்றபடியே அவர் உடனடியாக தான் விளாதிமிர் செர்ட்கோவைச் சந்திக்க வேண்டும். உடனே கிளம்பி வரச்சொல்லி தந்தி கொடுக்கவும் என்றார். நீங்கள் ஓய்வு எடுங்கள். நான் பார்த்துக்கொள்கிறேன் என்றாள் சாஷா.

அவரோ, எனது புத்தகங்களின் பதிப்புரிமை மற்றும் எனது உயில் குறித்து அவரோடு இறுதியாக விவாதிக்க வேண்டும். ஒருவேளை இதுவே எனது கடைசி நாளாகக் கூட இருக்கக்கூடும். உடனே செர்ட்கோவை வரச்சொல் என்றார். சாஷா ஒரு நிமிசம் யோசித்தாள். செர்ட்கோவால் தான் டால்ஸ்டாய் வீட்டைவிட்டு வெளியேறினார். அவர்தான் அப்பாவின் பிரியத்திற்குரிய துணை. தோழர். ஆகவே அவருக்கு உடனே தந்தி கொடுத்தாள். செர்ட்கோவ் டால்ஸ்டாயின் தீவிர அபிமானி. அவர், டால்ஸ்டாய் குடும்பச் சொத்தல்ல. அவர் ஒட்டுமொத்த ரஷ்ய சமூகத்திற்கு சொந்தமானவர். அவர் ஒரு ஞானி. அவரது எண்ணங்களையும் எழுத்துகளையும் ரஷ்ய சமூகம் பின்பற்ற வேண்டும். அவரது எழுத்துகளை எந்தத் தனிநபரும் சொந்தம் கொண்டாடி முடக்கிவிடக்கூடாது என்பதில் கவனமாக இருந்தார்.

டால்ஸ்டாயின் பெயரால் அவர் ஒரு பண்ணை அமைத்து அங்கே இளைஞர்களை டால்ஸ்டாய்வாசிகளாக மாற்றிக் கொண்டிருந்தார். டால்ஸ்டாயின் மனைவி சோபியா அவரது எழுத்துகள், சொத்துகள் யாவும் தனக்கும் தன்பிள்ளைகளுக்கு மட்டுமே சொந்தமானது. அவரால் தங்களுக்கு வேறு எவ்விதத்திலும் பயனில்லை. அவரது காலத்தின் பிறகு தங்களைக் காப்பாற்றப் போகிற ஒரே துணை அது மட்டுமே என்று அவரது எழுத்தின் முழுஉரிமையையும் தனதாக்கிக்கொள்ள முயன்றார். விவசாயிகளுக்கு நிலத்தைப் பிரித்து இலவசமாகத் தருவதற்கு டால்ஸ்டாய் முயற்சி செய்வதை தடுக்கப் போராடினாள்.

டால்ஸ்டாய் தனது குடும்பத்தைவிட ரஷ்ய சமூகமே முதன்மையானது என்று தனது எல்லா படைப்புகளையும் நாட்டுடமையாக்கிக்கொள்ள அனுமதி தந்துவிடவே, அது சோபியாவிற்குத் தாங்க முடியாத அவமானத்தையும் கோபத்தையும் உருவாக்கியது. அவள் டால்ஸ்டாயோடு சண்டையிட்டாள். நீதிமன்றத்தில் முறையிடப் போவதாக மிரட்டினாள். செர்ட்கோவ் ஒரு ஏமாற்றுக்காரன் என்று திட்டினாள். எதையும் டால்ஸ்டாய் கேட்டுக் கொள்ளவேயில்லை. தான் ஒரு ஏழ்மையுற்ற ஒரு குடியானவப் பெண்போல ஆகிவிடக்கூடும் என்று சோபியா பயந்து போனாள்.

அவள் மனதில் குழப்பமும் கோபமும் பொங்கிவழிந்தது. வீடு தன்னை நிம்மதியற்றுப் போகச் செய்துவிட்டது என்று புலம்பியபடியே டால்ஸ்டாய் யாரும் அறியாமல் தனது 82வது வயதில் வீட்டிலிருந்து வெளியேறி கண்காணாத இடத்தை நோக்கிப்

பயணம் செய்யத் துவங்கினார். ஆனால், மனச்சோர்வும் உடல்நலிவும் அவரைப் பாதியில் முடக்கிவிட்டது. அஸ்தபோவ் ரயில் நிலையத்தில் இறங்க வேண்டிய கட்டாயமானது. டால்ஸ்டாய்க்கும் அவர் மகள்களுக்குமான உறவு மிக நெகிழ்வானது. அவர் தன் மகளைத் தொலைவில் திருமணம் செய்து கொடுத்தால் பார்க்க முடியாமல் போய்விடுமே என்று அருகாமையில் திருமணம் செய்து கொடுக்க ஆசைப்பட்டார். அதன்படியே ஒரு மகளை அருகாமையில் உள்ள பண்ணைமுதலாளிக்குத்திருமணம்செய்து தந்தனர்.

அவள் தினமும் தந்தையை வந்து பார்த்துப் போக வேண்டும் என்று உத்தரவிட்டார். என் செல்லமே என்று பிள்ளைகளை அழைப்பதில் அவருக்கு விருப்பம் அதிகம். டால்ஸ்டாய்க்குப் பதிமூன்று பிள்ளைகள். இதில் முதல் குழந்தை செர்ஜி. அடுத்தவள் தன்யா. மூன்றாவது இலியா. நான்காவது லியோ. ஐந்தாவது மாஷா ஆறாவது பியோதர். அவன் பிறந்த பதினாலு மாதத்தில் இறந்துபோனான். அடுத்தவன் நிகோலய். அவனும் பத்துமாசக் குழந்தையாக மரணம் அடைந்தான். அடுத்தது வர்வேரா. பிறந்த சில மணி நேரத்தில் இறந்து போனாள். அடுத்தவன் ஆந்த்ரே. அவன்தம்பி மைக்கேல். அவனது தம்பி அலெக்சி.

இவன் நான்கு வயதில் நோயுற்று இறந்துபோனான். அவனுக்கு அடுத்தவள் சாஷா. அடுத்து வனிஷ்கா. ஏழு வயதில் வனிஷ்காவும் இறந்து போனாள். இதில் வளர்ந்து பெரியவளாகி மாஷா தன் முப்பதாவது வயதில் நிமோனியா தாக்கி இறந்து போனாள். ஆகவே, குழந்தைகளின் மரணம் டால்ஸ்டாயின் மனதில் நீங்காத துக்கத்தை ஏற்படுத்தியிருந்தது. அதிலும் கடைசிமகள் சாஷாவை அவர் தனது செல்லக்குழந்தையாக எப்போதும் நினைத்தார். அந்த வீட்டில் சாஷா மட்டுமே தன்னைப் புரிந்துகொண்டவள் என்று அவளைக் கூடவே வைத்துக் கொண்டார்.

சாஷா டால்ஸ்டாயின் உதவியாளரைப் போலவே இருந்தார். அவருக்காகக் கடிதங்கள் எழுதுவது, அவரைக் குளிக்க வைப்பது, உணவு தருவது, அவரைச் சந்திக்க வரும் பார்வையாளர்களை முறைப்படுத்துவது, அப்பா விற்காகப் படிப்பது என்று சாஷா டால்ஸ்டாயை மிகவும் நேசித்தாள். அது ஒரு தந்தை மகள் இருவருக்குமான அன்பு மட்டுமில்லை.தன் காலத்தின் மாபெரும் எழுத்தாளர், ஞானி என்று தந்தையைப் பற்றி அவளே சிறப்பாகக் குறிப்பிடுகிறாள்.

தான் பிறந்த அதே சோபாவில் தனது பையன் பிறக்கவேண்டும் என்று டால்ஸ்டாய் ஆசைப்பட்டார். அப்படித் தான் அவரது முதல்பையன் செர்ஜி பிறந்தான். அந்தப் பெயர் கூட டால்ஸ்டாயின் சகோதரன் பெயரே. தனது தாய் தனக்கு முலைப்பால் ஊட்டியதைப் போல தன் பிள்ளையும் சோபியாவின் முலைப்பால் அருந்தி வளர

வேண்டும் என்றார். ஆனால், சோபியா குழந்தைகளை வளர்ப்பது தாதியின் வேலை. தனது உடல்நலக்குறைவால் குழந்தைகளுக்குப் பாலூட்ட இயலாது என்று மறுத்து விட்டதை டால்ஸ்டாயால் ஏற்றுக்கொள்ள முடியவில்லை. இதைபற்றிய விவாதம் வீட்டில் வலுத்தது. அந்த முட்டாள் விவசாயி டால்ஸ்டாயை உன்னால் திருத்த முடியாது. நீ அவனோடு சண்டையிடுவதை நிறுத்திக் கொள். அவன் கற்பனையில் வாழ்ந்து கொண்டிருக்கிறான் என்று சோபியாவின் தந்தை கடிதம் எழுதினார்.

அவர் ஒரு மருத்துவர். சோபியா தனது பால்சுரப்பிற்காக ஏதாவது மருந்து அனுப்பித்தர வேண்டும் என்று அப்பாவைக் கேட்டுக்கொண்டதால் அவர் மருந்துகளை அனுப்பித் தந்ததையும் குறிப்புகள் கூறுகின்றன. சோபியா மரபான ரஷ்ய குடும்பத்தில் வளர்க்கப்பட்டவள். நாலாயிரம் ஏக்கர் நிலமுள்ள ஒரு நிலப்பிரபுவைத் திருமணம் செய்து கொள்கிறோம். அவர் ராணுவத்தில் பணியாற்றியவர், அவருக்குச் சொந்தமாக பண்ணை வீடும் விளைநிலமும் உள்ளது என்பது மட்டுமே அவள் டால்ஸ்டாயைப் பற்றி அறிந்த உண்மைகள்.

திருமணமாகியதும் தானும் ஒரு சீமாட்டியைப் போல வாழப்போகிறோம் என்று கனவு கண்டாள். திருமணமாகித் தனது வீட்டிற்கு வந்த சோபியாவிடம் டால்ஸ்டாய் தனது டைரியைத் தந்து தனக்குத் திருமணத்திற்கு முன்பு எந்தெந்தப் பெண்களுடன் தொடர்பு இருந்தது என்பதை அவள் வாசித்து அறிந்து கொள்ளும்படியாகச் சொன்னதை அவளால் ஜீரணிக்க முடியவில்லை. டால்ஸ்டாய் அவளிடம் எதையும் மறைக்க விரும்பவில்லை. அவளோ டால்ஸ்டாயை மோசமான மனிதன் என்ற பிம்பத்துடனே புரிந்துகொள்ளத் துவங்கினாள்.

டால்ஸ்டாயின் டைரியைப் போலவே சோபியாவின் டைரியும் இன்று வெளியாகி உள்ளது. அந்த டைரியில் அவள் தன்னுடைய வாழ்வில் என்னவிதமான ஏமாற்றங்களை அடைந்தேன் என்று விரிவாக எழுதியிருக்கிறாள். டால்ஸ்டாய் அவளுக்குத் தனது மனதைப் புரிய வைப்பதற்காக எடுத்த முயற்சிகள் யாவும் வெற்றுச் சண்டைகளாகவே முடிந்தன. ஆனாலும் சோபியா தன் கணவனின் எழுத்தை ரஷ்ய தேசம் கொண்டாடுகிறது, அவன் மற்றவர்களைப் போல சாதாரண நிலப்பிரபு இல்லை என்று புரிந்து கொண்டதோடு, அவர் எழுதுவதற்குத் தன்னால் ஆன உதவிகளைச் செய்யவும் முன்வந்தாள்.

டால்ஸ்டாய்க்காக சோபியா படிப்பதும் கதைகளை நகலெடுத்துத் தருவதும், அத்தியாயங்களில் செய்யவேண்டிய மாற்றங்களைப் பற்றி விவாதிப்பதுமாக அவரது இலக்கியத் துணையைப் போலவே மாற்றிக்கொண்டாள். டால்ஸ்டாயின் மனது குடும்பத்தின் வளர்ச்சி மீது எப்போதுமே அக்கறை கொள்ளவில்லை. அவரைச்

சந்திப்பதற்காக வந்த எழுத்தாளர்கள், விமர்சகர்கள், இளைஞர்களை வரவேற்று உணவளித்து தன்னோடு தங்கச் செய்து நாளெல்லாம் விவாதித்துக்கொண்டு தன்னால் ரஷ்ய சமூகத்தை மாற்றிவிட முடியும் என்ற தீவிரமான செயல் பாட்டுடன் எழுதிக்கொண்டிருந்தார். பிள்ளைகளின் வளர்ச்சியை அவர் ஒருபோதும் முக்கியமாகக் கருதவே யில்லை. அதைத்தான் சோபியா பெரிய குற்றமாக அவர்மீது சுமத்த துவங்கினாள்.

டால்ஸ்டாய்க்கு சோபியா மீது கோபமிருந்தது. ஆனால், அவளை அவர் வெறுக்கவில்லை. அத்தனை வருஷம் அவள் தன்னையும் தன் பிள்ளைகளையும் அரவணைத்துக் காத்திருக்கிறாள், அவளது முன் கோபம் சில நாட்களில் தணிந்துவிடக்கூடியது என்று எப்போதுமே விட்டுக் கொடுத்திருக்கிறார். அவள் எல்லா நிலப்பிரபுக்களைப் போலவே மாஸ்கோவிற்கு இடம் மாறிவிட ஆசைப்பட்டாள். அதை டால்ஸ்டாய் விரும்பவில்லை. தனது வீடு மிகப் பழமையானதாக இருக்கிறது. அதை மாற்றிக் கட்ட வேண்டும் என்று அவள் ஆசைப்பட்டதை டால்ஸ்டாய் கடுமையாக மறுத்து அந்த வீடு அப்படியே இருக்கவேண்டும் என்று உத்தரவிட்டார்.

சோபியாவிற்கு டால்ஸ்டாய் மதத்தையும், மத நிர்வாகத்தையும் மறுப்பதையும் எதிர்ப்பதையும் ஏற்றுக்கொள்ள முடியவில்லை. அவரைத் திருச்சபை விலக்கி வைத்தது. அதன் பாதிப்பு தன் மீதும் தன் பிள்ளைகள்மீதும் தீராத கறையாகப் படிந்துவிட்டது என்று கடுமையாக எதிர்த்தாள். டால்ஸ்டாயோ மதம் மனித அக விடுதலைக்கானது. அது அவனைக் கட்டுப்படுத்தி அடிமைப்படுத்த கூடாது. அன்பைவிட சிறந்த மதம் வேறு எதுவுமில்லை என்றார்.

டால்ஸ்டாய் காணவிரும்பிய சமூகமும் மனித அன்பும் அன்றைய சூழலில் பெரிதும் கற்பனையானது என்றே நினைக்கப் பட்டது. கேலி செய்யப்பட்டது. ஆனால், இளைஞர்கள் டால்ஸ்டாயைப் பின் பற்றினார்கள். இயற்கையோடு இணைந்து எளிமையாக வாழ்வது என்பதில் ஆர்வம் காட்டினார்கள். அதை டால்ஸ்டாய் வரவேற்று, செயல்படுத்த துவங்கினார். இந்த நிலை வளர்ந்தால் டால்ஸ்டாய் தன்னை விட்டுப் பிரிந்து துறவியாகிவிடுவார் என்பதை சோபியா உணர்ந்தேயிருந்தார். அதுதான் அவரது பிடி இறுகுவதற்கான முதற்காரணமாக இருந்தது.

முதுமை டால்ஸ்டாயின் இயல்பை மாற்றியிருப்பதை அவள் நன்றாக உணர்ந்தாள். அவர் தன் வாழ்நாள் முழுவதும் யாஸ்னயா போல்யானாவை விட்டு வெளியேறிப் போகவே மாட்டார் என்பதில் அவள் உறுதியாக இருந்தாள். ஆனால், மனநெருக்கடி அவரைப் பிறந்த இடத்திலிருந்து வெளியேற்றியது. தனது சொந்த வீட்டைத் துறந்து டால்ஸ்டாய் வெளியேறிச் செல்லும்போது நிச்சயம் மனத்துயர் கொண்டிருப்பார் என்று சோபியா எழுதுகிறார்.

முதுமை டால்ஸ்டாய்க்கு நிம்மதியான காலமாக இருக்கவில்லை. அவர் விரும்பியது போன்ற வாழ்க்கையை அவரது பிள்ளைகள் எவரும் வாழவில்லை. அது அவரைக் கடுமையாக மனச்சோர்விற்கு உள்ளாக்கியது.

தன்பிள்ளைகளின் நலனிற்காகத் தன்னால் பிரார்த்தனை செய்வதைத் தவிர வேறு ஒன்றும் செய்ய முடியாது என்றே நாட்குறிப்பில் எழுதுகிறார். மனைவியோடு சண்டையிட்டு 1910ஆம் வருஷத்தின் அக்டோபர் 28ஆம் தேதி விடிகாலை டால்ஸ்டாய் வீட்டைவிட்டு வெளியேறினார். விடைபெறுவதற்கான காரணங்களை ஒரு கடிதமாக எழுதி வைத்துவிட்டு வெளியேறிய அவருக்குத் துணையாக டாக்டர் மக்கோவிட்ஸ்கி உடன்சென்றார்.

இருவரும் டால்ஸ்டாயின் சகோதரியான 80 வயது மரியாவைப் பார்ப்பதற்காக மடாலயம் ஒன்றில் உள்ள கன்னியர் மடத்தை நோக்கிப் புறப்பட்டனர். முதிய வயதில் ஏன் டால்ஸ்டாய் தனது சகோதரியைக் காண விரும்புகிறார் என்று புரியவில்லை என மருத்துவர் கேட்டபோது, அது தன் பால்ய காலத்தை மறுபடி பார்ப்பதைப் போல இருக்கக்கூடும் என்று டால்ஸ்டாய் பதில் சொன்னார்.

ஓர் இரவு அந்த மடாலயத்தில் தங்கியிருந்தனர். அப்பாவின் பிரிவுக் கடிதத்தை கண்ட அம்மா அவமானத்தை தாங்க முடியாமல் அருகில் உள்ள குளத்தில் விழுந்து செத்துப் போக முயன்றதை அப்பாவிடம் தெரிவிக்க சாஷா வீட்டிலிருந்து உடனடியாக புறப்பட்டு அவரோடு வந்து சேர்ந்து கொண்டாள். அந்தப் பயணத்தில் டால்ஸ்டாய் மிகவும் மாறியிருந்தார். புனித யாத்திரை செல்லும் துறவிகளைப் போல தான் டால்ஸ்டாய் வெளியேறினார் என்கிறார் மருத்துவர் மக்கோவிட்ஸ்கி.

அவரை நினைவுகொள்ளும் செர்ட்கோவ், ரயில் நிலையத் தில்அவரைப் பார்க்கும்போது பூமிக்கு வந்த ஒரு புனிதரைப் போலவே எளிமையாக ஆனால், மாறாத ஒளியோடு அவர் தோன்றினார். அந்த முதியவரைக் கண்டபோது, இவர்தானா இத்தனை கதைகளையும் எழுதியவர் என்று வியப்பாக இருந்தது. அவரது புன்னகையைப்போல, பார்த்த மாத்திரத்தில் அடுத்தவரை கவர்ந்துவிடும் ஒன்றை வேறு யாரிடமும் கண்டதேயில்லை.

ஆனால், அந்த ரயில் நிலையத்தில் கண்ட டால்ஸ்டாயின் முகத்தில் புன்னகையில்லை. கலக்கம் மட்டுமே மிஞ்சியிருந்தது. அவரது கண்கள் தனது கடமையை முடித்துவிட வேண்டும் என்பதில் அக்கறை கொண்டிருந்தன என்கிறார். சாஷா அப்பா சொன்னபடியே அவரது இலக்கியத் தோழருக்கு மட்டும் தந்தி கொடுக்கவில்லை.

அப்பா உடல்நலமற்றுப் போய் அஸ்தபோவ் ரயில் நிலையத்தில் தங்கியிருக்கிறார் என்று தன் அம்மா சோபியாவிற்கும் தந்தி

கொடுத்திருந்தாள். அடுத்த ரயில் ஏறி சோபியா வந்து சேர்ந்துவிட்டாள். ஆனால், அவளுக்கு டால்ஸ்டாயை நேர்கொண்டு காண்பதில் தயக்கமிருந்தது. அவர் தன்னைச் சந்திக்க மறுத்துவிட்டால் என்னவாவது என்று உள்ளூற நடுங்கிக் கொண்டேயிருந்தாள். அம்மாவிற்கு துணையாக வந்திருந்த தன்யா அம்மாவை ஆறுதல்படுத்தி இன்னொரு அறையில் காத்திருக்கச் சொன்னாள். மதிய நேரம் தன் மூத்தமகள் தன்யா தன்னைப் பார்க்க வந்திருப்பதை அறிந்து கொண்ட டால்ஸ்டாய் அவளை அழைத்துவரும்படியாக செர்ட்கோவிடம் சொன்னார்.

அப்பாவிற்கும் மகளுக்குமான அந்த சந்திப்பு கண்ணீரும் வலியும் நிரம்பியதாக இருந்தது. உன் அம்மாவைத் தனியே விட்டு ஏன் வந்தாய்? நான் இல்லாத போது அவளை நீங்கள் அல்லவா பார்த்துக்கொள்ள வேண்டும் என்று டால்ஸ்டாய் அவளிடம் சோபியா பற்றியே ஆதங்கத்துடன் பேசிக் கொண்டிருந்தார். அடுத்த அறையில் அம்மா காத்திருக்கிறாள் என்று தன்யா அப்பாவிடம் சொல்லவே யில்லை. டால்ஸ்டாய் தன் மகளின் கைகளைப் பிடித்துக்கொண்டு அம்மாவையும் பண்ணை வீட்டையும் அவள் கவனமாகப் பார்த்து கொள்ள வேண்டும் என்று தாழ்ந்த குரலில் கூறினார். தன்யா அழுதாள். பேச இயலாமல் அப்பாவின் கைகளைப் பிடித்துக்கொண்டு சிறுமி போல விம்மி விம்மி அழுதாள். டால்ஸ்டாய் அவளைத் தேற்றியபடியே அம்மாவின் உடல்நலத்தில் நீ அதிக அக்கறை கொள்ளவேண்டும். நான் இல்லாமல் போனால் அவள் உடைந்து போய்விடுவாள்.

நீங்கள்தான் அவளது துணை என்று சொன்னார். தன்யா மறுபடியும் விம்மினாள். சிறிய கைக் குட்டையால் அவள் முகத்தை துடைத்துக் கொள்ளும்படியாக சொன்ன டால்ஸ்டாய் அவள் பயணத்தில் சிரமம் இருந்ததா என்று பொதுவாக விசாரிக்கத் துவங்கினார். வெளியே சாஷா காத்துக்கொண்டிருந்தாள்.

அப்பாவின் இறுதி நிமிடத்திற்காகப் பிரார்த்தனை செய்ய வந்த பாதிரியை அனுமதிப்பதா, இல்லைவெளியே அனுப்பி விடுவதா என்று அவளுக்குக் குழப்பமாக இருந்தது. பாதிரியார் கனிவான குரலில் திருச்சபை அவரை விலக்கி வைத்தபோதும் சீமாட்டி சோபியாவின் ஏற்பாட்டில் தான் வந்திருப்பதாகச் சொல்லி, கடைசி நிமிட பாவமன்னிப்பிற்கு டால்ஸ்டாய் முன்வர வேண்டும் என்று கேட்டுக் கொண்டார். அவரைக் காத்திருக்கும்படியாகச் சொல்லிய சாஷா அப்பாவைக் காண்பதற்காக அறைக்குள் சென்றாள்.

அப்பா தன் சிறிய நோட்டு ஒன்றில் எதையோ குறித்துக் கொண்டிருப்பதைக் கண்டாள். சிறுவயதில் இருந்து தன் மனதில் தோன்றிய அத்தனையும் எழுதி வைத்துக்கொள்வதே டால்ஸ்டாயின் பழக்கம். அவர் இதற்காக சிறிய குறிப்பு நோட்டுகளைத் தனியே

வைத்திருந்தார்.

அதில் தன்னை, பாதித்த சம்பவங்கள், குடும்ப நிகழ்வுகள், படித்தவை, பார்த்தவை என யாவையும் குறித்து வைத்திருந்தார். அத்துடன் தினசரி நடப்புகளைத் தவறாமல் டைரி எழுதவும் செய்தார். இந்தப் பழக்கம் அவரிடம் துவங்கி வீட்டில் அனைவருக்கும் தொற்றிக்கொண்டது. சில வேளைகளில் அவர் தனது பிள்ளைகளுடன் பேசுவதற்குக் கூட எழுதித் தந்துவிடுவதையே வழக்கமாக்கிக் கொண்டிருந்தார்.

அன்றும் தனது குறிப்பு நோட்டில் அவர் எதையோ பென்சிலால் கிறுக்கிக்கொண்டிருப்பதை சாஷா பார்த்தாள். இதேபோல வெளியே செர்ட்கோவும் தனது குறிப்பு நோட்டில் அங்கு நடப்பதை எல்லாம் கவனமாகக் குறிப்பு எழுதிக்கொண்டுவருவதைக் கண்டிருந்தாள். அது ஏனோ நினைவிற்கு வந்தது. தான் சந்திக்க விரும்பிய ஒவ்வொருவருக்கும் தந்தி கொடுத்தாகிவிட்டதா என்று சாஷாவிடம் கேட்டுக் கொண்ட டால்ஸ்டாய் தனது தந்திவாசகம் மிக சுருக்கமாகவும் தெளிவாகவும் எழுதப்பட்டிருக்கிறதா என்று அடிக்கடி விசாரித்துக்கொண்டார். ஒரு எழுத்தாளன் தந்தி வாசகத்தைப் போல குறைந்த சொற்களுக்குள் தன்னை முழுமையாக வெளிப்படுத்திக் கொண்டுவிட வேண்டும் என்று அந்த நிலையிலும் சாஷாவிடம் பகடியான குரலில் சொன்னார் டால்ஸ்டாய்.

அத்துடன் தந்தி கொடுப்பதற்காக சாஷா தனது பணத்தில் இருந்தே செலவழிக்க வேண்டும், இதற்காக அவள் செர்ட்கோவிடம் இருந்து பணம் வாங்கக் கூடாது என்று எச்சரித்ததோடு தனது சிறிய பர்ஸில் உள்ள பத்து ரூபிள் நோட்டை அவள் எடுத்துக் கொள்ளவும், அது போதாது என்றால் பர்ஸின் உட்பக்கமுள்ள சிறிய உறையில் தனியே ஐம்பது ரூபிள் இருக்கிறது, அதை எடுத்துப் பயன்படுத்திக் கொள்ளவும் என்று தெரிவித்தார்.

அவரது உடலைப் பரிசோதிக்க மருத்துவர் உள்ளே வந்தார். ரஷ்ய விவசாயிகள் எப்போதுமே தங்கள் ஆறாத துயரத்தோடுதான் இறந்து போவார்கள். நானும் என் பாவங்களுடன் இறந்துபோக போகிறேன் என்று மனம் ததும்பச் சொன்னார் டால்ஸ்டாய். அதைக் கேட்ட மருத்துவர் உங்களைச் சுற்றி அன்பும் நட்புமே நிறைந்திருக்கிறது. நீங்கள் திரும்பிப் பாருங்கள். எத்தனை நண்பர்கள். அன்பானவர்கள். டால்ஸ்டாய் நீங்கள் அதிகம் அன்பைச் சம்பாதித்திருக்கிறீர்கள் என்றார்.

அதை மறுத்த டால்ஸ்டாய் இந்த உலகில் டால்ஸ்டாய் என்ற ஒரேயொரு மனிதன் மட்டும் வாழவில்லை. எதற்காக அவனைப் பற்றி இவ்வளவு புகழ்ந்து பேசுகிறீர்கள் என்று அவர் வெளிப்படையாகவே பேசினார்.

ஒரு இரவு ரயில்நிலையத்தில் கழிந்தது. மறுநாள் டால்ஸ்டாய்

தன்னைக் கிராமப்புறத்தில் உள்ள தனது வீட்டிற்கு வந்து தங்கியிருக்கும்படியாக நவிகோவ் என்ற விவசாயி எழுதிய கடிதத்திற்குப் பதில் போடும்படியாகச் சொல்லி செர்ட்கோவிடம் உடனே டிக்டேட் செய்ய ஆரம்பித்து விட்டார். தனது பாதை வேறு என்றும் இப்போதுள்ள தனது வயது மற்றும் உடல்நிலை காரணமாக அங்கேவந்து தன்னால் தங்க இயலாது என்று தெரிவித்து, ஆனாலும் அவனது அன்பிற்கு நன்றி தெரிவித்துக் கடிதத்தை முடித்தார் டால்ஸ்டாய். ஒவ்வொரு வரி முடியும்போதும் கடிதம் நன்றாக வந்திருக்கிறதா என்று கேட்டுக்கொள்ள அவர் தவறவேயில்லை. எத்தனையோ ஆயிரமாயிரம் வரிகளை எழுதியிருந்தபோதும் இந்தக் கடிதம் தான் நினைத்ததை சரியாக வெளிப்படுத்துகிறதா என்பதில் டால்ஸ்டாய்க்கு சந்தேகமே இருந்தது.

எழுதிய கடிதத்தை ஒன்றுக்கு நான்கு முறை படிக்கச் சொல்லிக் கேட்டு திருத்தம் சொல்லி உடனே அனுப்பி வைக்கும்படியாகச் சொன்னார். அன்று மற்ற கடிதங்களுக்கும் அவர் பொறுமையாகச் சொல்லிச் சொல்லி பதில் எழுத வைத்தார். அன்றிரவு அவருக்கு நோய் முற்றியது. தன்னை அறியாமல் உளறத் துவங்கினார். எதை பற்றிப் பேசுகிறோம் என்ற தெளிவு மறந்து போய்விட்டது. சிடுசிடுப்பும் சினமுமாக அவர் எதையோ கேட்டதை மற்றவர்கள் புரிந்துகொள்ளவே யில்லை. அடுத்த நாள் இது முற்றியது. வெறும்நோட் புக்கை எடுத்து நீட்டி இதில் உள்ளதைப் படித்துச் சொல் என்று புலம்பத் துவங்கினார். அடுத்த நாளில் மருத்துவர்கள் அவர்மீதான நம்பிக்கையை கைவிடத் துவங்கினார்கள். மறுநாள் டால்ஸ்டாய் இறந்துபோனார்.

உலகம் எவ்வளவு எளிமையாக உண்மையாக இருக்கிறது என்று அவர் மருத்துவரிடம் வியந்ததாக அவரது கடைசிக் குறிப்பு கூறுகிறது. 1910 நவம்பர் 8 திங்கள்கிழமை அவரது மரணச்செய்தி பரவியதும் ரஷ்யாவெங்கும் துக்கம் அனுஷ்டிக்கப்பட்டது. ரஷ்யப் பாராளுமன்றம் அன்று தன் நிகழ்ச்சிகளை ஒத்திவைத்து அவருக்கு இரங்கல் தெரிவித்தது. பல்கலைக் கழக மாணவர்கள் வகுப்பில் இருந்து வெளியேறி ஆங்காங்கே நினைவுக் கூட்டங்களை நடத்த துவங்கினார்கள். மறுநாள் அவரது இறுதிச்சடங்கில் ஆயிரக்கணக்கில் மக்கள் கலந்து கொண்டார்கள். டால்ஸ்டாய் தனிமனிதன் இல்லை, அவன் ரஷ்யாவின் ஆன்மா என்று செர்ட்கோ சொன்னதுதான் நடந்தேறியது.

தனது பண்ணையில் புதைக்கப்பட்டார் டால்ஸ்டாய். அவரது மனைவி சோபியா ஒரு வார காலம் நோயுற்றுப்படுக்கையில் கிடந்தாள். பின்பு, அவள் டால்ஸ்டாய் விரும்பியபடி தனது நிலத்தை விவசாயிகளுக்குப் பிரித்துக் கொடுத்தாள். அதுபோலவே அவள் ஆசைப்பட்டபடியே டால்ஸ்டாயின் எழுத்துகளுக்கான முழுஉரிமை சோபியாவிற்கு வழங்கப்பட்டது. ஒன்பது ஆண்டுகாலம்

டால்ஸ்டாயின் நினைவுகளோடு வாழ்ந்து மறைந்தார். அஸ்தபோவ் ரயில் நிலையம் இன்று டால்ஸ்டாயின் கடைசிப் புகலிடமாக உலகெங்குமிருந்து பார்வையாளர்கள் வந்துபோகும் காட்சி நிலையமாக மாறியிருக்கிறது.

அன்னா கரீனினா நாவலின் இறுதியில் அன்னா ஒரு ரயில்நிலையத்தில் தற்கொலைசெய்து இறந்து போகிறாள். டால்ஸ்டாயின் வாழ்வும் அப்படியே ஒரு ரயில் நிலையத்தில் முடிந்து போகிறது. அன்னாவின் மரணத்தின் முன்பாக மனம் உடைந்தே போயிருந்தாள். டால்ஸ்டாயும் அப்படியே.

***

டால்ஸ்டாயின் கடைசி நாட்களை மையமாகக் கொண்டு Jay Parini எழுதிய நாவல் The Last Station. பத்து ஆண்டுகளுக்கு முன்பாக வெளியான இந்த நாவல் தற்போது Michael Hoffman ஆல் படமாக்கப்பட்டுள்ளது. ரஷ்யாவில் *1912*ஆம் ஆண்டே மௌனப்படமாக Departure of a Grand Old Man என்ற பெயரில் டால்ஸ்டாயின் கடைசி நாட்கள் படமாக்கப்பட்டுள்ளது. அது சோபியாவைப் பற்றிய தவறான பிம்பத்தை உருவாக்கியது என்ற காரணம் காட்டி படத்தைத் தடை செய்துவிட்டார்கள்.

The Last Station திரைப்படத்தை சிலாஅண்டுகள் முன்பாகப் பார்த்தேன். டால்ஸ்டாயாக நடித்துள்ள Christopher Plummer அற்புதமாக நடித்திருக்கிறார். படம் மிக மேலோட்டமாகவே உருவாக்கப் பட்டிருக்கிறது. டால்ஸ்டாயின் மனைவியாக நடித்துள்ள ஹெலன் மிரான் நிஜ சோபியாவிலிருந்து மிகவும் மாறுபட்ட கதாபாத்திரமாக உருவாக்கப் பட்டிருக்கிறார்.

டால்ஸ்டாயை அவர் இளம் காதலனைப்போல நடத்துவதும், டால்ஸ்டாய் மனைவியோடு படுக்கையில் புரண்டு காதலிப்பதும் எண்பது வயதான டால்ஸ்டாயின் மனப்போக்கினைப் படம் ஆதார அளவில்கூட புரிந்து கொள்ளவில்லை என்பதையே காட்டுகிறது. படம் அவரது வாழ்க்கைக் குறிப்புகளுடன் சற்று அதிகமான கற்பனையைக் கலந்திருக்கிறது. டால்ஸ்டாயின் மனைவி சோபியா இப்படத்தில் அதிக உணர்ச்சிவசப் படுகின்றவராக, கணவன் மீது ஆறாத காதல் கொண்ட மனைவியாகச் சித்தரிக்கப்படுகிறார்.

அவரது இயல்பும் மனப்போக்கும்கூட படத்தில் பெரிதாக மாற்றியமைக்கப் பட்டிருக்கிறது. ஹாலிவுட் சினிமாவின் செயற்கைத்தனங்கள் அதிகமிருந்தபோதும் இந்தப் படம் செர்ட்கோவை சித்தரிப்பதிலும் அவருக்கும் டால்ஸ்டாய்க்குமான உறவைப் பற்றியும் தெளிவாகவே எடுத்துச் சொல்கிறது.

‘கடைசி ரயில்நிலையம்’ என்பதை தலைப்பைத் தவிர வேறு எங்கேயும் படம் பயன்படுத்திக் கொள்ளவில்லை. படத்தின் முடிவில்

டால்ஸ்டாய் அஸ்தபோவ் நிலையத்தில் இறந்து போகிறார். அங்கே நடைபெறும் சம்பவங்கள் கூட மிக தட்டையான அளவிலே பதிவு செய்யப்பட்டிருக்கிறது. டால்ஸ்டாய் என்ற மனிதரைப் பற்றிய படம் என்பதால் இதைத் தவறவிடாமல் ஒரு முறை பார்க்க வேண்டிய அவசியம் உண்டாகிறது. இதை விடவும் The Last Days of Leo Tolstoy- Vladimir Chertkov புத்தகமும், சோபியா டால்ஸ்டாயின் The autobiography of Countess Sophie Tolstoy இரண்டும் மிக உண்மையாக டால்ஸ்டாயைப் பதிவு செய்திருக்கின்றன. அவை தேடி வாசிக்க வேண்டிய இரண்டு புத்தகங்கள். டால்ஸ்டாயே தனது பால்ய காலம், இளமை பருவம் என விரிவாக இரண்டு தனிநூல்கள் எழுதியிருக்கிறார்.

சோபியா டால்ஸ்டாய் தனது நவம்பர் 19, 1903ஆம் குறிப்பேட்டில் இப்படித்தான் எழுதியிருக்கிறார். ‘படுக்கை அறைக்குள் சென்றேன். என் கணவர் டால்ஸ்டாய் படுத்திருந்தார். அன்று முழுவதும் அவர் என்னோடு ஒரு வார்த்தைகூட பேசவில்லை.

சமீபமாகவே அவரிடமிருந்து ஒரு அன்பான வார்த்தையும் கேட்க முடியவில்லை. நான் நினைத்தது போலவே அவர் உள்ளூற செத்துக் கொண்டிருக்கிறார். சமீபமாகவே அவர் எதையும் எழுத வில்லை. எதையும் பகிர்ந்துகொள்ளவில்லை. தனிமை. நாளெல்லாம் தனிமை அல்லது தன் சீடர்களுடன் பிரசங்கம். இதை தவிர வீட்டு மனிதர்கள் யாரோடும் ஒரு வார்த்தை பேசாத தனிமை அவரைக் கவ்விக்கொண்டுவிட்டது. நான் அவர் இறந்துவிட்டதாகவே உணர்கிறேன்.’

இன்னொரு குறிப்பில் எழுதுகிறார்:

ஏன் அவர் இப்போதெல்லாம் எழுதுவதில்லை என்று கேட்டதற்கு எழுதுவதற்கு மனதில் காதல் வேண்டும். அது என்னிடம் இப்போதில்லை என்று சொல்கிறார்.

என்னைக் காதலிக்க வேண்டியதுதானே என்று கேட்டால் அது இனி இயலாது. என் மனதில் இப்போது உன்மீது காதலே இல்லை. வெறுமை மட்டுமே மிஞ்சியிருக்கிறது என்று வெளிப்படையாக மறுத்திருக்கிறார். எவ்வளவு கடுமையான சொல் அது. என்னை அது வதைத்துக் கொண்டேயிருக்கிறது.

48 வருட காலம் இருவரும் ஒன்றாக வாழ்ந்திருக்கிறார்கள். ஆனாலும், முடிவில் டால்ஸ்டாய் உறங்கும் மனைவி எழுந்து கொள்வதற்குள் விடிகாலையில் அவள் அறியாமல் வீட்டை விட்டு வெளியேறிப் போகிறார்.

மரணத்தின் கடைசி நிமிடத்தில்கூட மனைவியைக் காண விரும்பாமல் விலகியே இருக்கிறார். ஆணுக்கும் பெண்ணுக்குமான உறவும் வெறுப்பும் எழுத்தால் ஒருபோதும் முழுமையாகப் புரிந்து

கொள்ளப்பட முடியாதது போலும். எழுத்தைவிட வாழ்வு அதிக புனைவும் எதிர்பாராமையும் புதிர்தன்மையுமே கொண்டிருக்கிறது. டால்ஸ்டாய் அதை வாழ்ந்து அனுபவித்திருக்கிறார்.

***

நடனத்திற்குப் பிறகு

ஒரு நல்ல சிறுகதை எப்படியிருக்க வேண்டும் என்பதற்கு உதாரணமாக டால்ஸ்டாயின் நடனத்திற்குப் பிறகு (After the Ball -Leo Tolstoy) கதையைச் சொல்லலாம். இக்கதை நூறு வருசங்களுக்கு முன்பாக எழுதப்பட்டிருக்கிறது. காதல் ததும்பும் இக்கதையை தனது 75 ஆவது வயதில் டால்ஸ்டாய் எழுதியிருக்கிறார். கசான் பல்கலைக்கழகத்தில் டால்ஸ்டாய் படித்துக் கொண்டிருந்த காலத்தில் ராணுவ அதிகாரி ஒருவரின் மகளை நடனவிருந்தில் கண்டார். பார்த்த நிமிசத்திலே அவள்மீது காதலாகி அவளையே சுற்றிச்சுற்றி வந்திருக்கிறார். அந்தப் பெண்ணும் அவர் மீதான காதலில் ஒன்றாகக் கைகோர்த்து நடனமாடியிருக்கிறாள்.

மறுநாள் அவளைத் தேடிப்போன போது அந்தப் பெண்ணின் தந்தை ராணுவ உயரதிகாரியாக இருப்பதையும் அவர் தனது வேலையாட்களை மிக மூர்க்கமாக நடத்துவதையும் கண்டிருக்கிறார். அந்தக் காட்சி அவரது காதல் உணர்வை அப்படியே ஒடுக்கிவிட்டது. தனது காதலை அவர் ஏற்றுக்கொள்ள மாட்டார் என்று உணர்ந்து அவளை விட்டுத்தானே விலகி போய்விட்டார். இந்த நிஜ சம்பவத்தை டால்ஸ்டாய் ஒரு சிறுகதையாக எழுதியிருக்கிறார்.

நடனத்திற்குப் பிறகு கதையைத் துவக்குபவர் இவான் வசிலியேவிச். மத்திய வயதில் உள்ள இவருக்கு நிறைய இளம் நண்பர்களிருக்கிறார்கள். அவர்களுடன் இவான் ஒருநாள் விவாதத்தில் இருக்கிறார். அதில் ஒரு மனிதனை அவனது புறச்சூழல்நிலைகள் பெரிதும் மாற்றிவிடாது. மாறாக, அவன் சந்திக்கும் சில சந்தர்ப்பங்கள் அவனது இயல்பை முற்றிலும் மாற்றிவிடக்கூடியவை என்கிறார். அதை நண்பர்கள் ஏற்றுக்கொள்ள மறுக்கிறார்கள். அவர்களை நம்ப வைப்பதற்காக தனது இள வயதில் நடைபெற்ற ஒரு சம்பவத்தை அவர் விவரிக்கத் துவங்குகிறார்.

இவான் வாலிப வயதில் இருந்தபோது ஒரு நாள் நடன விருந்திற்குச் செல்கிறார். அந்த வயதில் இசையும் நடனமும் இளம்பெண்களும் மட்டுமே அவரது உலகமாக இருந்தது. அதில் அவர் தேர்ச்சி பெற்ற ரசனை கொண்டிருந்தார். அவரது அழகில் மயங்கி, பெண்கள்

அவரோடு சேர்ந்து நடனமாட ஆசை கொண்டார்கள்.

அந்த நடன விருந்தில் வரிங்கா என்ற இளம்பெண்ணைக் காண்கிறார். அவள் வெண்ணிறமான உடைகள் அணிந்து வெள்ளைக் கையுறைகள் மாட்டிக்கொண்டு பேரழகியாக இருக்கிறாள். அவளோடு சேர்ந்து நடனமாட வேண்டும் என்று விரும்புகிறார். அவளும் இவானது கவர்ச்சியில் மயங்கி சேர்ந்து ஆடுகிறாள்.

அவர்களின் நடனமே கதையாக விரிகிறது. சொற்களின் வழியே நாம் அந்த நடனத்தின் அசைவுகளை, கால்களின் சுழற்சியைக் காண முடிகிறது. இசையோடுசேர்ந்து முயங்கிய அந்த நடனத்தின் படிப்படியான வேகத்தை தனது வார்த்தைகளின் வழியே டால்ஸ்டாய் சாத்தியமாக்கியிருக்கிறார். நடனம் ஆடுகின்றவனின் மனஉணர்ச்சியும் உடன் ஆடும் பெண்ணின் நளினமும் வாக்கியங்களின் வழியே ஒளிர்கின்றன. கதையின் பத்திகள் நடனத்தின் தனித்துணுக்குகள் போலாகின்றன. ஒன்றோடு ஒன்று இணைந்தும் விலகியும் ஒன்று சேர்கின்றன, பிரிகின்றன. நடனக்கூடத்தின் இசை சொற்களின் வழியே நம் காதுகளில் கேட்கத் துவங்குகிறது.

வெண்ணிறமான யுவதிகளின் கால்கள், செவ்வரியோடிய கண்கள், புன்னகை ததும்பும் உதடுகள். அதில் ஒளிரும் கள்ளச்சிரிப்பு. உடல்கள் கொள்ளும் வேட்கை. ஒன்றோடு ஒன்று இணைந்து விலகி நெருங்கித் தளர்ந்து முயங்கிக் கொள்ளும் நடனத்தின் உச்ச நிலை. காற்றில் வரைந்த புள்ளிகள் போன்று கைவிரல்கள் நடனத்தில் அரூப புள்ளிகளை உருவாக்குகிறது. கலைக்கிறது. சிதறடிக்கிறது. திடீரென வானில் ஒளிரும் மின்னலின் வேகமும் வசீகரமும் போல பெண் உடல் தாளமுடியாத வசீகரம் கொள்கிறது. நடனம் உடலை மீறுகிறது.

உடலைக் காகிதம் போலாக்குகிறது. சிறகு இல்லாமலே பறக்க வைக்கிறது. நடனத்தில் இன்றி வேறு எப்போதும் கால் விரல்கள் பூமியோடு இத்தனை நெருக்கம் கொள்வதில்லை. டால்ஸ்டாய் என்றோ தன் இளமைப் பருவத்தில் கண்ட பெண்ணின் நினைவை அப்படியே பசுமை மாறாமல் பாதுகாத்து வைத்திருக்கிறார். அந்த விருந்தில் யார் யார் வந்திருந்தார்கள், என்ன இசை நிகழ்த்தப்பட்டது.

என்ன உணவு பரிமாறப்பட்டது, என்ன உடைகள் அணிந்திருந்தார் என்று துல்லியமாக விவரிக்கிறார். வரிங்கா மிக லாவகமாக ஆடுகிறாள். உதிர்ந்த சிறகு காற்றில் பறப்பது போன்றே இருக்கிறது. இவானைத் தனது நடனத் துணையாக அவள் தேர்வு கொண்டதற்குப் பலரும் பொறாமைப்படுகிறார்கள். இவான் அவளோடு சேர்ந்து ஆடும்போது தான் கரைந்து போவதை உணர்கிறான்.

நடனம் அவர்கள் உடலில் இருந்து மனதிற்குள் நிரம்புகிறது. காற்று இலையை அசைப்பதைப் போல இசை அவர்களை அலைவுறச் செய்கிறது. திடீரென அந்த நடன விருந்தில் வரிங்காவின் தந்தை அறிமுகமாகிறார்.

அவர் ஒரு ராணுவ உயர் அதிகாரி என்பது தெரிய வருகிறது. கம்பீரமும் மிடுக்குமான உருவம். எதையும் முறைப்படி அதற்கான விதியை மீறாமல் செய்யக் கூடியவர் என்பது அவரது செயல்களில் தெரிகிறது. தன் மகளுடன் இணைந்து நடனமாடுகிறார். அவர் உடலுக்குப் பொருந்தாத காலணிகளை அணிந்திருப்பதை இவான் காண்கிறான். ஒருவேளை தனது மகளின் ஆசைக்காக அவர் இந்தக் காலணியை அணிந்து வந்திருக்கக் கூடும் என்றும் கருதுகிறான். அந்த ஒற்றை வாக்கியத்தின் வழியே அப்பாவிற்கும் மகளுக்குமான உறவு முழுமையாக வெளிப்படுகிறது. நடனமாடும் வரிங்காவின் அப்பா ஒரு காலத்தில் தேர்ந்த நடனக்காரராக இருந்திருக்க வேண்டும். இன்று அவரால் சரியாக ஆட முடியவில்லை என்பது இவானிற்கு தெரிய வருகிறது.

அவன் அவரது நடனத்தை ரசிக்கிறான். அவரது மகள் மீதான ஈர்ப்பை அது அதிகமாக்குகிறது. இரவெல்லாம் வரிங்காவோடு நடனமாடுகிறான் இவான். அந்த சந்தோஷம் அவனை மிகவும் உற்சாகப்படுத்துகிறது. அதே நேரம் உள்மனதில் தனது மகிழ்ச்சியை யாரோ கெடுத்துவிடுவார்களோ என்ற அச்சமும் ஏற்படுகிறது. மணி மூன்றாகும் போது வரிங்கா தன் அப்பாவோடு புறப்பட்டுப் போகிறாள். பின்னிரவில் தனது வீட்டிற்குத் திரும்புகிறான் இவான். உறங்குவதற்கு மனமில்லை. வீட்டு வேலைக்காரன் அவனை வியப்போடு பார்க்கிறான். வரிங்காவின் நினைவில் இருந்து விடுபடவே முடியவில்லை. அவன் கற்பனையில் நடனமாடிக் கொண்டேயிருக்கிறான். என்ன ஆனது இவானிற்கு என்று அவனது சகோதரன் வியப்படைகிறான்.

சகோதரன் ஒரு புத்தகப்புழு. வெளியுலகம் அறியாதவன். ஒருபோதும் நடனவிருந்தில் கலந்துகொள்ளாத அவனது சகோதரன் மீது இவானுக்குத் திடீரென பரிதாபம் உருவாகிறது. தனது உடைகளைக் கூட மாற்றிக் கொள்ளாமல் அப்படியே படுக்கையில் விழுகிறான் இவான். மனது நிலைகொள்ள மறுக்கிறது. அவளது நினைவு பற்றி எரிய ஆரம்பிக்கிறது. காட்டுத் தீ மரங்களை முறிப்பது போல அவளது நினைவு அவனது உறக்கத்தை முறித்து வெளியேற்றுகிறது.

அவளை மறுபடி காண வேண்டும் என்ற வேட்கையுடன் வீட்டில் இருந்து வெளியேறி நடக்கிறான். வரிங்காவின் வீடு நகரை விலக்கியது. சுற்றிலும் வயல்கள் உள்ளன. அதிகாலை நேரம். காற்றில் ஈரம் நிரம்பி யிருக்கிறது. ஆங்காங்கே தண்ணீர் தேங்கிக் கிடக்கிறது. மனத்தில் காதலோடு நடக்கும்போது உலகம் மிக வசீகரமாக இருக்கிறது. குளிரும் பனியும் பற்றிய பிரக்ஞை இன்றி அவள் வீட்டைக் நோக்கி செல்கிறான்.

வரிங்கா இந்த நேரம் உறங்கிக் கொண்டிருப்பாள். ஆனாலும் அவள் வீட்டின்முன்பு நின்றபடியே அவளுக்காக ஏங்கிக் காத்திருப்பது

அவனுக்குப் பிடித்தமான ஒரு செயலைச் செய்வதுபோலவே தோன்றியது. அப்போது ஓர் எதிர்பாராத சம்பவம் நடைபெறுகிறது. அவள் வீட்டின் அருகாமையில் உள்ள பரேட் மைதானம் ஒன்றில் ஒரு காட்சி தென்படுகிறது.

முரசு அடித்தபடியே வரும் சப்தம் கேட்கிறது. தொலைவில் இருந்து ஒரு ஆளை அடித்து வதைத்து இழுத்துக் கொண்டு வருகிறார்கள் கறுப்பு உடை அணிந்த துப்பாக்கி ஏந்திய ராணுவ வீரர்கள். அந்த ஆள் கைகால்களில் சங்கிலி போடப்பட்டிருக்கிறது. பற்கள் உடைபட்டு ரத்தம் பீறிடுகிறது. தன்னைவிட்டு விடும்படியாகக் கெஞ்சுகிறான். வலியில் கத்துகிறான். அவனது உடல் அடிவாங்கி ரத்தம் சொட்டுகிறது. அவன் ஒரு தார்த்தாரியன் என்றும் கலகக்காரன் என அவனைக் கொல்வதற்காக ராணுவம் கொண்டு போகிறது. அதற்குத் தலைமை ஏற்று நடத்துபவர் வரிங்காவின் தந்தை என்றும் சொல்கிறான் அங்கிருந்த ஒரு கொல்லன்.

பிடிபட்ட மனிதனின் வலியும் அவமானத்துடன் என் மீது கருணை காட்டுங்கள் சகோதரனே என்ற கூக்குரலும் இவானைக் கடுமையாக மனஉளைச்சலுக்கு ஆளாக்குகிறது. தன்னை ஒரு நிமிசம் அந்த ஆளின் நிலையில் பொருத்திப் பார்த்துக் கொள்கிறான். அது அவனை நடுக்கம் கொள்ள வைக்கிறது. அந்த தார்த்தாரியனுக்காக வருத்தப்படுகிறான். எதையும் சட்டப்படி செய்யும் வரிங்காவின் தந்தையின் வன்முறை அவனை ஆத்திரமூட்டுகிறது. அதுவரை காதலின் வேகத்தில் வானத்தில் பறந்து கொண்டிருந்தவனை கண்முன்னே நடைபெறும் உண்மைச் சம்பவம் தரையில் விழச் செய்கிறது. இனி ஒருபோதும் தான் அந்தப்பெண்ணைச் சந்திக்கக் கூடாது என்று முடிவு செய்கிறான். அதே வேளையில் தன் வாழ்நாளில் அரசுப் பணி எதிலும் சேர்ந்துவிடக்கூடாது என்ற முடிவும் எடுக்கிறான். அவனது காதல் அந்த விடிகாலையோடு முடிந்து போகிறது. அவன் அதன்பிறகு வரிங்காவைத் தேடிப்போகவே யில்லை. காலத்தால் சில கதைகள் மங்கிவிடுகின்றன.

சில கதைகள் காலத்தால் மெருகேற்றப்பட்டு ஒளிர்கின்றன. டால்ஸ்டாயின் இக்கதை அந்த வகையைச் சேர்ந்தது. வைரக்கல்போல தனக்குள்ளிருந்த பிரகாசத்தை உலகின் மீது படரச் செய்கிறது. கதை சொல்லும் முறை, எழுத்துவமானம், உணர்ச்சி வெளிப்பாடு யாவிலும் வெகு கச்சிதமானது. மன உணர்ச்சியின் துல்லியமும், காதலின் ஆவேசமும் கொண்ட இக்கதையை வாசிக்கையில் நவீன திரைப்படம் ஒன்றினைக் காண்பது போலவே உள்ளது.

'War and Peace', 'Anna Karenina' என இரண்டு சிகரங்களைப் போல மிக உன்னதமான நாவல்களை எழுதிய டால்ஸ்டாய் சிறுகதை என்ற வடிவத்தையே தனக்கு சவால்விடும் எழுத்துப்பணியாக கருதினார். அதன் சாட்சி போலவே இக்கதை எழுதப்பட்டிருக்கிறது. இந்தக்

கதையை எழுதிய நாட்களில் டால்ஸ்டாயின் மனதில் ரஷ்ய சமூகம் மீதான கோபமும் அவர்களின் போலித்தனங்கள் மீது தாங்கமுடியாத எரிச்சலும் நிரம்பியிருந்தது.

அவர் நீதிக்கதைகள் போன்ற வடிவத்தில் சில சிறுகதைகள் எழுதிக் கொண்டிருந்தார். அதன் ஊடாகவே நடனத்திற்குப் பிறகு கதையை எழுதியிருக்கிறார். இசை, நடனம் இரண்டும் ரஷ்யர்களின் வாழ்வின் பிரிக்க முடியாத அம்சம். டால்ஸ்டாய் இரண்டையும் பற்றி நிறையவே எழுதியிருக்கிறார். அவருக்கு பீதோவனின் இசை மிகவும் பிடித்தமானது. இசையை முக்கிய அம்சமாகக் கொண்டு க்ருஷயர் சொனடோ என்ற சிறுகதையை டால்ஸ்டாய் எழுதியிருக்கிறார். அது மிகுந்த சர்ச்சைக்குள்ளான சிறுகதை நடனத்திற்குப் பிறகு கதையின் மையப்பொருள் நடனம். அது எப்போது துவங்கும் எப்போது முடியும் என்றுமுன் முடிவு செய்ய முடியாதது. நடனம் ஒரு சுழற்சி. நிலைமாற்றம். மனதின் ஆசைகளே நடனமாகின்றன.

வரிங்காவின் அழகு நடனத்தால் வெளிப்படுகிறது. அவள் தன்னை நடனத்தின் வழியே முழுமையாக வெளிப்படுத்திக் கொள்கிறாள். அவளைக் காதலிக்கும் இவான் இளவயதின் தடுமாற்றங்கள், ஆசைகள் நிரம்பியவன். அரசுப் பணியில் சேரவேண்டும், அழகான பெண்ணைக் காதலிக்க வேண்டும் என்ற ஆசைகள் அவனுக்குள் நிரம்பியிருக்கின்றன. அவன் பெண்களை வசீகரிப்பதற்காகவே ஆடுகிறான். வரிங்காவோடு நடனமாடும்போது இருவரும் மொழி யில்லாமல் பேசிக் கொள்வதை அவன் உணர்கிறான். இரண்டு உடல்களும் ஒன்றோடு ஒன்று தொடர்பு கொள்கின்றன. அது ஒரு ரகசியம் என்பதை உணர்கிறான். வரிங்காவோடு முடிவில்லாமல் ஆடிக் கொண்டேயிருக்க வேண்டும் என்று ஆசைப்படுகிறான். இதற்காகவே நூறு முறை நடனமாடுகிறான்.

எல்லா நடனமும் ஏதோவொரு புள்ளியில் முடிந்துவிடக் கூடியதே. சில வேளை அது சட்டென நிகழ்ந்துவிடுகிறது. சிலநேரம் அது படிப்படியாக நடைபெறுகிறது. காதலும் அப்படியே. இவான் வரிங்கா மீது கொள்ளும் காதல் துவங்கும்போது வேகமாகிறது. பின் அதிவேகமாகிறது. வீட்டிற்குப் போனபோதும் அது அடங்குவ தில்லை. ஆனால், அந்த மனவேகத்தை கண்முன்னே ஒரு மனிதன் அவமதிக்கப்பட்டு சாவை நோக்கி இழுத்துக் கொண்டு செல்லப்படும் அதிர்ச்சி தடுத்து நிறுத்துகிறது. கற்பனையில் பறந்த சிறகுகள் முறிகின்றன. அவன் தன் யதார்த்தத்தை உணர்கிறான்.

சிறுகதை துவங்கும்போது ஒரு விவாதத்தில் துவங்கி, முடியும்போது இன்னொரு விவாதத்தில் முடிகிறது. இந்த இரண்டு புள்ளிகளுக்கு நடுவில் ஒரு நடனவிருந்தும் அதில் ஏற்பட்ட காதலும் விவரிக்கப்படுகிறது. கதை மூன்று முக்கிய புள்ளிகளைக் கொண்டிருக்கிறது. ஒன்று, இவான் வரிங்காவோடு கொள்ளும்

ஈர்ப்பு. இரண்டு, வரிங்காவிற்கும் அவள் அப்பாவிற்குமான உறவு, அவரது நடனம். மூன்றாவது பிடிபட்டு அடித்து இழுத்து வரப்படும் தார்த்தாரியன். இந்த மூன்று புள்ளிகளுக்கும் நெருக்கமான தொடர்பு உள்ளது. ஒன்றையன்று இடைவெட்டுகின்றன.

தார்த்தாரியன் பிடிபட்டுக் கொண்டுவரப்படும் காட்சி வாசக மனதில் ஏற்படுத்தும் அதிர்ச்சி மிக முக்கியமானது. அந்த வரிகளை எப்போது வாசிக்கும் போதும் கோயாவின் புகழ்பெற்ற ஓவியமான The Third of May 1808 நினைவில் வந்து போகிறது. அது துப்பாக்கி முனையில் சுடப்பட்டு நிற்கும் கலகக்காரனின் தோற்றத்தை சித்தரிக்கிறது. அதுவும் விடிகாலை காட்சி தான். ஒரு பக்கம் துப்பாக்கி வீரர்கள் சுடுவதற்கு தயாராக நிற்கிறார்கள். மறுபக்கம் சில உடல்கள் செத்து விழுந்துகிடக்கின்றன. பிடிபட்ட கலகக்காரர்கள் சுட்டுக் கொல்லப்படுவதற்காக நிறுத்தப் பட்டிருக்கிறார்கள். சாவை எதிர்நோக்கியுள்ள ஒருவன் முகம் இருண்டு போயிருக்கிறது. அவன் கைகளை விரித்திருக்கிறான். அவனது ஆடைகள் ஒளிர்கின்றன. ஆனால், பயம் முகத்தில் பீறிடுகிறது. இந்தக் காட்சியைக் காண முடியாமல் ஒருவன் கைகளால் முகத்தைப் பொத்திக் கொண்டு அழுகிறான். சாவை தங்களால் தடுக்க முடியாதே என்று புலம்பும் சில உருவங்கள் பின்புலத்தில் தெரிகின்றன. செத்துக்கிடந்த மனிதனின் வாய் எதையோ சொல்ல முயன்று உறைந்து போயிருக்கிறது. பின்புலத்தில் விடிகாலை மென்னொளி எங்கும் பரவியிருக்கிறது. துப்பாக்கி வீரர்களின் முகங்கள் தெளிவாகத் தெரியவில்லை. யாவரும் ஒன்றுபோலவே இருக்கிறார்கள்.

சாவை எதிர்நோக்கி மண்டியிட்ட மனிதனின் முகத்தோற்றம் டால்ஸ்டாயின் கதையை வாசிக்கையில் திரும்பத் திரும்ப வந்து கொண்டேயிருக்கிறது. சொற்களின் துணையில்லாமலே வலியை உருவாக்கிவிடும் கோயாவின் கலைத்திறன் தான் சொற்களின் வழியே காட்சிகளை உருவாக்கிக் காட்டும் டால்ஸ்டாயிடமும் இருக்கிறது.

காதல் ஒரு மனிதனை எவ்வளவு தடுமாற்றம்கொள்ள வைக்கிறது என்று விவரிக்கும் டால்ஸ்டாய் குளத்தின் சலனத்தை, வீசி எறியப்படும் ஒரு கல் நீரின் சமன் கலைத்து விடுவதைப் போல சூழலை ஒரு நிகழ்வு உருமாற்றிவிடக் கூடிய வல்லமை கொண்டது என்பதை அழுத்தமாக அடையாளம் காட்டுகிறார்.

நடனவிருந்தும் அதில் ஏற்படும் காதலும் ரஷ்ய சமூகத்தின் அன்றைய உயர்குடி கலாச்சாரத்தின் பிரதிபலிப்புகளாகப் பதிவாகின்றன. அதே நேரம் கதையின் அடிநாதம்போல அன்றுள்ள அரசிற்கு எதிராக புரட்சியாளர்கள் உருவாகி வருகிறார்கள். அவர்கள் எளிய அடித்தட்டு மக்கள். அவர் களை ஒடுக்க ராணுவம் மிகுந்த உக்கிரம் கொண்டுள்ளது என்பதும் விவரிக்கப்படுகிறது. அத்துடன் பல்கலை கழக மாணவர்கள் அரசியல் விழிப்புணர்வு கொள்ளத்

துவங்கியது இப்படித்தான் உருவானது என்றும் கோடுகாட்டுகிறார்.

பிரெஞ்ச் உயர்குடி கலாச்சாரம் மீதான மோகம் ரஷ்யாவை எவ்வளவு ஆட்டி வைத்தது என்பதற்கு இந்தக் கதையில் வரும் நடன விருந்தே சாட்சி. சாம்பெயின் மட்டுமே குடிப்பவன் என்று தன்னை இவான் அறிமுகப்படுத்திக் கொள்வதும் நடன இசை, நடன முறைகள், உடைகள், ஒப்பனை, உணவு என யாவிலும் பிரான்சின் தாக்கம் மேலதிகமாகவே இருந்தது என்பதை டால்ஸ்டாய் நுட்பமாகப் பதிவு செய்கிறார். அதே நேரம் இவான் தன்னுடன் விவாதித்துக் கொண்டிருக்கும் இளைஞர்களை விமர்சனமும் செய்கிறார். அந்தக் காலத்தில் சீணும் பெண்ணும் உடலை வெளியே காட்டிக் கொள்வதிலோ, ஒருவர் மீது மற்றவர் உடல் இச்சை கொள்வதிலோ அதிக விருப்பம் காட்டவில்லை. சொல்லப்போனால் உடலை நிறைய ஆடைகள் அணிவித்து மறைத்துக் கொள்வதில்தான் ஆர்வம் காட்டினோம். உடல்கள் ஒன்றையன்று தொட்டுக் கொள்வதில், பிணைவதில் மனம் நாட்டம் கொள்ளவில்லை. எங்கள் காதலை உந்தியது உடல்கள் அல்ல, மனது மட்டுமே என்கிறார். இது மாறிவரும் ரஷ்ய இளையோர் சமூகத்தின் மீதான முந்தைய தலைமுறையின் குற்றச்சாட்டாகவும் கருதலாம் அல்லது அப்படித் தன்னை சித்தரித்துக் கொள்வதன் வழியே தனது இச்சைகளை அவர் மறைத்துக் கொள்ள முயற்சிக்கிறார் என்றும் அர்த்தப்படுத்திக் கொள்ளலாம். சிறுகதையின் சொல்முறையும், கதாபாத்திரங்களைப் பற்றிய சித்தரிப்பும், அவர்களின் உள்ளோடும் துல்லியமான மன உணர்ச்சியும் கதையின் போக்கினைத் திசைமாற்றம் செய்யும் ஒரு சம்பவமும் அதிலிருந்து உருவாகும் கதையின் முடிவும் சிறுகதையின் உச்சபட்ச சாதனைகளை அடையாளம் காட்டுகிறது.

இக்கதையில் குறிப்பிடப்படும் நடனம் மசூர்கா. அது ஒரு போலந்தின் நாட்டுப்புற துள்ளல் இசையோடு கூடியது. பத்தொன்பதாம் நூற்றாண்டில் ஐரோப்பா எங்கும் நடனக்கூடங்களில் மசூர்கா ஆடுவது பிரபலமாக இருந்தது. இந்த இசைவகைமையில் பிரெடெரிக் சோபின் போன்ற இசைமேதைகள் கோர்வைகள் எழுதியிருக்கிறார்கள். பியானோ தனி இசையில் உருவான மசூர்கா ரஷ்யாவில் பிரபலமாக இருந்தது. டால்ஸ்டாய் இந்த நடனம் குறித்து தனது வாழ்க்கை வரலாற்று நூலில் விரிவாக எழுதியிருக்கிறார். அன்னா கரீனினாவிலும் இதே மசூர்கா இடம் பெறுகிறது. துர்கனேவ் தனது தந்தையும் தனயர்களும் நாவலில் மசூர்கா நடன இசை பற்றி மிகுந்த ரசனையோடு எழுதியிருக்கிறார்.

சிறுவயதில் தன்னால் திறமையாக மசூர்கா ஆட முடியவில்லை என்ற ஏக்கம் இருந்ததை டால்ஸ்டாயின் பால்ய நினைவுகள் என்ற நூல் குறிப்பிடுகிறது. நவீன விஞ்ஞானக் கண்டுபிடிப்புகள் உருவான காலத்தில் அதை டால்ஸ்டாய் எதிர்கொண்ட விதம் அலாதியானது. சினிமா அறிமுகமானபோது அவர் படமாக்கப் பட்டிருக்கிறார்.

கிராமபோன் கண்டுபிடிக்கப்பட்டவுடன் அதில் இசைத்தட்டினைப் போட்டு அதிலிருந்து பீறிடும் இசையில் மயங்கி நடனமாடியவர் டால்ஸ்டாய். ஒவ்வொரு முறை இசைத்தட்டு சுழலும்போதும் எல்லோரும் நடனமாடுங்கள் என்று உற்சாகமாகக் குரல் தந்தவர் அவர்.

எலக்ட்ரிக் பென் என்று மின்சாரத்தில் எழுதும் ஒரு பேனாவை எடிசன் உருவாக்கியிருந்தார். அதை டால்ஸ்டாய்க்குப் பரிசாக அளித்தார்கள். எலெக்ட்ரிக் பேனாவால் தான் எழுதப் போவதைக் காணும்படி தன்னுடைய வீட்டையே ஒன்று திரட்டினார். ஆனால், அந்தப் பேனா வேலை செய்யவில்லை. இந்த ஏமாற்றத்தை தாங்கிக்கொள்ள முடியாமல் சிறுவனைப் போல மனம் உடைந்து போனார் டால்ஸ்டாய்.

விஞ்ஞானத்தின் வழியே கலைகள் மறுமலர்ச்சி கொள்ளமுடியும் என்ற நம்பிக்கை அவரிடம் இருந்தது. அதன் வெளிப்பாடு இந்தக் கதையின் ஊடாகவும் காணப்படுகிறது. டால்ஸ்டாயை வழிநடத்தியது அவரது மெய்த்தேடல். அதிலிருந்து உருவான அன்பின் மீதான பற்று. அந்த வழிகாட்டலில் பெண்கள் மீதான பற்று மனிதனைக் கீழ்மையில் கொண்டுவிடும் என்ற அடிநாதம் ஒளிந்து கொண்டிருக்கிறது. அது பைபிளில் இருந்து டால்ஸ்டாய் உருவாக்கி கொண்டது. அந்த சாராம்சம் இக்கதையிலும் வெளிப்படுகிறது. கதை முழுவதும் இசை ஊடாடிக் கொண்டேயிருக்கிறது. ஒரு இரவும் விடிகாலையும் வலிமையாக எழுத்தில் தோன்றி மறைகிறது. எழுதித் தேர்ந்த கை என்பதை ஒவ்வொரு வரிகளும் மெய்ப்பிக்கின்றன. டால்ஸ்டாயின் எழுத்து மனித மனதை எவ்வளவு நுட்பமாக ஆராய்ந்திருக்கிறது என்பதை இக்கதை என்றென்றும் நிரூபித்தபடியே உள்ளது.

●●●

டால்ஸ்டாயின் அன்னா கரீனினா
(உரையின் எழுத்துவடிவம்)

உலக இலக்கியம் குறித்துப் பேசுவது, தொடர்ச்சியாகப் பேசுவது மிகுந்த சந்தோஷம் அளிக்கிறது. இன்று உலக இலக்கியத்தில் தனி யிடம் பிடித்த மேதை, இலக்கியச் சிகரம் என புகழப்படும் டால்ஸ்டாய் பற்றிப் பேச இருக்கிறேன். குறிப்பாக, அவரது அன்னா கரீனினா நாவலை அறிமுகம் செய்து வைக்கப் போகிறேன்.

போரும் அமைதியும் என்ற மாபெரும் இதிகாச நாவலுக்குப் பிறகு டால்ஸ்டாய் அன்னா கரீனினாவை எழுதினார். உலகின் சிறந்த நாவல்கள் பட்டியலில் அன்னா கரீனினாவிற்கு நிரந்தரமான இடம் இருக்கிறது. தமிழில் இந்த நாவல் முழுமையாக மொழியாக்கம் செய்யப்பட்டிருக்கிறது. ஹிந்தியில் இதைப் படமாக எடுத்திருக்கிறார்கள். தமிழிலும் இக்கதை தழுவிப் படமாக எடுக்கப்பட்டி ருக்கிறது.

அன்னா கரீனினா The Russian Messenger என்கிற பத்திரிகையில் 1873-77 வரை நான்கு ஆண்டுகள் தொடராக வந்தது. அன்னா கரீனினா ஒரு குடும்பப் பெண்ணின் காதலை, வீழ்ச்சியைப் பேசுகிறது. திருமணமாகி கணவன் பிள்ளையுடன் வாழும் பெண் இன்னொரு ஆணைக் காதலிப்பது சரியானதா என்பதைப் பேசுகிறது.

அப்படி ஒரு பெண் நடந்துகொள்வது சரியா தவறா என்ற கேள்வியைவிட, ஏன் அப்படியான ஒரு மனநிலைக்கு ஒரு பெண் வருகிறாள்? அந்த முடிவு அவளையும் அவளது குடும்பத்தையும் என்ன செய்கிறது என்பதையே டால்ஸ்டாய் ஆராய்கிறார். அதனால்தான் நாவலின் முகப்பில் எது சரி எது தவறு எனும் முடிவைக் கடவுளின் கைகளில் விட்டுவிடுங்கள் என்ற விவிலிய வரியை மேற்கோளாகக் குறிப்பிடுகிறார்.

அன்னா இலட்சியவாதத்தைக் கொண்ட பெண்ணில்லை. இரத்தமும் சதையுமான உணர்ச்சிபூர்வமான பெண். பண்பாடு மிக்கவள், அவள் கள்ளத்தனமாக ஒருவனைக் காதலிக்கவில்லை. மாறாக, கணவன் அறிந்தே காதல் கொள்கிறாள், கணவனும் தனக்கு வேண்டும், காதலனும் தனக்கு முக்கியம் என்கிறாள். இருவராலும் நிராகரிக்கப்பட்டு முடிவில் தற்கொலை செய்துகொள்கிறாள்.

அன்னாவின் தற்கொலை உலக இலக்கியத்தில் இன்றும் விவாதிக்கபடும் ஒரு முக்கியப் பிரச்சினை. அன்னா அப்படி நடந்து கொண்டது நியாயமில்லை என்று வாதிடுபவர்கள் இன்றும் இருக்கிறார்கள். அன்னாவை வெறுப்பவர்கள் அதிகம் இருக்கிறார்கள். அன்னா கரீனினா நாவலைப் புரிந்துகொள்வதற்கு டால்ஸ்டாயைப் புரிந்துகொள்ள வேண்டும்.

காரணம், டால்ஸ்டாயின் வாழ்க்கைக்கும் எழுத்திற்கும் இடைவெளி குறைவு. டால்ஸ்டாய் எப்படிப்பட்டவர்? டால்ஸ்டாய்க்குத் திருமணம் நடைபெறுகிறது. முதலிரவில் அவர் தன் மனைவியிடம் சொல்கிறார், ஒருவன் கடந்த காலத்தை மறைத்துக் கொள்வதுதான், எதிர்காலத்தில் மனவேறுபாடுகள் உருவாவதற்குக் காரணமாகிறது. எனவே, எனது கடந்த காலத்தை முழுமையாகத் தெரிந்துகொள்ள வேண்டும் என்கிறார். மனைவியோ எனக்கு உங்களைப் பற்றித் தெரியுமே, உங்கள் குடும்பமே எங்கள் குடும்பத்துடன் பழகிய ஒன்றுதானே என்கிறாள்.

ஆமாம் நண்பர்களே, நன்கு தெரிந்த ஒரு குடும்பத்தில்தான், மனைவியைத் தேர்ந்தெடுத்தார். அந்தக் குடும்பத்தோடு, டால்ஸ்டாயின் தாய் காலத்தில் இருந்தே தொடர்புண்டு. அவர்கள் வீட்டில் மூன்று பெண்கள் இருந்தார்கள். அதில் மூத்த பெண்ணை மணம் செய்துகொள்ள டால்ஸ்டாய் ஆசைப்படுவதாகவே அந்தக் குடும்பத்தினர் நம்பியிருந்தனர். ஆனால், சோபியா என்கிற இரண்டாவது பெண்ணைத் தான் அவருக்குப் பிடித்திருந்தது.

டால்ஸ்டாய்க்கு சோபியாவைப் பிடித்திருந்தபோது, அவளது வயது 14. டால்ஸ்டாய்க்கு வயது 34. தனது காதலை எப்படி வெளிப்படுத்துவது என்று தெரியவில்லை. இன்னும் இரண்டு வருடம் கழித்துதான் அவளிடம் திருமணப்பேச்சு பேசவே முடியும். அப்பொழுதுதான் அவள் அந்தத் தகுதியை அடைவாள். அதற்காகக் காத்திருந்தார் டால்ஸ்டாய். மூத்தவளைத் தேடிப்போய் பார்த்துப் பேசுவது போல அவர்கள் வீட்டிற்குள் நுழைந்து இளைய பெண்ணோடு நேரம் செலவிடுவார்.

விளையாட்டுப் பெண்ணாக இருந்த சோபியாவிற்கு டால்ஸ்டாயின் காதலைப் புரிந்துக்கொள்ள முடியவில்லை நெடுநாள் கழித்து, அவளுக்கு ஒரு காதல் கடிதம் எழுதுகிறார். அன்பே நான் உன் வீட்டிற்கு வருவதற்கான ஒரே காரணம் நீதான். நீ என் மனம் முழுவதும் நிரம்பி இருக்கிறாய் என்கிறார். சோபியாவிற்கு அக்கடிதம் அச்சம் தருவதாக இருந்தது. காரணம், டால்ஸ்டாயின் தோற்றம் மற்றும் இயல்பு. ஆள் பார்க்க முரடன் போல இருப்பார். ஆனால், போர் வீரன், பெரிய சூதாடி, நிலப்பிரபுவின் பிள்ளை/ உயரமான மனிதர். ஒருநாளைக்கு 5 மணிநேரம் குதிரையேற்றம் போகக்கூடியவர். பத்துக்கும் மேற்பட்ட மொழிகள் அவருக்குத் தெரியும். விவசாயம்

செய்பவர், எதையும் சுலபமாகக் கற்றுக் கொள்ளக்கூடியவர். அவர் வீட்டில் 22,000 புத்தகங்கள் இருந்தன. இது எல்லாம் ஒன்று சேர்ந்து கலவையான பயத்தை உருவாக்கியது.

டால்ஸ்டாய் ஒரு விநோதமான மனிதர். அவர் எதைக் கற்றுக்கொள்வதாக இருந்தாலும் அதிலேயே முழ்கிப் போய்விடுவார். தனது 68வது வயதில் சைக்கிள் ஓட்ட கற்றுக்கொண்டவர். இரண்டு வாரங்களில் டென்னிஸ் விளையாடப் பழகி தேர்ந்த விளையாட்டு வீரனாக மாறி, தினசரி 4 மணிநேரம் டென்னிஸ் விளையாடுவார். காதலுற்றபோதும் அதே தீவிர மனநிலைக்குத் தள்ளப்பட்டிருந்தார். ஆகவே காலை, மதியம் மாலையெனத் தொடர்ந்து ஒரு நாளில் ஐந்து பத்து கடிதங்கள் எழுதிவைப்பார்.

முடிவில் அவரது காதலை சோபியா ஏற்றுக் கொண்டார். இரண்டு குடும்பங்களும் சேர்ந்து திருமணத்தை நடத்தி வைத்தன. அந்த முதல் இரவில் டால்ஸ்டாய் தனது கடந்த காலத்தை மனைவி தெரிந்து கொள்ள வேண்டும் என விரும்பி அதுவரை தான் எழுதிய டைரிகளைக் கொடுத்துப் படிக்கச் சொல்கிறார். அதில் அவரது பல்வேறு காதல்கள், சூதாடிய அனுபவம், வேசைகளுடன் உறங்கியது எல்லாம் ஒளிவுமறைவின்றி எழுதப்பட்டிருந்தது.

தன்னுடன் பழகிய பெண்களில் யாருக்குக் கள்ள உறவில் குழந்தை பிறந்திருக்கிறது என்பதைக் கூட எழுதியிருக்கிறார். அவளின் பெயர், ஊர், வேலை செய்த பண்ணை போன்ற குறிப்புகளைக்கூட எழுதியிருக்கிறார். இதைப்படித்த சோபியா அதிர்ச்சியடைந்து விட்டார். இப்படிபட்ட மோசமான ஒரு மனிதரோடு நாம் எப்படி வாழப் போகிறோம் என கலங்கிப் போனாள். பிறகு தன்னை ஆசுவாசப்படுத்திக் கொண்டு கேட்டாள்.

உங்கள் கடந்த காலம் எனக்கு முக்கியமல்ல. நிகழ்காலமும், கடந்த காலத்தைப் போலவே இருக்குமா? அப்படி இருக்காது, இருக்கமுடியாது. அதை உனக்கு உணர்த்துவதற்காகத்தான் இதை எல்லாம் படிக்கச் சொன்னேன், இவை என் வாழ்க்கையின் ரகசியங்கள். இனி என்னிடம் ஒளிக்க எதுவுமில்லை. என்றோ, யாரோ என்னைப்பற்றி உன்னிடம் புகார் செய்தால் அது உண்மையா என நீ அறிய வேண்டாமா? அதற்காகத்தான் என்னை முழுமையாக உன்னிடம் காட்டிக்கொண்டு விட்டேன். இனி என்னிடம் ஒளிப்பதற்கு ஒன்றுமில்லை. குறைகளும் கறைகளும் கொண்ட ஒருவனைத் தான் நீ திருமணம் செய்துகொண்டிருக்கிறாய். இதுதான் என் கடந்த காலம் என்றார். சோபியா அப்போதும் சந்தேகத்துடன் கேட்டார்: நாளை உங்கள் பிள்ளை என்று சொல்லிக்கொண்டு எவராவது வந்து சொத்தில் பங்கு கேட்டால் என்ன செய்வது? அதற்கு டால்ஸ்டாய் சொன்னார்: நான் பழகிய பெண்கள் பண்ணையில் வேலை பார்ப்பவர்கள். அவர்களுக்கு உரிய பங்கைக் கொடுத்திருக்கிறேன். என் கடந்தகாலம்

உனக்கு ஒருபோதும் பிரச்சினையாக உருவாகாது என்றார். சோபியா டால்ஸ்டாயை ஏற்றுக்கொண்டார். அத்துடன் தானும் அவரைப் போலவே டைரி எழுதத் துவங்கினார். சோபியாவுடன் நடத்திய குடும்ப வாழ்க்கையில் அவருக்கு 13 பிள்ளைகள் பிறக்கின்றன.

8 பிள்ளைகள் அற்ப ஆயுளில் இறந்துவிட்டார்கள். 5 பிள்ளைகள் மட்டுமே முதுமைக் காலம் வரை இருந்தார்கள். டால்ஸ்டாய் குறித்து சிமியோவ் என்ற விமர்சகர். ஐந்தே வாக்கியங்களில் அவரை விளக்கிச் சொல்கிறார். அதாவது டால்ஸ்டாய் ஒரு சிறந்த போர் வீரன்.

பெண்களை வசியம் செய்யக்கூடிய அழகன், தேர்ந்த எழுத்தாளர், சிறந்த சமூகப் போராளி, தூய்மையான ஒரு துறவி. இதுவே டால்ஸ்டாய் பற்றிய அவரது சித்திரம். இந்த வாக்கியங்கள் உண்மையானவை. டால்ஸ்டாய் எதை எழுதும்போதும், போர் வீரனுக்குரிய ஆவேசத்துடன், உறுதியுடன்தான் எழுதுவார். தேடித்தேடி பெண்களைக் காதலிக்கிறார். அவர் அளவிற்குப் பெண்கள் குறித்து எழுதியவர்கள் எவருமில்லை. மை தொட்டு எழுதும் பேனா கொண்டு பல்லாயிரப் பக்கங்கள் எழுதியிருக்கிறார்.

அவரது 'போரும் அமைதியும்' நாவல் அச்சில் 1280 பக்க அளவு கொண்டது. என்றால் கையெழுத்துப் பிரதி எப்படியும் இரண்டா யிரம் பக்கம் இருந்திருக்கும். இந்தக் கையெழுத்துப் பிரதியை அவர் ஐந்து முறை திருத்தி எழுதியிருக்கிறார். இத்தனை பக்கங்களையும் சோபியா கை ஒடிய பிரதி எடுத்துக்கொடுத்து பிரசுரத்திற்கும் ஏற்ற வகையில் எழுதி அனுப்பியிருக்கிறார்.

டால்ஸ்டாய் எழுத்துப் பணியில் சிறப்பு பெற்றதற்கு சோபியாவின் உறுதுணை முக்கியமானது. சோபியா பகல் முழுவதும் பண்ணை வேலைகளைச் செய்வார். அப்போது டால்ஸ்டாய் வீட்டில் எழுதிக் கொண்டிருப்பார். ஒரு நாளில் எட்டு முதல் பத்து மணி நேரம் எழுதுகிற ஆற்றல் டால்ஸ்டாய்க்கு உண்டு. அவர் பகல் முழுக்க எழுதிப் போட்ட காகிதங்களை இரவு எட்டு மணிக்குக் குழந்தைகளை உறங்கச் செய்து விட்டு, சோபியா பிரதியெடுத்து எழுதத் தொடங்குவார்.

ஒரு மெழுகுவர்த்தியின் வெளிச்சத்திற்கு முன்னால் உட்கார்ந்தபடியே பின்னிரவு வரை எழுதி அதை ஒழுங்காக அடுக்கி மறுநாள் வாசிப்பதற்காக டால்ஸ்டாய் மேஜையில் வைத்துவிட்டுப் போவார். மறுநாள் எழுதுவதற்கு வந்த டால்ஸ்டாய் முந்தைய நாள் எழுதிய பக்கங்களைப் படித்து பார்த்துத் திருப்தியில்லாமல் அவற்றைக் கிழித்துப் போட்டுவிடுவார். மறுபடி புதிதாக எழுத ஆரம்பிப்பார், இப்படி அவர் எழுத எழுத பிரதி எடுத்து வைப்பார் சோபியா. அது எவ்வளவு கடினமான பணி தெரியுமா? சோபியா டால்ஸ்டாயின் வாழ்க்கைத் துணை மட்டுமல்ல, எழுத்துத் துணையும் கூட. அந்தக் காலங்களில் ஒரு நாவலை வெளியிடுவது என்றால்

அதைப் பத்திரிகையில் தொடராக வெளியிட வேண்டும், அதன்பிறகே அது அச்சில் நாவல் வடிவில் வெளியாகும். நாவலின் கையெழுத்துப் பிரதியை அச்சிற்கு அனுப்பிவிட்டு அதில் செய்ய வேண்டிய திருத்தங்களை அவசரமாகத் தந்தி கொடுப்பார் டால்ஸ்டாய். ஆகவே அவரது எழுத்து கடைசி நிமிசம் வரை மாறுதலுக்கு உட்பட்டது. சிலநேரம் எழுதி அனுப்பி அத்தியாயங்களை வெளியிட வேண்டாம் என்று சொல்லிவிட்டு புதிய அத்தியாயங்களை எழுதி அனுப்பி வைப்பார். பத்திரிகை அலுவலகங்கள் இதனால் தவறாக இரண்டையும் வெளியிட்டு படிப்பவரைக் குழப்பியிருக்கின்றன.

இன்னொரு பிரச்சினை, டால்ஸ்டாய் பிரபலமான எழுத்தாளர் என்பதால் அவரது நாவல் ரஷ்யாவில் வெளியாகும் போதே, பிரெஞ்சில் மொழிபெயர்த்து வெளியிடப்படும். அவர் ஒரு அத்தியாயத்தை ரஷ்யமொழியில் திருத்தி வெளியிட்டு விடுவார். ஆனால், பிரெஞ்சு மொழி பதிப்பில் திருத்தப்படாமலே வெளியாகிவிடும். நாவலாக வெளியிடும்போது, எது அவர் எடிட் செய்த பகுதி, எது நீக்கப்பட்டது என்று தெரியாமல் பதிப்பகத்தார் குழம்பிப் போய் விடுவார்கள். இதற்குக் காரணம் தனது எழுத்தில் ஒவ்வொரு வரியையும் அவர் பார்த்துப் பார்த்து செதுக்கியதே.

அதனால்தான் இன்றும் அவரை உலகம் கொண்டாடிக் கொண்டிருக்கிறது. ரஷ்ய இலக்கியத்தில் புஷ்கினுக்கு அப்புறம் மாபெரும் இலக்கிய மேதை டால்ஸ்டாய்தான் என ரஷ்ய சமூகம் கொண்டாடி மகிழ்ந்தது. அவரின் போரும் அமைதியும் நாவல் ஒட்டுமொத்த ரஷ்யாவின் ஆன்மாவைப் பதிவு செய்திருப்பதாகப் போற்றிப் புகழ்ந்தது. எது அன்னா கரீனினா எழுதக் காரணமாக இருந்தது. இதைப் பற்றி டால்ஸ்டாயே ஒரு குறிப்பு எழுதியிருக்கிறார்.

அன்னா ஸ்டெப்னோவா என்கிற குடும்பப் பெண், இரயிலில் விழுந்து தற்கொலை செய்து இறந்து போய்விட்டாள் என்ற ஒரு செய்தியை நாளிதழில் படித்த டால்ஸ்டாய் அது குறித்து அதிகமான தகவல்களைச் சேகரிக்கிறார். அந்தத் தகவல்களின் அடிப்படையில் அவளது கள்ளக்காதல் பற்றித் தெரியவருகிறது. தற்கொலை செய்துகொண்ட அந்தப் பெண்ணின் தலையைத் தவிர உடல் முழுவதும் சிதைந்து போய்விட்டது. அவளது உடலைப் பிணவறையில் சென்று டால்ஸ்டாய் பார்க்கிறார். அவளது கதை அவர் மனதைத் துயரம் கொள்ள வைக்கிறது. கணவனை விட்டு வெளியேறி காதலனுடன் வாழ்ந்த ஒரு பெண் அவனும் தன்னைத் துரத்திவிட்டான் என்று மனம் உடைந்து தற்கொலை செய்துகொண்டு விட்டாள் என்பது டால்ஸ்டாய் மனதில் ஒரு விதை என விழுந்து போகிறது. தற்கொலை செய்துகொண்டு இறந்துபோன பெண் புஷ்கினின் மகள் என்ற உறுதி செய்யப்படாத ஒரு செய்தியும் இருக்கிறது.

டால்ஸ்டாய்க்கு புஷ்கினையும் பிடிக்கும். ஆகவே இந்த சம்பவத்தை தனது நாவலுக்கான கருவாக அவர் தேர்வு செய்து கொண்டார். இந்நாவல் எழுதுவதற்கு டால்ஸ்டாய்க்கு ஆதர்ஷமாகப் பல முக்கிய எழுத்தாளர்கள் இருந்திருக்கிறார்கள். பிரெஞ்சிலும் ஆங்கிலத்திலும் புலமை மிக்க டால்ஸ்டாயை இரண்டு புத்தகங்கள் மிகவும் ஈர்த்திருக்கின்றன. ஒன்று பைபிள். அதைத் தன் வாழ்நாள் முழுவதும் கூடவே வைத்துக் கொண்டிருக்கிறார். பைபிள் மனித வாழ்க்கையை எப்படி ஆராய்கிறது என்பதை ஆய்ந்து அறிந்து கற்றுக் கொள்கிறார். பைபிள் டால்ஸ்டாய்க்கு ஒரு வழிகாட்டி நூல். இதுபோல இன்னொரு எழுத்தாளர், அவரது ஆதர்சமாக இருந்தார். அவர் ரூசோ.

ரூஸோவின் இருபது தொகுதிகளையும் படித்திருக்கிறேன் என்று டால்ஸ்டாய் தனது டைரிக் குறிப்பில் குறிப்பிடுகிறார். ரூஸோவின் நாவலில் ஜூலி என்றொரு கதாபாத்திரம் வருகிறது. அவள் திருமணத்திற்குப் பின்பு ஒருவரைக் காதலிக்கிறார். இன்னொருவரைக் காதலிப்பது சமூகக்குற்றம் ஆகாது. அது தனது உரிமையென வாதிடுகிறாள். இந்த ஜூலிதான் அன்னா கதாபாத்திரம் உருவாவதற்கான மூல வடிவம். இவளை மனதில் வைத்துக்கொண்டே டால்ஸ்டாய் அன்னாவை உருவாக்குகிறார்.

ரூசோவைப் பற்றி இந்நேரம் சொல்லியாக வேண்டும். ரூசோ புகழ்பெற்ற எழுத்தாளர். அவர் புத்தகம் வெளியாகிற நாளில் அச்சகம் முன்பு காத்துக்கிடந்து மக்கள் வாங்கி படித்தார்கள். ரூசோ ஒரு கலகக்காரன். ஆகவே அவன் எழுத்தில் கலகக்குரல் ஓங்கி ஒலிக்கும். ஆகவே நாடெங்கும் ரூசோ குறித்த வாதப்பிரதிவாதங்கள் நடந்துகொண்டேயிருந்தன.

ஜூலி வெளியான காலத்தில் இன்று அச்சிடுவதைப் போன்ற நவீன இயந்திரங்கள், அச்சிடும் வசதிகள் கிடையாது. வாரம் 50 பிரதிகள் மட்டுமே வெளியிடப்படும். இதை வாங்குவதற்கு அச்சகம் முன்னால் ஆயிரம் பேர் காத்திருப்பார்கள். பிரெஞ்சு சமூகத்தில பெரிதும் வாசிக்கப்பெற்ற படைப்பு ஜூலி. உலக இலக்கியங்களில் பிரெஞ்சு இலக்கியம் மட்டுமே பாலியல் உறவு பற்றி வெளிப்படையான விவாதத்தை முன்வைத்து துணிச்சலாகப் பேசியது. பிளாபெர்ட், ஜோலா என அதன் முன்னோடி படைப்பாளிகள் வேசைகள் பற்றி விரிவாக எழுதினார்கள். பாலுறவு குறித்துக் கடுமையான கருத்துமோதல்கள் நடந்தேறின.

பிரெஞ்சு இலக்கியத்தின் பாதிப்பு, ரஷ்யாவில் மிக அதிகம். இன்றைக்குத் தமிழகம் எப்படி ஆங்கிலத்தில் மூழ்கிக் கிடந்ததோ அப்படித்தான் ரஷ்யா, பிரெஞ்சு மொழியிலும் அதன் பண்பாட்டினைப் பின்பற்றுவதிலும் மூழ்கிக்கிடந்தது. அங்கே விருந்தில் ஒருவரை ஒருவர் சந்தித்துக் கொண்டால், பிரெஞ்சில்தான் பேசுவார்கள்.

ரஷ்ய மொழியில் பேச மாட்டார்கள். ரஷ்ய மொழியில் பேசுபவர்கள் சாதாரண மக்கள், அடித்தட்டினைத் சேர்ந்தவர் எனக் கருதப்பட்டார்கள்.

பிரெஞ்சு மொழியில் பேசுவதை, பிரெஞ்சு உணவு மற்றும் பழக்க வழக்கங்களை ரஷ்ய மக்கள் விரும்பி மேற்கொண் டார்கள். டால்ஸ்டாய் வீட்டில் பிரெஞ்சு பேசுபவராக இருந்திருக்கிறார். ஒரு நாடு இன்னொரு நாட்டை மொழி ரீதியாக அடிமைப்படுத்துவது காலம் காலமாக இருந்து வந்திருக்கிறது. ஆங்கிலத்தில் பேசுவதனால் அறிவாளிகளாக உணரும் சூழல் இன்றிருக்கிறது. தமிழில் பேசுவது, சிந்திப்பது தரக்குறைவானது என்கிற பொய்யான எண்ணம் எப்படி நம்மைப் பிடித்து ஆட்டுகிறதோ, அது போலவே ரஷ்யாவிலும் பிரெஞ்சின் பாதிப்பு இருந்திருக்கிறது.

பாலியல் உறவினை வெளிப்படையாகப் பேசும் நாவல்களில் முக்கியமானது மேடம் பவாரி. இந்த நாவல் அன்னா கரீனினா வருவதற்குச் சில ஆண்டுகளுக்கு முன்னால் வெளிவந்தது. கஸ்தாவ் பிளாபெர்ட் எழுதியது.

டால்ஸ்டாய் தனக்கு மிகவும் பிடித்தமான நாவல் என்று மேடம் பவாரியைச் சொல்கிறார். இரண்டு நாவல்களையும் நான் வாசித்திருக்கிறேன். என் வரையில் மேடம் பவாரியும் அன்னா கரீனினாவும் இரட்டைச் சகோதரிகள். விக்டர் ஹியூகோவை விட பிளாபெர்ட் முக்கியமான எழுத்தாளர் என்கிறார் டால்ஸ்டாய். ரூசோவின் மீதான அபிமானத்தால் பாரீஸுக்குப் பயணம் சென்று ஜூலி வாழ்ந்ததாகச் சொல்லப்படும் வீதியை, வீட்டினை டால்ஸ்டாய் பார்த்துவந்தார்.

ரூஸோவின் ஜுலியும், மேடம் பவாரியும் ஒன்றிணைந்து அன்னா கரீனினாவை உருவாக்கினார்கள். டால்ஸ்டாயின் வாழ்க்கை எந்த நாவலையும் விட அன்னா கரீனினாவுக்குள்தான் அதிகம் இருக்கிறது. அந்த நாவலில் வரும் முக்கிய கதாபாத்திரமே டால்ஸ்டாய்தான். லெவின் என்கிற கதாபாத்திரத்தை தனது பிரதிபிம்பம் போலவே டால்ஸ்டாய் எழுதியிருக்கிறார். லெவின் என்கிற கதாபாத்திரத்திற்குக் கூட ஒரு முன்னோடி உண்டு. அது போரும் அமைதியும் நாவலில் வரும் பியாரி. அதுவும் டால்ஸ்டாயின் ஒரு பகுதிதான். டால்ஸ்டாய் பெரிய பண்ணை விவசாயி.

அதில் நிறைய மாற்றங்களைக் கொண்டு வந்தவர். உழைப்பவர் வாழ்க்கை குறித்து அதிகம் சிந்திப்பவர். ஆகவே இந்த நாவலில் பாதி கூட்டுப்பண்ணையை எப்படி உருவாக்குவது, விவசாயத்தில் மாறுதல்களை உருவாக்க என்ன செய்ய வேண்டும், விவசாயி வாழ்க்கைத் தரம் உயர என்ன வழி என்பதைப் பற்றி விரிவாக எழுதியிருக்கிறார். இந்த நாவலில் இரண்டு கதை இருக்கிறது. ஒன்று அன்னாவின் கதை. இன்னொன்று தனது சொந்த வாழ்வின்

கதை. இரண்டும் ஒன்று சேர்ந்த கலவைதான் அன்னா கரீனினா. அன்னா கரீனினாவை எழுதுவதற்கு அவருக்கு நான்கு ஆண்டுகள் தேவைப்பட்டது. மாறிமாறி திருத்தம்செய்து கொண்டே இருந்தார். வெளியிட அனுமதித்த பிறகு திருத்தம் செய்வது தொடர்ந்து, முடிவில் பத்திரிகை ஆசிரியர் இனி புதிய திருத்தங்கள் ஏற்றுக் கொள்ளப்பட மாட்டாது என அறிவிப்பு கொடுக்கிறார். இதைப்பற்றிக் கவலைப்படாமல் டால்ஸ்டாய் திருத்திக் கொண்டே இருக்கிறார்.

அன்னா கரீனினா நாவல் முடிந்துவிட்டது என அறிவிப்பு வெளியாகிறது. ஆனால், நாவல் முடியவில்லை என இன்னொரு அத்தியாயத்தை டால்ஸ்டாய் எழுதி அனுப்பி வைத்தார், அதையும் வெளியிட்டார்கள். மக்கள் அன்னா கரீனினாவைக் கொண்டாடினார்கள். ரஷ்யாவின் படித்த தலைமுறையினர் அத்தனை பேரும் அந்த நாவலைப் பற்றி பேசி விவாதம் செய்தார்கள். ஒவ்வொரு விருந்திலும் அன்னா கரீனினா தற்கொலை செய்துகொண்டது சரியா? தவறா? என விவாதம் கட்டாயம் இடம் பெற்றது.

அந்தக் கேள்வி முடிவுறாத ஒன்று. டால்ஸ்டாயின் காலம் தொடங்கி இன்றுவரை அது பதிலற்றுத் தொடர்கிறது. அன்னாகரீனினா நாவலின் துவக்கவரிகள் மகத்தானது. என் நினைவில் இருந்து சொல்லுகிறேன், அது இப்படித் தான் துவங்குகிறது. சந்தோஷமான குடும்பங்கள் ஒன்று போல் இருக்கின்றன.

துயருற்ற குடும்பங்கள் அதனதன் வழியில் தனித்தனியே இருக்கின்றன. எவ்வளவு அற்புதமான துவக்கம் பாருங்கள், ஒட்டுமொத்த நாவலின் சாரமே இந்த வரிகளில் வந்துவிடுகிறது. இதற்கு இணையான துவக்கவரியை உலக நாவல் பரப்பில் காண்பது அபூர்வம். சந்தோஷமான குடும்பங்கள் ஒன்று போல இருக்கின்றன.

ஆனால், துயருற்ற குடும்பங்களோ ஒவ்வொன்றும் ஒரு முகத்துடன் ஒரு தவிப்புடன் இருக்கின்றன, இந்த இரண்டும் தானே உலகம், துயருற்ற குடும்பத்தின் பக்கம் தான் நிற்கப்போவதாக ஆரம்ப வரிகளிலே டால்ஸ்டாய் அடையாளம் காட்டிவிடுகிறார். நான் இந்த வரிகளைப் பற்றி நிறைய யோசித்திருக்கிறேன். டால்ஸ்டாய் சொல்வதைப் போல சந்தோஷமான குடும்பங்கள் ஒன்றுபோல இருக்கின்றனவா? இல்லை என்றே தோன்றுகிறது. அவை வெளியில் இருந்து பார்க்க ஒன்றுபோலத் தெரிகின்றன. ஆனால், ஒன்றுபோல இல்லை.

பிரச்சினைகளைப் பணமும் பொருளும் அடக்கி வைத்திருக்கின்றன. உக்ரைனில் பழமொழி ஒன்று இருக்கிறது. 'ஒரு வீட்டை ஆண் கட்டுகிறான். பெண் அதற்கு உயிர் தருகிறாள்' என்று. இதுதான் இன்று வரை நடந்துவருகிறது, நண்பர்களே, அறைக்கும் வீட்டிற்கும் வித்தியாசம் இருக்கிறது. அறை ஒருபோதும் வீடாகி விடுவதே இல்லை. அறையில் வசிக்கும் போதெல்லாம் வீட்டை உருவாக்கிக்

கொள்ள விரும்புகிறோம். ஆனால், வீட்டிற்குள் நுழைந்து நமக்கான அறையைத்தேடி தனிமை கொள்ள ஆசைப்படுகிறோம், இந்த மனநிலை விசித்திரமாகயில்லையா? குடும்பம் என்பது பல அறைகளால் உருவானது. ஒவ்வொரு அறைக்கும் ஒரு வரலாறு இருக்கிறது. தேவை இருக்கிறது. 700 பக்கமுள்ள இந்நாவலை மிகவும் சுருக்கமாகச் சொல்ல நினைக்கிறேன். இது ஒரு மலையைக் கோட்டு சித்திரமாக வரைவது போன்றது. புறத்தோற்றம்தான் தெரியும். நீங்களே வாசிக்கும்போது தான் அது முழு அனுபவமாக உருமாறும்.

இந்த நாவலின் துவக்கம் ஸ்டீவா என்ற அலுவலரின் குடும்பப் பிரச்சினையில் துவங்குகிறது, அவர் தன் பிள்ளைகளுக்கு பிரெஞ்சு கற்றுத்தருவதற்காக வந்த ஆசிரியையைக் காதலித்துவிடுகிறார். இதை அறிந்த அவரது மனைவி கெலின் கோபம்கொண்டு வீட்டை விட்டு வெளியேறப் போவதாகப் சொல்கிறார்.

மனைவியை சமாதானம் செய்து வீட்டில் இருக்க வைக்க தத்தளிக்கிறார் ஸ்டீவா. கோபித்துக் கொண்டு, தன்னோடு வாழ மறுக்கிற மனைவியைச் சமாதானப்படுத்த தன் சகோதரியை அழைக்கிறான் ஸ்டீவா. சமாதானம் செய்ய வருபவள் தான் அன்னா கரீனினா. ஸ்டீவா குடும்பத்தினர் மாஸ்கோவில் வசிக்கிறார்கள். அன்னா கரீனினா பீட்டர்ஸ்பர்க்கில் வசிக்கிறாள். தன் கணவன். மற்றும் மகனை ஊரில் விட்டுவிட்டு அண்ணனுக்கு உதவி செய்ய அன்னா கரீனினா மாஸ்கோ வருகிறாள். அண்ணியோடு பேசுகிறாள். அந்த உரையாடலை டால்ஸ்டாய் மிகச் சிறப்பாக எழுதி இருக்கிறார். அண்ணனுக்கு ஆதரவாகப் பேசுவாள் என அண்ணி நினைக்கிறாள். ஆனால், தவறு செய்தவன் தன்னுடைய அண்ணன். ஒரு பெண்ணாக அவளது உணர்ச்சியைத்தான் புரிந்துகொள்ள முடிகிறது. அண்ணனை மன்னித்து ஏற்றுக் கொள்.

குழந்தைகளின் எதிர்காலத்தை மனதில் கொண்டு நீ இதைச் செய்தே ஆக வேண்டும் என்கிறாள். மேலும் குழந்தைகளை நல்லவர்களாக்க வேண்டிய பொறுப்பு நமக்கு இல்லையா? நாம் அவர்களை விட்டுவிட்டு வெளியேறிப் போய்விடலாமா எனக்கேட்கிறாள். அவளது சமாதானத்தை ஏற்றுக் கொண்டு கெலின்தனது கணவனோடு வாழத் துவங்குகிறாள். இந்த சம்பவங்களுக்கு முன்பாக பீட்டர்ஸ்பெர்க்கில் இருந்து மாஸ்கோவிற்கு அன்னா இரயிலில் வருகிறாள். அப்போது அவளது பக்கத்து இருக்கையில் ஒரு வயதான பெண்மணி பயணிக்கிறாள். பயணத்தில் இருவரும் மனம்விட்டுப் பேசிக் கொள்கிறார்கள். வயதான பெண் தனது மகன் விரான்ஸ்கி ராணுவத்தில் இருக்கிறான், அவனைக் காண்பதற்காக மாஸ்கோ செல்வதாகச் சொல்கிறாள், அந்த விரான்ஸ்கியை ரயில் நிலையத்தில் சந்திக்கிறாள் அன்னா. அவனைக் காதலிக்கப் போகிறோம். அவனுக்காகத் தனது குடும்பத்தை உதறி வரப்போகிறோம் என்பது அந்தச் சந்திப்பில் அவனுக்குத் தெரியாது.

அவர்கள் ரயில் நிலையத்தில் வந்து இறங்கியபோது, அருகாமை பிளாட்பாரத்தில் ஒருவன் ரயிலில் விழுந்து அடிபட்டுத் தற்கொலை செய்து கொள்கிறான். இது ஒரு குறியீடு. இதுதான் அன்னாவின் வாழ்க்கையிலும் முடிவில் நடக்கப்போகிறது என்பதை வாசகனுக்கு சூசகமாகக் காட்டிப்போகிறார் டால்ஸ்டாய். இவையெல்லாம் ஒரு நாவலின் சிறுமேகங்கள் என்பேன்.

அன்னா கரீனினா அண்ணனைச் சந்திக்கிறாள். அண்ணியின் பிரச்சினையைத் தீர்த்து வைக்கிறாள். வீட்டில் தங்கி சந்தோஷமாகப் பொழுதைக் கழிக்கிறாள். அவளது அண்ணிக்குத் தங்கையொருத்தி இருக்கிறாள். அவள் பெயர் கிட்டி. அவள் ஒரு நாளிரவு நடன விருந்துக்குச் செல்கிறாள். அவள் தன் காதலனைச் சந்திக்க ஆசையோடு காத்திருக்கிறாள். கிட்டியின் காதலன் விரான்ஸ்கி. அவன் நடனவிருந்தில்பேரழகியாகவந்துள்ளஅன்னாகரீனினாவைக் காண்கிறான். பார்த்தமாத்திரம் காதல் வசப்பட்டு விடுகிறான்.

மசூக்கா என்கிற இணைந்த நடனத்தில் தன்னுடன் ஆட அன்னாவை அழைக்கிறான். இதனால் கிட்டி கோபம் அடைகிறாள். அன்னா தனது வயதை மறந்து துள்ளித் துள்ளி நடனமாடுகிறாள். அந்த நடனமும் நடனத் துணையான விரான்ஸ்கியும் அவள் மனதில் இத்தனை வருடமாக ஒடுங்கிப் போயிருந்த காதல் உணர்வுகளைத் துளிர்க்க வைக்கிறது.

தான் ஒரு இளம் பெண், தன் வாழ்க்கையில் வீடு, வசதி, நல்ல கணவன் என எல்லாம் கிடைத்திருக்கிறது. ஆனால், தனக்குக் காதல் கிடைக்கவில்லை என்பதை உணர்கிறாள். இந்த ஏக்கத்திற்கு முக்கிய காரணம், அவளுக்கும் அவளது கணவனுக்கும் இடையில் வயது வித்தியாசம் மிக அதிகம். அதை இத்தனை நாளும் அவள் பெரிதாக நினைக்கவேயில்லை, ஆனால், அன்றைய நடனம் அதை அவளுக்கு நினைவுபடுத்தி விட்டது. இளமைத் துடிப்போடு கணவன் இல்லையே என உள்ளூற வருந்துகிறார்.

விருந்து மண்டபத்தில் அன்னாவை கிட்டி கோபித்துக் கொள்கிறாள். அன்னா விருந்தில் கலந்து கொள்ளாமலே வெளியேறிப் போகிறாள். அவள் மனம், விரான்ஸ்கியை விட்டுவிலக மறுக்கிறது. அவள் மனதில் காதலின் அலை அடிக்கத் துவங்குகிறது. அவள் விரான்ஸ்கியோடு ஒன்றாகப் பொழுதைக் கழிக்க விரும்புகிறாள். ஆனால், அதைக் குடும்பம் சமூகம் அனுமதிக்காது என்பதால் மனம் உடைந்து போய் ஊர் திரும்ப முடிவு செய்கிறாள்.

இன்னொரு ரயில் பயணம். பீட்டர்ஸ்பெர்க்கை நோக்கிப் பயணம் செய்கிறாள். வழியில் பனிப் புயல் அடிக்கிறது. தன்மனதிற்குள் வீசும் காதல் புயலுக்கு முன்னால், இந்தப் பனிப்புயல் ஒன்றுமே இல்லை என கருதி ரயிலின் மூடிய ஜன்னல்களைத் திறந்துவிடச் சொல்கிறார். ஆனால், திறக்க மறுக்கிறார்கள். காதலின் உஷ்ணத்தில் அவள்

வெளியே வந்து பனியில் நனைகிறாள். தலையில் பனி கொட்டுகிறது. பனிக்காற்று மிக மோசமானது. அது உங்களைக் கீழே தள்ளிவிடும் என ஒருவன் எச்சரிக்கிறான். அவள் கவலைப்படாமல் நிற்கிறாள், அப்போது ராணுவ மேல்கோட்டு அணிந்த ஒரு உருவம் அவள் பக்கம் வந்து நின்று அன்னா என அழைக்கிறது. அது விரான்ஸ்கி. அவளைத் தானும் காதலிப்பதாகவும், அவளுக்காகவே அந்த ரயிலில் பயணம் செய்வ தாகவும் கூறுகிறான்.

அன்னா சஞ்சலம் அடைகிறாள். வேண்டாம் இந்த உறவு என விலகிப்போகிறாள். ஆனால், விரான்ஸ்கி அவளை விடவில்லை. பின்தொடர்கிறான். வீட்டிற்குப் போகிறாள். கணவன் எப்படி யிருக்கிறான், பையன் எப்படி இருக்கிறான் என எதையும் கேட்டுக் கொள்ளவில்லை.

மனம் முழுவதும் காதல் நோய் பற்றிக் கொள்ள தனிமையில் விழுகிறாள். புலம்புகிறாள். தன்னைத்தானே கட்டுப் படுத்திக் கொள்ள முடியவில்லையே என கோபப்படுகிறாள். காதல் காட்டு நெருப்பைப் போல பற்றிப் படர்ந்து எரிந்து கொண்டேயிருக்கிறது. டால்ஸ்டாய் ஒரு மகத்தான எழுத்தாளர் என்பதற்கு இந்த இடத்தில் ஒரு உதாரணம் இருக்கிறது.

அதாவது ஊருக்குப் போய்விட்டுத் திரும்பும் மனைவியை வரவேற்க கணவன் ரயில் நிலைய வாசலில் காத்திருக்கிறான். அன்னாவை வரவேற்கிறான். அப்போது அன்னா அவன் முகத்தைப் பார்க்கிறாள். அவனது காது மிகப்பெரியதாக இருப்பதுபோல அவளுக்கு தோன்றுகிறது, இத்தனை வருஷம் தான் அதைக் கவனிக்கவேயில்லை என்பதுபோல விசித்திரமாக அவனது காதுகளைக் கவனிக்கிறாள். இன்னொருவன் மீது காதல் வரும்போது தான் அருகில் இருப்பவனின் குறைகள் தெரிய துவங்குகின்றன.

கணவனோடு இத்தனை காலம் ஒன்றாக வாழ்ந்திருந்தாலும் அவள் இதைக் கவனிக்கவில்லை. இந்த காது ஒரு குறியீடு போல கதையில் வந்துபோகிறது. ரயில் நிலையத்தில் வைத்து பையன் எப்படி யிருக்கிறான்? என்னைத் தேடினானா என ஆதங்கமாகக் கேட்கிறாள். அதற்குக் கணவன் அவன் உன்னை மறந்து போய்விட்டான், ஒருநாள் கூட உன்னை தேடவில்லை என்கிறான்.

இது குடும்பம் என்பது தனது இன்மையைப் புரிந்து கொள்ளாத ஒன்று என அவளை நினைக்க வைக்கிறது. அதனால்தான்அவள்நான் ஏன் விரான்ஸ்கியை காதலிக்கக் கூடாது என நினைக்கிறாள் பீட்டர்ஸ்பெர்க்கில் ஒரு விருந்து நிகழ்கிறது. அங்கே விரான் ஸ்கி வருகிறான். அன்னா அங்கு தனியே போகிறாள். மீண்டும் ஒன்றாக நடனம் ஆடுகிறார்கள். அவர்களுக்குள் காதலுறவு வளர ஆரம்பிக்கிறது. இக்கதையை இப்படியே நிறுத்தி விட்டு, அடுத்த கதையை நோக்கி நகர்ந்து போகிறார் டால்ஸ்டாய். அதுதான்

நாவலின் வசதி. நாவல் என்பது ஒரு சிம்பொனி போல. அதில் நிறைய வாத்தியக்கருவிகள் நிறைய நிலைகள் ஒன்றிணைந்து இருக்கின்றன. இந்த நாவல் அப்படியான ஒரு சிம்பொனிதான். இதை பீத்தோவனின் இசைக் கோர்வையுடன் இணைந்து பேச வேண்டும்.

ஸ்டீவாவின் மைத்துனி கிட்டியை லெவின் என்ற இளைஞன் திருமணம் செய்துகொள்ள நினைக்கிறான். இவன் கிராமத்தில் கூட்டுப் பண்ணை நடத்துபவன். விரான்ஸ்கி தன்னை காதலிக்கவில்லை என மனம் உடைந்து போயிருந்த கிட்டியை மனம் மாற்றி, தனது காதலை ஏற்றுக் கொள்ள முயற்சிக்கிறான் லெவின். இந்த லெவினைக் கொண்டு டால்ஸ்டாய் அன்றைய ரஷ்ய விவசாயத்தின் அத்தனை அம்சங்களையும் அலசி ஆராய்கிறார். கூட்டுப் பண்ணை ஏன் தேவை என்பதை விரிவாக விளக்குகிறார். லெவின் கிட்டி இருவரின் காதல் ஒரு நிலையிலும் அன்னா, விரான்ஸ்கி காதல் மறுநிலையிலும் எதிரெதிராக வைத்துப் பேசப்படுகிறது.

லெவின்கிட்டிக் காதலில் உடல்கவர்ச்சி, பாலின்பம் முதன்மையாக இல்லை. ஆனால், அவர்கள் இளைஞர்கள். விரான்ஸகிஅன்னா காதலில் உடலின்பமே முதலிடம் பெறுகிறது. அவர்கள் நடுத்தர வயதைச் சார்ந்தவர்கள். இந்த முரணை டால்ஸ்டாய் அழகாக சுட்டிக்காட்டுகிறார். காதல் தோல்வியால் வருந்தும் கிட்டியை லெவின் தீவிரமாகக் காதலிக்கிறான்.

அவளுக்காகக் காத்திருக்கிறான். விவசாயம் செய்யப் போகிறான். விவசாயத்தை சீர்திருத்த ஆரம்பிக்கிறான். திருமணத்திற்குப் பிறகான ஒரு பெண்ணின் காதலைக் குறித்து 100 வருடங்களுக்கு முன்பே டால்ஸ்டாய் பேசியிருக்கிறார். இந்த உறவைத் தனிநபர்கள் அனுமதிக்கலாம்.

ஆனால், அதை சட்டம் அனுமதிக்காது. இதற்கு ஒரு வழி மட்டுமே இருக்கிறது அதுதான் விவாகரத்து. அதற்குக் கணவனோ மனைவியோ கள்ளக்காதல் செய்வதாக நிரூபிக்கப்பட வேண்டும். ஆனால், அன்னாவின் காதல் வெளிப்படையானது. அவள் ரகசியமாக எதையும் செய்யவில்லை. ஆகவே அதை கள்ளக்காதல் எனச் சொல்ல முடியாது. ஆகவே விவாகரத்து வேண்டாம் என நினைத்த அன்னாவின் கணவன் அவள் வழி பிறந்த குழந்தையை மட்டும் தனதாக்கிக் கொண்டு அவளை வெளியே துரத்தி விடுகிறார். காதல் வயப்பட்ட அன்னா கணவனைப் பிரிந்து காதலன் விரான்ஸ்கியோடு போகிறாள்.

காதல் அவளை வழிநடத்துகிறது. உலகை மறக்க வைக்கிறது. விரான்ஸ்கியுடன் ஊர் சுற்றுகிறாள். விரான்ஸ்கி தனக்கு எந்தக் கட்டுப்பாடும் பிடிக்காது. திருமணம் என்பது சிறை என்று கூறுகிறான். ஆனாலும் அவனைக் காதலிக்கிறாள் அன்னா. காதல் ஒரு தீராதமயக்கம் என்பதற்கு அவளே சிறந்த எடுத்துக்காட்டு. விரான்

ஸ்கியின் கடந்த காலம் கசப்பானது. அவனது அப்பா யார் என அவனுக்குத் தெரியாது. அம்மாவிற்கு மூன்று காதலர்கள். ஆகவே அவன் குடும்பத்தை வெறுக்கக் கூடியவன். தான் ஒரு போர் குதிரை என்றே விரான்ஸ்கி நினைக்கிறான். அவனுக்கு நாவலில் குதிரைகளை மிகவும் பிடிக்கிறது. அவற்றைப் பழக்குகிறான். குதிரையில் இருந்து விழுந்து காயப்படுகிறான், பந்தயங்களில் கலந்து கொள்கிறான்.

எந்த அன்னா கரீனினாவைத் தேடித்தேடிப் போய் காதலித்தானோ, அவள் பழகப்பழக அலுத்துப் போக ஆரம்பிக்கிறாள். அவளை விட்டு எப்படியாவது விலகிப்போய்விட வேண்டும் என முனைகிறான். அன்னாவின் மிதமிஞ்சிய காதல் அவனை மூச்சு திணறச்செய்கிறது. அன்னாவை வெறுக்கிறான். அவளை ஒரு பைத்தியம் என திட்டுகிறான். அவளிடம் பொய் சொல்கிறான் காதலுக்காக கணவனை, குழந்தையைப் பிரிந்து வந்த அன்னா தன்னைக் காதலனும் வெறுப்பதைக் கண்டு ஆத்திரம் கொள்கிறாள்.

அவனைத் தன்பிடியில் வைத்துக் கொள்ள சகல தந்திரங்களையும் உபயோகிக்கிறாள், நடிக்கிறாள். விரான்ஸ்கியோடு ஏற்பட்ட உறவு அறுந்துபோகப் போகிறது என்பதை உள்ளூற உணர்ந்தே யிருக்கிறாள். அவர்களின் காதல் கசக்கிறது. அன்னா உடல்நலம் அற்றுப் போகிறாள். கர்ப்பமாகிறாள். குழந்தை பிறக்கப் போகிறது. விரான் ஸ்கி இனி திருந்திவிடுவான் எனக் கற்பனை செய்கிறாள்.

ஆனால், விரான்ஸ்கி அவளைத் துரத்திவிடுகிறான். விட்டு விலகி ஓடிவிடுகிறான். இதை அறிந்துகொண்டு அவளுக்கு உதவி செய்ய அன்னாவின் கணவன் திரும்ப வருகிறான். எவ்வளவு விநோதமான சந்திப்பு பாருங்கள். அன்னாவின் கணவன் எவ்வளவு பண்பாடு மிக்கவன் என்பதற்கு இது ஓர் எடுத்துக்காட்டு. கர்ப்பிணியான அவளைத் தனது வீட்டிற்கு அழைத்துப்போய் சிகிச்சை தருகிறான்.

அவனிடம் கண்ணீர் மல்க, நீயும் விரான்ஸ்கியும் ஏன் நண்பர்களாக இருக்கக்கூடாது? என அன்னா கரீனினா கேட்கிறாள். அன்னாவின் கணவன் கரீனினாவை அவளை ஆறுதல் படுத்தச் சொல்கிறான்: நான் ஒருபோதும் அவனை விரோதியாகக் கருதவில்லை. அவன் உனது காதலன், உனக்கு விருப்பம் என்றால் அவன் உன்னைச் சந்திக்கலாம் என்று சொல்கிறான். தனது காதலனை அழைத்து வரும்படி கணவனிடம் சொல்கிறாள் அன்னா. அதன்படி விரான்ஸ்கியை அழைத்து வர ஆள் அனுப்புகிறான் கணவன். விரான்ஸ்கி வருகிறான்.

கணவன் முன்னால் அன்னாவைச் சந்திக்கிறோமே என்ற குற்றவுணர்ச்சி ஏற்படுகிறது.ஆகவே கணவனை நேர்கொள்ளமுடியாமல் விரான்ஸ்கி தடுமாறுகிறான். அன்னா விரான்ஸ்கியிடம் சொல்கிறாள். அன்பே, உன்னை என் கணவன் மன்னித்துவிட்டான். மன்னிப்பில் என்ன அரைகுறை மன்னிப்பு? நீ குற்றவுணர்ச்சி கொள்ளாதே

என்கிறாள். இரண்டு ஆண்கள். ஒரு பெண். அவர்களைக் காதல் எப்படிக் குற்றவாளியாக்கிப் பார்க்கிறது என்பதை தவிப்போடு எழுதிப் போகிறார் டால்ஸ்டாய். இதனால் தான் அன்னா கரீனினா மகத்தான நாவல் என்கிறேன், எப்படிப்பட்ட இடம், எப்படிப்பட்ட சந்திப்பு, நீங்களே கற்பனை செய்து பாருங்கள். ஒரு எழுத்தாளனின் சவால் இது போன்ற சந்திப்புகளையும் அங்கே கதாபாத்திரங்களின் மனநிலை எப்படியிருக்கும் என எழுதுவதுதான், அதை டால்ஸ்டாய் வெற்றிகரமாகச் செய்து காட்டியிருக்கிறார்.

குற்றவுணர்ச்சி மேலிட, இனி எதற்காக வாழ வேண்டும் என நினைத்த விரான்ஸ்கி தற்கொலை செய்துகொள்ள முயற்சிக்கிறான். இந்நாவலில் முதன்முறையாகத் தற்கொலை செய்துகொள்ள முயற்சிப்பவன் விரான்ஸ்கிதான். அவன் தன்னை தானே சுட்டுக் கொள்கிறான். அவனுக்குப் போதிய தைரியம் இல்லை. அவன் அந்த துப்பாக்கிச் சூட்டில் இருந்து பிழைத்து விடுகிறான். சாவதற்குக் கூட மிகுந்த தயக்கமாக இருக்கிறது. அதற்குக் கூட தகுதியில்லாதவனாக இருக்கிறேன் எனப் புலம்புகிறான் விரான்ஸ்கி. காலம் கடந்து போகிறது. மறுவாழ்க்கை பிறக்கிறது. விரான்ஸ்கி பிழைத்து வருகிறான். அன்னா கரீனினாவும் நலமடைகிறாள். மீண்டும் ஒன்று சேர்கிறார்கள். உருகி உருகி காதலிக்கிறார்கள். அந்த இடத்தில் டால்ஸ்டாய் நாவலை முடித்து இருக்கலாம்.

ஆனால், அவர் நாவலை ஒரு துயரகாவியமாக மாற்ற நினைக்கிறார். ஆகவே, இது அடுத்த நிலையை நோக்கி நகர்ந்து போகிறது. இப்போது அன்னாகரீனினா மிகவும் மாறுப்பட்டவளாக இருக்கிறாள். முன்கோபம், சந்தேகம், எரிச்சல், ஆத்திரம் அத்தனையும் ஒன்று சேர்ந்த பெண்ணாக மாறியிருக்கிறாள். அவளைக் கண்டு விரான்ஸ்கி பயப்படுகிறான்.

அவளது நேசம் அவனை மூச்சுத்திணறச்செய்கிறது. இன்னொரு பக்கம், லெவின்கிட்டி இருவரும் திருமணம் செய்து கொள்கிறார்கள். சந்தோஷமாக வாழ ஆரம்பிக்கிறார்கள். அவர்களின் விவசாய முயற்சிகள் வளர்க்கின்றன. விரான்ஸ்கி காதலை வெறுக்கிறான். காதலின் உச்சம் வெறுப்பே என உணர்கிறான், ஒருவரை மற்றவர் வெறுக்கத் துவங்கிவிட்டால் வாழ்க்கை நரகமாக மாறிப்போய்விடும் என்று அழகாக எடுத்துக்காட்டுகிறார் டால்ஸ்டாய். தனது தனிமையைப் போக்கிக் கொள்ள அன்னா கரீனினா புத்தகங்களைப் படிக்க ஆரம்பிக்கிறாள்.

அது அவளை ஆசுவாசம் கொள்ள வைக்கிறது. உறுதுணையாக இருக்கிறது. அவள் விரான்ஸ்கியை தனது பிடிக்குள் வைத்துக்கொள்ள குழந்தைக்கு உடல்நலமில்லை. உடனே வா என தந்தி அடிக்கிறாள். பயணம் போன விரான்ஸ்கி பயந்து அடித்து வருகிறான். வீட்டில் அப்படி எதுவும் நடக்கவில்லை. அவனை வரவைக்கவே அப்படிச்

செய்ததாகச் சொல்கிறாள். அன்னா. கொஞ்சம் கொஞ்சமாக அவனின் எல்லா செயல்களையும் சந்தேகப்படுகிறாள். சண்டை போடுகிறாள். இருவரும் பேசிக் கொள்ளாமல் இருக்கிறார்கள். உறவு கசக்க ஆரம்பித்தபிறகு இருவருக்குள்ளும் பலத்த சண்டை நிகழ்கிறது. பேச மறுக்கிறார்கள். விரான்ஸ்கி மூலம் பிறந்த குழந்தையை அவள் வெறுக்கிறாள். தனது முதல்பையன் மீது பாசம் கொள்கிறாள், அவனை பார்க்க வீடு தேடி போகிறாள். அங்கே பிள்ளையைப் பார்க்கக் கூடாது என தடுக்கபடுகிறாள். மீறிச் சென்று உறங்கும் மகனை அருகில் இருந்து பார்த்து தலைகோதி முத்தமிட்டுப் பேசுகிறாள்.

அவன் தனது அம்மா இறந்து போய்விட்டதாக அப்பா சொன்னதாகச் சொல்கிறான். ஆமாம், நான் இறந்து போனவள் உன்மீதான ஆசையில் பிழைத்து வந்திருக்கிறேன் என பிள்ளையைக் கட்டிக் கொண்டு அழுகிறாள். தனது மகனைப் பார்த்துவிட்டு வெளியே வந்த அவளுக்கு உலகம் கசப்பானதாக இருக்கிறது. ஏன் வாழ்கிறோம் என அபத்த சிந்தனைகள் நிறைகின்றன. வீட்டிற்கு வருகிறாள். தூக்கம் இல்லை. தூங்குவதற்காக தினசரி மருந்து போட்டுத் தூங்கும் நிலையில் இருக்கிறாள். அபின் சாப்பிடுகிறாள். அப்படியும் அவளுக்குத் தூக்கமில்லை. அறையில் இருக்கும் மெழுகுவர்த்தியைப் பார்க்கிறாள்.

மெழுகுவர்த்தியில் இருந்து ஒரு நிழல், மேலே வரப்போகிறது. அந்த நிழல் கொஞ்சம் கொஞ்சமாக வளர ஆரம்பிக்கிறது. மெழுகுவர்த்தி அணைய ஆரம்பித்து, நிழல் பெரிதாகி இருளாகி விடுகிறது. மெழுகுவர்த்தி அணைந்து மொத்த இருளும் கவிழ ஆரம்பிக்கிறது. அவளுக்கு மரணம் என்பது இது போன்ற இருள் எனப் புரிந்துவிடுகிறது. மனதிற்குள் அவள் நான் சாகத் தயாராக இருக்கிறேன். இனிமேல் வாழ்க்கையில் எதையுமே பார்த்துப் பயப்பட மாட்டேன் என்கிறாள்.

தன் அருகில் உறங்கும் விரான்ஸ்கியை மெழுகுவர்த்தி வெளிச்சத்தில் காண்கிறாள். ஒளியில் அவனது முகம் சாந்தமாகத் தெரிகிறது. அந்த கணத்தில் விரான்ஸ்கி மீதிருந்த அத்தனை வெறுப்பும் காணாமல் போய்விடுகிறது. இனி தன் வாழ்க்கைக்கு ஒரு அர்த்தமும் இல்லை. வாழ்ந்து முடித்தாகிவிட்டது. போதும் என்கிற மனநிலைக்கு வருகிறாள். விரான்ஸ்கி தன் சொத்துக்களை விற்பது விஷயமாக வெளியில் கிளம்பிப் போகிறான். அன்னா வீட்டிற்கு வருகிறாள். என்ன செய்வதென்று தெரியவில்லை. உடனே விரான்ஸ்கியைப் பார்க்க வேண்டும் என நினைக்கிறாள். தந்தி அனுப்புகிறாள். அவனிடமிருந்து பதில் இல்லை. கடைசியாக அவனைப் பார்ப்பதற்காக ரயில் நிலையத்திற்கு போகிறாள். அங்கே போய் நிற்கும்போது, முதல்முறையாக மாஸ்கோவிற்கு வந்த நாள் நினைவிற்கு வருகிறது. ஒருவன் ரயிலில் விழுந்து தற்கொலை

செய்துகொண்ட சம்பவம் நினைவிற்கு வருகிறது. அந்த எண்ணம் அவளைத் தற்கொலைக்கு தூண்டுகிறது. ஏன் நம் வாழ்க்கையை முடித்துக் கொள்ளக்கூடாது என எண்ணுகிவள்.

நாம் இறந்துபோய் விட்டால் நாம் செய்த எல்லா தவறுகளும் மறைந்து போய்விடுமே என நினைக்கிறாள். சாவதற்கு முதல் நிமிடம்கூட அன்னா ஒரு புத்தகத்தைப் படித்துக் கொண்டிருக்கிறாள். அந்தக் கதைப் புத்தகத்தின் ஒரு கதாபாத்திரமாக நாம் மாறி விடக் கூடாதா என நினைக்கிறாள். முடிவில் ரயிலில் பாய்ந்து தற்கொலை செய்துகொள்ளத் தயார் ஆகி இருளுக்குள் நடக்கிறாள் நீச்சல் குளத்தினுள் குதிப்பவள் எவ்வளவு சுலபமாக, இயல்பாகக் குதிப்பாளோ அதைப் போல ரயில் முன்னே அன்னா கரீனினா பாய்ந்து குதிக்கிறாள்.

இரும்பு எந்திரம், அவளை அடித்துத் தூக்கி எறிகிறது. கவலைகள் ஏமாற்றங்கள் துக்கம் மற்றும் தீமைகள் நிரம்பிய அந்தப் புத்தகத்தை, எந்த விளக்கின் ஒளி கொண்டு அன்னா படித்துக் கொண்டிருந்தாளோ அந்த விளக்கு திடீரென பிரகாசமாக ஒளிவிட்டு எரிந்தது. இதுவரை அவள் காண முடியாதவாறு மறக்கப்பட்டிருந்த பகுதிகளில் படிந்திருந்த காரிருளை நீக்கி, அத்தனையும் அவளுக்குக் காட்டியது அந்த ஒளி. பக் பக் என்று அலறித் துடித்து பின்பு மினுக்கென்று எரிந்து மங்கியது. இனி எப்போதும் எரியாதவாறு பட்டென்று அணைந்து போனது.

மரணம் என்பது வேறு ஒன்றுமே இல்லை. வெளிச்சம், மறைந்துபோன மாபெரும் இருட்டு என்கிறார் டால்ஸ்டாய். அன்னா தற்கொலை செய்து கொண்டது சரியா? தவறா? அன்னா கரீனினாவின் வாழ்க்கையில் நடந்த அத்தனைக்கும் அவள்தான் காரணமா? இந்தக் கேள்விகள் இன்றைக்கும் திரும்பத் திரும்பக் கேட்கப்படுகின்றன. டால்ஸ்டாய் காதலின் களிப்பையும் வேதனையையும் விரிவாக எழுதிப் போயிருக்கிறார்.

என் வரையில் அன்னா கரீனினா ஓர் இதிகாசம். மகத்தான நாவல். ஒவ்வொருவரும் திரும்பத் திரும்ப படிக்க வேண்டிய நாவல். அன்னா கரீனினா நாவலுக்கு இதுவரை 29 வகையான மொழிபெயர்ப்புகள் வந்துள்ளன. நான்கு முறை ஹாலிவுட்டில் இந்த நாவல் திரைப்படமாக வெளியாகி உள்ளது. அன்னா கரீனினா தமிழில் வெளியாகி உள்ளது. இந்த நாவல் நாம் போற்றிக் கொண்டாட வேண்டிய படைப்பு. டால்ஸ்டாய் கொண்டாடப்பட வேண்டிய மகத்தான படைப்பாளன். ருஷ்ய இலக்கியங்களே என்னை உருவாக்கின. நான் என்றும்ருஷ்ய எழுத்தின் தீராத வாசகனே என்று சொல்லி என் உரையை முடித்துக் கொள்கிறேன்.

•••

ஷேக்ஸ்பியரின் மெக்பத்

2.1.	ஷேக்ஸ்பியரின் வாழ்வும் புனைவும்	71
2.2.	மெக்பெத்தின் தனிமை அகிரா குரசேவா	81
2.3.	மெக்பெத் சிறுகுறிப்பு	84
2.4.	ஷேக்ஸ்பியரின் மெக்பெத் உரையின் எழுத்துவடிவம்	86

All men who repeat one line of Shakespeare are William Shakespeare.

-Borges

ஷேக்ஸ்பியரின் வாழ்வும் புனைவும்

ஒரு எளிய வாசகன் ஷேக்ஸ்பியரை அணுகும்போது, அவன் முன்பாக எண்ணிக்கையற்ற கேள்விகள் தோன்றுகின்றன. ஷேக்ஸ்பியர் என்பவர் யார்? அவரது வாழ்வுக் குறிப்புகள் நிஜமானவையா? ஷேக்ஸ்பியர் நாடகங்களின் பின்புலம் என்ன? அவரது முக்கிய நாடகங்கள் எவை? அந்த நாடகங்களை எப்படி நிகழ்த்தினார்கள்? அவரது சமகால அரசியல் கலாச்சார சூழல்கள் எப்படியிருந்தது? ஷேக்ஸ்பியரின் நாடகங்கள் எப்படி எதிர்கொள்ளப் பட்டன? எதற்காக நாம் ஷேக்ஸ்பியரை வாசிக்க வேண்டும்? ஷேக்ஸ்பியரின் படைப்புகள் எதை முக்கியத்துவப் படுத்துகின்றன? ஷேக்ஸ்பியர் இன்று வரை தொடர்ந்து வாசிக்கப்படுவதற்கான காரணங்கள் எவை? என்ற கேள்விகள் முடிவற்று கிளைத்துக் கொண்டேயிருக்கின்றன.

ஷேக்ஸ்பியர் யார் என்ற கேள்வி இன்றைக்கும் முற்றுப்பெறாதது. ஒவ்வொரு ஐந்து ஆண்டுகளுக்கு ஒரு முறையும் யாரோ ஒருவரின் பெயர் ஷேக்ஸ்பியரின் நாடகங்களை எழுதியது இவர்தான் என்று சர்ச்சிக்கப்படும். பின்பு அது கொஞ்சம் கொஞ்சமாக மறைந்து போய்விடும். இந்தப் பட்டியலில் கிறிஸ்தோபர் மார்லோவில் துவங்கி பேகன், எட்வர்ட் வெரே, வில்லியம் ஸ்டேன்லி, மேரி சிட்னி ஹேபர்ட், ரோஜர் மேனர்ஸ் என பலரும் இடம் பெற்றிருக்கிறார்கள். ஷேக்ஸ்பியர்தான் அவரது நாடகங்களை எழுதினார் என்பதை நேரிடையாக நிரூபிக்கக்கூடிய அத்தாட்சிகள் எதுவும் இல்லாத காரணத்தால் இது போன்ற யூகங்கள் தொடர்ந்து கொண்டே யிருக்கின்றன.

ஷேக்ஸ்பியர் மீது இத்தனை கவனம் குவிவதற்குக் காரணம், அவரது இலக்கிய ஆளுமை உலகெங்கும் கொண்டாடப்படுவதே. ஷேக்ஸ்பியரை ஆங்கில இலக்கியத்தின் பீடத்தில் என்றும் சாஸ்வதமாக வைத்திருக்க வேண்டும் என்று ஒரு குழுவும், ஷேக்ஸ்பியருக்கு இலக்கியத்தில் இடமே இருக்கக்கூடாது என்று நினைக்கும் மாற்றுக்கட்சியும் காலம் காலமாக சண்டையிட்டுக்

கொண்டே வருகின்றன ஷேக்ஸ்பியரை விமர்சிப்பது மேற்கத்திய கல்வித்துறைகளில் ஒரு அறிவுஜீவியின் செயல்பாட்டினைக் குறிக்கும் என்பது கவனிக்கப்பட வேண்டிய ஒன்று. ஷேக்ஸ்பியர் பற்றி பல்வேறு மொழிகளிலும் வருடம் பல நூறு புத்தகங்கள் வெளியாகின்றன. ஒவ்வொரு ஆண்டும் குறைந்த பட்சம் 50 பேர் அவரது நாடகங்கள் பற்றி ஆய்வு செய்து பட்டம் பெறுகிறார்கள். ஏதாவது ஒரு மொழியில் அவரது நாடகங்களில் ஒன்றோ இரண்டோ கடந்த 50 ஆண்டுகளாகத் தொடர்ந்து திரைப்படமாக உருவாகிக் கொண்டேயிருக்கிறது. ஷேக்ஸ்பியர் பெயரில் மாத இதழ்கள் வெளியாகின்றன.

ஷேக்ஸ்பியர் நாடக கம்பெனிகள் இல்லாத நாடுகளே இல்லை. அதிலும் சமீபமாக ஷேக்ஸ்பியரைக் கொண்டாடும் வகையில் உலகம் சுற்றும் ஷேக்ஸ்பியர் நாடக கம்பெனிகள் புதிய வகையில் ஷேக்ஸ்பியரை மேடையேற்றின. அதற்கு மிகப்பெரிய வரவேற்பு கிடைத்தது. ஷேக்ஸ்பியர் நாடக நடிகர்கள் மிக கௌவரத்துக்குரியவர்களாகக் கருதப்படுகிறார்கள்.

(காந்தியாக நடித்த பென் கிங்ஸ்லி ஒரு ஷேக்ஸ்பியர் நடிகர். அவர் தன்னை அப்படி அழைப்பதைத்தான் எப்போதும் விரும்புகிறார். அவருக்கு விருப்பமான கதாபாத்திரம் ஷேக்ஸ்பியரின் பால்ஸ்டாப். அட்டன்பரோவும் ஷேக்ஸ்பியர் நாடகங்களை இயக்கியவரே)

ஷேக்ஸ்பியர் என்பவர் யாராக இருந்தபோதும் அது ஷேக்ஸ்பியரின் நாடகங்களை வாசிப்பவர்களுக்கு இரண்டாம் பட்சமான தகவல் மட்டுமே. ஷேக்ஸ்பியரைப் புரிந்து கொள்வதற்குத் தேவை அவரது படைப்புகள்தானே அன்றி, அவரது சுயசரிதைக் குறிப்புகள் அல்ல. அந்தக் குறிப்புகள் வேறுவேறு காலகட்டங்களில் பலராலும் புனைந்து ஒன்று சேர்க்கப்பட்டது. மயிலாப்பூரில் தான் திருவள்ளுவர் வசித்த வீடு இருந்தது என்று சில அறிஞர்கள் சொல்வதைப் போன்ற முழுமையான புனைவுகள் ஷேக்ஸ்பியர் விசயத்தில் நிறைய உள்ளன.

ஷேக்ஸ்பியர் காலத்தில் இருந்த ஒரே ஆவணப் பதிவு தேவாலயத்தில் உள்ள பதிவேடுகள் மட்டுமே. அந்த பதிவே ட்டில் அவரது திருமண நாள் மற்றும் அவரது மகன் இறந்து போன தேதி மற்றும் அவர் இறந்துபோன தேதி பதிவாகி உள்ளது. மற்றவகையில் அவரைப்பற்றிய அதிக சுயவிபரக் குறிப்புகள் எதுவுமில்லை. ஷேக்ஸ்பியரின் உருவமும் கூட பல்வேறு குறிப்புகளின் அடிப்படையில் வரையப்பட்டதே அன்றி அது துல்லியமானதில்லை. எல்லா சித்திரங்களிலும் ஷேக்ஸ்பியர் நடுத்தர வயதுக்காரராகவே சித்தரிக்கப்படுகிறார்.

(திருவள்ளுவருக்கு எப்படி கற்பனையாக ஒரு உருவம் கொடுத்தார்களோ அதுபோல தான் இன்றைய ஷேக்ஸ்பியர் உருச்சித்திரமும் உள்ளது)

ஷேக்ஸ்பியர் பிறப்பதற்கு முந்திய இங்கிலாந்து எப்படி இருந்தது என்பதைத் தெரிந்து கொள்வதன் வழியே ஷேக்ஸ்பியர் எந்த சூழலில்

பிறந்தார், செயல்பட்டார் என்பதை நாம் அறிந்துகொள்ள முடியும்.

இங்கிலாந்து அரசராக இருந்த எட்டாம் ஹென்றிக்கு ஆண் வாரிசு இல்லாமல் போகவே அவர் ஆண் குழந்தை வேண்டி தனது பட்டத்து அரசியான காதரீனை விவாகரத்து செய்துவிட்டு ஆனி போல்யன் (Anne Boleyn) என்ற பிரபு வம்சத்துப் பெண்ணை இரண்டாவதாகத் திருமணம் செய்துகொள்ள விரும்பினார். அதற்கு ரோமில் இருந்த திருச்சபை அனுமதியளிக்கவில்லை. அதனால் ஆத்திரமான மன்னர் திருச்சபையின் அதிகாரங்களை ரத்து செய்ததோடு, தானே கிறிஸ்துவ சபையின் முழு அதிகாரம் கொண்டவன் என்று அறிவித்ததோடு அதுவரை இருந்த கார்டினலின் அதிகாரத்தையும் பறித்துவிட்டார்.

அது பொதுமக்களிடமும் ரோம திருச்சபையிடமும் பலத்த எதிர்ப்பை உருவாக்கியது. அத்தோடு எட்டாம் ஹென்றியின் வழிகாட்டியாகவும் மந்திரியாகவுமிருந்த தாமஸ் மோர் அந்த நடவடிக்கையை ஆதரிக்கவில்லை. அதன் காரணமாக இருவருக்குள்ளும் கருத்து வேறுபாடு உருவானது. ஆனால், எட்டாம் ஹென்றியோ எல்லா எதிர்ப்புகளையும் மீறி ஆனியை இரண்டாம் திருமணம் செய்துகொண்டார். தாமஸ் மோர் அதைக் கடுமையாக எதிர்க்கவே அவருக்கு மரணதண்டனை விதித்தார் அரசர். (தாமஸ் மோரின் வாழ்வை விவரிக்கும் A Man for All Seasons என்ற ஹாலிவுட் திரைப்படம் மிகச்சிறப்பானது. ஆறு ஆஸ்கார் விருதுகள் பெற்ற இத்திரைப்படம் சரித்திர சித்தரிப்பில் ஒரு முன்னோடியாக இன்று வரை இருந்து வருகிறது).

எல்லா எதிர்ப்புகளை மீறி 1532இல் ஆனியைத் திருமணம் செய்துகொண்ட போதும் அவள் ஒரு ஆண் குழந்தையைப் பெற்றுத் தரவில்லை. மாறாக, அவளுக்குப் பெண் குழந்தை பிறந்தது. எலிசபெத் என்று அந்தக் குழந்தைக்கு பெயரிட்டார்கள். அதன்பிறகு சில மாதங்களில் அவள் மீண்டும் கருவுற்றாள். ஆனால், அந்தக் கர்ப்பம் சில வாரங்களில் கலைந்து போய்விட்டது. அதனால் ஆத்திரமுற்ற ஹென்றி அவளை விட்டுக் கொஞ்சம் கொஞ்சமாக ஒதுங்கத் துவங்கினார். அவரது கள்ள உறவுகள் வலுப்படத் துவங்கின.

இதற்கு ஆனி இடையூறாக இருக்கவே அவளை சிரச்சேதம் செய்ய உத்தரவிட்டார் ஹென்றி. அதன் தொடர்ச்சியாக அவர் ஜேன் செமோர் (Jane Seymour) என்ற பெண்ணை மூன்றாவது முறையாகத் திருமணம் செய்து கொண்டார். அவள் வழியாக 1537ல் ஹென்றிக்கு ஒரு ஆண் குழந்தை பிறந்தது. ஆனால், பிரசவத்தில் ஏற்பட்ட உடல்நலக்குறைபாடு காரணமாக ஜேன் மரணமடைந்தாள். அவளது குழந்தை எட்வர்ட், இளவரசராக அறிவிக்கப்பட்டார்.

இது நடந்து இரண்டு ஆண்டுகள் வரை ஹென்றி மறுமணம் செய்து கொள்ளவில்லை ஆனால், 1540ல் அரசியல் காரணங்களுக்காக ஜெர்மானிய இளவரசியான ஆனியை மறுபடி திருமணம் செய்து

கொண்டார். இந்தத் திருமண வாழ்வு அவர் விரும்பியபடி அமையவில்லை. ஆகவே அவளையும் விவாகரத்து செய்துவிட்டு தனது ஐம்பதாவது வயதில் ஐந்தாவது திருமணம் செய்து கொண்டார். அந்தப் பெண் ஆனிபோல்யனின் சகோதரி. ஆனால், சில மாதங்களிலே அவளுக்கு ரகசிய காதலர்கள் பலர் இருக்கிறார்கள் என்று சந்தேகப்பட்ட ஹென்றி அவளது சகோதரியைப் போலவே சிரச்சேதம் செய்ய உத்தரவிட்டார்.

இறுதியாக ஹென்றி நோய்வாய்ப்பட்ட நாட்களில் அவருக்குத் துணை செய்த கேதரீன் பார் என்ற பெண்ணை ஆறாவதாகத் திருமணம் செய்து கொண்டார். இப்படி ஹென்றியால் ஏற்பட்ட குழப்பம் இங்கிலாந்தின் அரியணையில் பெரிய புயலை ஏற்படுத்தியது. யார் அவர்களது எதிர்கால மன்னர் என்ற குழப்பம் ஏற்பட்டது. இதனால் உட்கலகங்கள் தோன்றின.

1547ல் ஹென்றி இறந்து போகவே அவரது வாரிசாக அரியணை ஏற்றார் எட்வர்ட். அவர் ஆறு ஆண்டுகள் பதவி வகித்து இறந்து போகவே அவரது சகோதரியும் ஹென்றியின் முதல்மனைவியின் வழியில் பிறந்த மகளான மேரி அரசியாக அறிவிக்கப்பட்டாள். அவள் ரோமானிய திருச்சபையை மீறி ஹென்றி செய்த காரியங்கள் யாவற்றையும் தடைசெய்ததோடு, திருச்சபையை மீறியவர்கள் அத்தனை பேரையும் உயிரோடு தீ வைத்து எரித்தாள். இதனால் மக்கள் அவளை Bloody Mary என்று அழைத்தனர்.

அவளது மரணத்திற்குப் பிறகு இளவரசியான எலிசபெத் பதவிக்கு வந்தாள். அவளது காலம் இங்கிலாந்து அரசமரபில் தனித்துவமானதாக எலிசபெத் ஆட்சிக்காலம் என்று வகைப்படுத்தபடுகிறது. எலிசபெத் பதவியேற்றுக் கொண்டதும் அரசினை வழிநடத்துவதற்கு தகுதியானவர்களைத் தனது ஆலோசர்களாக வைத்துக் கொண்டாள். அவளுக்கு இசையிலும் நாடகத்திலும் மிகுந்த ஈடுபாடு இருந்தது. அதனால் கலைகளின் வளர்ச்சிக்கு மிகுந்த உதவி செய்தாள். ஹென்றி அரசர் ஏற்படுத்திய சீர்திருத்த திருச்சபையை திரும்பும் நிறுவினாள். அவளது ஆட்சிக்காலத்தில் லண்டனின் மக்கள் தொகை இரண்டு லட்சம் பேர். அவள் மிக தைரியமாகவும் நேரடியாகவும் எடுத்த அரசியல் முடிவுகள் அவளை அதிகாரத்தின் உச்சத்திற்குக் கொண்டு சென்றது (இவளது வாழ்க்கை வரலாற்றை எலிசபெத் என்ற பெயரில் சேகர் கபூர் திரைப்படமாக இயக்கி உள்ளார்).

எலிசபெத் காலத்தைய மக்கள் வாழ்வு மூன்று நிலைகளில் இருந்தது. பிரபுகள் எப்போதும்போல உயர்ந்த வசதியுடன் ஆடம்பரத்துடன் வாழ்ந்தனர். அடுத்ததாக வணிகர்களும் கலைஞர்களும் சிறப்போடு வாழ்ந்தார்கள். எளிய மக்களின் வாழ்வு சிக்கல்களும் பிரச்சினைகளும் நிரம்பியதாக இருந்தது. பொதுமக்களின் பிரதான உணவாக ரொட்டியும் சூப்புமிருந்தன. வாரத்தில் புதன், சனி இரண்டு

நாட்களிலும் மாமிசம் சாப்பிடுவதை மக்கள் தவிர்த்தனர். அந்த இரண்டு நாட்கள் மீன் சாப்பிடும் நாட்கள் என்று அழைக்கப்பட்டன. இந்த நாட்களுக்காகவே சிறப்புவகை மீன்கள் விற்கப்பட்டன. ஆடு, மாடு, பன்றி, மான், முயல், காடை, வாத்து, புறா, கோழி போன்றவற்றை உண்பதில் மக்கள் மிக ஆர்வம் காட்டினர்.

ஒயின், ரம் மற்றும் விஸ்கி குடிக்கும் பழக்கம் யாவரிடமும் இருந்தது. பல்வேறு வகையான ஒயின்கள் இதற்காகவே இத்தாலி யிலிருந்து இருந்து இறக்குமதி செய்யப்பட்டன. ஆண்களும் பெண்களும் பகட்டாக உடையணியும் பழக்கமிருந்தது. குறிப்பாக, விருந்திற்கான சிறப்பு உடைகள் கட்டாயமாகயிருந்தன. அதுபோலவே வேட்டையாடுதலும் வனவிருந்தும் முக்கியமானதாகக் கருதப்பட்டன. சிறிய குற்றங்களுக்குக் கூட கடுமையாக தண்டனை வழங்கும் முறைகளிருந்தன.

யாரைப் பற்றியாவது அவதூறு பேசினால் கூட அது கடுமையான குற்றமாக எடுத்துக் கொள்ளப்பட்டு விடும். அதற்குத் தண்டனையாக கழுத்தில் மிகப்பெரிய இரும்புக்கூண்டை மாட்டிவிடுவார்கள். அதுபோலவே திருடியவனின் கையைத் துண்டிப்பது, பொய் சொல்பவர்களின் நாக்கைத் துண்டிப்பது போன்றவை வழக்கத் திலிருந்தன. பொதுமக்கள் விளையாட்டிலும் இசையிலும் மிகுந்த ஆர்வம் காட்டினர். 1576இல் லண்டனில் முதல் முறையாக பொது நாடக அரங்கம் உருவாக்கப்பட்டது. அதுமுதல் லண்டனில் நாடகம் பிரதான வடிவமாக வளரத் துவங்கியது. அரச சபை விழாக்களுக்கு என்று சிறப்பாக நாடகங்கள் நிகழ்த்தப்பட்டன. ஷேக்ஸ்பியர்கூட எலிசபெத் அரசியின் விழாவில் நாடகம் நிகழ்த்தியிருக்கிறார். ஆனால், எலிசபெத் பற்றி அவரது நாடகங்களில் அதிக குறிப்புகளில்லை. அவளது மரணத்தின்போது ஷேக்ஸ்பியர் இரங்கற்பா பாடவுமில்லை.

1603இல் எலிசபெத் அரசி இறந்து போகவே அரியணைக்கு நேரடி வாரிசுகள் இல்லாமல் போனார்கள். ஸ்காட்லாந்தின் அரச குடும்பத்தைச் சேர்ந்த ஜேம்ஸ் இங்கிலாந்தின் மன்னராக பட்டம் சூடினார். இங்கிலாந்தின் வரலாற்றில் ஸ்காட்லாந்தைச் சேர்ந்த ஒருவர் மன்னராவது மிகுந்த சர்ச்சைக்கு உள்ளானது.

ஜேம்ஸ் கடவுளின் பிரதிநிதியாகவே மன்னர்கள் செயல்பட வேண்டும் என்று விரும்பினார். ஆகவே, இவரது கவனம் முழுவதும் திருச்சபை பணிகளிலே இருந்தது. 1604இல் இவர் 50 அறிஞர்கள் கொண்ட குழுவை நியமித்து எபிரேகு மொழியிலிருந்து பைபிளை மூல அர்த்தம் சிதையாமல் மொழிபெயர்த்து, அதை அதற்கு முந்திய மொழிபெயர்ப்புகளோடு ஒப்புநோக்கி சீரான பதிப்பாக வெளியிட ஏற்பாடு செய்தார். 1611இல் வெளியான அந்த பைபிள் பதிப்பே இன்று வரை நடைமுறையில் உள்ள ஜேம்ஸ் பதிப்பு ஆகும்.

***

அரசியல் மற்றும் திருச்சபைகளின் குழப்பமான காலமான 1564 ஏப்ரலில் ஷேக்ஸ்பியர் இங்கிலாந்தின் ஸ்ட்ராட்போர்டு அபான் அவோன் என்ற கிராமத்தில் பிறந்தார். ஷேக்ஸ்பியரின் அப்பா ஒரு தோல்பொருட்கள் விற்பனையாளர். அந்தக் கிராமத்தில் அப்போது 200 வீடுகளும் 1500 பேருமே இருந்தார்கள். ஷேக்ஸ்பியர் பிறந்த நாள் துல்லியமாகப் பதிவு செய்யப்படவில்லை. நல்ல நாளில் திருச்சபைக்கு எடுத்துச்சென்று பலி தரும் வழக்கத்தின் படியே, அவர் ஒருநாளில் தேவாலயத்துக்குக் கொண்டு செல்லப்பட்டதாகக் குறிப்புகள் கூறுகின்றன.

ஷேக்ஸ்பியரின் அப்பா ஜான் ஷேக்ஸ்பியர், அம்மா மேரி ஆர்டன். இருவருமே படிப்பறிவு அற்றவர்கள். அன்றைய இங்கிலாந்து மரபின்படி கடவுளுக்குப் பயந்த குடும்பமாக இருந்தது ஷேக்ஸ்பியரின் வீடு. மூன்றாவது பிள்ளையாகப் பிறந்தார் ஷேக்ஸ்பியர். அவர் பிறந்த சில மாதங்களில் லண்டனில் பிளேக் நோய் பரவி ஆயிரக்கணக்கில் மக்கள் பலியானார்கள். அந்த நாட்களில் குழந்தையான ஷேக்ஸ்பியரைப் பாதுக்காக்க அவரது தாய் மிகுந்த சிரமத்திற்கு உள்ளானார். ஜான் ஷேக்ஸ்பியர் பிளேக் நோயைப் போக்குவதற்கான மருத்துவ உதவிகளுக்காக நிறைய பண உதவிகள் செய்திருக்கிறார். இதற்கான ரசீதுகளில் ஒன்று பின்னாளில் கண்டுபிடிக்கப்பட்டிருக்கிறது.

ஷேக்ஸ்பியருக்கு சிறுவயதிலே இசையில் ஆர்வம் உண்டாகி யிருக்கிறது. ஷேக்ஸ்பியர் காலத்தில் ஆசிரியர்கள் வீடு தேடிவந்து கணிதம் மற்றும் லத்தீன் பாடங்களைக் குழந்தைகளுக்குக் கற்பிப்பது தான் வழக்கம். அதுவும் கல்வி கற்றுக் கொள்வது மிகுந்த ஆடம்பரமானதாகக் கருதப்பட்டது. ஷேக்ஸ்பியரை அவரது அப்பா இலக்கணப்பள்ளி ஒன்றில் சேர்த்து கற்றுத் தர ஆசைப்பட்டார். அதற்குக் காரணம் ஷேக்ஸ்பியர் காலத்தில் தான் பள்ளியில் முதன்முதலாக கரும்பலகைகள் (Black Board) அறிமுகப்படுத்தப்பட்டது. ஆசிரியர்கள் கரும்பலகையை உபயோகித்துக் கற்றுத் தருகிறார்கள் என்பது ஆச்சரியமூட்டுவதாக இருந்தது. அதற்காகவே ஷேக்ஸ்பியரை அவரது ஏழாவது வயதில் அந்தப் பள்ளியில் சேர்ந்து படிக்க அனுப்பி வைத்தார் அவரது அப்பா.

ஷேக்ஸ்பியர் படித்த பள்ளி இன்றைக்கும் சிறந்த கல்வி நிலையமாக இருந்து வருகிறது. பள்ளிப் படிப்பை முடித்த பிறகு ஷேக்ஸ்பியர் என்ன செய்தார் என்பதோ அவர் எதற்காக லண்டனுக்குப் புறப்பட்டார் என்பதோ தெளிவாகத் தெரியவில்லை. ஆனால், ஷேக்ஸ்பியர் தனது பதினெட்டாவது வயதில் தன்னை விட 8 வயது மூத்தவரான ஆனியைக் காதலித்து திருமணம் செய்து கொண்டார்.

அவரது திருமணத்தின் போது ஆனி மூன்று மாத கர்ப்பமாக இருந்ததாக தேவாலயக் குறிப்பேடு கூறுகிறது. ஷேக்ஸ்பியருக்கு மூன்று பிள்ளைகள். மூத்தவள் சுசனா, இரண்டாவது இரட்டை

பிள்ளைகள். அதில் ஹாம்னெட் என்ற பையன் ஜூடித் என்ற பெண். ஹாம்னெட் தனது ஏழாவது வயதில் இறந்து போய்விட்டான் என்றும் அவனைப் புதைப்பதற்காக தேவாலயத்தில் அனுமதி கேட்ட குறிப்பும் பதிவேட்டில் காணப்படுகிறது.

தனது இருபது வயதில் கவிதைகள் எழுதவும் நடிக்கவும் துவங்கிய ஷேக்ஸ்பியர் லண்டனில் ஒரு நடிகராகவே தனது வாழ்வைத் துவக்கினார். அவருக்கு ஹென்றி ரியோத்ஸ்லே என்ற சவுத் ஹாம்டன் பிரபுவின் நட்பும், ஹென்றி ஹெபர்ட் என்ற பெம்பிரோக் பிரபுவின் நட்பும் கிடைத்தது. அவர்கள் ஷேக்ஸ்பியரின் புரவலர்களாக இருந்தனர். இதில் ஹென்றிக்கும் ஷேக்ஸ்பியருக்கும் இடையில் ஓரினக் கவர்ச்சியிருந்ததாகவும் ஷேக்ஸ்பியரின் கவிதைகள் ஓரினச் சேர்க்கை யினை வெளிப் படுத்துவதாகவும் ஆய்வாளர்கள் கருதுகிறார்கள்.

நடிப்பின் மூலம் புகழ்பெற்ற ஷேக்ஸ்பியர் தொடர்ந்து நாடகங்கள் எழுதத் துவங்கினார். அந்த நாடகங்கள் பிரபலமாகின. லண்டனில் புகழ்பெற்றிருந்த நாடகக்குழுவில் நடிகராகச் சேர்ந்து பணியாற்றினார். தொடர்ந்து நாடங்களை எழுதி கவனம் பெற்று வந்தார். 1595ஆம் ஆண்டில் மட்டும் ஷேக்ஸ்பியரின் மூன்று நாடகங்கள் அரங்கேற்றப்பட்டிருக்கின்றன. அதில் ஒன்று ரோமியோ ஜூலியட்.

புகழின் உச்சியில் இருந்த ஷேக்ஸ்பியர் லண்டனில் தனக்கென பிரம்மாண்டமான வீடு ஒன்றை விலைக்கு வாங்கினார். அத்தோடு 1599 ல் தனியான நாடக அரங்கம் ஒன்றையும் நிறுவினார். குளோப் தியேட்டர் எனப்படும் திறந்தவெளி நாடக அரங்கம் அது. அந்த அரங்கில் தான் ஷேக்ஸ்பியரின் முக்கிய நாடகங்கள் நிகழ்த்தப்பட்டன. இந்த அரங்கம் ஒரு நாடக நிகழ்வின் போது எதிர்பாரத விதமாக தீக்கிரையானது. ஆனால், சில மாதங்களிலே அந்த அரங்கினை மறு சீரமைப்பு செய்தனர்.

ஷேக்ஸ்பியர் தனது காலகட்டத்தில் மிகுந்த வசதியோடும் புகழோடும் வாழ்ந்திருக்கிறார். அன்றைய நாடகக் கம்பெனியின் நடிகர்களும் சக நாடக ஆசிரியர்களும் அவரைப்பற்றிய குறிப்புகளை எழுதியுள்ளனர். அக்குறிப்புகளில் அவரது செல்வாக்கு மற்றும் குடும்ப வாழ்வு குறித்த தகவல்களைக் காண முடிகிறது. அன்றைய நாடகமரபின் படியே ஷேக்ஸ்பியர் Comedy, Tragedy, Tragic comedy, Histories என்று நான்கு விதமான வகைகளிலும் நாடகங்கள் எழுதியிருக்கிறார். அவர் எழுதிய மொத்த நாடகங்கள் 36 . இதில் Comedy 13, Tragedy 6 , Histories 13, Tragic comedy 4. சானெட்டுகள் எனப்படும் கவிதைகளும் எழுதியிருக்கிறார். ஷேக்ஸ்பியரின் மூலப்பிரதிகள் எதுவும் இன்று நம்மிடமில்லை.

நடிகர்கள் பயிற்சிக்காக எடுத்து எழுதிச் சென்ற பிரதிகளில் இருந்தே அவரது நாடகப்பிரதிகள் உருவாக்கப்பட்டன. ஒரு சாதாரண மனிதன் தனது அன்றாட உபயோகித்திற்காக சராசரியாக ஐநூறு

வார்த்தைகளை மட்டுமே திரும்பத் திரும்பப் பயன்படுத்துகிறான். படைப்பாளிகளும் ஆய்வாளர்களும் ஆயிரத்திற்கும் அதிகமான சொற்களைப் பயன்படுத்துகிறார்கள்.

ஆனால், இதன் உச்சபட்ச அளவாக ஷேக்ஸ்பியர் தனது படைப்புகளில் பயன்படுத்தியிருந்த சொற்களின் எண்ணிக்கை 29,066. அவர் எழுதிய மொத்த வரிகளின் எண்ணிக்கை 118,406. இந்த ஒரு லட்சம் வரிகளில் உள்ள மொத்த சொற்களின் எண்ணிக்கை 8,84,647.

அவர் மரணத்தின் நாலைந்து வருடங்களுக்குப் பிறகு அவரது நண்பர்கள் அவரது நினைவைப் போற்றும் வகையில் அவரது நாடகப்பிரதிகளை வெளியிடத் துவங்கினர். இவை 1623ல் அச்சில் வெளியாகின. ஷேக்ஸ்பியர் நாடகங்களில் மிகப்பெரியது ஹாம்லெட்.

அந்த நாடகத்தில் 3,901 வரிகள் உள்ளன. மிகச்சிறிய நாடகம் தி காமெடி ஆஃப் எரர்ஸ் அது 1,911 வரிகளைக் கொண்டது. ஷேக்ஸ்பியர் நாடகங்களில் பெண் கதாபாத்திரங்களையும் ஆண்களே ஏற்று நடித்து வந்தனர்.

இந்த நிலை மாறி அவரது ஒத்தலோ நாடகத்தில் டெஸ்டிமோனோவாக நடிப்பதற்கு மார்க்ரெட் ஹீக்ஸ் (Margaret Hughes) என்ற பெண்மணி முன்வந்தார். இங்கிலாந்தின் நாடக வரலாற்றில் முதன்முறையாக ஒரு பெண் மேடையேறி நாடகத்தில் நடித்தது ஷேக்ஸ்பியரின் நாடகத்தில்தான்.

ஷேக்ஸ்பியர் தனது நாடகங்களுக்கான கருவைப் பெரும்பாலும் நாட்டுப்புறப்பாடல்களில் இருந்தும் சரித்திரக் குறிப்புகளிலிருந்தும் மரபுக்கதைகளிலிருந்தும் எடுத்துக் கொள்கிறார். எந்தக் குறிப்பிலிருந்து அவர் தனது நாடகங்களை உருவக்கினார் என்பதற்கான சான்றுகள் இன்று முழுமையாகக் கிடைக்கின்றன.

ஷேக்ஸ்பியர் வாழ்க்கை குறித்த சாட்சியாக தேவாலயத்தில் உள்ள பதிவேட்டில் உள்ள கையெழுத்துகள் மற்றும் ஷேக்ஸ்பியரின் சொத்து பத்திரங்களில் உள்ள கையெழுத்துக்களை ஆராய்ந்து அது ஷேக்ஸ்பியர்தான் என்று விஞ்ஞானப் பூர்வமாக நிரூபிக்கப் பட்டிருக்கின்றன. ஷேக்ஸ்பியர் மான் வேட்டையாடியதாகவும் அதற்கு உரிய தண்டனையிலிருந்து தப்பிக் கொள்வதற்காக லண்டனுக்குச் சென்றார் என்று ஒரு கதையும், லண்டனுக்கு வரும் வழியில் ஒரு விடுதியில் தங்கியபோது அங்குள்ள பெண்ணிற்கும் ஷேக்ஸ்பியருக்கும் பழக்கம் ஏற்பட்டு ஒரு மகன் பிறந்தான். அவன் கவிஞனாக வளர்ந்தான் என்றும் சில கர்ணபரம்பரைக் கதைகள் கூறுகின்றன.

லண்டனில் வாழ்ந்தபோது அவருக்கு ஒரு பிரபு குடும்பத்து இளம் பெண்ணிற்கும் காதல் ஏற்பட்டது, அது நிறைவேறவில்லை என்றும் ஒரு கதையிருக்கிறது. இந்தக் காதலை 'Shakespeare in Love'

என்ற ஹாலிவுட் திரைப்படம் விவரிக்கிறது. இப்படம் ஏழு ஆஸ்கார் விருதுகளைப் பெற்றது குறிப்பிடத்தக்கது. ஷேக்ஸ்பியர் 1616ஆம் ஆண்டு ஏப்ரல் 23ம் நாள் லண்டனில் மரணமடைந்தார். அவரது உடல் ஏப்ரல் 25ம் தேதி கல்லறையில் அடக்கம் செய்யப்பட்டிருக்கிறது. ஷேக்ஸ்பியர் தான் இறந்து போவதற்கு மூன்று மாதங்களுக்கு முன்பாகத் தனது உயிலை எழுதி வைத்திருக்கிறார். அந்த உயிலின் நகல் தற்போதும் பாதுகாக்கப்பட்டு வருகிறது.

ஐம்பத்திரெண்டு ஆண்டுகள் வாழ்ந்த ஷேக்ஸ்பியர் மொத்தம் 36 நாடகங்களே எழுதியுள்ளார். அவர் எழுதியதாகக் குறிப்பிடப்படும் தாமஸ்மோர் போன்ற சில நாடகங்கள் உள்ளன. ஆனால், அவற்றை ஷேக்ஸ்பியர் எழுதியிருக்கவில்லை என்ற சர்ச்சை தொடர்கிறது. வல்லுனர்களின் பொதுவான அங்கீகாரத்தின்படியே கீழ்கண்ட நாடகங்கள் மட்டுமே ஷேக்ஸ்பியர் எழுதியதாகப் பட்டியல் இடப்பட்டுள்ளது.

Comedy of Errors, Titus Andronicus, Taming of the Shrew, Two Gentlemen of Verona, Love's Labour's Lost, Romeo and Juliet, Richard II, A Midsummer Night's Dream, King John, The Merchant of Venice, Henry IV, Part I, Love's Labour's Won, Henry IV, Part II, Henry V, Julius Caesar, Much Ado About Nothing, As You Like It, The Merry Wives of Windsor, Hamlet, Twelfth Night, Troilus and Cressida, All's Well That Ends Well, Measure for Measure, Othello, King Lear, Macbeth, Antony and Cleopatra, Coriolanus, Timon of Athens, Pericles Prince of Tyre, Cymbeline, The Winter's Tale, The Tempest, Henry VIII, Cardenio, The Two Noble Kinsmen.

ஷேக்ஸ்பியர் நாடகங்களை வாசிப்பதற்கு அடிப்படையாக அவரது காலத்தைய உடை மற்றும் உணவுப் பழக்கங்கள், அன்றைய அரசியல் சூழல், லண்டனின் வாழ்க்கை முறையைப் பற்றியும் அறிந்து கொள்ள வேண்டியது அவசியம். அதுபோலவே இங்கிலாந்தின் வரலாற்றை அறிந்து கொள்வதும் நாடகங்களைப் புரிந்து கொள்ள உதவிகரமாகயிருக்கும்.

ஷேக்ஸ்பியர் பயன்படுத்திய ஆங்கிலம் இன்று வழக்கு ஒழிந்து போய் நவீன ஆங்கிலப் பிரயோகம் வந்துவிட்ட காரணத்தால் ஷேக்ஸ்பியரை வாசிக்க நவீன ஆங்கிலப் பதிப்புகள் மிக அவசியமானவை.

ஷேக்ஸ்பியர் இங்கிலாந்தைச் சேர்ந்தவரேயில்லை, அவர் ஒரு இத்தாலியர் என்று இரண்டு ஆய்வாளர்கள் பலவருடங்களாகப் போராடிக் கொண்டிருக்கிறார்கள். இன்னொருபுறம் ஆக்ஸ்போர்டு பிரபுதான் ஷேக்ஸ்பியர் என்ற பெயரில் எழுதினார் என்று நிரூபிக்க ஒரு கூட்டம் சரித்திர சான்றுகளை உண்டாக்கிக் கொண்டே யிருக்கிறது.

இந்த எல்லா யூகங்களையும் தாண்டி ஷேக்ஸ்பியரைக் காப்பாற்றிக்

கொண்டிருப்பது அவரது ஆறு கையெழுத்துகள். அதில் மூன்று பாதி அழிந்த நிலையில் உள்ளது. ஆனால், ஷேக்ஸ்பியர் என்ற மனிதர் பெற்றிருந்த அறிவு இந்த ஆய்வாளர்கள் அத்தனை பேரையும் வியக்க வைக்கிறது.

எப்படி ஸ்ட்ராட்போர்டு போன்ற சிறிய ஊரில் வசித்தபடியே கிரேக்க இலக்கியத்தின் அத்தனை முக்கிய ஆசிரியர்களையும் கற்றார். சோபாக்ளீசின் துன்பவியல் நாடகங்களையும் பிளேட்டாவையும் யாரிடமிருந்து கற்றுக் கொண்டார். ஜெர்மனிய அரசியல் பற்றிய புத்தகங்கள் எப்படி கிடைத்தன. சட்டத்துறையின் நுட்பங்களை அவ்வளவு துல்லியமாக எப்படி எழுத முடிந்தது?. கப்பல்படை மற்றும் ராணுவச் செயல்பாடுகளை எங்கிருந்து அறிந்து கொண்டார். அவரது நாடகங்களில் இடம்பெற்றுள்ள தாவரங்கள், விலங்குகள், பூக்கள் பற்றிய ஆயிரக்கணக்கான தகவல்களை எவ்வளவு ஆண்டுகள் செலவிட்டு சேகரித்திருப்பார். குறிப்பாக, பருந்தைப் பழக்கி பந்தயத்திற்கு விடுவதில் துவங்கி பூ நாகம் எப்படியிருக்கும் என்பது வரை எப்படி அவரால் நுட்பமாகத் தகவல்களை அறிந்து விவரிக்க முடிந்தது.

இந்த ஆச்சரியங்கள்தான் ஷேக்ஸ்பியரை இன்றும் தொடர்ந்து வாசிக்க செய்தபடியே உள்ளது. ஷேக்ஸ்பியரின் வாழ்வு அவரது படைப்புகளைப் புரிந்துகொள்ள சிறிதளவே உதவி செய்யக் கூடியது. அவ்வகையில் ஷேக்ஸ்பியரை அறிந்து கொள்ள உதவும் ஒரு துவக்கப்புள்ளியாகவே இதைக் கருதுகிறேன். இங்கிருந்து துவங்கி அவரது முக்கிய நாடகங்களை நோக்கி நகர்வோம்.

• • •

மெக்பெத்தின் தனிமை அகிரா குரசேவா

ஷேக்ஸ்பியரின் நாடகங்கள் நூற்றாண்டு காலமாக உலகமெங்கும் மேடையேற்றப்பட்டிருக்கின்றன. அதிலும் மெக்பெத், ஹாம்லெட், லியர் அரசன், ஒத்தலோ நான்கும் துன்பவியலின் உன்னத வெளிப்பாடுகளாகும். இவை திரைப்படமாக வந்திருக்கின்றன. ஷேக்ஸ்பியரின் நிஜக் கதாநாயகன் போலவே லாரன்ஸ் ஒலிவர் சிறப்பாக நடித்து ஷேக்ஸ்பியரின் கவித்துவத்தை திரைப்படங்களில் வெளிப்படுத்தினார். மெக்பெத் மத்தியகால ஸ்காட்லாந்திய கதாபாத்திரமாக நாடகத்தில் இடம்பெற்றபோதும் அவனது பிரச்சினைகள் மற்றும் அவனது மனோநிலை நவீன மனிதனின் மனோநிலையாகும்.

அகிரா குரசேவா ஷேக்ஸ்பியரின் மெக்பெத், லியர் அரசன் இரண்டு நாடகங்களைப் படமாக்கியிருக்கிறார். இவரது படத்தின் வழியாக ஒரே நேரத்தில் ஷேக்ஸ்பியரின் மேதைமையும் ஜப்பானிய மத்திய கால வாழ்வின் துயரமும் ஒருங்கே படமாக்கப்பட்டுள்ளன. தனது பிரசித்தி பெற்ற படமாக ரோஷோமான் திரைப்படத்தை இயக்கிய பின்பு குரசேவா 1957ம் வருடம் ஷேக்ஸ்பியரின் மெக்பெத்தை திரைப்படமாக்க முயற்சித்தார். இது அவரது முந்தைய படங்களைப் போலவே ஒரு தளத்தில் சரித்திரத்தையும் மற்றொரு தளத்தில் மன எழுச்சிகள், உணர்ச்சிகளை வெளிப்படுத்துவதாகவும் அமைய விரும்பினார்.

மெக்பெத் ஒரு நவீன மனிதனின் கதை. அவனது ஆசையும் அதை அடைய மேற்கொண்ட முயற்சிகளும் மனிதன் திரும்பத் திரும்பப் பலகாலமாக நடத்தி வரும் ஒரு தொடர் நாடகம். இந்தப் படத்தைத் துவக்கியபோது, குரசேவாவிடம் இதை எப்படி ஜப்பானிய கதைக்களத்தில் சொல்லப்போகிறீர்கள் எனக்கேட்டதற்கு, அவர் ஒரு சாதாரண மனிதனின் பார்வையில் இது அதிகாரத்திற்கான வேட்கையும் தனிமையும் பற்றிய படமாக அமையுமென்றார்.

குரசேவாவிற்கு மெக்பெத்தை பிடித்ததற்கு முக்கிய காரணம், அவனது தீராத வேட்கையல்ல, அவன் தன்னை முழுமையாக

உணராமல் போனதுதான். தனது ஆசையை நிறைவேற்ற அவன் ஒரு கொலை செய்கிறான். அது இரண்டாவது கொலைக்குக் காரணமாகிறது. அதிகாரத்தை நெருங்க நெருங்க இயல்பான உறக்கம் அவனை விட்டுப் போகிறது.

அவனது மனைவி இரவில் தனது கைகளில் குருதிக் கறை படிந்திருப்பதாகக் கழுவிக் கொண்டே இருக்கிறாள். ஆசையற்றவன் மனிதனாக இருக்க லாயக்கற்றவன் என உரத்துப் பேசுகிறாள். அதிகாரம் வந்ததும் தன்னைப் பற்றியே மெக்பெத் சரியாகப் புரிந்து கொள்ள முடியாத குழப்பநிலை உண்டாகிறது. மெக்பெத்திற்கான திரைக் கதையமைப்பில் மைய நிகழ்வுகளை அப்படியே வைத்துக் கொண்டு அதில் ஜப்பானிய காலச்சார ஊடு இழைகளைப் பின்னுகிறார். குறிப்பாக, மூன்று மாயக்காரிகள் தோன்றி மெக்பெத்திற்கு எதிர்காலம் பற்றிய குறிப்புகளைச் சொல்வதை முழுமையானதொரு ஜப்பானிய ஆவியுலகச் சடங்கின் தோற்றத்திலே மேற்கொண்டார். இத்தோடு நோ நாடகத்தின் பாவனைகளை நடிகர்களின் உடல் மொழியைப் படத்திற்கான வெளிப்பாட்டு முறையாகக் கைக்கொண்டார்.

ஷேக்ஸ்பியரின் மெக்பெத்தை போல குரசோவாவின் மெக்பெத் வலிமையானவனல்ல. பதிலாக தனது பலவீனங்களை மறைத்துக்கொண்டு மனப்போராட்டத்தில் இருப்பவன். மெக்பெத்தை திரைவடிவமாக்கியபோது அதன் தலைப்பை மெக்பெத்திலிருந்து விலக்கி Throne of Blood என மாற்றியதால் கதையின் மைய நிகழ்வாக ரத்தவேகம் அமைகிறது. மாயக்காரிகளில் ஒருத்தி குரசேவாவின் படத்தில் சொல்கிறாள். மனிதர்கள் மிக பலவீனமானவர்கள். தங்கள் ஆசைகளைக் கூட வெளிப்படுத்த பயப்படுகிறார்கள். இந்தக் குரலை மீறி தனது ஆசையின் பாதையில் செல்லும் மெக்பெத் ரத்தத்தின் துளிர்ப்பையே காண்கிறான். பனிப்புகையும் வனமும் அதில் அலையும் இரண்டு படைத்தளபதியுமாக குரசேவாவின் படம் துவங்குகிறது.

பின்னணியில் ஒரு கோரஸ் ஒலிக்கிறது. இருவரும் பனி இரவில் வழி தவறி அலைகிறார்கள். மாயக்காரிகள் மூவர் எதிரில் தோன்றி தங்களது குரலால் மெக்பெத்தை வாழ்த்திப் பாடுகிறார்கள். நம்ப மறுக்கிறான் மெக்பெத். பிறகு தனது எதிர்காலத்தின் தேவதைகள் எதிரே வந்து நிற்பதாக நம்புகிறான். குரசேவா ஷேக்ஸ்பியரின் நாடகத்தில் இருந்து மெக்பெத்தின் மனைவி கதாபாத்திரத்தை தனது இயல்புபடி மாற்றி தீவினையின் வடிவம்கொண்ட பெண்ணாக உருமாற்றி இருக்கிறார். அவளது செய்கைகளும் முகவெளிப்பாடும் துர் ஆவி பீடிக்கப்பட்ட ஒரு பாவத்தையே வெளிப்படுத்துகின்றன. மெக்பெத்தின் கடைசி யுத்தத்தின் முன்பாக மரங்கள் வனத்தை விட்டு நகர்ந்து வரும் காட்சி குரசேவாவின் படத்தில் மிகச் சிறப்பாக இடம் பெற்றிருக்கிறது. தூக்கமற்ற இரவில் நினைவில் குதிரைகள் சுற்றியலைவதும் இரண்டாவது முறையாக மாயக்காரிகளைக் காணச்செல்லும்போது ஏற்படும் சடங்கும் தொன்மையாக ஒரு

காட்சிப்பதிவை நினைவுபடுத்துகின்றன.

ஒரு பிரதியை இன்னொரு கலாச்சாரச் சூழல் உள்வாங்கிக் கொண்டு தனது சொந்த வெளிப்பாட்டின் வழியே மூலப் பிரதியை மீட்டு எடுப்பதற்கான சரியான வழிமுறையை உருவாக்கியிருக்கிறார் குரசேவா. இப்படத்தின் வழியே செவ்வியல் பிரதிகளின் வழியே நவீன பிரதிகளை உருவாக்க முடியும் என்பதை குரசேவா தனது திரைப்படத்தின் வழியே நிரூபித்திருக்கிறார். லியர் அரசனின் வாழ்வை முன்வைத்து ரான் என்ற படத்தை குரசேவா இயக்கியபோது லியரின் மூன்று மகள்களுக்குப் பதிலாக மூன்று மகன்களை கதாபாத்திரமாக்கினார். இப்படத்தில் துயருற்று துரத்தப்பட்டு அலையும் லியரின் காட்சிகள் ஆழ்ந்த துக்கத்தினை வெளிப்படுத்துவன. இருபடங்களிலும் ஷேக்ஸ்பியரும் இருக்கிறார், குரசேவாவும் இருக்கிறார். இருவரில் எவர் மெக்பெத்தை, லியரை எழுதியது என்ற சிறிய மயக்கத்தை ஏற்படுத்துகிறார். இதுவே நவீனப் பார்வையின் வெற்றியாகும்.

• • •

மெக்பெத் சிறுகுறிப்பு

மெக்பெத் நாடகம் ஸ்காட்லாந்துப் பகுதியை 1040 - 1057வரை ஆண்ட மெக்பெத் மன்னனின் வரலாற்றை அடிப்படையாகக் கொண்டு அமைந்தது. வில்லியம் ஷேக்ஸ்பியர் எழுதிய துன்பியல் நாடகங்களில் மிகவும் புகழ்பெற்ற நாடகமிது.

துரோகம், விதியின் விளையாட்டு, பேராசை, ஏமாற்றம், ஆகிய கருக்களைக்கொண்டு அமைக்கப்பட்டது இந்நாடகம். ஸ்காட்லாந்துக்கும் நார்வேக்கும் இடையே ஏற்பட்ட போரில் வெற்றி பெற்று, நாடு திரும்புகிறார்கள் படைத்தலைவர்கள் மெக்பெத்தும் பேங்கோவும். மெக்பெத்தின் வெற்றியைப் பாராட்டி ஸ்காட்லாந்து நாட்டு மன்னன் டங்கன் அவனை கோடோர் பகுதியின் அதிபராக்க திட்டமிட்டிருந்தார். திரும்பும் வழியில் மெக்பெத், பேங்கோ இருவரும் வனப்பகுதியில் மூன்று சூன்யக்காரிகளைச் சந்திக்கின்றனர்.

அம்மூவரும் மெக்பெத் ஒரு நாள் ஸ்காட்லாந்து மன்னன் ஆவான் என்று முன்னுரைத்து தீய எண்ணம் ஒன்றை அவன் மனத்தில் பதித்துவிடுகிறார்கள். அதை நம்பும் மெக்பெத் தனது பதவியைப் பெறுவதற்காக தனது வீட்டிற்கு விருந்தினராக வரும் டங்கன் மன்னரைக் கொலை செய்கிறான். அவனைக் கொலை செய்யும்படி தூண்டுபவள் அவனது மனைவி. அவள் இக்கொலையைச் செய்யத் தூண்டும்போது சொல்கிறாள்.

"என்னிடமிருந்து எனது பெண்மையை அகற்றிவிடுங்கள். பிறகு என் தலைமுதல் பாதம் வரை என்னைக் காட்டுமிராண்டித் தனமான வெறித்தனத்தால் நிரப்புங்கள்... எனது மார்பகங்களில் உள்ள பால் முழுவதையும் அகற்றிவிட்டு அதற்குப் பதிலாகக் கசப்பான பித்த நீரை நிரப்புங்கள்."

கொலையைச் செய்துவிட்டு காவலாளிகளின் குத்துவாள்களில் ரத்தக்கறையைத் தடவி அவர்களையும் கொலை செய்துவிடுகிறான் மெக்பெத். நாட்டின் அரசன் ஆகிறான் மெக்பெத், உடனிருந்த நண்பன் எங்கே தன்னைக் காட்டிக்கொடுத்துவிடுவானோ என அவனையும் கொலை செய்கிறான். அதிகாரம் கைக்கு வருகிறது.

ஆனால், மனசாட்சி அவனை உறுத்துகிறது. அதன்பின்னால் மெக்பெத் சீமாட்டி உறக்கமற்றுப் போகிறாள்.

தனது கையில் ரத்தக்கறை படிந்துள்ளது என கையைக் கழுவிக் கொண்டேயிருக்கிறாள். சூன்யக்காரிகளின் ஆருடத்தின்படி, ஒருநாள் அவனைக் கொல்ல மரங்கள் எழுந்துவரக்கூடும் என மெக்பெத் நினைக்கிறான். அதுபோலவே ஒருநாள் மன்னரின் மகன் மால்கம் படை திரட்டிவந்து, மரங்களைப்போல உருமாறி பதுங்கிப் பாய்கிறார்கள். மெக்பெத் கொல்லப்படுகிறான். மெக்பெத்தின் எழுச்சியும் வீழ்ச்சியுமே இந்த நாடகம். தந்தையை போன்ற டங்கனைக் கொல்வது, நண்பனைக் கொல்வது,ஆவியால் துன்புறுத்தப்படுவது, உறக்கமற்றுப் போவது, மனசாட்சி உறுத்துவது என நாடகம் உணர்ச்சிபூர்வமாகச் செல்கிறது. When When shall we three meet again? In thunder, lightning, or in rain? என்று சூனியக்காரி நாடக ஆரம்பத்தில் கேட்கிறாள். அதன் பொருள், இயற்கை அவர்கள் வாழ்க்கையில் ஒரு மாற்றத்தை உருவாக்கப்போகிறது என்பதே.

தனக்கு நியாயமாகக் கிடைக்கவேண்டிய ஒன்றினைக் கொலை செய்து பெறுகிறான் மெக்பெத், அதுதான் அவனது வீழ்ச்சியின் அடையாளம். மெக்பெத் தனது ஆசைகளை நிறைவேற்றிக் கொள்கிறான். அதற்கு விலையாகத் தனது நிம்மதியைக் கொடுத்துவிடுகிறான். இதுதான் இன்றுள்ள நிலையும். தனது ஆசைகளை அடைவதற்காக எதையும் துணிச்சலாக மேற்கொள்கிறார்கள். விளைவு, சொந்த வாழ்க்கை ஒன்றுமில்லாமல் போய்விடுகிறது.

மெக்பெத் நாடகம் ஷேக்ஸ்பியரின் மற்ற துன்பவியல் நாடகங்களைப் போலின்றி அழுத்தமான ஒரு கருத்தை முன்வைக்கிறது. அது நம்பிக்கைத் துரோகம் உங்களை ஒருபோதும் வாழ அனுமதிக்காது என்பதே. மெக்பெத்தைப் புரிந்துகொள்ள ஒருவன் இங்கிலாந்தின் சரித்திரத்தையும் சூனியக்காரிகள் வேட்டையாடப்பட்ட வரலாற்றையும் புரிந்துகொள்ள வேண்டும், அப்போது தான் நாடகத்தின் மறைமுக குறியீடுகளை முழுமையாக புரிந்து கொள்ள முடியும்.

•••

ஷேக்ஸ்பியரின் மெக்பெத்
உரையின் எழுத்துவடிவம்

இன்றைக்கு நான் பேச எடுத்துக் கொண்ட இலக்கிய ஆளுமை. வில்லியம் ஷேக்ஸ்பியர். அவரது மெக்பெத் நாடகத்தை முன்வைத்து ஷேக்ஸ்பியரை உங்களுக்கு அறிமுகம் செய்துவைக்கப் போகிறேன். உலகமே கொண்டாடுகிற ஷேக்ஸ்பியரை நாமும் இன்றைய இரவில் கொண்டாடுவோம்.

ஷேக்ஸ்பியர் ஒருவர் மட்டும் உயிர்ப்பிக்கப்பட்டால் ஒட்டுமொத்த உலகையும் அவரே சிருஷ்டி செய்துவிடுவார் என்று கூறுவார்கள். ஷேக்ஸ்பியர் நாடக உலகின் முடிசூடா மன்னன். ஆங்கில இலக்கியத்திற்கு அவரே சக்ரவர்த்தி. நான் ஆங்கில இலக்கியம் படித்தவன். வகுப்பறை பாடமாக ஷேக்ஸ்பியரை வாசித்திருக்கிறேன், நல்ல ஆசிரியர்களின் நெறிப்படுத்துதல் காரணமாக ஷேக்ஸ்பியரின் சிறப்பு அம்சங்களை வகுப்பறையிலே தெரிந்து கொண்டேன்.

அன்றிலிருந்து இன்று வரை ஷேக்ஸ்பியரைத் தொடர்ந்து வாசித்து வருகிறேன். ஷேக்ஸ்பியரை ஒரு ஆசான் வழியே கற்றுக் கொள்ள வேண்டியது அவசியம். அப்போதுதான் அவரது இலக்கிய நுட்பங்களை நன்கு புரிந்து கொள்ளமுடியும். அப்படி நல்ல ஆசிரியர்கள் எனக்கு ஷேக்ஸ்பியரை நடத்தினார்கள். அந்தப் புரிதலே இன்றும் என் வாசிப்பிற்கு உறுதுணையாக உள்ளது.

உலகம் முழுவதும் அதிகம் படிக்கப்பட்ட எழுத்தாளர் யார் என்று பார்த்தால் ஷேக்ஸ்பியராகத்தான் இருப்பார். பைபிளுக்கு அப்புறம் அதிகம் வாசிக்கப்பட்ட புத்தகம் ஷேக்ஸ்பியர் நாடகங்கள்தான். ஒவ்வொரு நாளும் நாம் தெரிந்தோ, தெரியாமலோ ஷேக்ஸ்பியருடைய ஏதாவது ஒரு சொல்லை, மேற்கோளை நிச்சயம் பிரயோகித்து இருப்போம். அது ஷேக்ஸ்பியரின் வரி என நமக்குத் தெரியாது. அவ்வளவு தூரம் அவர் காப்பியடிக்கப் பட்டிருக்கிறார். ஓர் உதாரணம் சொல்கிறேன். நிழலுக்கும் கேட்கிற காதிருக்கும் என்பது ஷேக்ஸ்பியரின் ஒரு வரி. ஷேக்ஸ்பியர் மொத்தம் 36 நாடகங்கள் எழுதியிருக்கார். அந்த நாடகங்களில் எதைப் பேசுவதற்கு தேர்வு செய்யலாம் என்பதில் எனக்கு ஒரு குழப்பம் இருந்தது. எனக்கு விருப்பமான நாடகங்கள் இரண்டு ஒன்று கிங் லியர்,

மற்றொன்று மெக்பெத். லியரைப் போன்ற அப்பாக்கள் நம் ஊரிலும் இருக்கிறார்கள். அதனால் அவரைப் பேசலாமா என யோசித்தேன். ஆனால், மெக்பெத் ஒரு அபூர்வமான மனிதன். அவன் வழியாக ஆசை மனிதனை எப்படி நிம்மதியற்று அலைக்கழிக்கிறது என்பதை ஷேக்ஸ்பியர் சுட்டிக்காட்டுகிறார். அது இன்றுள்ள காலத்திற்கு மிகவும் பொருத்தமாக இருக்கும் என மெக்பெத்தைப் பேசுவதற்கு எடுத்துக் கொண்டேன்.

ஷேக்ஸ்பியரைப் பற்றி பேசுவது என்பது கடலை உள்ளங்கையில் அள்ளிக் காட்டுவது போன்றது. ஒரு கடற்கரைக்குக் குழந்தையை அழைத்துக்கொண்டு போனால் அது கடற்கரையில் இருக்கிற மணலை ஆசை ஆசையாக அள்ளி தனது பையில் நிரப்பிக் கொள்ளும். எவ்வளவு அள்ளினாலும் கடற்கரை மணல் குறைந்து போகாது. குழந்தை கடற்கரையில் உள்ள எல்லா மணலையும் தன் கையில் அள்ளிக் குவித்துவிட ஆசைப்படும், முடிவில் தோற்றுப்போய் வேடிக்கை பார்க்க ஆரம்பித்துவிடும்.

ஷேக்ஸ்பியரைப் பற்றிப் பேசுவது இது போன்றதுதான் எதைப்பேசுவது, எதை விடுவது என குழப்பமாக இருக்கும். எவ்வளவு பேசினாலும் முழுமையாகப் பேசிவிட முடியாது என்பதே உண்மை. ஏறக்குறைய 300- 400 ஆண்டு காலமாக மனித சமுதாயம் ஷேக்ஸ்பியரைப் பற்றி மாறி மாறி பேசிக் கொண்டே இருக்கிறது. நான் பேசுவதும் அதன் இடைவிடாத தொடர்ச்சியே.

இதே அரங்கத்தில் இதே நகரத்தில் தலைமுறைகளுக்கு முன்னால் ஷேக்ஸ்பியரைப் பற்றி பேசிய முன்னோர்கள் இருந்திருக்கிறார்கள். சென்னை நகரத்தில் ஷேகஸ்பியருக்குத் தனி நாடக கிளப் இருந்திருக்கிறது. ஷேக்ஸ்பியர் நாடகங்கள் மட்டுமே அதில் நடத்தப்பட்டு இருக்கின்றன. இந்தியாவில் ஷேக்ஸ்பியர் 300 வருடங்களாகத் தொடர்ந்து பேசப்பட்டு, கற்பிக்கப்பட்டு கொண்டே இருக்கிறார். எப்படி தமிழ்நாட்டில் திருக்குறளைப் பற்றியும் திருவள்ளுவரைப் பற்றியும் தினசரி எதாவது ஓர் இடத்தில் நாம பேசிக்கொண்டு இருக்கிறமோ, அதற்கு இணையாக உலகம் முழுவதும் ஷேக்ஸ்பியர் பேசப்பட்டுக் கொண்டேயிருக்கிறார்.

ஷேக்ஸ்பியரைப் பற்றி எவ்வளவு விஷயங்கள் எழுதப்பட்டு இருக்கலாம் என்று கூகுளில் தேடினேன். 17கோடி பக்கங்கள் எழுதப்பட்டு இருக்கிறது என்று அடையாளம் காட்டுகிறது, அவ்வளவு புகழ்பெற்ற எழுத்தாளர் ஷேக்ஸ்பியர். மேற்குலகில் தினமும் ஏதாவது ஒரு அரங்கில் ஷேக்ஸ்பியரின் நாடகங்கள் நடந்து கொண்டேயிருக்கின்றன. தலைமுறைகளைத் தாண்டி ஷேக்ஸ்பியரை வாசித்துக் கொண்டேயிருக்கிறார்கள். ஏதாவது ஒருவகையில் ஷேக்ஸ்பியர் நமக்கு அறிமுகமானவர்தான். ஒன்று பள்ளியில் அவரது கவிதை அல்லது நாடகத்தின் சிறுபகுதியைப் படித்திருப்பீர்கள். அல்லது

ரோமியோ ஜூலியட் பெயரையாவது கேள்விப்பட்டிருப்பீர்கள். சார்லஸ் லாம்ப், மேரிலாம்ப் இருவரும் சுருக்கி எழுதிய 'The Tales From Shakespeare' துணைப்பாட நூலாக இன்றுவரை இருக்கிறது. ஆகவே ஷேக்ஸ்பியரின் பரிச்சயம் ஏதாவது ஒரு வகையில் நமக்கு நடந்திருக்கிறது. நான் அறிமுகம் செய்துவைக்கப்போவது அவரது ஆளுமையை. ஷேக்ஸ்பியரை ஏன் கொண்டாட வேண்டும்?அவரது சிறப்பியல்புகள் என்னவென்பதையே நான் முன்மொழியப் போகிறேன்.

ஷேக்ஸ்பியரைப் பற்றிய போர்ஹேஸின் சுவாரஸ்யமான குறிப்பு ஒன்று இருக்கிறது. அதாவது இந்த உலகம் அழிந்த பிறகு கடவுள் யாராவது ஒரேயொரு மனிதனை மட்டும் உயிர்ப்பிக்க வேண்டும் என்றால் யாரை உயிர்பிக்க சொல்வீர்கள் என கேட்டதற்கு ஷேக்ஸ்பியரை என்று சொல்கிறார் போர்ஹேஸ். காரணம், அவர் ஒருவரை உயிர்பித்தால் அவர் இந்த ஒட்டுமொத்த உலகையும் உயிர்பித்துவிடுவார் என்று நம்புகிறார். இதுதான் ஷேக்ஸ்பியரின் ஆளுமை.

ஷேக்ஸ்பியர் பயன்படுத்திய வார்த்தைகளாகவே தனி ஒரு அகராதி வெளிவந்திருக்கிறது. ஷேக்ஸ்பியர் எந்தெந்த சொற்களை உருவாக்கியிருக்கிறார். அந்த சொற்களுக்கெல்லாம் என்ன அர்த்தம் இருக்கிறது என்று அந்த அகராதி விளக்குகிறது.

Accused, Addiction, Advertising, Amazement, Arouse, Assassination, Backing, Bandit, Bedroom, Birthplace, Blanket, Bloodstained, Barefaced, Blushing, Cold-blooded, Compromise, Courtship, Countless, Gloomy, Madcap, Majestic, Marketable, Metamorphize, Mimic, Monumental, Moonbeam, Mountaineer, Negotiate, Noiseless, Obscene, Undress, Worthless, Zany, Gnarled, Grovel.

இந்த வார்த்தைகள் எல்லாமே ஷேக்ஸ்பியர் உருவாக்கினது. இதுபோல இன்னும் பல நூறு சொற்களின் பட்டியல் நீண்டுபோகிறது. ஷேக்ஸ்பியரின் நாடகங்களில் முக்கியமானது, மெக்பெத். இதன் கதாநாயகன் தூய்மையானவனில்லை. ரத்தக்கறை படிந்தவன். கொலையாளி. பேராசை காரணமாக சொந்த தகப்பன் போன்ற மன்னரை விருந்திற்கு அழைத்துக் கொலை செய்பவன். இப்படி ஒரு கதாநாயகனை எந்த நாடக ஆசிரியரும் இதற்கு முன்பு உருவாக்கியதில்லை.

மெக்பெத் நம் எல்லோருக்குள்ளும் இருக்கிறான். நாம் ஆருடத்தை நம்புகிறோம். அது நடக்கப்போகிறதோ எனப் பயப்படுகிறோம். நடக்கவிடாமல் இருக்க முயற்சி செய்கிறோம். எதிர்காலம் குறித்த அச்சமே இதற்கான முதற்காரணம். எதிர்காலம் என்பதே நாம் நினைத்துக்கொண்டிருக்கும் எதிர்காலம் அல்ல என்கிறார் ழாக் தெரிதா. இவர் ஒரு பிரெஞ்சு சிந்தனையாளர். நாம் நினைக்கிற

88 உலக இலக்கிய பேருரைகள்

எதிர்காலத்தைத் தாண்டிய எதிர்காலமே தான் குறிப்பிடுகின்ற 'எதிர்காலம்' என்று கூறும் இவர். முற்றிலும் எதிர்பாராத ஒன்றின் வருகைக்காக காத்திருப்பதைப் போன்றதே தான் குறிப்பிடும் எதிர்காலம் என்கிறார். சாமான்யர்களால் அப்படிக் காத்திருக்கமுடியாது. எதிர்காலம் குறித்த பயம் அவர்களை ஆட்டிவைக்கிறது. காரணம், அவர்களுக்கு நிகழ்காலத்தின் மீது நம்பிக்கையில்லை. அது வளர்ந்து எதிர்காலம் ஆகிவிடும் என பயப்படுகிறார்கள். படகை நாம் வேண்டிய திசைக்குத் திருப்பிப்போவது போல எதிர்காலத்தைத் திருப்பி வளைக்க முயற்சி செய்கிறார்கள்.

அதற்காக ஆருடம் ஜோதிடம் ஜாதகம் என அலைகிறார்கள். இந்த முயற்சியில் கைப்பொருள் இழந்து, வேதனை அடைந்து, சோர்ந்து போனவர் ஏராளம். மெக்பெத் இதன் ஒரு அடையாளம். அவன் சூன்யக்காரிகளின் பேச்சை நம்புகிறான். யார் உங்களை முகத்திற்கு முன்பாகப் புகழுகிறார்களோ அவர்களிடம் எச்சரிக்கையாக இருங்கள் என்பதை அடையாளப்படுத்தவே சூன்யக்காரிகளின் புகழுரையை முகப்பில் சொல்கிறார் ஷேக்ஸ்பியர்.

சூன்யக்காரிகள் All hail, Macbeth, thou shalt be king hereafter கூறுவதைக் கேட்டபோது மெக்பெத் முதலில் மனம் தடுமாறுகிறான். அவன் மனதின் ரகசிய ஆசையை எப்படி அந்த சூனியக்காரிகள் தெரிந்து கொண்டுவிட்டார்கள் என்று பதறுகிறார். அதை மறைத்துக் கொண்டு ஆருடத்தை உற்றுக்கேட்கிறான். நம்புகிறான், அது தான் அவனது வீழ்ச்சியின் அடையாளம்.

எந்த மனிதன் தனது ரகசிய ஆசைக்காகத் தன்னை பலிகொடுக்க நினைக்கிறானோ அவன் வீழ்ச்சி அடைந்தே தீருவான் என்பதே மெக்பெத்தின் சாரம். ஒரு கொலை உங்களுக்கு அதிகாரத்தைப் பெற்றுத் தரக்கூடும். ஆனால், மனசாட்சி உங்களைக் கொன்றுவிடும் என்கிறார் ஷேக்ஸ்பியர். இது அறத்தோடு வாழ்ந்த காலத்து மனிதர்களின் கதை. இன்று நடப்பதைப் பற்றி யோசித்தால் யார் மெக்பெத் என்று குழப்பமாகவே இருக்கிறது. மெக்பெத் நம்காலத்து நாயகன். அவன் நவீனமனிதனின் அடையாளம். தான் விரும்புகின்ற ஒன்றை அடைய கொலையைக் கூட நியாயப்படுத்தும் ஆசையின் வடிவம் அவன். மெக்பெத் நமக்குள் இருக்கிறான். நாம் எல்லோரும் மெக்பெத்தின் நிழல்களே. நமக்குள்ளும் பலநேரம் மெக்பெத்தினுடைய அந்த ஊசலாட்டம் இருந்துக்கொண்டிருக்கிறது.

இந்த நாடகம் நம்பிக்கை துரோகத்தினை பற்றிப் பேசுகிறது. குறிப்பாக, நண்பர்களை வஞ்சிப்பது, அவர்களுக்கான எதிர்காலத்தை அழிப்பதைப் பற்றி பேசுகிறது. அது முக்கியமான விஷயம். எத்தனை கதைகளை நாம் கேள்விப்படுகிறோம். நட்புக்குத் துரோகம் செய்வது பெருகிவரும் நம்காலத்தில் மெக்பெத் முக்கியமான கதாபாத்திரமாக முன்வைக்கப்படுகிறான். ஷேக்ஸ்பியரின் மற்ற நாடகங்களை விட இந்த

நாடகத்தில் இடம்பெற்றுள்ள கதாநாயகி விசித்திரமானவள். அவள் லேடி மெக்பெத், அவளைப் போன்ற ஒரு பெண் கதாபாத்திரத்தை நாம் காணவே முடியாது. அவ்வளவு கொடூர மனம் படைத்தவள். தனது பெண்தன்மையை அகற்றிவிட வேண்டும் என்று கூச்சலிடுகிறவள். கொலை செய்யும்படி அவளே கணவனைத் தூண்டுகிறாள். அவள் தான் உண்மையான ஆயுதம்.

ஷேக்ஸ்பியரின் கிளியோபாட்ரா ஒரு மறக்கமுடியாத கதாநாயகி. அவள் பேரழகி. அவளுக்கு எதிர்மாறான கதாபாத்திரம் லேடிமெக்பெத். கிளியோபாட்ராவைப் புகழ்ந்து பேசும்போது ஷேக்ஸ்பியர் சொல்கிறார்: Age cannot wither her, nor custom stale Her infinite variety. Other women cloy. The appetites they feed, but she makes hungry Where most she satisfies.

அதாவது அவள் பசியையும் உருவாக்கி, உணவையும் ஊட்டும் பேரழகி என்கிறார். அது தேசங்களைக் காலடியில் உருட்டிய காதல். அப்படி ஒரு அழகியை உருவாக்கிய ஷேக்ஸ்பியர்தான். இந்த நாடகத்தில் லேடி மெக்பெத் என்ற ஒரு மோசமான பெண் கதாபாத்திரத்தையும் உருவாக்கிக் காட்டுகிறார். அதாவது உலகில் அப்படியும் பெண்கள் இருக்கிறார்கள். இப்படியும் பெண் எதிர்நிலையில் செயல்படக்கூடும் என்பதற்கு முன்மாதிரி போலத்தான் லேடி மெக்பெத்தை உருவாக்குகிறார்.

Your face, is as a book where men May read strange matters. Your hand, your tongue: look like the innocent flower, But be the serpent under't. என நாடகம் முழுவதும் லேடி மெக்பெத் பூடகமாகப் பேசுகிறவள். லேடி மெக்பெத் எந்த மாதிரி பெண் என்பதற்கு அவர் ஓர் உதாரணம் சொல்கிறார்.

அதாவது ஒருவேளை எனக்குக் குழந்தை இருந்து அது தன் மார்பகத்தில் பால் குடித்துக்கொண்டு இருப்பதை இடையூறு என்று கருதினேன் என்றால் அதன் கழுத்தை நெறித்து சுவரில் மோதி அடித்துக் கொல்லக்கூட தயங்கமாட்டேன். அப்படிப்பட்ட பெண் நான். எனக்குள் நற்குணத்தின் அடையாளமே இருக்கக்கூடாது. மனித மனத்தின் அடிப்படை பண்பான கருணையை என் உடலில் இருந்து முழுமையாக அப்புறப்படுத்தி விடுங்கள் என்கிறாள்.

லேடி மெக்பெத் அறிமுகம் ஆகும் இடத்திலிருந்து அவளது முடிவு வரை ஒருவர் வாசிக்கும் தீவினையின் மொத்த உருவமாக அவள் இருப்பதை உணர முடிகிறது. இந்த நாடகத்தின் வழியே மனிதகுல வரலாற்றில் மனித மனம் எப்படியெல்லாம் இயங்கி இருக்கிறது. எதையெல்லாம் அடைய ஆசைப்பட்டிருக்கிறது, அதற்கு என்னவிலை கொடுத்திருக்கிறது என்பதை ஷேக்ஸ்பியர் எடுத்துக்காட்ட விரும்புகிறார். அதற்கு உதவியாகவே தனது நாடகங்களை எழுதுகிறார்.

மெக்பெத் நாடகத்திற்குள்ளே போவதற்கு முன் இந்தியாவிற்கு எப்போது ஷேக்ஸ்பியர் வந்தார் என்பதை அறிந்துகொள்ள வேண்டியது அவசியம். கல்கத்தாவில்தான் முதன்முதலில் ஷேக்ஸ்பியர் அறிமுகம் ஆகிறார். 1770இல் முதன்முதலில் கல்கத்தாவில் நாடகம் போடுகிறார்கள். அதில் நடித்த நடிகர்கள் எல்லாம் வெள்ளைக்காரர்கள். அதைப் பார்த்த இந்தியர்களுக்குத் தாங்களும் ஷேக்ஸ்பியரை நிகழ்த்தலாமே என்ற எண்ணம் உருவாகிறது. மராத்தியில் ஷேக்ஸ்பியர் நாடகம் தயார் ஆகிறது. மூன்றாவது நாடகம் எங்கே போடப்படுகிறது தெரியுமா? இதே சென்னையில் 1880களிலேயே ஷேக்ஸ்பிருடைய நாடகத்தை நடத்தியிருக்கிறார்கள்.

வெனிஸ் நகரத்து வணிகனைத் தழுவிய அந்த நாடகம் சிறப்பாக நடைபெற்றிருக்கிறது. அதன்பிறகு ஒவ்வொரு மொழியாக இந்தியாவெங்கும் ஷேக்ஸ்பியர் அறிமுகமாகிறார். சமீபத்தில் மணிப்பூரி மொழியில் ஷேக்ஸ்பியர் நிகழ்த்தப்பட்டதைக் கண்டேன். ஷேக்ஸ்பியர் ஒரு இந்திய நாடக ஆசிரியர் என்பதுபோல நெருக்கமாக உணரப்படுகிறார். அதுதான் அவரது தனிச்சிறப்பு.

So foul and fair a day I have not seen என்று மெக்பெத் நாடகத்தின் துவக்கத்தில் கூறுகிறான். இது நாடக வசனம் மட்டுமில்லை. அன்றிருந்த அரசியல் சூழலும் அப்படித்தானிருந்த்து. குழப்பமான ஒரு அரசியல் சூழலில் தான் மெக்பெத் நாடகம் நிகழ்த்தப் பட்டிருக்கிறது. இன்னொரு தளத்தில் போருக்குப் பிறகு திரும்பி வரும் மெக்பெத் தெளிவில்லாத மனநிலை கொண்டிருக்கிறான். போர் தனக்கு வெற்றியைத் தந்திருக்கிறது. ஆனால், அது மன்னரின் வெற்றி. தனக்கு என்ன ஆதாயம் கிடைக்கப்போகிறது என அவனது மனம் ஆதங்கப்டுகிறது. அதன் விளைவே இந்த வரிகள்.

If you can look into the seeds of time,

And say which grain will grow and which will not, என பேங்கோ சூன்யக்காரிகளிடம் கேட்கிறான்.

காலத்தின் விதைகள் என்ற அற்புதமான படிமம் நமக்கு அறிமுகமாகிறது. காலத்தின் விதைகளுக்குள் எட்டிப்பார்த்து எது எப்படி முளைக்கும் எது பொய்த்துப் போய்விடும் என்று யாரால் சொல்லமுடியும் என்ற கவித்துவம் வெளிப்படுகிறது. காலத்தின் விதைதான் நாடகத்தின் கருப்பொருள். காலத்தின் விரல்கள் ஒரு சூதாட்டத்தை நிகழ்த்துகின்றன. அதில் பகடை காயாக உருளுகிறான் மெக்பெத். ஷேக்ஸ்பியரின் மெக்பெத் , வரலாற்று சம்பவம் ஒன்றின் பிரதிபலிப்பு. நிஜமாக ஸ்காட்லாந்தில் நடந்த ஒரு உண்மைச் சம்பவத்தை நாடகமாக மாற்றுகிறார். ஒரு நாடக ஆசிரியருக்குத் தேவை கதைக்கருதான். அந்தச் கதைக் கருவை எப்படியெல்லாம் நாடகப்படுத்தலாம் என்பதில் அவருடைய திறமை இருக்கிறதே தவிர, மூலமாகத்தானே ஒரு கதை எழுத வேண்டும் என்று ஷேக்ஸ்பியர்

பலநேரம் விரும்புவதேயில்லை.

மெக்பெத் நாடகம் எழுதுவதற்கு பின்புலமாக இருந்தவர் மாமன்னர் ஜேம்ஸ் என்று சொல்லப்படக்கூடிய ஓர் அரசர். அவர் ஸ்காட்லாந்தினுடைய அரசமரபில் இருந்து வருகிறார். இங்கிலாந்தின் அரியணை வரலாற்றைப் புரட்டிப்பார்த்தால் தெரியும். ஸ்காட்லாந்தில் இருந்து வந்து இங்கிலாந்தை ஆண்டவர்கள் குறைவு. அப்படி ஒருவேளை அரசாட்சி செய்தால் அவரை ஒத்துக்கொள்ள மாட்டார்கள். ஸ்காட்லாந்துவாசிகளை மட்டம் தட்டுவதே இங்கிலாந்தின் வேலை. இவ்வளவு ஏன், அவர்களுக்கு சிறையில் ரொட்டித்துண்டு கூட தரமாட்டார்கள்.

பன்றிகளுக்குப் போடும் உருளைக்கிழங்கை அவித்துப் போடுவார்களாம். அன்று உருளைக்கிழங்கைப் பொதுமக்கள் சாப்பிட மாட்டார்கள். அது கைதிகளுக்கான உணவு. இன்று உருளைகிழங்கு சாப்பிடாத வீடுகளேயில்லை காலம் எவ்வளவு மாறி யிருக்கிறது பாருங்கள். ஸ்காட்லாந்து வம்சாவளியைச் சேர்ந்த ஜேம்ஸ் மன்னர்தான் இன்னைக்கு நாம் படித்துக்கொண்டு இருக்கக்கூடிய பைபிளைத் திருத்தம் செய்து எபிரேகில் இருந்து முழுமை யான பைபிளாக மாற்றம் செய்தவர்.

இப்பொழுதுகூட பைபிளை எடுத்துப் பார்த்தால் அதில் கிங் ஜேம்ஸ் பதிப்பு என்று போட்டிருக்கும். பைபிள் மொழிபெயர்ப்பிற்கு ஷேக்ஸ்பியருக்குப் பங்கு இருக்கிறதா என்று ஓர் ஆய்வு நடந்துகொண்டு இருக்கிறது.

மெக்பெத் நாடகம் ஜேம்ஸ் மன்னரின் சபையில் நடத்தப்படுகிறது. ஜேம்ஸ் மன்னர் காலகட்டத்தில் முக்கியமான சம்பவமொன்று நடைபெற்றது, அவர் ஒருமுறை ஸ்காண்டிநேவியாவுக்குக் கப்பலில் போனார். வழியில் கடல்சீற்றம் கொண்டு பெரிய புயல் அடித்துப் பாதி வழியில் அவருடைய கப்பல் மூழ்க வேண்டிய ஆபத்து வந்தது. எதனால் அப்படி திடீரென புயல் வந்தது என்று விசாரித்தபோது, சூன்யக்காரர்கள்தான் கடலில் புயல்களை உருவாக்குகிறார்கள் என்ற தகவல் மன்னருக்குத் தெரிவிக்கப் பட்டது.

அதை மன்னர் அரை மனதாக நம்புகிறார். திரும்பிவந்து தனது அரச சபையில் ஆருடம் கேட்கிறார். அவர்களும் இதைச் செய்தவர்கள் சூன்யக்காரிகள் என்றார்கள். உடனே மன்னர் சூன்யக்காரிகளை உயிரோடு எரித்துக் கொல்லும்படியாக ஒரு ஆணை பிறப்பிக்கிறார். சூனியக்காரிகளின் வேட்டை ஆரம்பிக்கிறது. உண்மையில் இந்த சூன்யக்காரிகள் எல்லாம் யார் என்றால் பெரும்பான்மையினர் மருத்துவம் பார்த்த பெண்கள்.

அவர்கள் ஏன் சூன்யக்காரிகள் என்ன அடையாளப் படுத்தபட்டார்கள் என்றால் அவர்கள் மருத்துவம் பார்ப்பதற்காகக் கையில் ஒரு வாத்து எலும்பைக் கையில் வைத்து இருப்பார்களாம்.

இன். டாக்டர்கள் ஸ்டெத் வைத்துப் பரிசோதனை செய்கிறார்களே, அதைப்போல. இந்த வாத்து எலும்பை பெண்ணுடைய வயிற்றில் வைத்து ஒரு முனையைக் காதில் வைத்துக்கொண்டு குழந்தை யினுடைய அசைவைக் கேட்பார்களாம். இதைக் கண்ட மக்கள் இவர்களுக்கு ஏதோ மாயசக்தி இருக்கிறது, அதைப் பிரயோகம் செய்து பிரவசம் பார்க்கிறார்கள் என நினைத்துக் கொண்டார்கள்.

ஒருவேளை குழந்தைப் புரண்டுவிட்டால் வாத்து எலும்பை வைத்து மருத்துவச்சிகள் எதையோ முணுமுணுத்துக் கொண்டே இருப்பார்களாம். அந்த முணுமுணுப்பு வேகமாகி வேகமாகி சன்னதம் வந்த ஒரு பெண் ஆடுவது போல அந்த மருத்துவச்சி ஆடுவாளாம். இதைப் பார்த்த அந்தப் பெண்ணுக்குப் பயம் வந்து அந்த பயத்தில் தானாக அந்தக் குழந்தை பயந்திடுமாம். இது மருத்துவச்சிகளின் மேல் ஒரு பொது பயத்தை உருவாக்கியது. அவர்கள் ரத்தத்தை நேசிக்கக்கூடியவர்கள், எலும்பை வைத்துக் கொண்டு பேசுகிறார்கள். கபாலத்தை அறிந்திருப்பார்கள். சன்னதம் வந்து ஆடுவார்கள்.

இதையெல்லாம் தவிர அவர்கள் தனியாக வசிப்பார்கள். திருமணம் செய்துகொள்ள மாட்டார்கள். பெரும்பாலான மருத்துவச்சிகள் தனியாகத்தான் வாழ்ந்திருக்கிறார்கள. அவர்கள் திருமணம் செய்துகொள்ளவேயில்லை. இவர்கள் மதக் கட்டுப்பாட்டுக்கு உடன்படமாட்டார்கள். இவர்களையெல்லாம் தீவினையினுடைய அடையாளம் என முத்திரையிட்டு வேட்டையாட ஆரம்பித்தார்கள்.

ஒருவரை சூன்யக்காரி என்று தண்டிக்க விரும்பினால் மதவாதிகள் என்ன செய்வார்கள் தெரியுமா? அவளுடைய வீட்டில்போய் கறுப்பு அங்கியை மாட்டிவிட்டு வந்து விடுவார்களாம். கறுப்பு அங்கி சாத்தானின் அடையாளம். மக்கள் அப்படி கறுப்பு அங்கி தொங்கும் வீட்டினைப் பாவம்செய்தவர் குடியிருப்பு என்று கருதுவார்களாம். இப்படி அவளைத் தனிமைப்படுத்தி அதற்கப்புறம் ஒருநாள் அவளைப்பிடித்து உயிரோடு பொது இடத்தில் வைத்து தீ வைத்து எரித்துவிடுவார்களாம். இப்படித்தான் அந்த சூனியக்காரிகளின் வேட்டை உலகம் பூராவும் நடந்தது.

சூன்யக்காரிகளின் வேட்டை நடந்த காலகட்டத்தில் இந்த சூன்யக்காரிகளை விடுவிக்க வேண்டும் என்பதற்காகவோ அல்லது அவர்களும் மனிதர்கள்தான், அவர்களுக்குள்ளும் நல்ல உள்ளம் இருக்கிறது என்பதைச் சொல்லவேண்டும் என்பதற்காகவோ ஷேக்ஸ்பியர் இந்த நாடகத்தில் சூன்யக்காரிகளைப் பயன்படுத் திகிறார்.

மெக்பெத் நாடகம் சூன்யக்காரிகளின் உரையாடலுடன் தொடங்குகிறது. மெக்பெத்தை எங்கே சந்திப்பது என கேட்கிறார்கள். ஒரு கப்பல் மாலுமியின் மனைவி தனக்கு ஒரு முந்திரி தரமறுத்த காரணத்தால் அவளது விரலை ஒடித்த கதையைச் சொல்கிறாள்

ஒரு சூன்யக்காரி. அவர்கள் தங்களது பெருமைகளை பேசிக் கொள்கிறார்கள். எதற்காக மூன்று சூன்யக்காரிகளும் வலியச் சென்று மெக்பெத்திற்கு அவனது எதிர்காலத்தைப் பற்றிய ஆருடத்தை சொல்கிறார்கள். ஊழ்வினை உறுத்துவந்து ஊட்டும் என்கிறது சிலப்பதிகாரம். ஒருவகையில் இதிலும் அதே அறமே செயல்படுகிறது. சூன்யக்காரிகள் மெக்பெத்தைப் பல காலமாக அறிந்து வைத்திருக்கிறார்கள். அவனுக்குள் மன்னராக வேண்டும் என்ற ஆசை புதைந்து கிடக்கிறது. அதனால்தான் அவனை புகழ்ந்து சொல்லும்போது அவன் உள்ளூற சந்தோஷம் அடைகிறான். பதவி கிடைக்க காத்திருப்பவன் ஆருடத்தைத் தேடிச்செல்வான் என்பது காலம் காலமாகத் தொடரும் துரதிர்ஷ்டம் போலும்.

மெக்பெத்தோடு வரும் பாங்கோவிற்கு சூன்யக்காரிகள் சொல்வது நிஜமில்லை என்ற சந்தேகமிருக்கிறது. அவர்களை ஏளனமாக கேட்கிறான். அதற்கு சூன்யக்காரிகள் உனது மகன் நாட்டின் அரசன் ஆவான் என்று ஆருடம் சொல்கிறாள். பாங்கோ வாயடைத்துப் போய்விடுகிறான். ஆனால், எதிர்காலம் தனது வாரிசுகளுக்கு உரியதில்லை என அறிந்த மெக்பெத் உள்ளூற வெறுப்பு அடைகிறான். இதை உருவாக்க வேண்டும் என்பதே சூன்யக்காரிகளின் எண்ணம். அவர்கள் தனது செயலில் வெற்றிபெற்றுவிடுகிறார்கள்.

The earth hath bubbles, as the water has, And these are of them.. என்று சூனியக்காரிகளை பற்றி பாங்கோ சொல்கிறான். என்னவொரு கவித்துவம் பாருங்கள். நீர்க்குமிழிகளைப் போல இவர்கள் பூமியின் குமிழிகள் என்கிறான். அதாவது இவை அசாதாரணமானவை. அதனால்தான் கண்முன்னே தோன்றி கண்முன்னே மறைந்துவிடுகின்றன. யோசிக்கும்போது இந்த சூன்யக்காரிகள் மட்டுமில்லை. மனிதவாழ்க்கையே பூமியின் குமிழிகள் தானோ என்று கூட தோன்றுகிறது.

தனக்குப் புதிய பதவி கிடைத்திருக்கிறது என்று தெரிந்து கொண்டவுடன், அதை நம்ப முடியாமல் மெக்பெத் கேட்கிறான்: The thane of Cawdor lives: why do you dress me. In borrow'd robes? அதாவது யாரோ ஒருவனின் உடையை எனக்குத் தந்து ஏன் அணிந்து கொள்ளச் சொல்கிறாய் என்கிறான். அப்படியானால் பதவி என்பது யாரோ ஒருவன் அணிந்த ஆடைதானா? ஆமாம், ஒருவன் பதவியை விட்டு விலகும்போது அந்த ஆடை உருவப்பட்டுவிடுகிறது.

புதியவன் அதே ஆடையை அணிந்து கொள்கிறான். இப்போது கூட மேயர் ஆகின்றவன் இதுபோல பழைய கால அங்கி ஒன்றைத்தானே அணிந்து கொள்கிறார். அது காலம்தோறும் அணியப்படும் ஆடை. அதிகாரத்தின் குறியீடு.

அதைச் சொல்லவே ஷேக்ஸ்பியர் அடுத்தவனின் ஆடை என்ற படிமத்தைப் பயன்படுத்துகிறார். புதிய பதவி பெற்ற சந்தோஷத்தில்

மன்னர் டங்கனைக் காண அரச சபைக்குச் செல்கிறான் மெக்பெத். விசுவாசத்துடன் நன்றி தெரிவிக்கிறான். அரசர் இந்த வெற்றிக்குக் காணிக்கையாக தன்னுடைய பையனை நாட்டின் இளவரசனாக்குகிறார். சந்தோஷத்தில் மன்னர் மெக்பெத்தின் விருந்தாளியாக அவனது கோட்டையில் வந்து தங்குவதாக சொல்கிறார்.

இதனால் மெக்பெத் மனம் மகிழ்ந்து போகிறான். இதைப்பற்றி உடனே தனது மனைவிக்கு ஒரு கடிதம் எழுதுகிறான். எதற்காக அவன் உடனே கடிதம் எழுதுகிறான். அது அவனது மனதடுமாற்றத்தின் வெளிப்பாடு. குழம்பியிருக்கிறான். புதிய பதவி கிடைத்த சந்தோஷத்தை வைத்துக்கொண்டு ஒதுங்கிவிடுவதா அல்லது மன்னர் பதவிக்காக சதிவேலை செய்வதா என மனம் தடுமாறுகிறது. இந்த நிலையில் அவனது ஆசைகளைத் தூண்டிவிடுவதற்கு அவனுக்கு ஒரு ஆள்தேவைப் படுகிறார்.

அது தான் லேடிமெக்பெத்தின் வேலை.கடிதம் கொண்டுவருபவன் மன்னரும் மெக்பெத்தும் வரப்போவதைப் பற்றி அறிவிக்கிறான். விருந்து தயார் செய்யும்படியாகச் சொல்கிறாள் லேடிமெக்பெத். மெக்பெத் மனைவியை சந்திக்கிறான். இரவு தங்கிய அரசன் உயிரோடு எழுந்து விடக்கூடாது, இன்றோடு அவர் வாழ்க்கையை முடித்துவிட வேண்டும் என்கிறாள் லேடி மெக்பெத். தோற்றுவிட்டால் என்ன ஆவது என தயங்குகிறான் மெக்பெத். தோற்கமாட்டோம் என உறுதியாக நம்புகிறாள் லேடி மெக்பெத் அத்தோடு தனது சதித்திட்டத்தை அவனிடம் விவரிக்கிறாள்.

உறங்கும்போது, மன்னரைக் கொன்றுவிட்டு பழியைக் காவலர் மீது போட்டு அவர்களைக் கொலை செய்துவிடலாம் என்கிறாள். அந்த யோசனை மெக்பெத்திற்கு பிடித்தேயிருக்கிறது. ஆனால், தடுமாறுகிறான். “உனது கண்கள் நீ செய்யப்போகும் தவறைக் காட்டிக் கொடுத்துவிடும். கண்களில் எதையும் காட்டாதே” என்கிறாள் லேடி மெக்பெத். மன்னர் டங்கன் அரண்மனைக்கு வருகிறார். ஒரு மகளைப் போல அன்போடு அவரை வரவேற்கிறாள். டங்கன் வரும்போது வழியில் அழகான உதாரணம் சொல்கிறார். கோயிலில் இருக்கக்கூடிய புறாக்கள்கூட இந்த மாளிகையைத் தன்னுடைய அடைக்கலம் என்று கருதுகிறது என்றால் இயற்கை அவ்வளவு வளமையோடு இணைந்திருக்கிறது என்று புகழ்கிறார்.

இதே கோட்டையில்தான் அவர் கொலை செய்யப்படப் போகிறார். ஆனால், அந்தக் கோட்டையைப் பார்க்கும்போது, அது புனிதமான இடம் போலத் தெரிகிறதாம். மன்னரை எதிர்கொண்டு வரவேற்கும் போது, லேடிமெக்பெத்தே முன்னால் நிற்கிறாள். மெக்பெத் அவரை நேர்கொள்ளத் தயங்குகிறான். மகிழ்ச்சியோடு டங்கனை அழகான அறையில் தங்க வைக்கிறாள். கூட வந்திருக்கக்கூடிய அவருடைய

காவலர்களைத் தனி அறையில் தங்க வைக்கிறாள். அவள் நினைத்தபடியே எல்லாமும் நடக்கிறது, கணவனிடம் போய் முறை யிடுகிறாள். "இதுபோல ஒரு இரவு இனி கிடைக்கவே கிடைக்காது. ஏன் தயங்குகிறாய்? போ மன்னரைக் கொன்றுவிடு. அவரை நானே கொன்றுவிடுவன்.

ஆனால், கொல்லாமல் இருப்பதற்கு ஒரே ஒரு காரணம்தான் இருக்கிறது. அவர் தூங்கும்போது என்னுடைய அப்பாவின் முகச்சாயலில் இருக்கிறார். அதனால் மட்டும்தான் நான் கொல்லாமல் இருக்கிறோம். இல்லாவிட்டால் நானே கொன்று விடுவேன்" என்று சொல்கிறாள். என்னவொரு அற்புதம் பாருங்கள். நீங்கள் தூங்கும்போது யார் சாயலில் இருக்கிறீர்கள் என்று என்றாவது யோசித்து உண்டா? அது நமக்குத் தெரியவே தெரியாது.

ஆனால், உறங்கும் குழந்தைகளைப் பார்க்கக்கூடாது என்று பெரியவர்கள் சொல்வார்கள். ஏன் என்றால் உறங்கும் குழந்தைகளின் முகத்தில் இருக்கக் கூடிய சாந்தம்போல உலகத்தில் வேறு ஒரு நிம்மதி கிடையாது. அதுதான் உண்மையான புத்தன் நிலை. உண்மை யிலேயே நாம உறங்குவதை யாராவது நமக்குப் புகைப்படம் எடுத்துக் காட்டினால் ரொம்ப வேடிக்கையாக இருக்கும்.

ஷேக்ஸ்பியர் இன்னொரு இடத்தில் வேறு ஒரு கவித்துவமான வரியைப் போடுகிறார். இறந்து போனவர்களும், மயங்கிக் கிடக்கக்கூடிய குடிகாரர்களும் வெறும் சித்திரம்தான். அவர்களை உயிரோடு இருப்பவர்களாக நாம் கருத வேண்டியதில்லை. உண்மையில் உறங்கும்போது ஒரு மனிதன் வேறு யாரோ ஒருவர் சாயலுக்கு வந்துவிடுகிறான். பொதுவாக சொல்லுவார்கள். குழந்தைகள் தூக்கத்திலே ஏதாவது பேசும், சிரிக்கும். அப்போது கடவுளோடு பேசிக்கொண்டு இருக்கிறார்கள், கடவுள் சிரிப்பு காட்டிக் கொண்டு இருக்கிறார். குழந்தை தூங்கும்போது சிரிக்கும் சிரிப்பு கடவுளுக்கும் குழந்தைக்கும் நடக்கும் உரையாடல் என்று சொல்லுவார்கள்.

பெரியவர்களாக ஆன பிறகு நாம் தூக்கத்தில் உளற மட்டும்தான் செய்கிறோம். சிரிப்பதில்லை. ஏனென்றால் நமக்கு அருகில் கடவுள் இல்லை. முடிவில்லாத பிரச்சினைகள் மட்டும்தான் இருக்கிறது. டங்கனுக்குத் தனது தகப்பனின் சாயல் இருக்கிறது என்று அவள் சொல்வது அவளுக்குள்ளும் சிறிய ஈரம் இருக்கிறது என்பதைக் காட்டுவதற்காகத்தான். காவலாளிகள் மயக்க மருந்து கலந்த மதுவைக் குடித்ததனால் மயங்கி கிடக்கிறார்கள். ஒரு பயமும் இல்லை. இப்போது ஷேக்ஸ்பியர் ஓர் அழகான காட்சியை விவரிக்கிறார்.

All's well என்ற வாசகம் இந்த நாடகத்தில் பேங்கோ பேசுவதாக இடம்பெறுகிறது. அவன் போகலாம் என்று நினைக்கிறான். இப்போது கண் முன்னால் ஒரு கத்தி திடீரென்று தோன்றுகிறது. இது நாடகத்தினுடைய புகழ்பெற்ற ஒரு காட்சி. அவன் கண் முன்னால் ஒரு

குறுவாள் தென்படுகிறது. அதில் வைரம் பதிக்கப்பட்டு இருக்கிறது. என்னைப் பிடித்துக் கொண்டுபோய் நீ அந்த மன்னனைக் கொல் என்று அந்தக் கத்தி சொல்கிறதாம். எப்போதும் ஒரு கொலையைத் தீர்மானித்துவிட்டால் ஆயுதம் தானாக முன்னாடி தோன்றிவிடும் என்பதுதான் உண்மை.

மெக்பெத் கொலை செய்யத் தயாராகிவிட்ட உடனே அவன் முன்னாடி கத்தி வந்துவிடுகிறது. அவன் அதைத் தொடத் தயங்குகிறான். வாளைப் பிடிக்கலாமா வேணாமா என்று தடுமாறுகிறான். பேசுகிறான். ஆனால், அந்த தடுமாற்றம் கலைகிறது. வேகமாக கிளம்பிப் போகிறான். மன்னருடைய காவலாளிகளை தாண்டி மன்னருடைய அறைக்குள் போகிறான். உறக்கத்தில் இருக்கக்கூடிய மன்னர் மீது தனது வாளை வீசுகிறான். கையில ரத்தக்கறையோடு வெளியில் வருகிறான்.

திரும்பி வந்ததும் மனைவி கேட்கிறாள். என்ன நடந்தது என்று. நினைத்த காரியம் நடந்தேறிவிட்டது என்கிறான். அப்போது ஒரு முக்கியமான விஷயத்தை நாடகத்தில் இடம் பெறச்செய்கிறார் ஷேக்ஸ்பியர் எங்கிருந்தோ ஒரு குரல் கேட்கிறது. அந்த குரல் சொல்கிறது.

"Sleep no more! Macbeth does murder sleep"

அதாவது மெக்பெத் உறக்கத்தைக் கொன்றுவிட்டான். அவன் கொன்றது மன்னரை மட்டுமில்லை, தனது உறக்கத்தையும் தான் இனி அவனுக்கு நிம்மதியான தூக்கம் கிடையாது என்ற வரி இடம்பெறுகிறது. தவறு செய்கிற எவரும் நிம்மதியாகத் தூங்க முடியாது. அவர்கள் உலகை ஏமாற்றலாம். ஆனால், உறக்கத்தை ஏமாற்ற முடியாது, உறக்கம் என்பது வெறும் ஓய்வு மட்டுமில்லை. அது மனத்தூய்மையின் அடையாளம், ஆகவே உறக்கத்தைக் கொன்றவன் ஒருநாளும் நிம்மதியாக வாழ முடியாது. அதே வரிகளை இப்படியும் பொருள் கொள்ளலாம்.

உறங்கும் மன்னரை மெக்பெத் கொன்றுவிட்டான். ஆகவே, அவருக்கு தான் கொல்லப்பட்டதே தெரியாது. அவர் ஒரு கனவில் வாழ்ந்திருக்கக்கூடும். உறக்கத்தில் ஒருவனைக் கொல்வது பாவம் என்கிறது வேதகாமம். மெக்பெத் மோசமான ஒரு பாவத்தைச் செய்த காரணத்தால் அவன் உறக்கத்தைக் கொன்றவனாகக் கருதப்படுகிறான் என்று கூறலாம். இறந்துபோனவருடைய உடம்பில் இவ்வளவு ரத்தமா என லேடி மெக்பெத் கேட்கிறாள். சாவு அவளை உலுக்கவில்லை. நடந்த நிகழ்வை முழுமையாகத் தெரிந்து கொள்ளவிரும்புகிறாள். அவனது கையில் உள்ள ரத்தக் கறையைக் காண்கிறாள். நீ கொலை செய்யும்போது, யாராவது குரல் எழுப்பினார்களா என துல்லியமாக விசாரிக்கிறாள். பிறகு கவலையை விடு. மாமன்னர் இறந்துவிட்டார். அவரைக் காவலாளிகள் கொன்றுவிட்டார்கள். நீ ஓய்வு எடு என்று

சமாதானம் சொல்கிறாள். இறந்தவரின் உடலை என்ன செய்வது, டங்கனுடைய மரணத்தை எப்படி அறிவிப்பது எல்லாவற்றையும் நான் பார்த்துக் கொள்கிறேன்னு சொல்லிட்டு வெளியே வருகிறாள். அவள்தான் காவலர்களை எழுப்புகிறான். அவள் மன்னரின் மரணத்தை உலகத்துக்கு அறிவிக்கிறாள்.

டங்கனின் காவலாளிகள் குடியில் ஆர்வம் கொண்டவர்கள். இந்தக் காவலாளிகளோட உரையாடல்ல ஒரு வேடிக்கையான சம்பவம் குறிப்பிடப்படுகிறது. அதாவது இரண்டு காவலாளிகள் ஒன்றாக அமர்ந்து குடிக்கிறார்கள். போதையில் ஒருவன் கேட்கிறான், ஒரு மனிதன் குடிப்பதால் ஏற்படக்கூடிய மூன்று அறிகுறிகளைச் சொல்லு என்கிறான். மற்றவன் மூன்று அறிகுறிகளைச் சொல்கிறான். ஒன்று, நிறைய குடித்தவனின் மூக்கு சிவந்து விடுமாம். இரண்டாவது அவர்களுக்கு உடனே தூக்கம் வர ஆரம்பிக்கும். மூன்றாவது, அவர்களுக்கு ஒண்ணுக்குப் போகணும் போல தோணும். அதனால் குடித்து இருப்பவர்களை இந்த மூன்று விஷயம் வைத்து எளிதாக கண்டுபிடித்துவிடலாம் என்று சொல்றான்.

உடனே மற்றவன் கேட்கிறான், குடிப்பதால் காம உணர்ச்சிகளே வராதா? அதற்கு மற்ற குடிகாரன் சொல்கிறான். காம உணர்ச்சி வரும். ஆனா செயல்பட முடியாது. தோற்றுப் போயிடுவான் என்கிறான். இப்படியான குடியர்களின் உரையாடல் நாடகத்தின் தீவிரத்தன்மையில் இருந்து பார்வையாளனை விடுவித்து சந்தோஷப்படுத்த உதவியிருக்கிறது. டங்கனின் மகன்கள் இருவரும் எங்கே நம்மையும் சதிசெய்து கொன்று விடுவார்களோ என்று உயிர்தப்பி ஓடி ஒளிந்து கொள்கிறார்கள். அதன்பிறகு மெக்பெத் அரசனாகிறான். ஸ்காட்லாந்தில் மன்னர்கள் பொதுவாக எப்படிப் பதவி ஏற்பார்கள் என்றால், அவர்கள கல் ஆசனத்தில் அமர்ந்துதான் பதவி ஏற்பார்களாம். மர ஆசனத்திலோ, தங்க ஆசனத்திலேயோ அமர்ந்து பதவி ஏற்க மாட்டார்களாம். ஏனென்றால் உலகில் நிரந்தரமானது கல்தான். தான் நிரந்தரமானவன் என ஒரு மன்னன் அடையாளம் காட்டவேண்டும் என்றால் கல் ஆசனத்தில்தான் அமர்ந்து பதவி ஏற்பான். அப்படி ஸ்காட்லாந்தின் அரசனாக கல் ஆசனத்தில் அமர்ந்து பதவி ஏற்கிறான் மெக்பெத். அரண்மனையும் அதிகாரமும் கிடைத்து விட்டது.

ஆனால், இப்போது தன்னைச் சுற்றி நடந்த எல்லாமே தவறாக நடந்துவருகிறதோ என்ற பயம் வர ஆரம்பிக்கிறது. எப்போதுமே தவறு செய்தவன் தன் கூட இருப்பவனைத்தான் முதலாக சந்தேகம் கொள்வான். அதுதான் மெக்பெத் விஷயத்திலும் நடக்கிறது. நண்பனை விட்டுவைத்தால் நாளைக்கு அவனுடைய பிள்ளைகள் அரசாட்சிக்கு உரிமை கோரும் இல்லயா.

அதனால அவனைக் கொன்று விடலாமேன்னு நினைக்கிறான்.

கொலை செய்ய ஆட்களை அனுப்புகிறான். நண்பன் கொல்லப்படுகிறான். கொலை செய்யப்பட்ட பின்னாடியும் மெக்பெத் மனம் திருப்தி அடைய மறுக்கிறது. அவனது மனநிலையைப் பற்றி சொல்லும்போது, ஷேக்ஸ்பியர் குறிப்பிடுகிறார்: O, full of scorpions is my mind, dear wife! அத்தனை விஷக்கொடுக்குகளும் அவனைக் கொட்டுகின்றன.

அவன் மனத்திற்குள் வலிதாங்க முடியாமல் துடிக்கிறான் என்பதே நிஜம். கொல்லப்பட்ட நண்பன் விருந்து மேஜையில் ஆவியாக வந்து அமர்ந்து மெக்பெத்தைப் பார்த்துக் கொண்டிருப்பதாக நம்புகிறான். மெக்பெத், இந்த பிரம்மையைப் போக்குவதற்குத் தடுமாறுகிறான். அவனை லேடி மெக்பெத் தேற்றுகிறாள், ஆனால், பயம் அவனுக்குள் ஆழமாக வேர் ஊன்றுகிறது.

இதற்கிடையில லேடி மெக்பெத்துக்கு ஒரு விசித்திரமான நோய் வர ஆரம்பிக்கிறது. அதாவது எந்த ராணி பதவிக்காக லேடி மெக்பெத் இவ்வளவு ஆசைப் பட்டாளோ அது கிடைத்துவிட்டது. ஆனால், அவளுக்கு உறக்கத்தில் நடக்கக் கூடிய வியாதி உருவாகிறது. மெக்பெத் உறக்கத்தில் மன்னரைக் கொன்ற காரணத்தால் இது நடக்கிறது என்று பூடகமாகச் சொல்கிறார் ஷேக்ஸ்பியர். லேடி மெக்பெத் உறக்கத்தில நடந்து போய் ஒரு கடிதம் எழுதி முத்திரையிட்டு உள்ளேவந்து தன்னுடைய டிராயர்ல வைச்சிட்டு திரும்பி வந்து படுத்துக்கிடுவாளாம்.

யாரோ ஒருவருக்கு உறக்கத்தில் அவள் ஓய்வில்லாமல் கடிதம் எழுதிக்கிட்டே இருக்கிறாள். அந்தக் கடிதம் யாருக்கு எழுதுகிறாள். யாரை நினைத்து எழுதுகிறாள் என்று தெரியவில்லை. அது அவளது மனசாட்சிக்கு அவள் எழுதுகின்ற கடிதங்கள். அவளது தீய எண்ணங்கள் அவளை வீழ்ச்சியடையச் செய்கின்றன. கொலையை அவள் செய்யவில்லை. ஆனால், தனது கையில் ரத்தக்கறை படிந்திருக்கிறது என்று கையைக் கழுவிக் கொண்டேயிருக்கிறாள்.

Here's the smell of the blood still: all the perfumes of Arabia will not sweeten this little hand. Oh, oh, oh!

அரேபியாவில் இருந்து வந்த அத்தனை வாசனை திரவியங்களைக் கொண்டு என் கையைக் கழுவினாலும் என் கையிலிருந்து ரத்தக்கறை போகாது. அதன் வாசனை போகாதுன்னு சொல்கிறாள்.

லேடி மெக்பெத்தைக் குணப்படுத்த தொடர்ந்த சிகிச்சை அளிக்கப்படுகிறது. ஆனால், குணமளிக்கவேயில்லை. இதைப் பற்றிக் கேட்கும்போது மருத்துவர் சொல்கிறார்.

Unnatural deeds Do breed unnatural troubles: எவ்வளவு நுட்பமான

அவதானிப்பு பாருங்கள். இதுதானே நம் காலத்திலும் நடந்து வருகிறது. மோசமான செயல்கள் மோசமான நோய்களை உருவாக்குகிறது. நமது நடத்தைதான் ஆரோக்கியத்தின் முதற்புள்ளி. பயமும் குழப்பமுமாக மெக்பெத் மீண்டும் அந்த சூன்யக்காரிகளை தேடிப்போகிறான். தனது எதிர்காலம் எப்படியிருக்கும் என்பதை அறிந்துகொள்ள விரும்புகிறான். அதுதான் மனித இயல்பு. ஒருமுறை ஆருடத்தை நம்ப துவங்கியவன் அதன் பின்னே தான் போய்க் கொண்டேயிருப்பான். மெக்பெத் மட்டும் விதிவிலக்கா என்ன?

சூன்யக்காரிகள் அவனிடம் எதிர்காலத்தை முன் உரைக்கிறார்கள். Macbeth! Macbeth! Macbeth! Be bloody, bold, and resolute; laugh to scorn The power of man, for none of woman born Shall harm Macbeth. அதாவது உனக்குப் பெண் வழி பிறந்த மனிதர்களால் சாவே கிடையாது.

Macbeth shall never vanquish'd be until Great Birnam wood to high Dunsinane hill Shall come against him. பிர்னாம் காடு திரண்டு எழுந்து வந்தால் மட்டுமே உன்னைக் கொல்லமுடியும் என்கிறார்கள்.

காடு ஒருபோதும் தன் இடம் விட்டு நகர்ந்துவரமுடியாது. ஆகவே, தனக்கு சாவு கிடையாது, என நிம்மதி அடைகிறான் மெக்பெத். இரண்டையும் சொல்லிய சூன்யக்காரிகள் ஒரு எச்சரிக்கையும் செய்கிறார்கள். அதுதான் முக்கியமானது.

Macbeth! Macbeth! Macbeth! Beware Macduff;

மெக்டப்பை நம்பிவிடாதே. அவன்தான் உன்னுடைய எதிரி. அவன் ஒருவன் மேல் பட்டும் கண் வைத்துக்கொள் இந்த ஒரே ஒரு எதிர்கால கூற்றை மட்டும் அந்த சூன்யக்காரிகள் சொல்லாமல் இருந்தால் மெக்பெத் கொஞ்சமாவது நிம்மதி அடைந்திருப்பான். ஷேக்ஸ்பியர் அங்கேதான் அவனை ஒரு பரிசோதனைப் பொருள் போல் பயன்படுத்துகிறார். ஒரு மனிதனுடைய நிம்மதியை முழுவதும் பறிக்கும்போது அவன் என்னவாக மாறுகிறான் என்று அவனே ஓர் இடத்தில் சொல்றான்.

நான் வெறும் கருவிதான். என்கிட்ட இருக்கக்கூடிய ஜீவன் எல்லாம் ஆவியாகிப் போய்விட்டது நான் வெறும் கருவியாகத்தான் இருக்கிறேன் என்கிறான். சூன்யக்காரிகள் மெக்டப்பை தனது ஒரே எதிரி என்று சொன்னவுடனே மெக்டப்பினுடைய மனைவியை, பிள்ளைகளைக் கொல்ல முயற்சிக்கிறான். ஆள் அனுப்புகிறான். அதற்குள் மால்கமும் அவனுடைய சகோதரனும் மெக்டப்பும் சேர்ந்து மெக்பெத் மீது படையெடுத்து வருகிறார்கள்.

படையெடுத்து வருபவர்கள் கொரில்லா யுத்தமுறையைப் பயன்படுத்துகிறார்கள். அதாவது ஒளிந்து சண்டையிட முயற்சிக்கிறார்கள். இதற்காக மரப்பட்டைகளைத் தன் உடைபோல் உடுத்திக்கொண்டு பத்தாயிரம் போர் வீரர்கள் மரம்

நடந்துவருவதுபோல் நடந்து வருகிறார்கள். ஒருவன் மெக்பெத்தின் அரண்மனையில் இருந்து பார்த்து சொல்றான். ஐயா, பிர்னாம் காடு நம் அரண்மனையை நோக்கி நடந்துவருகிறது. மரங்கள் எல்லாம் கால்முளைத்து நடந்து வருவதை நம்பவே முடியவில்லை என்கிறான்.

ஆருடம் பலித்துவிட்டதை உணர்கிறான் மெக்பெத். காடு எழுந்துவருகிறது. இயற்கையே அவனைத் தண்டிக்க நினைக்கிறது. அதை எதிர்கொள்ள தயார்ஆகிறான் மெக்பெத். இன்னொரு பக்கம் லேடி மெக்பெத் இறந்துவிட்டாள் என்ற தகவல் கிடைக்கிறது. அவள் எதையும் அனுபவிக்கவில்லை. பேராசை அவளை நிர்மூலமாக்கிவிட்டது. தன் மனைவி தன்னை விட்டுப் பிரிந்துவிட்டாள், அவள் இறந்துவிட்டாள். அவள் இன்னும் சில நாள் வாழ்ந்திருக்கக்கூடாதா என கலங்குகிறான். அவள் இல்லாவிட்டால் தனக்கு உலகமேயில்லை என்கிறான். இந்த இடத்திலதான் ஷேக்ஸ்பியரின் ஒத்தலோவும் நினைவிற்கு வருகிறான்.

ஒத்தலோவும் டெஸ்டிமேனாவைக் கொன்றவுடன் தனது தவறை உணர்ந்து கதறுகிறான். மனைவி இறந்தபிறகு, வாழ்வதில் பயனில்லை என மெக்பெத் உணருகிறான்.

>And all our yesterdays have lighted fools.
>The way to dusty death. Out, out, brief candle!
>Life's but a walking shadow, a poor player
>That struts and frets his hour upon the stage
>And then is heard no more: it is a tale
>Told by an idiot, full of sound and fury,
>Signifying nothing.

வாழ்க்கை என்பது ஒரு நடமாடும் நிழல் என்ற ஷேக்ஸ்பியரின் வரிதான் மௌனியிடம் எவற்றின் நடமாடும் நிழல்கள் நாம் என்பதாக உருமாறுகிறது. ஷேக்ஸ்பியர் வாழ்க்கையை ஒரு முட்டாள் சொன்ன கதை என்கிறான். ஏன் முட்டாள் கதை சொல்கிறான் என்றால் கதை சொல்வதற்கு புத்திசாலிதனம் போதாது. கொஞ்சம் முட்டாள்தனம் வேண்டும். வாழ்க்கையில் ஓலமும் அவலமும் மட்டுமே நிரம்பி யிருக்கிறது. அதற்கு ஒரு அர்த்தமும் இல்லை என்கிறான் மெக்பெத், அது அவனது உக்கிர மனநிலையின் வெளிப்பாடு. மனைவி இறந்த துக்கம் அவனை எந்த அளவு பாதித்திருக்கிறது என்பதற்கு இந்தக் கவித்துவ வரிகள் எடுத்துக்காட்டு. பிறகு தனது சோகத்தை தாங்கிக் கொண்டு தன்முன் உள்ள பிரச்சனையை அடையாளம் காண்கிறான், போரை எதிர்கொள்ளத் துடிக்கிறான். கோபம் பொங்கி வருகிறது.

>I'll fight till from my bones my flesh be hack'd. Give me my armour.

போருக்குத் தயார் ஆகிறான். அப்போதும் அவனுக்குத் தோன்றுகிறது. தனக்கு பெண்வழியாக பிறந்த மனிதனால் மரணம் ஏற்படாது என்று, அந்த இடத்தில் ஷேக்ஸ்பியர் மெக்டப் சிசேரியன் வழியாகப் பிறந்தவன். அதாவது ஆபரேஷன்செய்து எடுக்கபட்ட குழந்தை என்பதை குறிப்பிடுகிறார். இந்த அறிவியல் அன்றே அறிமுகமான விஷயம் ஷேக்ஸ்பியரால் முன்வைக்கபடுகிறது.

மெக்டெப் ஆத்திரத்துடன் மெக்பெத்தைப் பார்த்துச் சொல்கிறான்:

I have no words: My voice is in my sword: thou bloodier villain. Than terms can give thee out! இது வெறும் சொற்களில்லை. அவனது ஆழமான பழிதீர்க்கும் உணர்ச்சியின் வெளிப்பாடு. தனது கோபத்தை துல்லியமாக வெளிப்படுத்துகிறான் மெக்டெப். முடிவில் இருவரும் மோதுகிறார்கள் சண்டையில் மெக்பெத் கொல்லப்படுகிறான். மெக்பெத்தினுடைய வாழ்க்கையும் முடிந்து போகிறது. மால்கமும் அவனுடைய சகோதரனும் அரசாட்சி செய்கிறார்கள்.

மெக்பெத்தை இவ்வளவு பெரிய துயர வீழ்ச்சிக்கு உட்படுத்தியது அவனுடைய ஒரே ஒரு பேராசை அந்த பேராசை சூன்யக்காரி களால் தூண்டப்பட்டது. மனைவியால் வழி நடத்தப் பட்டது. தன்னுடைய தைரியத்தினுடைய பாதையில் அவன் நடந்து தவறான வழியில் அவன் போனதாலே அந்த வீழ்ச்சியை அடைந்தான்.

இந்த நாடகம் சமீபத்தில் நியூயார்க்கில் வித்தியாசமான முறையில் நடந்தேறியது. எப்படித் தெரியுமா? நாடக நடிகர் எவரும் உடை அணியவேயில்லை. மேடையில் அத்தனை நடிகர்களும் நிர்வாணமாக நடித்தார்கள் நியூடு மெக்பெத் அப்படின்னு நாடகத்தை நடத்தினார்கள். ஏனென்றால் மனிதனை நிர்வாணப்படுத்தி அவனது இயல்பை ஷேக்ஸ்பியர் வெளிக்காட்டியிருக்கிறார். அப்படியே நாடகம் நடைபெற வேண்டும் என்று திட்டமிட்டு இதை உருவாக்கியிருக்கிறார்கள்.

ஷேக்ஸ்பியரின் இந்த நாடகம் ஒரு மனிதன் தன்னுடைய உச்சபட்சமான வீழ்ச்சியின்போது ஒரு தரிசனத்துக்கு உட்படுவான். அந்த தரிசனம் அவனுக்கு ஒரு பார்வை உண்டாக்கிவிடும் என்பதை அடையாளப்படுத்துகிறது. ஷேக்ஸ்பியரோட இந்த நாடகம் நேரடியாகத் தமிழில் மொழியாக்கம் செய்யப் பட்டிருக்கிறது. மொழியாக்கத்தை பண்ணியவர் அரு.சோமசுந்தரம். இவர் ஷேக்ஸ்பியருடைய பல முக்கிய நாடகங்களையும் தமிழில் மொழி பெயர்த்து இருக்கிறார். எல்லாமே அவரது சொந்த பதிப்பகத்தால் வெளியிடப் பட்டிருக்கிறது. சமீபத்தில் மெக்பெத்தை இராஜசேகரன் அப்படியே நாவலாக எழுதி இருக்கிறார்.

இன்று ஷேக்ஸ்பியரைப் படிப்பதற்கு No Fear Shakespeare என்ற பதிப்பு உதவி செய்கிறது. இது எளிமையான நேரடி மொழியாக்கம். ஆரம்ப வாசகர்களுக்கு மிகவும் பயன்அளிக்கக்கூடியது. இந்தியாவிலேயே ஹாமாரா ஷேக்ஸ்பியர் என்று ஒரு நாடக இயக்கம்

நடந்தது. நம்முடைய ஷேக்ஸ்பியர் என்று ஒவ்வொரு மாநிலமாக அவர்கள் வந்து நாடகத்தை நிகழ்த்தினார்கள். அவர்களுடைய மெக்பெத்தில் நடித்தவர்கள் அத்தனை பேரும் கிராமப்புற மனிதர்கள்.

தஸ்தாயெவ்ஸ்கி, 'உலக இலக்கியத்தின் விடிவெள்ளி தான் ஷேக்ஸ்பியர்' என்று கூறுகிறார். அது உண்மை, ஷேக்ஸ்பியரின் ஒவ்வொரு நாடகத்தையும் பற்றி பலமணி நேரம் பேச வேண்டிய அவசியமிருக்கிறது. நான் சுட்டிக்காட்டியது வெறும் கோட்டுச் சித்திரங்கள். இவற்றை ஷேக்ஸ்பியரின் மேகங்கள் என்று மட்டுமே சொல்வேன். நீங்கள் நேரடியாக ஷேக்ஸ்பியரை படித்துப் பாருங்கள். அவரது மேதமையை நீங்களே உணர்ந்து கொள்வீர்கள்

"Listen to many, speak to a few" என்பார் ஷேக்ஸ்பியர். இந்தத் தேர்ந்த சபைக்கு ஷேக்ஸ்பியரை அறிமுகம் செய்து வைக்க கிடைத்த தருணத்திற்கு நன்றி சொல்லி என் உரையை முடித்துக் கொள்கிறேன்.

•••

ஹோமரின் இலியட்

3.1. ஹோமர் எனும் வீரக்கதை பாடகன் 105
3.2. இதிகாசங்களை வாசிப்பது எப்படி? 109
3.3. ஹோமரின் இலியட் 124
     (உரையின் எழுத்துவடிவம்)

ஹோமர் எனும் வீரக்கதை பாடகன்

மகாகவி ஹோமரால் கிரேக்க மொழியில் எழுதப்பட்ட இலியட் உலக இலக்கியத்தின் பெருங்காப்பியங்களில் ஒன்று. கிரேக்க வரலாற்றாசிரியரான ஹெரோடடஸ் தனக்கு நானூறு வருடங்களுக்கு முன்பு, வாழ்ந்தவர் என ஹோமரைச் சொல்கிறார். ஆகவே, கி.மு. ஒன்பதாம் நூற்றாண்டில் ஹோமர் வாழ்ந்திருக்கலாமென்று சிலர் யூகம் செய்கிறார்கள்.

ஹோமரின் பிறப்பு, வாழ்க்கை பற்றிப் பல்வேறு உறுதிப்படுத்தப்படாத தகவல்கள் பரவியுள்ளன. அதில் அவர் ஆசியா மைனர் பகுதியில் பிறந்திருக்கலாம் என்று சொல்லப்படுகிறது. கிரேக்கமொழியின் கிளைமொழியான அயோனிய மொழியில் இலியட், ஒடிஸி என்ற இரு காவியங்களை அவர் எழுதியதாக மரபு சொல்கிறது. இரண்டில் இலியட் காலத்தால் முந்தையது.

ஹோமர் ஒரு நாடோடிப் பாடகர். இவர்கள் வேலை ஊர் ஊராகப்போய் கதை சொல்வதாகும். வாய்மொழியாக இவர் பாடிய பாடல்கள் பின்னாளில் தொகுக்கப்பட்டதாகக் கூறுகிறார்கள். மகாபாரதம் இதுபோல நாடோடி பாடகர்களால் பாடப்பட்ட ஒன்றே. அவர்களை சூதர்கள் என்று அழைக்கிறார்கள். தமிழகத்தில் ஊர் ஊராகப்போய் பாடும் பாணர் மரபு இருந்திருக்கிறது.

பாணனுடன் இணைந்து ஆடும் பெண் விறலி அல்லது பாடினி என அழைக்கப்படுகிறாள். இவர்கள் நாடோடிபோல அலைந்து திரிந்து வாழ்ந்திருக்கிறார்கள். நாடோடிகளால் பாடப்பட்ட வீரக்கதை பாடல்களை ஒன்றிணைத்து ஹோமர் தனது இதிகாசத்தை உருவாக்கியிருக்கிறார் என்கிறார்கள். இது ராமாயணம், மகாபாரதம் இரண்டுக்கும் பொருந்தக்கூடிய ஒன்றே.

கிரேக்க மதங்கள் பற்றிய தனது மொழியாக்கக் கட்டுரையில் வாசுகி பெரியார்தாசன் கூறும் கிரேக்கம் குறித்த தகவல்கள் சுவாரஸ்யமானவை. தொடக்க காலத்தில் பிற இன மக்களைப் போலவே கிரேக்கர்களும் மலைகளிலும், விண்மீன்களிலும், விலங்குகளிலும், தாவரங்களிலும் உள்ள சக்திகளை வணங்கி

வந்தார்கள். பெரும்பாலும் வானம்தான் முதலில் வழிபடும் பொருளாக இருந்திருக்கலாம். ஜீயஸ் என்ற கிரேக்கச் சொல்லும் டீயஸ் என்ற லத்தீன் சொல்லும் 'டை' என்ற சமஸ்கிருதச் சொல்லும் வானத்தையே குறிக்கும்.

நாமறிந்த வகையில் முற்காலச் சடங்குகள் அனைத்துமே மண்ணின் வளத்திற்காகச் செய்யப்பட்ட தாவர வழிபாட்டுச் சடங்குகளே. இளவரசி 'தானே'வின் கதையை நீங்கள் அறிவீர்கள் அல்லவா? கோட்டை ஒன்றில் அடைக்கப்பட்ட அவளை கிரேக்கப் பெருந்தெய்வம் ஜீயஸ் பொன்மழை வடிவில் வந்து காணுகிறார் பொன்மழையினால் பூமி செழிப்படைந்தது என்று கிரேக்கர்கள் நம்பினார்கள். டிமெட்டர், பர்ஸிபோன் ஆகிய தெய்வங்களைப் பற்றிய புராணக் கதைகள் விசித்திரமானவை.

டிமெட்டர் ஒரு தானிய தேவதை. ரோமானியர்கள் அவளை 'செரேல்' என்றும் அமெரிக்கர்கள் 'செரியஸ்' என்றும் அழைப்பார்கள். அவருடைய மகள் பர்ஸிபோன் வலிந்து நரகத்திற்கு அனுப்பப்பட்டாள். ஆனால், டிமெட்டர் மிக அதிகமாக வருந்தியதால் பர்ஸிபோன் குளிர் காலத்தை மட்டும் நரகத்தில் கழிக்கும் நிபந்தனையுடன் மீண்டும் ஒவ்வொரு அறுவடைக் காலத்திலும் பூமிக்குத் திரும்பும்படி அனுமதிக்கப்பட்டாள்.

இக்கதை மண்ணின் வசந்தத்தையும், வளத்தையும் குறிப்பிட்டுக் காட்டச் சொல்லப்பட்ட ஒரு சிறிய காட்சியே. உண்மையில் ஈஸ்டர் விழா என்பது வசந்த காலத்திற்கான இஸ்தர் தேவதைக்கான விருந்தேயாகும். ஆப்ரோடைட் இயற்கையிடத்திலும், மனிதனிடத்திலும் படைப்பாற்றல் சக்தியைக் குறிக்கும் அற்புதமான குறியீடாகும். அடோனிஸ் கடவுளும் பாபிலோனிலிருந்து கொண்டு வரப்பட்டதே.

செமிட்ஸ் இனத்தவர்கள் அவனை 'டாமுஸ்' என்றும், சில சமயங்களில் 'அடோன்' என்றும் அழைத்தார்கள். இதற்குப் பொருள் தலைவன். பாபிலோனிய புராணக்கதைகளும், கிரேக்க தொல்கதைகளும் அடோனிஸ் ஒரு காட்டுப் பன்றியால் கொல்லப்பட்டதாகக் கூறுகின்றன. ஒருவேளை, ஆரம்பகால செமிட் இனத்தவர்கள் வழிபட்டுவந்த வடிவமாக அவன் இருக்கக்கூடும். அதனால் அடோனிஸின் மரணத்திற்காக ஆழ்ந்த இரங்கலைத் தெரிவித்துக் கொள்கிற வகையில் மதப்பற்றுள்ள மக்கள் ஆண்டிற்கு ஒருமுறை காட்டுப் பன்றியைப் பலியிட்டு விருந்து சாப்பிடுவார்கள்.

டிமெட்டர் தானியத்தைப் பிரதிநிதித்துவப்படுத்துவதைப் போல டையோனிசஸ் மதுவைப் பிரதிநிதித்துவப் படுத்துகிறான். மற்ற தாவர வழிபாட்டுக் கடவுள்களைப் போலவே, பூமியில் கோடையும், வசந்தமும் வருவதுபோல இவனுக்கும் இறப்பும் உயிர்ப்பும் உண்டு என்று நம்பப்படுகிறது. அவனுடைய விழாவையும் கூட அவனின் இறப்பையும் உயிர்ப்பையும் நாடகமாக நடிக்கப்படுவதன்

மூலம் நினைவு நாளாகக் கொண்டாடப்படுகிறது. அதிலிருந்து டையோனிசஸ் நாடகம் மட்டுமல்லாமல் ஆஸ்க்கிலஸ் சோபோக்லஸ் யூரிடஸ் போன்றோரின் டையோனிசஸ் வழிபாட்டின் ஒரு பகுதியாக, மதத்தோடு சம்பந்தப்பட்டதாக இருந்தன. இருந்தாலும், இந்த விழா சடங்குகளில் குறிச்சின்னங்கள் ஊர்வலமாக எடுத்துச் செல்லப்பட்டன. பாலுணர்வு மிக்க பாடல்களோடு கூடிய காமஸ் என்றழைக்கப்பட்ட இந்தக் குறிவழிபாட்டு விழாவிலிருந்து 'காம்எடி' என்ற சொல் வந்தது.

மனித வடிவக் கடவுள்கள் மிருக வடிவக் கடவுள்களின் இடத்தைப் பெற்றது போல், டையோனிசஸ் புனித வெள்ளாட்டின் இடத்தைப் பெற்றான். அவன் என்னவாக இருந்தான் என்பதை மக்கள் மறந்து விடவில்லை. அதனால், அவன் பொருட்டு ஒரு வெள்ளாடு பலி யிடப்பட்டது. அவனது பெயர்களில் ஒன்று 'வெள்ளாட்டுக் குட்டி' என்பது. அவனுடைய ஊர்வலத்தை நடத்துகிறவர்கள் வெள்ளாட்டுப் பொய்முகங்களோடு தங்களை அலங்கரித்துக் கொண்டு ஆடிப்பாடுவார்கள் டையோனிசஸ் விழாவிலிருந்தே நாடகம் தோன்றியது.

அக்காட்சி நமக்கு 'ட்ராஜடி' என்ற சொல்லை உருவாக்கிக் கொடுத்தது. புனித விலங்குகள் அனைத்துமே குலவழிபாட்டுச் சின்னங்களாக எல்லா கடவுள்களோடும் இணைக்கப்பட்டன. கடவுள்களை மனிதத்துவப்படுத்தும் செய்திகள் ஹோமரின் கவிதைகளில் காணப்படுகிறது. கிரேக்கர்களைப் பொறுத்த அளவில் மனிதனுக்கும் கடவுளுக்கும் இணைக்க முடியாத இடைவெளி எதுவும் கிடையாது.

ஓர் உயர்ந்த மனிதன் கடவுளாகலாம். கடவுள்கள் மனிதர்களோடு கலந்தன. இறப்பைத் தவிர எல்லா வகையிலும் அவை மனிதர்களைப் போன்றே இருந்தன. பண்டைய மக்கள் அனைவருமே வாழ்க்கையின் ஒவ்வொரு செயலுக்கும் ஒரு கடவுள் தேவை என்று விரும்பினர். ரோமானியர்கள் கிரேக்கக் கடவுள்களை எடுத்துச்சென்று அவற்றை இரண்டு மடங்காக்கினார்கள்.

குழந்தைகள் வீட்டிலிருந்து வெளியே அழைத்துச் செல்லும்போது, 'அபீனா' கடவுள் அவைகளைப் பாதுகாத்தது; 'டொமி டக்கா' அவர்களை மீண்டும் அழைத்துக் கொண்டு வந்தது; 'இனடர்டக்கா' இந்த இரண்டிற்கும் இடைப்பட்ட நிலைக்குப் பொறுப்பேற்றது; 'க்யூபா' குழந்தைகள் தூங்கும்போது காவல் காத்தது; 'எடுக்கா' அவர்களுக்குச் சாப்பிடக் கற்றுக் கொடுத்தது; 'பே புலினஸ்' பேசக் கற்றுக் கொடுத்தது; 'ஸ்டேட்டனஸ்' நிற்கக் கற்றுக் கொடுத்தது. இவ்வாறு நூற்றுக்கணக்கான கடவுள்கள் இருந்தன. ஹானிபல் கானோவை வெற்றிகொண்டுவிட்டு ரோமின் மீது படையெடுத்துச் சென்று, கோட்டை வாயிலின் மிக அருகில் செல்லும்போது ஒரு

கனவு கண்டான். அக்கனவில் ஒரு குரல் அவனைத் திரும்பிச் சென்றுவிடும்படி கூறியது. அவனும் அக்குரலுக்கு கீழ்படிந்தான். ரோமானியர்கள் அந்தப் புது கடவுளுக்கு அவ்விடத்தில் ஒரு வழிபாட்டு திருத்தலம் அமைத்து, அக் கடவுளுக்கு 'ரிடிகுலஸ்' என்று பெயரிட்டார்கள். அதாவது மனிதனை ஆபத்திலிருந்து திரும்பும்படி செய்யும் கடவுள்.

ஹோமரும், ஹெசாய்டும் ஒலிம்பிய கிரேக்கப் பெருந்தெய்வங்களுக்கு வடிவமும், குணமும் கொடுத்தனர். சராசரி கிரேக்கர்கள் தங்கள் கடவுள்களுக்காக மிகவும் கவலைப்பட்டு, அவைகளுக்குப் பயந்து அவைகளை அமைதிப் படுத்துவதற்காக மிக அதிகமான நேரத்தைச் செலவழித்தார்கள். ஆகவே, கிரேக்கம் பலகடவுள்களின் தொகுப்புலகமாக உருவாகியிருந்தது.

● ● ●

இதிகாசங்களை வாசிப்பது எப்படி?

இதிகாசங்களை வாசிப்பது தனியானதொரு அனுபவம். ஒரு நாவல்,சிறுகதை, கவிதைப் புத்தகம் வாசிப்பதிலிருந்து முற்றிலும் மாறுபட்ட மகிழ்ச்சியும் பல்வேறுபட்ட உணர்வெழுச்சிகளும் தரக்கூடியது. பொதுவில் இதிகாசங்களை வாசிப்பது எளிதானதில்லை. அதற்கு வாசிக்கும் ஆர்வத்தை தாண்டிய சில அடிப்படைகள் தேவைப்படுகின்றன. அந்த அடிப்படைகளில் பத்து விஷயங்கள் மிக முக்கியமானது.

1) இதிகாசத்தை ஒரே மூச்சில் வாசித்து விட வேண்டும் என்ற எண்ணத்தைக் கைவிட்டுவிட வேண்டும். பொறுமையும், ஆழ்ந்த வாசிப்பும் மிக அவசியம்.

2) எந்த தேசத்தின் இதிகாசமாக இருந்தாலும் அதை வாசிப்பதற்கு மூலப்பிரதியைத் தவிர, அதோடு தொடர்புள்ள புராணீகம். வரலாறு, பண்டைய சமூக, கலாச்சார வாழ்வு குறித்த அடிப்படைகள் மற்றும் மொழி நுட்பம், குறீயிட்டுப் பொருள்கள் போன்றவற்றை புரிந்து கொள்வது அவசியம்.

3) இதிகாசத்தில் வெளிப்படும் அறம் மற்றும் நீதி கருத்துகள், தத்துவ விசாரம் குறித்து எளிய அறிமுகமாவது அவசியம் அறிந்திருக்க வேண்டும். அத்தோடு அதை இன்றைய கண்ணோட்டத்திலிருந்து விமர்சிக்கும், கண்டிக்கும் மனநிலையை சற்றே ஒதுக்கி வைத்துவிட வேண்டும்.

4) இதிகாசங்கள் தன்னளவில் இயல்பும் அதீதமும் ஒன்று கலந்தவை. கடவுளும் மனிதனும் ஒன்றுசேர்ந்து இயங்கும் வெளியது. அதில் எது இயல்பு, எது அதீதம் என்று பிரித்தெறிவது சுலபமானதில்லை. இயல்பு, அதீதம் என்பது பற்றி இன்றுள்ள நமது அறிவும் புரிதலும் இதிகாசங்களை வாசிக்கையில் நிறைய மனத்தடைகளை உருவாக்கக்கூடும். ஆகவே, அதையும் சற்றே விலக்கி விட்டு வாசிக்கத் துவங்க வேண்டும்.

5) நாவல் போல, சிறுகதை போல கதை சொல்லும் முறை

ஒன்றிரண்டு மையங்களுக்குள்ளோ, முக்கியமான ஒற்றைச் சரடிலோ இதிகாசத்தில் இயங்குவதில்லை. ஆகவே, பன்முகப்பட்ட கதை யிழைகளும், சிறியதும் பெரியதுமான நிறைய கதாபாத்திரங்களும், முன்பின்னாக நகரும் நிகழ்வுகளும், குறியீடுகளும் சங்கேதங்களும், தத்துவ விசாரணைகளும், கவித்துவ உச்சநிலைகளும், அக தரிசனங்களும் உள்ளடக்கியது என்பதால் அவற்றை உள்வாங்கவும் நமக்குள் தொகுத்துக் கொள்ளவும் ஆழ்ந்த கவனம் தேவைப்படுகிறது.

6) இதிகாசத்தின் கட்டமைப்பு மிக முக்கியமானது. அதன் ஒவ்வொரு பகுதியும் தன்னளவில் முழுமையானது. அதே நேரம் ஒன்றுசேரும்போது விரிந்த அனுபவம் தரக்கூடியது. ஆகவே, அந்தக் கட்டமைப்பின் ஆதாரப்புள்ளியை அறிந்து கொள்வது அவசியமானது. இதிகாசம் ஒரு பிரம்மாண்டமான பேராலயம் போன்ற தோற்றம் கொண்டது. அதற்கு நிறைய உள்அடுக்குகள், ரகசிய வழிகள், சாளரங்கள் இருக்கின்றன. அதே நேரம் இந்தக் கட்டமைப்பு பெரிதும் மாயத்தன்மை கொண்டது என்பதால் எது நிஜம் எது பிம்பம் என்று கண்டறிவதில் குழப்பம் ஏற்படக்கூடும். ஆகவே, இதிகாசம் துவங்கும் இடத்தில் கதை துவங்குவதில்லை. இதிகாசம் முடியும் இடத்தில் கதை முடிந்துவிடுவதில்லை.

7) இதிகாசம் கவிதையின் உச்சநிலை. ஆகவே, உன்னதமான கவித்துவ எழுச்சியும் உத்வேகமும் அதிகம் காணமுடியும். கதாபாத்திரங்களின் உணர்ச்சிநிலைகளையே இதிகாசம் முக்கியம் கொள்கிறது. அதிலும் இயற்கையும் கதாபாத்திரங்களின் மனநிலைகளும் பிரிக்க முடியாதவை. ஆகவே, இயற்கையைப் பற்றிய விவரிப்புகள் மிக முக்கியமானவை.

8) இதிகாசத்தின் பின்னால் இயங்குவது ஒரு நாடோடி மனம். அது எண்ணிக்கையற்ற பாடல்களால் நிரம்பியது. மனிதர்கள் அறிந்த கதையை அவர்கள் அறியாத வண்ணம் சொல்கிறது. அதன் குரல் புராதனமானது. ஆகவே, கதை சொல்பவன் ஆழ்ந்த பெருமூச்சுடன் சில நேரங்களில் கதையை விவரிக்கிறான். சில நேரங்களில் உன்மத்தம் ஏறிக் கதையை சொல்கிறான். சில வேளைகளில் சந்நதம் கண்டவன் போல துள்ளுகிறான். சில தருணங்களில் அவன் குரல் பைத்திய நிலையை எட்டுகிறது. இந்தப் பன்முகப்பட்ட குரல்கள்தான் இதிகாசத்தின் தனிச்சிறப்பு. அதை நுட்பமாக உணர்ந்து கொள்ள வேண்டும்.

9) இதிகாசத்திற்கு உடல் இருக்கிறது. அதன் கண் எது, காது எது, எது இதயம், எது கைகால்கள் என்பதை வாசிப்பின் மூலம் ஒரு தேர்ந்த வாசகன் கண்டுபிடித்துவிட முடியும். இதைத்தான் பலவருடங்களாக இதிகாசம் வாசிப்பவர்கள் அறிந்திருக்கிறார்கள்.

10) இதிகாசங்கள் மதப்பிரதிகள் அல்ல. அவை மதம், மெய்தேடல், உயர்தத்துவ விசாரணை போன்றவற்றை விவரித்தாலும் அவை ஒரு

சமூகத்தின் நினைவு தொகுப்புகள் என்றே சொல்வேன். இதிகாசம் நிறைய கிளைகள் கொண்டது. அதில் ஒன்றுதான் மதம். ஆகவே, இதிகாசத்தைப் புனிதப் பொருளாகக் கருத வேண்டியதில்லை.

***

இவ்வளவு பீடிகைகளுடன் எதற்காக இதிகாசங்கள் படிக்கப்பட வேண்டும் என்ற கேள்வி எழுவது இயல்பானது. காரணம், நமது புத்தக வாசிப்பு பழக்கம் என்பது ஒரு மணி நேரமோ அல்லது சுவாரஸ்யமாக இருந்தால் சில மணி நேரங்களுக்குள்ளோ முடிந்து போய்விடக்கூடியது. இதிகாசங்களோ பல நூறு பக்கங்கள் கொண்டதாக இருக்கின்றன. வாசிக்க நிறைய நாட்கள் தேவைப்படுகின்றன. அத்தோடு அவற்றால் நமக்கு என்ன பயன் கிடைத்துவிடப்போகிறது என்ற எண்ணம் உருவாவது இயல்புதான்.

எளிமையாகச் சொல்வதாயின் நமது அன்றாட வாசிப்பு, குளத்தில் நீந்துவது போன்றது. இதிகாசம் கடலில் நீந்தும் அனுபவம். கடலில் நீந்தும்போது, நாம் எல்லையற்ற பிரம்மாண்டத்தின் ஒரு பகுதியாக இருக்கிறோம் என்பதை உணர்வோம். அதே நேரம் நாம் நீந்தும் கடலின் அடியாழத்தில் எத்தனையோ மலைகள் புதையுண்டு இருக்கின்றன.

கோடானகோடி உயிர் இயக்கம் நடந்து கொண்டிருக்கிறது. அப்படிப்பட்டதுதான் இதிகாசங்களை வாசிப்பதும். எல்லா இதிகாசங்களும் மக்களின் நினைவுத் தொகுப்புகளே. ஒட்டுமொத்தமான மனப்பதிவுகளின் ஒரு சேகரம் என்று கூட சொல்லலாம்.

இந்திய சமூகத்தின் ஆதிநினைவுகள் இதிகாசங்களில் பதிவாகி யிருக்கின்றன. இந்திய மனது கொண்ட எழுச்சியும் தடைகளும் அதில் காணக்கிடைக்கின்றன. அதேநேரம் நமது கதை சொல்லும் மரபின் உச்சபட்ச சாதனையாகவும் அது திகழ்கிறது. மகாபாரதம் போன்ற இதிகாசங்கள் சூதர்களால் பாடப்பட்டுதான் இலக்கியவடிவம் பெற்றிருக்கின்றன.

சூதர்கள் பாடிய மகாபாரதத்தின் பெயர் ஜெயா. அதாவது வெற்றி. வெற்றியைப் பாடுகின்ற பாடல். ஆனால், வெற்றியை மட்டும் அது கவனம் கொள்ளவில்லை. இந்திய சமூகத்தில் ஏற்பட்ட மாற்றங்களையும், நகரங்கள் உருவாக்கப்பட்டதையும், கானகம் எரிக்கப்பட்டு வனகுடிகள் துரத்தப்பட்டதையும், அரசாட்சியில் ஏற்பட்ட உள்குழப்பங்கள், மாற்றங்களையும் சேர்த்தே விவரிக்கிறது.

மகாபாரதத்தை முழுமையாக ஒரு முறை வாசித்து தெரிந்து கொள்வதற்குக் குறைந்தபட்சம் இரண்டு ஆண்டு தேவைப்படும். நம்மில் பெரும்பாலோர் வாசித்துள்ள மகாபாரதம் மிகவும் சுருக்கப்பட்ட பிரதியாகும். அது தண்ணீரில் பார்க்கும் நிலவின் தோற்றம் எனலாம். ஆதிபர்வம், சபா பர்வம், ஆரண்ய பர்வம்,

விராட பர்வம், உத்யோக பர்வம், பீஷ்ம பர்வம், துரோண பர்வம், கர்ண பர்வம், சல்லிய பர்வம், சப்திக பர்வம், ஸ்ரீபர்வம், சாந்தி பர்வம், அனுசாசன பர்வம்,

அஸ்வமேதிக பர்வம், ஆச்ரமவாச பர்வம், மௌசால பர்வம், மகாபிரதஸ்தானிக பர்வம், சொர்க்கரோக பர்வம் என்று பதினெட்டுப் பருவங்களாக கிட்டத்தட்ட பதினைந்தாயிரம் பக்கங்கள் கொண்ட மகாபாரதப் பிரதி ஐம்பது வருடங்களுக்கு முன்பாகவே தமிழில் வெளியாகியிருக்கிறது. கும்பகோணம் ராமானுஜ ஆச்சாரியார் பதிப்பு. தற்போது புதிய வெளியீடாக ஆறு தொகுதிகள் கடைகளில் கிடைக்கின்றன.

நான் பழைய பதிப்பை முழுமையாக சேகரம் செய்ததே மிகப்பெரிய கதை. அதற்காக நாலைந்து வருசம் அலைந்து திரிந்திருக்கிறேன். கிராமப்புறங்களில் மகாபாரதத்தை வீட்டில் வைத்து படிக்கக் கூடாது என்ற நம்பிக்கையிருக்கிறது. காரணம், அண்ணன் தம்பிகளுக்குள் சண்டை வந்துவிடுமாம். அதைப்பற்றிய கவலையின்றி நான் மகாபாரதத்தை சேகரித்து வீட்டில் வைத்து படிக்கத் துவங்கியபோது கதையைத் தாண்டி, அதை எப்படிப் புரிந்துகொள்வது என்பது சிக்கலாக இருந்தது.

பொதுவில் இதிகாசங்களை நேரடியாக நாமே வாசிப்பதை விடவும் ஒருவர் வாசித்து, பொருள் சொல்லி கொஞ்சம் கொஞ் சமாக அறிந்து கொள்வது எளிய வழி. அதன் பிறகு நாமாக படிக்கத் துவங்கலாம். ஆனால், இதற்கு ஒரு ஆசான் தேவை. அவர் இதிகாசத்தில் ஊறித்திளைத்தவராக இருத்தல் வேண்டும். அப்படி மகாபாரதத்தில் ஊறித்திளைத்தவர்கள் நூற்றுக்கணக்கில் இந்தியாவில் இருக்கிறார்கள்.

மகாபாரதத்தை மட்டுமே ஆய்வு செய்வதற்கு பூனாவில் தனியான ஆய்வு நிறுவனமே இருக்கிறது. மகாபாரதத்தில் மிகுந்த நுட்பமான வாசிப்புத் திறன் கொண்ட பேராசிரியர்கள், அறிஞர்கள் பலரை நான் நேரில் சந்தித்து உரையாடியிருக்கிறேன். மகாபாரதத்தின் தமிழாக்கம் மிகவும் சமஸ்கிருதமயமானது. ஆகவே, நிறைய சமஸ்கிருத சொற்களுக்கு பொருள் கொள்ள உதவி தேவைப்படுகிறது. அப்படி முயன்று சில ஆசான்களின் உதவியோடு இரண்டரை ஆண்டுகளில் மகாபாரதம் வாசித்து முடித்தேன். அதன்பிறகுதான் உபபாண்டவம் எழுதும் எண்ணம் உருவானது.

இந்தியாவிலும் ஒவ்வொரு மாநிலத்திலும் மகாபாரதம் அங்கேதான் நடைபெற்றது என்ற நம்பிக்கையும் சில நினைவிடங்களும் உள்ளன. அது போல நாட்டார் மகாபாரத வடிவங்களும் இருக்கின்றன. இதில் கிளைக்கதைகளில் நிறைய மாற்றங்கள் உள்ளன. ஒருமுறை நாட்டார்வழக்காற்றியல் அறிஞர் ஏ.கே. ராமானுஜத்திடம் இந்தியாவில் எத்தனை விதமான மகாபாரதங்கள் இருக்கின்றன என்ற கேள்விக்கு

எவ்வளவு இந்தியர்கள் இருக்கிறார்களோ அவ்வளவு மகாபாரதங்கள் இருக்கின்றன என்று பதில் தந்தார். அதுதான் உண்மை.

தொடர்ந்து மகாபாரதம் குறித்த தேடுதலில் அலைந்து திரிந்து இமயமலையின் அடிவாரம் வரை சென்று, வந்தபிறகு மகாபாரதம் ஒரு பிரதி என்பது மறைந்து அது இந்திய மனதின் நீண்ட நினைவுப் படிவம் என்பது புரிந்தது. இந்திய சமூகத்தின் நினைவுகள் ஒன்றாகத் தொகுக்கப்பட்டு இதிகாசம் வடிவம் கொண்டிருக்கிறது என்றே சொல்வேன். நமக்குப் பரிச்சயமான நிலவியல், புராணீகம், கதையாடல் கொண்டிருந்த மகாபாரதத்தை வாசிப்பதற்கே இவ்வளவு மெனக்கெடல் வேண்டியிருக்கிறது என்றால் கிரேக்க இதிகாசங்களைவாசிப்பதற்கு நிச்சயம் அதைவிடவும் அதிகமான உழைப்பு தேவைப்படுகிறது.

மனிதர்கள் தனக்கு உரிமையானதை விட்டுக் கொடுத்தால் என்ன நடக்கும் என்பதைப் பல்வேறு நிலைகளில் விளக்குவதே ராமாயணம், விட்டுக் கொடுக்காவிட்டால் என்ன நடக்கும் என்பதை விளக்குவதே மகாபாரதம். இரண்டும் மனிதர்கள் எப்படி நடந்து கொள்ளவேண்டும் என்பதையே கவனப்படுத்துகின்றன.

...

இதிகாசங்கள் பெருங்கடலைப் போன்றவை. அதன் வெளித்தோற்றம் ஒரு விதமாகவும் உள்கட்டுமானம் விரிந்து கொண்டே போவதாகவும் இருக்கும். இதிகாசங்களை புரிந்துகொள்ள கற்பனை மிக அவசியமானது.

...

ஒரு கதாபாத்திரம் கூட தேவையின்றி இடம் பெற்றிருக்காது. ஆகவே, இதில் இடம் பெற்றுள்ள சிறுகதாபாத்திரங்கள் கூட தனித்து ஒளிரக்கூடியவர்களே.

...

மகாபாரதம் எனும் கதைக்கு முதுகெலும்பாக இருப்பவர் பீஷ்மர். அவர்தான் கதையின் மையவிசை. அவர் ஒருவருக்குத்தான் சமமான எதிர்கதாபாத்திரம் கிடையாது.

...

நிறைய இடைச்செருகல்கள் கொண்டது மகாபாரதம் என்பதால் ஒவ்வொரு மாநிலத்திலும் அதில் புதிது புதிதாக கிளைக்கதைகள் சேர்ந்து கொண்டேயிருக்கின்றன.

...

மகாபாரதம் வாசிக்க விரும்புகிறவர் ஒருமுறை கங்கையை முழுமையாகப் பார்த்துக் கடந்து வர வேண்டும். அப்போதுதான்

மகாபாரத நிலவியலை உள்வாங்கிக் கொள்ள முடியும்.

...

திரைக்கதை ஆசிரியர்கள் தங்கள் கையிலே வைத்திருக்க வேண்டிய புத்தகம் மகாபாரதம் என்கிறார் எம்.டி.வாசுதேவன் நாயர். காரணம், அத்தனை திரைக்கதை உத்திகள், முடிச்சுகள் உள்ளன. எம்.டி.வாசுதேவன் நாயர் வைஷாலி என மகாபாரதக் கிளைக்கதை ஒன்றினைத் திரைக்கதையாக எழுதியிருக்கிறார். சிறந்த படமது. கர்ணன், மாயாபஜார், வீர அபிமன்யூ, ஆகிய மூன்றும் மகாபாரதம் தொடர்புடைய தமிழ்ப் படங்கள். மூன்றிலும் மிகை அதிகம்.

***

கிரேக்க இதிகாசங்களை வாசிப்பது மிக உயர்வான அனுபவம். ஆனால், அது எளிதில் சாத்தியமாகாது. சில ஆண்டுகளுக்கு முன்பாக ஹோமரின் ஒடிஸியை வாசிப்பதற்கு முயன்றேன். கிறிஸ்துவிற்கு ஏழு நூற்றாண்டுகளுக்கு முன்பாக எழுதப்பட்ட புத்தகம்.

ஹோமரின் மிகச்சிறந்த புத்தகம் என்று அதைப் பற்றிய பிரமிப்புகளுடன் கையில் எடுத்தபோது பத்து பக்கங்களைக் கடந்து செல்ல முடியவில்லை. இவ்வளவிற்கும் கிரேக்க இலக்கியம் மற்றும் தத்துவங்கள் குறித்து ஓரளவு வாசித்திருக்கிறேன். ஆனாலும் ஒடிஸியை வாசிப்பது எளிதானதாகயில்லை.

ஒடிஸியின் கதை எனக்குத் தெரியும். ஆனாலும் கவிதையின் வழியாக அதைப் புரிந்துகொள்ள முற்படுவது எளிதானதாக யில்லை. அதற்கு இயல்பான வாசிப்பிற்கும் மேலாக சில தேவைகள் இருப்பதை அறிந்து கொண்டேன். இதிகாசத்தை வாசிப்பதற்கான முன்தயாரிப்பு மேற்கொள்வது என்று முடிவு செய்துகொண்டேன். ஒரு வருசத்திற்குள் இரண்டு கிரேக்க இதிகாசங்களையும் வாசித்து முடிக்கலாம் என்ற எண்ணம் உருவானது.

ஹோமரின் இலியட், ஒடிஸி போன்ற கிரேக்க இதிகாசங்கள் வெறும் கற்பனைப் பிரதிகள் மட்டுமில்லை. மாறாக, அந்தப் பிரதியின் ஊடாக கிரேக்க சமூகத்தின் பண்டைய நிலை அதன் அரசியல் நெருக்கடி மற்றும் கிரேக்க கடவுள்கள் மீதான பயம் மற்றும் அதிநம்பிக்கை, பெண்களின் மீதான அதீத இச்சைகள், அடிமை வணிகம், முடிவற்ற யுத்தங்கள், நாடு பிடிக்கும் ஆசை, அதிகாரத்திற்காக நடைபெற்ற கொலைகள் என்று தொல் நினைவுகள் முழுமையாகப் பதிவு செய்யப்பட்டிருக்கின்றன.

ஆகவே, கிரேக்க இதிகாசங்களைப் படிப்பதற்கு அடிப்படையாக கிரேக்க வரலாறு தெரிந்து கொள்ள வேண்டியிருக்கிறது. தமிழில் கிரேக்க வரலாறு வாசிப்பதற்கு சாமிநாத சர்மாவின் புத்தகங்கள் உதவி செய்யக்கூடியவை. அது போலவே கிரேக்க புராணம் மற்றும்

கடவுள்கள், கிரேக்க தத்துவங்கள் பற்றியும் தமிழில் பத்துப் பதினைந்து புத்தகங்கள் வெளிவந்துள்ளன.

நான் கிரேக்க வரலாற்றையும் தத்துவத்தையும் கிரேக்க புராணங்களையும் ஆங்கிலத்தின் வழியே வாசிப்பதற்காக இருபது புத்தகங்களைத் தேர்வு செய்து கொண்டேன். அவை:

1) Gods and Heroes of Classical Antiquity. - Aghion C. Barbillon. 2) The Greek Myths - Robert Graves. 3) Greek Gods: Human Lives. Mary Lefkowitz,. New Haven, CT: Yale University Press. 4) The Complete World of Greek Mythology - Richard Buxton. 5) Gods and Heroes in Greek Mythology: - Panaghiotis Christou. 6) Early Greek Philosophy - Jonathan Barnes. 7) History of Greek Philosophy - W. K. C. Guthrie. 8) Meet the Philosophers Of Ancient Greece - Patricia F. O'Grady. 9) The Trojan War - Olivia Coolidge. 10) Archaeology and the Illiad - Eric H. Cline. 11) The Trojan War - Barry Strauss. 12) Inside the Walls of Troy - C. McLaren. 13) Homer - Barry B. Powell. 14) Ancient Greece - Sarah B. Pomeroy. 15) Helen of Troy - Margaret George. 16) Helen - Bettany Hughes. 17) In Search of the Trojan War - Michael Wood. 18) The Essential Homer - Stanley Lombardo. 19) Ancient Greek War and Weapons - Haydn Middleton. 20) The Heroes of the Greeks – Simpson.

இந்தப் பட்டியல் ஒரு நாளில் உருவாகிவிடவில்லை. நண்பர்களின் ஆலோசனைபடியும், என் கைவசமிருந்த புத்தகங்களில் இருந்தும், நூலகங்களில் இரவல் பெற்றும், பழைய புத்தகக் கடைகளில் தேடியும் இந்தப் புத்தகங்களைப் பெற்றேன். இதை ஒரே நேரத்தில் படிப்பது என்பது சாத்தியமற்றது என்பதால் மாதம் ஐந்து ஐந்து புத்தகங்களாக வாசிக்க ஆரம்பித்தேன். எவ்விதமான குறிப்புகளும் எடுத்துக் கொள்ளாமல் மனம் விரும்பியபடி வாசிக்க ஆரம்பித்தேன். நிறைய நேரங்களில் ஒரு புத்தகத்திலிருந்து வெளிவருவதற்கே சில வாரங்கள் ஆகிப்போயிருந்தன. சில புத்தகங்களை இரண்டு இரவில் வாசித்து முடித்தேன். இடையில் ஹோமரின் இலியட்டை எடுத்து சில அத்தியாயங்கள் வாசிப்பேன். வைத்துவிடுவேன். இப்படியாக இலக்கற்ற வாசிப்பு நடந்தது.

பரீட்சைக்குப் படிப்பதுபோல வாசிக்கத் துவங்கினால் விருப்பம் போய்விடும். ஆகவே, எப்போது விருப்பம் இருக்கிறதோ அப்படி வாசிக்கலாம். அப்படித்தான் மேற்குறிப்பிட்ட புத்தகங்களை வாசித்து முடித்தேன். அதன் பிறகு மனதில் கிரேக்க கடவுள்களும் நகரங்களும் நிரம்பியிருந்தனர்.

பல கிரேக்க கடவுள்களின் பெயர்கள் உள்ளூர் குலசாமிகளின் பெயர்கள் போல எளிதில் நாவில் நின்றன. அது போலவே கிரேக்க

நகரங்கள், யார் யாருடைய மகன், எந்தக் கடவுளுக்கும் எந்தக் கடவுளுக்கும் தகராறு, எந்தப் பெண்கடவுள் யாரைக் காதலித்தார் என்பது போன்றவை மிக சுவாரஸ்யமாக மனதில் ஏறிக் கொண்டன. அந்த நாட்களில் போர்ஹேயும் கூடவே வாசித்துக் கொண்டிருந்தேன். போர்ஹே எல்லாவற்றிற்கும் கலைக் களஞ்சியங்களைத் தேடிப் புரட்டிப் பார்க்க கூடியவர் என்பதை அறிந்து, நானும் கிரேக்க புராணங்களுக்கான கலைக் களஞ்சியம் ஒன்றை விலை கொடுத்து வாங்கினேன். படங்களோடு உள்ள மிக அழகான பதிப்பு. அதில் உள்ள சித்திரங்களை வேடிக்கை பார்த்துக் கொண்டிருப்பேன். அலங்காரக் குவளைகளில் தீட்டப்பட்டிருந்த கிரேக்க ஓவியங்களின் மீது அப்போது அதிக ஆர்வம் உண்டானது. அந்த சித்திரங்கள் அற்புதமானவை.

பின்பு ஒரு மழைக்காலத்தில் ஹோமரை வாசிக்கத் துவங்கினேன். முன்பு இருந்த சிரமங்கள் எதுவும் இப்போது இல்லை. ஹோமரின் மேதமை அவரது முதல்வரியிலே துவங்கிவிடுகிறது. இலியட் என்ற இதிகாசத்தின் முதல்வார்த்தை Menis. அதாவது பெருங்கோபம் அல்லது சீற்றம். அதுதான் இதிகாசத்தை நெய்துகொண்டு போகும் நூலிழை.கோபம்தான் ஹோமரின் இதிகாசத்தின் முக்கிய உணர்ச்சி நிலை. அக்கிலஸின் கோபம்தான் இதிகாசத்தின் பிரதான வெளிப்பாடு.

எதற்காக அக்கிலஸ் கோபப்படுகிறான், அக்கிலஸ் யார், அவன் கோபம் என்ன செய்தது என்பதன் ஊடாகவே இதிகாசம் விரிவடைகிறது. கிரேக்க கதையுலகம் கடவுள்களும் மனிதர்களும் ஒன்று கலந்தது. மனிதர்களின் விருப்பு வெறுப்புகள் கடவுளால் தீர்மானிக்கப்படுகிறது. அதே நேரம் மனிதர்கள் போல கடவுள்களும் காதல் காமம், வீரம் என்று இச்சையின் பாதையில் அலைந்து திரிந்தனர். கிரேக்க கடவுள் உலகில் இயற்கையின் ஒவ்வொரு அம்சத்திற்கும் ஒரு கடவுள் இருக்கிறார்கள்.

மழைக்கு ஒரு கடவுள், இடிக்கு ஒரு கடவுள். ஆகாசத்திற்கு ஒரு கடவுள், இரவிற்கு ஒரு கடவுள், காதலுக்கு ஒரு கடவுள் என்று நூற்றுக்கணக்கில் கடவுள்கள். அவர்களுக்குள் சண்டை சச்சரவுகள், அதில் பந்தாடப்படும் மனிதர்களின் வாழ்க்கை என்று கடவுளும் மனிதனும் சேர்ந்து செய்த நிகழ்வுகளே கதைகளாக விவரிக்கப்படுகின்றன.

பண்டைய கிரேக்க சமூகத்தில் ஆரக்கிள் எனப்படும் தெய்வீகக் குரலுக்கு மிக முக்கிய இடமிருந்தது. எல்லா காரியங்களும் இந்த தெய்வவாக்கு கேட்டே முடிவு செய்யப்படும். அதுபோலவே கடவுள்கள் உக்கிரமான கோபம் கொண்டவர்கள் என்பதால் அவர்களை சமாதானம் செய்ய உயிர்பலி கொடுப்பது அன்றாட நிகழ்வாக இருந்தது.

தங்களைக் கடவுள்கள் கண்காணித்துக் கொண்டிருப்பதாக

சாமான்யர் முதல் அரசர் வரை நம்பியிருந்த காலமது. ஆகவே, கடவுளைப் பரிகசிப்பதோ அல்லது மறுப்பதோ மிகக் கடுமையான குற்றங்களில் ஒன்றாகக் கருதப்பட்டது. அதே போல அடிமை வணிகம் அங்கீகரிக்கப்பட்டிருந்தது. உயர்குடியைச் சேர்ந்தவர்கள் ஆயிரக்கணக்கான ஆண்களையும் பெண்களையும் அடிமைகளாக வைத்திருந்தனர். பெண் அடிமைகள் பாலியல் இச்சையைப் போக்கிக் கொள்ளவும், சேவகத்திற்காகவும் பயன்படுத்தப்பட்டு கொல்லப்படுவார்கள். சிறிது சிறிதாக சிதறிக்கிடந்த நிலப்பரப்பை ஆண்ட கிரேக்கர்கள் தங்களது ராஜ்ஜியத்தை விஸ்தீரணம் செய்ய போருக்கு எப்போதும் தயாராக இருந்தார்கள். அதுபோலவே அண்டைய நாடுகள் மீது படையெடுத்து ஆக்ரமிப்பதும் கொள்ளையடிப்பதும் அங்கு பிடிபடும் மக்கள் அடிமைகளாக விற்கப்படுவதும் இயல்பாக நடந்து கொண்டிருந்தது.

கடவுளின் கோபம்தான் பிளேக் நோயாக வெளிப்படுகிறது என்று மக்கள் பயந்தார்கள். கடவுளை சாந்தி செய்வதற்கு சாமியாடிகள் இருந்தார்கள். அவர்கள் மிக உயர்ந்த அதிகாரம் கொண்டிருந்தார்கள். இசை நாடகம் தத்துவம் போன்ற துறைகளில் கிரேக்கர்களுக்கு அதிக ஆர்வமிருந்தது. கல்வி கற்பதில் ஆர்வம் கொண்டிருந்தார்கள். அது போலவே யுத்தக்கலைகளிலும் தேர்ச்சி பெற்றிருந்தார்கள்.

***

ஹோமரின் இதிகாசமான இலியட் 15,693 வரிகள் கொண்டது. அக்கிலிஸ் முக்கிய பாத்திரமாக கொண்டது. ஹோமர் யார் என்பது இன்றளவும் சர்ச்சைக்கு உள்ளாகியே வருகிறது. ஹோமர் ஒரு நிஜமான ஆளின்பெயர் என்றும், இல்லை அது ஒரு புனைபெயர் என்றும் இருவிதமான கருத்துகள் உள்ளன. ஹோமரின் கவிதைகள் நாடோடிகளின் பாடல்கள்.

அவை தொகுக்கப்பட்டிருக்கின்றன என்கிறார்கள் ஒரு சாரார். ஆனால், ஹோமர் என்பது கிரேக்கச் சொல். அந்த சொல் வழிகாட்டுபவர் என்ற பொருள் கொண்டது. ஹோமர் பார்வையற்றவர். எப்போதும் அவரை ஒருவர் வழிநடத்திக் கூட்டி வருவார்.

அதனால் அந்தப் பெயர் வந்தது என்கிறார்கள். ஹோமர் பார்வையற்றவர் என்பதற்கும் நேரடியான குறிப்புகள் இல்லை. ஆனால், பொதுவில் அவர் பார்வையற்றவர் என்றே பலராலும் குறிப்பிடப்படுகிறார். ஹோமர் பற்றி போர்ஹே ஒரு சிறப்பான கட்டுரை எழுதியிருக்கிறார். ஹோமரின் இதிகாசங்கள் கிரேக்க வெற்றியின் பாடலாகவே இருக்கின்றது. அதிலும் குறிப்பாக, டிராய் நகரை அவர்கள் வெற்றி கொண்ட கதையைத்தான் இலியட் பாடுகிறது. ஏன் டிராய் நகரின் மீது படையெடுத்துப் போனார்கள் என்ற முன்கதையை இதிகாசம் தெரிவிப்பதில்லை.

அது போலவே டிராய் நகரம் தீ வைத்து அழிக்கப்பட்டது,

அக்கிலஸ் கொல்லப்பட்டது போன்ற சம்பவங்கள் எதையும் விவரிக்கவில்லை. டிராய் நகரை முற்றுகையிட்டு பத்து வருசங்களாக நகரைக் கைப்பற்ற முடியாமல் தவிக்கிறார்கள் கிரேக்கர்கள். அந்த முற்றுகையின்போது கிரேக்கப் படையைத் தலைமை ஏற்றிருந்த அகமெனான் என்ற மன்னருக்கும் படைப்பிரிவின் ஒரு தளபதி போன்று விளங்கிய அக்கிலஸிற்கும் பிரிசெஸ் என்ற பெண்ணின் காரணமாக மனஸ்தாபம் உருவாகிறது. டிராய் அரசவம்சத்தைச் சேர்ந்த பிரசெஸ்ஸை கிரேக்க வீரர்கள் கைப்பற்றி அக்கிலஸின் வீரத்திற்குப் பரிசாக அளிக்கிறார்கள். அவள் மிக வசீகரமான அழகி. அவளை ரகசியமாகத் தூக்கிக் கொண்டு போய்விடுகிறார் மன்னர் அகமெனான். இதனால் ஆத்திரமான அக்கிலஸ் அவருக்கு எதிராகக் கோபம் அடைகிறான். அவர் சாகும்வரை தான் யுத்தத்தில் பங்கேற்கப் போவதில்லை என்று முடிவு செய்கிறான்.

அக்கிலஸ் யுத்தத்தில் பங்கேற்க மறுத்த நிகழ்விலிருந்தே இலியட் துவங்குகிறது. அதன்பிறகு நடக்கும் யுத்த முயற்சிகள், அதில் இறந்துபோன வீரர்கள், அவர்கள் சண்டையிட்ட விதம்,பயன்படுத்தப்பட்ட ஆயுதம், போர்க்களத்தின் உயிரோசை, ஹெக்டாரின் வீரம், அவன் அக்கிலஸின் உறவினனைக் கொல்வது என்று மிக விரிவாக எழுதப்பட்டுள்ளது இலியட்.

***

எதற்காக டிராய் யுத்தம் என்ற கதையைத் தெரிந்து கொண்டால்தான் இதிகாசத்தைத் தொடர்வது எளிதாக இருக்கும். ஸ்பார்டா தேசத்தின் ராணி ஹெலன். அவள் உலக அழகி. கடவுளின் அருளால் பிறந்தவள். நிலவை ஒத்த பிரகாசம் கொண்டவள் என்பதால் ஹெலன் என்று அழைக்கப்பட்டாள். அவளது சுயம்வரத்திற்குப் பலநாட்டு மன்னர்கள் வந்திருந்தார்கள். அவள் ஸ்பார்டா தேச மன்னரான மெனலெஸைத் திருமணம் செய்துகொள்கிறாள்.

ஒருமுறை டிரோஜன் இளவரசனான பாரீஸ் ஸ்பார்டாவிற்கு வருகை தருகிறான். அவன் ஹெலன் அழகில் மயங்கி அவளைக் காதலிக்கத் துவங்குகிறான். உலகிலேயே மிக வசீகரமான ஆண் என்று கொண்டாடப்படும் பாரீஸ்மீது ஹெலனும் காதல் கொள்கிறாள். இந்த நிலையில் மெனலெஸ் ஸ்பார்ட்டாவை விட்டு அவசர வேலை காரணமாகப் பயணம் மேற்கொள்ளவே இருவரும் ரகசியமாகத் திருமணம் செய்துகொள்கிறார்கள்.

மன்னர் வருவதற்குள் ஹெலனை அழைத்துக் கொண்டு ஏராளமான செல்வங்களைக் கொள்ளையடித்து பாரீஸ் மற்றும் அவனது சகோதரன் ஹெக்டார் இருவரும் கப்பலில் டிராய் நகருக்குத் திரும்புகிறார்கள். ஹெலனை எப்படியாவது காதலிக்க வைப்பேன் என்று முன்னதாக பாரீஸிற்கு அப்ரோடைட் தேவதை வாக்களித்திருக்கிறாள். அதற்கு ஒரு தனிக்கதையிருக்கிறது. பேலீயஸ்

மற்றும் தீடஸ் திருமணநிகழ்விற்கு அழைக்கப்படாத எரிஸ் என்ற தேவதை ஆத்திரமாகி, மிக அழகானவருக்கானது என்று எழுதிய ஒரு தங்க ஆப்பிளை அந்த விருந்தில் போட்டுவிட்டுப் போகிறாள். விருந்திற்கு வந்தவர்களில் யார் அழகானவர் என்ற பிரச்சினை உருவாகிறது. இதில் அழகிகளான ஹெரா, அதனா மற்றும் அப்ரோடைட் மூவரும் ஆப்பிள் தனக்கு உரியது என்கிறார்கள். யார் அழகி என்பதை முடிவு செய்யும் பொறுப்பு பாரீஸிடம் விடப்பட்டது. காரணம், அவன் அழகன். மேலும் பல பெண்கள் அவள் அழகில் மயங்கியிருக்கிறார்கள்.

அவன் மூவரையும் அழைக்கிறான். மூவரில் தானே அழகி என்று பாரீஸ் சொன்னால் அவன் காலடியில் எல்லா தேசங்களையும் அடிபணிய வைப்பேன் என்கிறாள் ஹெரா. அதனாவோ ஒரு படி மேலே போய் அவன் வேண்டும்மட்டும் பொன்னும் பொருளும் அதிகாரமும் தருவேன் என்கிறாள். ஆனால், அப்ரோடைட் உலகிலே பேரழகியான ஹெலனை அவனுக்குப் பரிசாகத் தருவதாகச் சொல்கிறாள். அப்ரோடைட்டை அழகி என்று பாரீஸ் தேர்வு செய்கிறான். ஆகவே, ஹெலனை மயக்கி பாரீஸைத் திருமணம்செய்ய வைத்தது அப்ரோடைட் தேவதையே.

டிராய் நகரை அரசாட்சி செய்த பிரியம், தன் மகன் ஹெலனைத் தன்னோடு கூட்டி வந்ததைப் பெரிய பிரச்சினையாகக் கருதவில்லை. ஏற்றுக் கொள்கிறாள். ஆனால், மெனலெஸ் தன் மனைவியை மீட்டுவருவதற்காகத் தன் சகோதரன் அகமெனானின் உதவியை நாடுகிறான். டிராய் நகரைக் கைப்பற்றும் ஆசை கொண்ட அகமெனான் இதைப் பயன்படுத்தி போர் புரிய விரும்புகிறான். பெரிய கிரேக்கப்படையே ஒன்று திரள்கிறது. இதில் கிரேக்கத்தின் வெவ்வேறு பகுதி மன்னர்களும் இணைந்து கொள்கிறார்கள். அப்படித்தான் அக்கிலஸ் யுத்தத்தில் கலந்து கொள்ளச் செல்கிறான். ஒதிசியஸ் இணைந்து கொள்கிறான்.

அக்கிலஸ் ஒரு தெய்வக் குழந்தை. அவன் குழந்தையாக இருந்தபோது அக்கிலஸிற்கு சாவு வரக்கூடாது என்பதற்காக அவனை நித்யத்துவம் தரும் நதியில் நீராட வைக்கிறாள் அவனது தாய். ஆனால், அக்கிலஸின் குதிங்கால் மட்டும் தண்ணீரில் நனையவில்லை. ஆகவே, அவன் குதிங்காலில் அடிபட்டால் இறந்துவிடுவான் என்ற ஒரேயொரு குறைபாடுடன் மாபெரும் வீரனாக உருவாகிறான். அவனை எதிர்ப்பவர்களை அழித்து ஒழித்துப் பெரிய வீரனாகிறான்.

அகமெனான் தலைமையில் பெரும் படையுடன் டிராய் நகரை முற்றுகையிடுகிறார்கள். டிராய் கோட்டையை உடைத்து உள்ளே போவது எளிதாக இல்லை. அந்த நிலையில் தான் அக்கிலஸின் விருப்பத்திற்கு உரிய அழகி பிரசெஸை அகமெனான் தூக்கிப் போய்விடுகிறார்.

***

ஹோமரின் இதிகாசம் 24 பகுதிகளாக உள்ளது. ஒவ்வொன்றிலும் ஒரு முக்கிய சம்பவம் விவரிக்கப்படுகிறது. இதில் அக்கிலஸின் கோபமும் பெட்ரோகிளசை ஹெக்டார் கொல்வதும் அதற்குப் பழிவாங்க அக்கிலஸ் தனி ஆளாகச்சென்று, ஹெக்டாரைக் கொன்று அவன் பிணத்தை இழுத்து வருவதும், தன் மகனை உரிய முறையில் அடக்கம் செய்வதற்காக மன்னர் இரவோடு இரவாக அக்கிலஸைத் தேடி வந்து பிணத்தை யாசிப்பதும், அதில் மனம் இரங்கி அக்கிலஸ் ஹெக்டாரின் உடலை ஒப்படைப்பதும், டிராய் நகரில் ஹெக்டாருக்கு அரச மரியாதையுடன் இறுதி சடங்குகள் விவரிப்பதையும் இதிகாசம் விவரிக்கிறது.

பெரிய மரக்குதிரை செய்து அதனுள் வீரர்கள் பதுங்கிச்சென்று டிராய் நகரைக் கைப்பற்றியது, அக்கிலஸ் எப்படி இறந்தான் என்பது போன்ற விபரங்கள் இலியட்டில் இடம்பெறவில்லை. அழிவின் துவக்கத்தோடு இதிகாசம் நிறைவு பெறுகிறது. லிட்டில் இலியட் என்ற இன்னொரு சிறிய இதிகாசத்தில் இந்த நிகழ்வுகள் விரிவாகப் பதிவு செய்யப்பட்டுள்ளன. கோபமுற்ற கடவுள்களின் விளையாட்டு மைதானம்தான் போர்க்களம் என்று கூறும் ஹோமர் மனிதவிதியை நிர்மாணிக்கும் சக்திகள் அரூபமானவை என்கிறார்.

***

ஹோமரின் இதிகாசத்தை வாசித்து முடிக்கும்போது, அது நிறைய இடங்களில் மகாபாரதத்தை நினைவுபடுத்துவதைத் தவிர்க்க முடியவேயில்லை. பொதுவில் புராதன மனம்கொண்ட கற்பனைகள் இவை என்று வகைப்படுத்தலாம் அல்லது வீர சாகசக் கதைகளின் பொதுக்கூறுகள் உலகம் எங்கும் ஒன்றுபோலவே இருக்கின்றன என்றும் எடுத்துக்கொள்ளலாம்.

மகாபாரத்தில் கடவுளின் உதவியால்தான் பாண்டவர்கள் பிறக்கிறார்கள். சூரியனின் அம்சமாக கர்ணன் பிறக்கிறான். இந்திரனின் அம்சமாக அர்ச்சுனன், தர்மதேவனின் வடிவமாக யுதிஷ்ட்ரன், வாயுபுத்திரனாக பீமன், யாகநெருப்பில் தோன்றிய யக்ஞசேனை எனும் பாஞ்சாலி என்று கடவுளின் நேரடிப் பிரதி நிதிகளாகவே முக்கிய கதாபாத்திரங்கள் சித்தரிக்கப் படுகிறார்கள்.

மகாபாரதமும் யுத்தத்தை விரிவாகப் பேசுகிறது. குறிப்பாக அக்கிலஸ், கர்ணன் இருவரது கதாபாத்திரங்களும் நெருக்கமாகவே உள்ளன. தன்னை அவமதித்து விட்டதால் பீஷ்மர் உயிரோடு இருக்கும்வரை போரில் கலந்து கொள்ள மாட்டேன் என்கிற கர்ணன் கவச குண்டலங்களுடன் பிறக்கிறான். செஞ்சோற்றுக் கடனுக்காக உயிர்விடுகிறான். இவை யாவும் அக்கிலஸிற்கும் நேர்கிறது. இருவருமே எதிர்த்துப் போரிட முடியாத பெரிய வீரர்கள், அழிவற்றவர்கள். அக்கிலஸின் குதிங்காலில் அம்பு பட்டு இறப்பது போன்றே

மகாபாரதத்தில் ஜரா என்ற வேடனால் கிருஷ்ணன் தன் காலில் அம்பிடப்பட்டு இறக்கிறான். இரண்டு இதிகாசங்களும் பெண்ணை மையமாகக் கொண்டது. அவர்களை இழப்பதும் மீட்பதும் முக்கிய சம்பவங்களாக விவரிக்கப் படுகின்றன.

மகாபாரதம், போர்க்களத்தில் என்ன வியூகம் அமைத்தார்கள். எவ்வளவு, வீரர்கள் கலந்துகொண்டார்கள், என்ன ஆயுதம் பயன்படுத்தப்பட்டது, போரின் விதிமுறைகள் யாவை. போரில் தந்திரமாக வெல்வது எப்படி, பத்மவியூகத்தில் நுழைந்த அபிமன்யூவை எப்படிக் கொன்றார்கள் என்பது போன்ற விபரங்கள் மிக விரிவாக உள்ளது.

அதே போலவே இலியட்டிலும் என்ன ஆயுதங்களை வீரர்கள் பயன்படுத்தினார்கள், எதுபோன்ற குத்தீட்டி பயன்படுத்தப் பட்டது, எத்தனை கப்பல்கள் வந்தன, அவை எந்தத் திசையில் பயணம் செய்தன, எவ்வளவு வீரர்கள் இறந்து போனார்கள், அவர்களின் உயிர் அவலம் எப்படியிருந்தது என்பதை இலியட் மிக விரிவாகச் சொல்கிறது. உலகெங்கும் உள்ள இதிகாசங்கள் பொதுகுணங்கள் நிரம்பியவை. அவை மனித வாழ்வின் புதிரை அவிழ்க்கவும், புதிய முடிச்சுகளை உருவாக்கவுமே முயற்சிக்கின்றன.

***

இலியட்டின் தனிச்சிறப்பு அதன் கவித்துவ உச்சநிலைகள். ஹோமர் அக்கிலஸ் வழியாக வெளிப்படுத்தும் பார்வைகள் மிகச் சிறப்பானவை. இசையோடு கூடிய பாடலாக இவை கிரேக்க வீதிகளில் பாடப் பட்டிருக்கின்றன. ஆங்கில மொழியாக்கத்தில் அதை வாசிக்கும் போதும் கூட நாம் அந்த இசைத் தன்மையை அறிய முடிகிறது. இன்றுள்ள மிக நவீனமாக கதைசொல்லல் முறை இலியட்டில் அதிகம் காணப்படுகிறது. சம்பவங்களை அது நேரடியாக விவரிப்பதில்லை. அதுபோலவே நிகழ்வின் கடந்த காலம் மற்றும் எதிர்காலம் குறித்து அதிகம் கவனம் கொள்வதுமில்லை.

விதிதான் கிரேக்க இதிகாசத்திலும் மூலச்சரடாக உள்ளது. கிரேக்க மொழியில் விதி என்பதைக் குறிக்கும் சொல் moira. அதன் பொருள் பகுதி. அதாவது ஒரு பங்கு. வாழ்வின் பிரிக்கமுடியாத ஒரு பகுதியே விதி. அக்கிலஸ் போரில் கலந்துகொள்ள மறுக்கும்போது, அவனை சமாதானம் செய்ய ஒதிசியஸ் அவனோடு பேசுகிறான். அப்போது தனக்குப் பயமே இல்லை என்று அக்கிலஸ் கூறுகிறான். உடனே ஒதிசியஸ் பயம் நிறைய நேரங்களில் தேவைப்படுகிறது, அது உபயோகமானது, பயத்தை விலக்க வேண்டியதில்லை, கட்டுக்குள் வைத்திருக்க வேண்டும் என்கிறான். இதுபோலவே அக்கிலஸைத் தேடி வந்து இறந்துபோன தன் மகன் உடலை யாசகம் கேட்கும் பிரியம் மன்னர் அவனிடம் சாவு பாரபட்சமற்றது. எவன் அதை உருவாக்குகிறானோ அவனையும் அது காவு வாங்கிவிடும் என்கிறார்.

கடவுள் பலநேரங்களில் மனிதர்களைப் பார்த்துப் பொறாமைப் படுகிறார்கள். காரணம், மனிதர்கள் எந்த நிமிடத்திலும் அழிந்துபோகக் கூடியவர்கள். ஒவ்வொரு நிமிடமும் அவர்கள் வாழ்க்கை அற்புதமானவை. இந்த ஒரு நிமிடம்போல இன்னொரு நிமிடம் மனிதவாழ்நாளில் திரும்ப வரப்போவதேயில்லை என்று அக்கிலஸ் ஒரு இடத்தில் சொல்கிறான். இப்படி நூற்றுக்கணக்கான வரிகளைச் சொல்லிக் கொண்டே போகலாம்.

***

இலியட், கதையைத் தாண்டி பல தளங்கள் கொண்டது. போர்க்கள வெற்றி, என்றென்றும் நிலைத்து நிற்கும் புகழ், விதியின் விளையாட்டு, அவமானம், அதற்கு எதிரான பழிவாங்குதல் என்று பல்வகை இழைகளால் பின்னி உருவாக்கப் பட்டிருக்கிறது. சில வேளைகளில் அதன் குரல் மனிதவாழ்வின் அர்த்தமின்மையைப் பேசுகிறது. பல நேரங்களில் அது வாழ்வின் அர்த்தமே மற்றவர்களுக்காக மடிந்துபோவது தான் என்பதை வலியுறுத்துகிறது. இப்படி இதிகாசம் வெளிப்படுத்தும் நுட்பமான தருணங்கள் எண்ணிக்கையற்றவை.

***

டிராய் நகரின் வெற்றிக்குப் பிறகு யூலிசியஸ் வீடு திரும்பும் கடற்பயணத்தை விவரிக்கிறது ஹோமரின் ஒடிஸி. அது இலியட்டில் இருந்து மிகவும் மாறுபட்டது. மிகுந்த உளவியல் தன்மை கொண்டது. வெற்றி ஒரு மனிதனை என்ன செய்கிறது என்பதையும், போர்க் காலங்களில் கணவனைப் பிரிந்து வாழும் பெண்ணின் அக உளைச்சல்களையும் வெளிப்படுத்துகிறது.

***

ஹோமரின் இலியட்டில் இருந்து உந்துதல் பெற்று, ஷேக்ஸ்பியர், மார்லோ துவங்கி ஜேம்ஸ் ஜலய்ஸ் வரை பல முக்கிய படைப்பாளிகள் தங்களது புனைவை உருவாக்கியிருக்கிறார்கள். நாற்பதுக்கும் மேற்பட்டமுறை இலியட் மொழியாக்கம் செய்யப்பட்டிருக்கிறது. ஹாலிவுட்டில் படமாக்கப்பட்டிருக்கிறது. திரும்பத் திரும்ப இலியட் வாசிக்கப்பட்டும் விவாதிக்கப்பட்டும் வருகிறது.

***

இப்படி ஒரு வருசம் செலவு செய்து இதிகாசம் படிக்க என்னால் முடியாது என்பவர்கள் எளிதில் இதிகாசங்களை வாசிப்பதற்குக் குறைந்தபட்சம் கிரேக்க கடவுள்கள் மற்றும் கிரேக்க மன்னர்களின் வரலாற்றை மட்டுமாவது வாசிக்கலாம். அதற்கு இன்று இணையத்தில் நிறைய இணையதளங்கள், பிரதிகள் இலவசமாகக் கிடைக்கின்றன. எளிமையான அறிமுகப் புத்தகங்கள் உள்ளன. இதிகாசங்களை வாசிக்கையில் மனித மனது காலம் காலமாக எதன்மீது நம்பிக்கை வைத்திருக்கிறது, எதில் சார்பு கொண்டு வாழ்வு இயங்கிக்

கொண்டிருக்கிறது, வெற்றி தோல்வி, மானம் அவமானம், இச்சை மறுப்பு, அடையாளம் அடையாளமின்மை, குடும்பமாக இருந்தல் துறத்தல் போன்ற இருநிலைகளை மிக ஆழமாக புரிந்துகொள்வதோடு அதன் இயங்குதளங்களையும் அறிந்து கொள்ள முடிகிறது.

இவை யாவும் தாண்டி வாசித்தலின் உயர் அனுபவத்தை தருகிறது என்பதற்காகவே இதிகாசங்களை ஒவ்வொருவரும் அவசியம் படிக்க வேண்டும் என்பேன்.

● ● ●

ஹோமரின் இலியட்

(உரையின் எழுத்துவடிவம்)

நண்பர்களே, இன்று கிரேக்க இதிகாசத்தில் முக்கியமான படைப்பாகக் கொண்டாடப்படும் இலியட் பற்றிப் பேச இருக்கிறேன். இதிகாசத்தைப் படிப்பது என்றாலே அலுப்பு, அதைப் பற்றி பேசினால் அதிக சலிப்பாக இருக்கும் என்று எனது நண்பர் சொன்னார். இல்லை, இதிகாசங்களைக் கேட்டு இன்புறுவதுதான் நமது மரபு, நிச்சயம் இது கேட்கும்போது சுவாரஸ்யமாக இருக்கும் என்றேன். ஆகவே, இன்றைய இரவு இதிகாசத்தின் இரவு கண்ணை மூடிக்கொண்டு கதை கேட்பதுபோல கேளுங்கள். கற்பனை செய்துகொண்டு கொஞ்சம் காலத்தின் பின்னால் போய் கேளுங்கள்.

இதிகாசத்தைப் படிக்கும்போது, குதர்க்கமான கேள்விகளைக் கேட்கக்கூடாது. மறைபொருளை நீங்கள்தான் தேடிப் புரிந்துகொள்ள வேண்டும். இலியட்டை வாசிப்பதற்கு முன்பு பேரழகி ஹெலன் பற்றிச் சொல்லியாக வேண்டும். அவள்தான் இந்த இதிகாசத்தின் ஆணிவேர், அவளால் தான் டிரோஜன் யுத்தம் நடக்கிறது. ஹெலன் ஆஃப் டிராய் படம் பார்த்தவர்களுக்கு நான் சொல்வது இன்னமும் எளிமையாகப் புரியும்.

கடவுளும் மனிதர்களும் சேர்ந்து போரிடக்கூடிய கதைக்கோர்வை தான் கிரேக்க இதிகாசம். பொதுவாக நமக்குக் கடவுள்களைப் பற்றி ஒரு மனப்படிமம் ஒரு உருவமாக இருக்கிறது. குகை மனிதனுக்குக் கடவுளைப் பற்றிய பயமிருந்தது. ஆனால், உருவமில்லை. அவர்கள் விலங்குகளை, மலையை, தண்ணீரை, தாவரங்களை, தன்னை மீறிய சக்திகளைக் கடவுளாகக் கருதினார்கள். வானம் கடவுளின் வீடு என நினைத்து வணங்கினார்கள். மனிதனின் எல்லா பயத்திலும் ஆதாரமான பயம் கடவுள் பற்றியது. அது பல்லாயிரம் ஆண்டுகளாக மனிதனைப் பின்தொடர்ந்து வருகிறது.

இன்று நாம் அறிந்துள்ள இந்துக் கடவுள்களின் உருவம் சினிமா

வழியாகவும் கோவில்கள் மூலமும் பிரபலம் அடைந்த ஒன்று. நாடக மேடையிலும் சினிமாவிலும்தான் முதன்முதலில் கடவுள்கள் பேசினார்கள். கிரேக்கத்தில் கடவுள்கள் எண்ணிக்கை அதிகம். நூற்றுக்கணக்கான கடவுள்கள் இருக்கிறார்கள். கிரேக்க சமயத்தில் 13 முக்கிய கடவுள்கள் இருக்கிறார்கள். இவர்கள் பெயர்கள் ஜூபிடர், ஜீயஸ், ஹீராபோசீடான், ஹெஸ்டியா, டெமட்டர், அப்ரடைட்டி, அத்தீனா, அப்போலோ, ஆர்ட்டெமிஸ், ஏரிஸ், ஹெப்பஸ்தஸ், ஹெர்மீஸ். இதில் டைட்டன்களாகிய குரோனஸ் மற்றும் ரியா ஆகியோரின் கடைசி மகன் ஜீயஸ் (zeus), ஜூபிடர் கிரேக்கத் தொல்கதைகளின்படி கடவுள்களின் அரசன் ஆவார். இவர் ஒலிம்பஸ் மலையை ஆள்கிறார். வானம் மற்றும் இடி ஆகியவற்றின் கடவுள். இவருடைய சின்னங்கள் இடி, கழுகு, காளை மற்றும் ஓக் மரம் ஆகியனவாகும். இவருக்குப் பல மனைவிகள்,காதலிகள் உண்டு. ஹீரா ஜீயஸின் மனைவி. டைட்டன்களாகிய குரோனஸ் மற்றும் ரியா ஆகியோரின் மகள்.

அப்போலோ, ஆர்ட்டெமிஸ், அத்தீனா ஆகியோர் இவரது மக்கள். இவள் திருமணத்தின் கடவுள். ஹீரா, வட்ட வடிவிலான மணிமுடியை தலையில் அணிந்திருப்பாள். தனது கையில் மாதுளம் பழத்தைக் கொண்டிருப்பாள். ஹீரா தனது பொறாமைக் குணத்திற்கும், பழியுணர்வுக்கும் பெயர் பெற்ற கிரேக்க கடவுள். ஜீயஸின் பிற மனைவி, காதலிகள், அவர்கள் குழந்தைகள் மீது வஞ்சம் தீர்ப்பதே இவரது முக்கிய வேலை. போசீடான் ஜீயஸின் உடன் பிறந்தவர். டைட்டன்களாகிய குரோனஸ் மற்றும் ரியா ஆகியோரின் மகன். இவர் கடல், நிலநடுக்கம், மற்றும் குதிரை ஆகியவற்றின் கடவுளாகக் கருதப்படுகிறார்.

ஹெஸ்டியா, டைட்டன்களாகிய குரோனஸ் மற்றும் ரியா ஆகியோரின் மகள். டையோசினியஸ் ஜீயஸ், ஷெமலி ஆகியோரின் மகன். இவன் கொண்டாட்டங்களின் கடவுள். கலைகளின் பாதுகாவலன். டெமெட்டர். இவர் டைட்டன்களாகிய குரோனஸ் மற்றும் ரியா ஆகியோரின் மகள். ஜீயஸின் உடன் பிறந்தவர். தானியம் மற்றும் அறுவடை இவற்றுக்கான கடவுள். பூமியின் பசுமையைப் பாதுகாக்கிறவள், வேளாண்மைக் கடவுள், ஜீயஸ் மற்றும் லீட்டோ ஆகியோரது மகள் அப்ரடைட்டி. காதல், அழகு, இச்சைக்கான கடவுள். அத்தீனா அறிவு, தந்திரம், போர் இவற்றுக்கான கடவுள், இவருடைய நினைவாகவே ஏதென்ஸ் நகரம் என்று ஒரு கிரேக்க நகரம் பெயரிடப்பட்டது.

ஜீயஸ் மற்றும் லீட்டோ ஆகியோரது மகன் அப்போலோ. ஆர்ட்டெமிஸ் இவருடைய சகோதரி. இவர்கள் இருவரும் இரட்டையர்கள். இவர் கால்நடைகள் மற்றும் ஒளிக் கடவுள் ஆவார். இவரே மனிதர்களுக்கு நோய்களைக் குணப்படுத்தும் வித்தையைக் கற்றுக்கொடுத்ததாகவும் கூறப்பட்டுள்ளது. ஆர்ட்டெமிஸ்,

அப்போலோ இருவரும் பிறப்பு, அறுவடை, இயற்கை ஆகியவற்றின் கடவுள்கள். இவர்கள் கைகளில் வில்அம்பு ஏந்திக் காணப்படுவார். ஜீயஸ் மற்றும் ஹீரா ஆகியோரின் மகன் ஏரிஸ். போருக்கான கடவுள். ஹெப்பஸ்தஸ் மழை மற்றும சிற்பிகளின் கடவுள் ஆவார். இவரே எரிமலைகளின் கடவுளாகவும் வர்ணிக்கப்படுகிறார். ஏரிஸ் இவரது உடன்பிறந்தவர் ஜீயஸ் மற்றும் மையா ஆகியோரின் மகன் ஹெர்மிஸ். இடையர்கள், கவிஞர்கள், வணிகம் ஆகியவற்றுக்கான கடவுளாகத் திகழ்கிறார்.

டிரோஜன் யுத்தம் எனப்படும் போர் பத்து ஆண்டுகள் நடந்தது. இதில் இறுதி ஆண்டின் ஐம்பது நாட்களை விவரிக்கின்றது. ஒடிசி. அதாவது டிராய் போரில் பங்குகொண்ட யூலிஸ்சிஸ் நாடு திரும்புகையில், வழிதவறி மீண்ட பயணக் கதையை விவரிக்கின்றது.

கிரேக்க காப்பியங்கள், கடவுள்கள், மனிதர்கள், பலவித மாய உயிரினங்கள், வினோதங்கள், நிகழ்வுகள் கொண்டது. இதிகாசத்தின் பின்புலமாக உள்ள கிரேக்க வரலாற்றைப் பற்றிக் கூறினால் அது தனி சொற்பொழிவு ஆகிவிடும், நான் ஹோமரின் இதிகாசத்தையும் அத்தோடு இந்திய இதிகாசத்திற்கான உறவு பற்றியுமே முதன்மையாக எடுத்துப் பேசப்போகிறேன். குறிப்பாக, இலியட் மற்றும் மகாபாரதத்திற்கு இடையே நிறைய ஒற்றுமைகளைக் காண முடியும். இரண்டு இதிகாசங்களிலும் போரானது மிகப் பெரிய பங்கு வகிக்கிறது. இரண்டு போர்களிலும் கடவுள்கள் பெரும் பங்கு பெற்றார்கள். டிராய் நகர இளவரசன் பாரிஸ், கிரேக்க நாட்டைச் சார்ந்த ஸ்பார்ட்டா மன்னன் மெனலெஸின் மனைவி உலக அழகி ஹெலனைக் கடத்தி வந்ததே எல்லா பிரச்சினைகளுக்கும் ஆரம்பவிதை.

ஹெலனை மீட்டுச் செல்வதற்காக, கிரேக்கப் படை, மன்னன் அகமெனான் தலைமையில் டிராய் நகரை முற்றுகை இடுகிறது. இதனால் போர் ஆரம்பம் ஆகிறது. இப்போரில் கடவுள்களும் அல்லது அவர்களின் பிள்ளைகளும் நேரடியாக ஈடுபட்டார்கள். கிரேக்க தலைமைக் கடவுள் ஜீயஸ், அவரின் மனைவி ஹீரா, கடவுள் அப்போலோ இப்படிப் பல கடவுள்களும் இரு அணிகளாகப் பிரிந்து கிரேக்கப் படைகளையோ அல்லது டிரோஜன்களையோ ஆதரித்தார்கள்.

கிரேக்க அழகி ஹெலனே, கிரேக்கத் தலைமைக் கடவுள் ஜீயஸின் மகள்தான். இலியட்டின் கதாநாயகன் அக்கிலிஸ், கடல் தேவதையின் மகன். கிரேக்கப் போரில் இரண்டு அணியினர் எதிர் நின்று மோதினார்கள். கிரேக்கர்கள் அகமெனான் தலைமையில் போரிட்டார்கள். டிராய் நகர மக்கள், டிராய் இளவரசன் ஹெக்டாரின் தலைமையில் போரில் ஈடுபட்டார்கள். அவர்கள் டிரோஜன்கள் என்று அழைக்கப்பட்டார்கள்.

மகாபாரதப் போரில் பாண்டவர்களும், கௌரவர்களும்

போரிட்டனர். குருக்ஷேத்திரம் போர்க்களமாக இருந்தது. மகாபாரதப் போரிலும் கடவுள்களின் தலையீடு நேரடியாக இருக்கிறது. கர்ணன், சூரியனின் ஆசிர்வாதத்தால் பிறந்தவன். தர்மன், எமதர்மனின் ஆசிர்வாதத்தால் பிறந்தவன். பீமன், வாயுவின் ஆசிர்வாதத்தாலும், அர்ஜுனன், இந்திரனின் ஆசிர்வாதத்தாலும் பிறந்தவர்கள். ஏன் பிதாமகர் பீஷ்மரே, கங்காதேவியின் மகன்தான். எல்லாவற்றிற்கும் மேலாக கண்ணன், பாண்டவர்கள் பக்கம் இருந்தான்.

இப்படி போர் கடவுள்களின் மோதலாக இரண்டு இதிகாசங்களிலும் இடம்பெற்றிருக்கிறது. இலியட் காவியம் தொடங்குகிறதுக்கு ஒரு போட்டியே காரணமாக இருக்கிறது. சரஸ்வதி சபதம் படம் பார்த்தவர்களுக்குத் தெரியும், கடவுள்களுக்குள் யார் பெரியவர் என்ற போட்டி நடைபெறும் என்பது. அதுதான் அன்று கிரேக்கத்திலும் நடந்திருக்கிறது.

அக்கிலஸ் தீட்டிஸ் என்ற கடல்தேவதையின் மகன். அவனுடைய தாய்க்கும் தந்தைக்கும் நடக்கிற திருமணத்திற்கு ஹெரா, அதனா, அப்ரோடைட் ஆகிய மூன்று வானுலக தேவதைகளும் வந்திருக்கிறார்கள். அந்தத் திருமணத்துக்கு வந்த சண்டைமூட்டும் தெய்வமான எரிஸ் ஒரு தங்க ஆப்பிளை மேஜைமேல் வைத்து அது உலகிலேயே அழகான தேவதைக்குப் பரிசு என அறிவிக்கிறாள். மூன்று தேவதைகளும் அதற்காகப் போட்டியிடுகின்றன.

அந்தப் போட்டிக்கு நடுவராக டிராய் இளவரசனான பாரீஸ் அழைக்கப்படுகிறான். அவனுக்கு அப்ரோடைட், ஒரு ரகசிய வாக்குறுதியை அளிக்கிறாள். அதாவது உலகில் உள்ள பெண்களில் ஒரு பேரழகியை அவனுக்கு அடையாளம் காட்டுவதாகச் சொல்கிறாள். அதற்கு மயங்கிய பாரீஸ், அப்ரோடைட்டைத் தேவதைகளில் மிகச்சிறந்த அழகியாகத் தேர்வு செய்கிறான். அப்ரோடைட் கண்டுபிடித்த பேரழகி ஹெலன். இதுதான் இதிகாசத்தின் ஆதாரக்கதை.

ஹெலன், லீடா என்ற பெண்ணுக்கும் கிரேக்க தலைமைக் கடவுளான ஸியுஸுக்கும் பிறந்தவள். லீடா,டிரிண்டாரியூஸ் என்ற மன்னனின் மனைவி. ஸியுஸ் ஓர் அன்னப்பறவையாக உருமாறிப் போய் லீடாவைக் கூடியதனால் முட்டையில் இருந்து ஹெலன் பிறந்தாள் என்கிறது கிரேக்கப் புராணம். அவளை ஸ்பார்ட்டாவின் மன்னன் மெனலெஸ் என்பவர் மணந்துகொண்டார்.

மெனலெஸின் அண்ணன் அகமெனான். அகமெனான் கிரேக்கப் படைகளின் ஒட்டுமொத்த தளபதியாக இருக்கிறார். இதுதான் புறச்சூழல். காதல் என்று வந்துவிட்டால் எதிரி என்பதெல்லாம் ஒன்றுமே கிடையாது. போ, அவளைப் பார். உன்னை மயங்கவை. எப்படியாவது ஹெலனை அடைந்துவிடு. ஹெலனை அடைவதே உன் வாழ்க்கையின் லட்சியம் என பாரீஸைத் தூண்டி விடுகிறாள்

அப்ரோடைட். பாரீஸுக்கு ஒரு அண்ணன் இருக்கிறான். அவன் பெயர் ஹெக்டார். இவர்களுடைய ஊர் டிராய் நகரம். டிராயில் இருந்து அண்ணனும் தம்பியும் ஸ்பார்டா துறைமுக மன்னர் மெனலெஸைப் பார்த்துப் பரஸ்பரம் சண்டைகளை விலக்கி சமாதானம் பேசுவதற்காகப் போகிறார்கள். அரண்மனையில் சிறந்த வரவேற்பு கிடைக்கிறது.

ஒரு பக்கம் ஹெக்டார் சமாதான ஒப்பந்தம் பேசிக்கொண்டு இருக்கும் போதே பாரீஸ் ரகசியமாக ஹெலனைப் போய் பார்க்கிறான். பார்த்தவுடனே காதல் வசப்படுகிறான். ஹெலனுக்கும் இவனை பார்த்தமாத்திரம் பிடித்துவிடுகிறது. இருவரும் காதலிக்கத் துவங்குகிறார்கள். இந்த சந்திப்பை ஏற்பாடுசெய்ததும் காதல் வரச்செய்ததும் அப்ரோடைட் என்ற தெய்வம்.

மன்னருக்கு இதைப்பற்றி எதுவுமே தெரியாது. அரண்மனையில் விருந்து நடக்கிறது. அந்த விருந்தில் ஹெலனுக்கும் பாரீஸிற்கும் காதல் உறவு வலுப்படுகிறது. பாரீஸ் தனது காதலின் தவிப்பில் ஹெலனைத் தன்னோடு டிராய் நகருக்கு வந்துவிடும்படி அழைக்கிறான். அவளும் ஒத்துக் கொள்கிறாள். ஆனால், இதனால் ஸ்பார்டாவுக்கும் டிராய்க்கும் இடையில போர் மூண்டுவிடுமே என பயப்படுகிறாள். அவளை ஆசை வார்த்தைகள் பேசி தன்னோடு டிராய் வர சம்மதிக்க வைக்கிறான் பாரீஸ்.

தன்னுடைய 9 வயதான மகள் ஹெர்மியோனை அரண்மனை யிலே விட்டுச்செல்கிறாள் ஹெலன். சமாதானம் பேச வந்த இடத்தில் மன்னரின் மனைவியைக் கடத்திக் கொண்டு போகிறான் பாரீஸ். கப்பல் கிளம்புகிறது. பாதிப் பயணத்தில் சமாதான ஒப்பந்தத்தில் கையெழுத்துப் போட்டுவிட்டு வந்த அண்ணன் ஹெக்டாரிடம் ஹெலனை அறிமுகம் செய்து தனது காதலைப்பற்றி சொல்கிறான் பாரீஸ். அவன் பாரீஸைத் திட்டுகிறான். ஆனால், தம்பியின் மீது ஹெலனும் காதல் கொண்டிருப்பதை உணர்ந்து அவர்களை ஒளித்து டிராய் கூட்டிப் போகிறான். இதன் காரணமாகக் கோபம் மூளும், சண்டை வரும் என தெரிந்தே ஹெக்டார் ஹெலனைத் தனது அரண்மனைக்கு அழைத்துப் போகிறான். டிராய் அரண்மனையில் பாரீஸுடன் தங்க வைக்கிறான்.

மறுபக்கம் சமாதானம் பேச வந்ததுபோல நாடகமாடி தனது மனைவியைத் தூக்கிக்கொண்டு போய்விட்டார்களே என்று கோபப்பட்ட மெனலெஸ். தன் அண்ணனிடம் முறையிடப் போகிறான். அண்ணன் அகமெனான், போர் படைத்தளபதி. அவன்தான் கிரேக்கப் படையின் மாபெரும்வீரன். அவனுக்கு டிராயை எப்படியாவது கைப்பற்ற வேண்டும் என்ற ஆசை உள்ளூர இருந்து கொண்டே யிருக்கிறது.

டிராய் கிடைத்துவிட்டால் கிரேக்கம் ஒரு பெரிய ராஜ்ஜியமாக

உயர்ந்துவிடும் என நினைக்கிறான். கிரேக்க இராஜ்ஜியத்தை விரிவுபடுத்த தம்பி மனைவியைத் தூக்கிக் கொண்டுபோன ஒரு காரணம் போதும் என நினைத்த அகமெனான் உடனே படைகளைத் திரட்டுகிறான். படைதிரட்டி பத்தாயிரம் வீரர்களோடு டிராய் நகரத்தைப் பிடிக்க கப்பலில் கிளம்பிப் போகிறான். இந்த சண்டையில் கிரேக்கத்திற்கு கப்பம் கட்டக்கூடிய சிறுசிறு அரசர்களும் ஒன்றுசேர்ந்து கொள்கிறார்கள். அப்படி ஒன்றுதிரண்ட வீரன்தான் அக்கிலஸ். அவனே போருக்குத் தளபதி போல இருக்கிறான். அகமெனான் பக்கம் ஹெர்க்குலிஸ் இருக்கிறான் அவன் வெல்ல முடியாத ஒரு பெரிய வீரன். இன்னொருவன் யூலிஸ்சிஸ்.

யூலிஸ்சிஸ் ஒரு ஒப்பில்லாத வீரன். மூன்றாவது ஆள் அக்கிலஸ். மூன்று முக்கியமான படைத் தளபதிகளோடுத் தான் யுத்தத்துக்குப் போகிறான் அகமெனானின் படைகள் டிராயை நோக்கி வருவதைப்பற்றி ஹெக்டார் தனது அப்பாவிடம் முறையிடுகிறான்.

அவர் ஒரு பெண்ணிற்காக இந்த தேசமே பலியாக வேண்டுமா என யோசிக்கிறார். ஆனால், மகனின் காதல் அவர் கண்ணை மறைக்கிறது. எதுவந்தாலும் மோதிப் பார்க்கலாம் என முடிவுசெய்து விடுகிறார். இதேபோன்ற ஒரு நிலை மகாபாரதப் போரிலும் ஏற்படுகிறது. துரியோதனன் சமாதானம் பேச விரும்பவேயில்லை. அவன் சண்டை செய்ய ஆசைப்படுகிறான். நீதி நியாயம் பற்றி எல்லாம் அவன் யோசிக்கவில்லை. சண்டை எல்லா சம்பவங்களையும் நீதியாக்கிவிடும் என நம்புகிறான்.

திருதராஷ்டிரன் ஹெக்டாரின் தந்தையைப் போலத்தான் நடந்து கொள்கிறான். தன் மகன் ஆசையை அவன் தடுப்பதில்லை. உள்ளூர அவனும் போரை விரும்புகிறான். இதிகாசங்கள் ஒன்று போல இருக்கக் காரணம், மனித மனதின் இயல்பு ஒன்றுபோல இருப்பதுதான் என்கிறார்கள். யுத்தம் நடக்கிற இடம் டிராயாக இருந்தாலும் குருக்ஷேத்திரமாக இருந்தாலும் மனிதர்கள் தானே போரை நிகழ்த்துகிறார்கள். அவர்களின் மனநிலைப்படியே போரின் வெற்றி தோல்வி அமைகிறது. இதற்கிடையில் ஹெலன் தன்னைத் திரும்ப அனுப்பி விடுவார்களோ என்று பயந்து, "நீயும் உன் அண்ணனும் பெரிய வீரர்கள் என்றால் எனக்காகச் சண்டையிடுங்கள். நம் காதலின் வலிமையை இந்த உலகம் அறிந்து கொள்ளட்டும்" என்கிறாள் பாரீஸிடம் ஹெலன். ஹெலன் என்ன சொன்னாலும் பாரீஸ் அப்படியே கேட்டுக் கொள்வான்.

ஹெலனைப் பார்க்க ஆசைப்பட்டு, தனது ஆன்மாவை அடகுவைத்த டாக்டர் பாஸ்டஸ் கதைதான் நினைவிற்கு வருகிறது. மார்லோ எழுதிய அற்புதமான நாடகமது. அதில் டாக்டர் பாஸ்டஸ் ரசவாதம் கற்றவர். மாய மந்திரங்களைக் கற்றுக்கொள்ள சாத்தானுடன் ஒப்பந்தம் செய்துகொண்டவர். அவருக்கு வாழ்நாளில்

ஒருமுறையாவது ஹெலனைப் பார்த்துவிட வேண்டும் என்று ஆசை.

இதற்காகத் தனது ஆன்மாவை சாத்தானிடம் விற்கிறான். இதற்காக ரத்தக் கையெழுத்துப் போடுகிறான். உடனே மாயத்தில் அவன் கண்முன்னே ஹெலன் வருகிறாள். அவளைப் பார்த்துவியந்த பாஸ்டஸ் சொல்கிறான். "இந்த முகம்தானா ஆயிரக்கணக்கான கப்பல்களைச் சிதறடித்தது. இந்த முகம்தானா உலகில் அத்தனை ஆண்களையும் கிறங்க வைத்தது, இந்த முகம்தானா டிராய் யுத்தம் உருவாகக் காரணமாக இருந்தது" எனப் புகழ்ந்து பேசி, "உன் ஒரு முத்தத்தால் என்னை நித்யமானவன் ஆக்கிவிடு" என்கிறான் பாஸ்டஸ். அப்பேர்ப்பட்ட ஹெலன் பாரீஸிடம், "போ, எனக்காக சண்டையிடு" என கட்டளை இடுகிறாள். அதற்கு உடனே பாரீஸ் அடிபணிகிறான்.

அண்ணன் ஹெக்டாரிடம் பாரீஸ் சொல்கிறான்:

"அண்ணா நாம் தோற்றால் காதல் தோற்றுவிடும். ஹெலன் போய்விடுவாள். என் உயிர் போய்விடும். அதனால் களத்தில் சாவது மேல்"

தம்பிக்காக யுத்தம் செய்ய முன்வருகிறான் ஹெக்டார். இரண்டு பக்கமும் ஆட்கள் திரளுகிறார்கள். அவர்கள் பக்கம் அப்போலோ என்ற கடவுள் இருக்கிறார். ஹெக்டாரும் பாரீஸும் இருவரும் கடவுளுக்கு ரொம்ப விசுவாசமானவர்கள். அப்போலோ கடவுள் சொல்கிறார், "நான் உங்கள் பக்கம் இருக்கிறேன். உங்களை ஒருவராலும் வெல்லமுடியாது."

கிரேக்க இதிகாசத்தில் மறக்க முடியாத ஒரு கதாபாத்திரம் அக்கிலஸ். அவன் கதாபாத்திரமும் நமது கர்ணனின் கதாபாத்திரமும் ஒன்றுதான். இருவரது வாழ்க்கையும் நட்பின் பெயரால் தான் அர்த்தமடைகிறது. கர்ணனைப் போலவே அக்கிலஸுக்கும் பிறவி யிலே ஒரு மர்மம் இருக்கிறது. அவனுடைய தாய் ஒரு தேவதை. அவனுடைய அப்பா மனிதர். இவன் பிறந்தவுடனே மனிதனாகப் பிறந்து விட்டானே என்று கவலையுற்ற தெய்வம் டியூக்ஸ் என்ற வானுலகத்தில் ஓடக்கூடிய நதியில் அவனை மூழ்கி எடுக்கிறது.

இந்த நதியில் யாராவது ஒருவர் மூழ்கி எழுந்துவிட்டால் அவருக்கு சாவே கிடையாதாம். அப்பேர்ப்பட்ட நித்தியத்தின் நதியில் அக்கிலஸ்னுடைய குதிங்காலைக் கையில் பிடித்துக்கொண்டு, அவனது தாய் ஆற்றினுள் முக்கி எடுக்கிறார். அவள் இறுக்கிப்பிடித்திருந்த குதிங்காலைத் தவிர மற்றயெல்லாமே தண்ணீருக்குள் போய் வருகிறது. அதனால் அவனுக்கு குதிங்காலைத் தவிர வேறு இடத்தில் அடிபட்டால் சாகவே மாட்டான் என்ற நிலை உருவாகிறது. ஆகவே, அக்கிலசை யாரும் எதிர்நின்று சண்டையிட்டுக் கொல்லவே முடியாது.

விளையாட்டு வீரர்களுக்குத் தெரியும், 'அக்கிலிஸ் நீ' (Achilles Knee)

என்று ஒரு பிடிப்பு இருக்கிறது. அது குதிங்கால் வலி. அக்கிலஸின் பலவீனம் அவனது குதிங்கால் தான் என ஒருவருக்கும் தெரியாது. ஆகவே, யுத்தத்தில் தாங்களே ஜெயிப்போம் என அகமெனான் நம்புகிறான். அதுவரைக்கும் டிராய் மக்கள் அவ்வளவு பெரிய கப்பல் படையை, ஆயிரமாயிரம் போர்வீரர்களைப் பார்த்ததே கிடையாது. பத்தாயிரம் கப்பல்களில் வீரர்கள் வந்திறங்கி நகரத்தைச் சுற்றி வளைக்கிறார்கள்.

அகமெனான் இறுதி எச்சரிக்கை செய்கிறான். அது, இரண்டு நிபந்தனை. ஒன்று, ஹெலனை விட்டுவிடுங்கள். இன்னொன்று, டிராய் நகரத்தை எங்கள் கையில் கொடுத்து சரண் அடைந்து விடுங்கள். ஆனால், ஹெக்டார் இரண்டையும் நிராகரிக்கிறான். ஹெக்டார் மறுசவால் விடுகிறான். இந்தப் பிரச்சினை ஹெலன் யாருக்கு சொந்தம் என்பது. முடிந்தால் பாரீஸ் உடன் மோதி, அவனை வென்று, ஹெலனைக் கூட்டிப்போக அவள் கணவன் மெனலெஸ் தயாரா எனக்கேட்கிறான்.

ஆனால், அகமெனானுக்கு டிராய் நகரைப் பிடிக்க வேண்டும் என்ற ஆசை. ஆனால், இந்த சவாலை ஏற்றுக் கொள்ளவில்லை,. இது மெலினியஸ்க்குப் பிடிக்கவில்லை. அவன் சவாலை ஏற்று பாரீஸ் உடன் சண்டையிட ஒத்துக் கொள்கிறான்.

சண்டைக்கான நாள் குறிக்கப்படுகிறது. சண்டையில் மெனலெஸ் முரட்டு வீரன். பாரீஸை எளிதாக அடித்துவிடுகிறான். பாரீஸைக் காப்பாற்ற உள்ளே புகுந்த ஹெக்டார் மெனலெஸைத் தாக்கி கத்தியால் குத்துகிறான். அதனால் போர்விதியை மீறிவிடுகிறது.

இதைக் காரணம் காட்டி யுத்தம் துவங்குகிறது. ஒன்று இரண்டு நாள் அல்ல, பத்து ஆண்டுகள் சண்டை நடக்கிறது. மாறி மாறி அடித்துக் கொள்கிறார்கள். போர்க்களத்தில் அக்கிலஸிற்கும் அகமெனானுக்கும் இடையில் கருத்துவேறுபாடு உருவாகிறது. கட்டளையை மீறுகிறான் என அவனைக் கண்டிக்கிறான் அகமெனான். அதனால் இனி நான் யுத்தத்தில் கலந்துகொள்ள மாட்டேன் என ஒதுங்கிப் போகிறான் அக்கிலஸ். மகாபாரத யுத்தத்தில் தன்னை பீஷ்மர் அவமானப்படுத்தி விட்டதை அறிந்து. இதே முடிவைத்தான் கர்ணனும் எடுத்தான்.

இனிமேல் எனக்கு யுத்தம் கிடையாது. நான் வாள் ஏந்த மாட்டேன். யாரோடும் சண்டைபோட மாட்டேன் என்று அக்கிலஸ் ஒதுங்குகிறான். இந்த இடத்தில இருந்துதான் இலியட் இதிகாசம் ஆரம்பிக்கிறது.

இதுவரைக்கும் சொன்ன கதை ஹோமரின் இதிகாசத்திற்கான பீடிகை. இது தெரிந்தால்தான் இதிகாசத்தை ரசித்துப் படிக்க முடியும். அக்கிலஸின் கோபம்தான் இதிகாசத்தின் துவக்கம். அது வெறும் கோபமில்லை. தலைமை சரியில்லை என்றால் மானமுள்ளவன் அதற்குத் துணை நிற்க முடியாது என்ற அறமே முதன்மைப்

படுத்தப்படுகிறது. அகமெனான் பலமுறை அக்கிலஸை அவமானப் படுத்துகிறான். அக்கிலஸ் அவமானப் பட்டுப் போரைவிட்டு ஒதுங்குகிறான்.

அக்கிலசும் கடவுளுடைய பிள்ளைதானே. அவனுடைய அம்மா போர்க்களத்திற்கு வருகிறாள். கர்ணனைத் தாய் வந்து பார்ப்பது போலத்தான் இங்கேயும் நடக்கிறது. யுத்த முகாமில் அவனைப் பார்த்து தாய் சொல்கிறாள்: மகனே, நீ போர் செய்வதற்காகவே பிறந்தவன். உன் வீரம் யுத்தமுனையில் வெளிப்படுவது தான் சிறப்பு. நீ ஒதுங்கிப் போகாதே என சமாதானப்படுத்துகிறாள். இதற்கிடையில் அகமெனான் ஹெக்டாரை எதிர்த்துமோத, பெட்ரோகுலஸ் என்ற வீரனைத் தேர்வு செய்கிறான். அவன் அக்கிலஸின் நண்பன். இரண்டு பேரும் இணையான வீரர்கள். பெட்ரோகுலஸை அபிமன்யூவுடன் பொருத்திப் பார்க்கலாம். அபிமன்யூ பத்ம வியூகத்தைக் கருவிலேயே தெரிந்துகொண்டவன். பிறக்கும்போதே வீரனாகப் பிறந்தவன். பெட்ரோகுலஸ்சும் அப்படிப்பட்டவன் தான்.

பெட்ரோகுலஸ் யுத்தக்களத்திற்குள் பிரவேசிக்கிறான். ஹெக்டாருடைய மொத்த சைனியத்தையும் ஒன்றுமில்லாமல் அடித்து துவம்சம் பண்ணுகிறான்.. அவன் எப்படிப் போரிட்டான் என்பதை ஹோமர் வியந்து வியந்து பாடுகிறார். அது பரணி பாடுவது போலவே இருக்கிறது.

ஒரு எருது கூட்டம் மேய்ந்துட்டு இருக்கும்போது, அதை சிங்கம் என்ன செய்யுமாம். வேடிக்கை பார்த்துக்கொண்டே இருக்குமாம். பிறகு எருது கூட்டத்தை நன்றாக மேயவிட்டு ஒரே அடியில் அடித்துக் கொன்றுவிடுமாம். அப்படித்தான் பெட்ரோகுலஸ் யுத்த முனையில் எதிரிகளைக் கொல்கிறானாம். ஹோமருடைய உவமைகள் ரொம்ப அழகானது.

இங்கு ஒரு உவமை சொல்கிறார். பெட்ரோகுலஸ் சண்டை போடும்போது, எப்படின்னா உறங்கும் குழந்தையின் மீது ஈக்கள் மொய்த்தால் தாய் எவ்வளவு லேசாக விரட்டுவாளோ அதுபோல அவ்வளவு லேசாக அவ்வளவு பேரையும் வாள்வீசிக் கொன்றுவிட்டான் என்கிறார் ஹோமர்.

இப்படி வெறித்தனமாக பெட்ரோகுலஸ் சண்டையிட்டதைக் கேட்கும்போது, ஹெக்டாருக்குக் கோபம் வருகிறது. ஹெக்டாரும் அவனைச் சேர்ந்த எல்லோரும் சுற்றி நின்றுகொண்டு பெட்ரோகுலசைக் கொல்கிறார்கள். எப்படி கொல்கிறார்கள் என்பதையும் ஹோமர் பாடுகிறார்.

இடுப்பில் ஒரு கத்தி, கழுத்தில் ஒரு கத்தி, தொடையில் ஒரு கத்தி, கழுத்தின் பின்பக்கம் ஒரு கத்தி இப்படி எத்தனை கத்தி அவனுள் ஒரே நேரத்தில் சொருகப்பட்டது என்று விவரிக்கிறார். அவனைக் கொடூரமாகக் கொல்கிறார்கள். கொன்றதோடு அவர்கள்

கோபம் நின்றுவிடவில்லை. இவனை வைத்துத்தான் இந்த டிராயை அழிக்கலாம் என்று நினைத்தீர்கள் இல்லையா, இவனை என்ன செய்கிறோம் பார் என்று பெட்ரோகுலஸ் பிணத்தைக் கூட தர மறுக்கிறார்கள். பிணத்தின் மீது குதிரை சாணத்தைக் கரைத்து ஊற்றுகிறார்கள். அவனுடைய தலைமயிரைப் பிய்த்து எறிகிறார்கள். இறந்தவனின் கை விரல்களை உடைக்கிறார்கள். இவையெல்லாமே அக்கிலசிடம் தெரிவிக்கப்படுகிறது. அக்கிலஸ், உன் நண்பன் பெட்ரோகுலஸ் அநியாயமாகக் கொல்லப்பட்டான். அவமானப் படுத்தப்பட்டான். நிர்வாணப் படுத்தப்பட்டான். உடல் தெருவில் கிடக்கிறது. போகிற வருகிற அத்தனை டிராய் நகர மக்களும் அதைப் பார்த்துக் காறி துப்புகிறார்கள் என்று சொல்கிறார்கள்.

இதைக்கேட்ட அக்கிலஸ், தன்னுடைய கவசத்தை எடுக்கிறான். தனி ஒரு ஆளாக நின்று சண்டை செய்வேன் என்று முடிவு செய்கிறான். இதுவும் கர்ணன் யுத்த களத்திற்குப் போனது போலத்தான் இருக்கிறது. வெஞ்சினத்தோடு அக்கிலஸ் போகிறான். ஒருபக்கம் அவன் தனியாள் மறுபக்கம் பெரிய சைனியம் இருக்கிறது. அக்கிலஸ் ஹெக்டாரைக் கொல்லப்போவதாகக் கத்துகிறான். அன்று ஹெக்டார் தனது இறுதிநாள் என்பதை உணர்ந்து கொண்டவனைப் போலவே செயல்படுகிறான்.

எனது சாவு என் சகோதரனுக்குத் தரும் பரிசு. அவன் காதலின் பெயரால் செய்த தவறுக்கு நான் உயிரைக் கொடுத்து அந்தப் பரிசைக் காப்பாற்றுகிறேன் என்று சொல்லிவிட்டு கிளம்பிப்போகிறான். அன்றைய யுத்தத்தை மட்டும் வேடிக்கை பார்ப்பதற்கு ஹெலன் நேரில் வருகிறாள். இதுதான் இதிகாசத்தினுடைய உச்சபட்சம். இன்றைக்கு நடக்கக்கூடிய யுத்தம் ஹெலனுக்காக நடக்கிறது. சாகப் போகிறவன் ஹெக்டார். கொல்வதற்குத் துடித்துக்கொண்டு இருப்பவன் அக்கிலஸ். இந்த சண்டை மிக வேகமாக மூர்க்கத்தனமானதாக நடக்கிறது.

இந்த இலியட் முழுவதுமே நீங்கள் படித்தால் சன்னதம் வந்த பூசாரி சொல்வதைப்போல உன்னதமாக தெறிக்கிற வார்த்தைகளைப் போலதான் ஹோமர் பாடுகிறார். ஹெக்டார் எப்படி பெத்ரோகுலஸைக் கொன்றானோ அப்படியே அவனைக் கொல்கிறான் அக்கிலஸ். கொன்றது மட்டுமல்லாமல், ஆவேசம் தீராமல் அந்த உடலை அப்படியே தனது முகாமிற்கு எடுத்துக் கொண்டுவருகிறான். வந்ததும் பெட்ரோகுலஸுக்கு என்ன செய்தார்களோ அத்தனை அவமானத்தையும் செய்கிறான். அக்கிலஸின் மனம் கலங்கிவிட்டதோ என முகாமே அச்சப்படுகிறது.

10 நாட்களுக்கு ஹெக்டாரின் உடலைக் கொடுக்காமல் வைத்திருக்கிறான். டிராய் நகரே துக்கத்தில் ஆழ்ந்து போயிருக்கிறது, இறந்த உடலைக் கூட காணமுடியவில்லையே என மன்னர் பிரியம் அழுகிறார். இறந்த உடல் முன்பாக அக்கிலஸ், "பெத்ரோகுலஸ், நீ

இப்போது வானுலகத்தில் சந்தோஷம் கொள். உன் சாவிற்கு வஞ்சம் தீர்த்துவிட்டேன்" என்கிறான். இறந்த மகனின் உடலைப் பெறுவதற்காக ஒளிந்து ஒளிந்து வருகிறான் தந்தை பிரியம், அது இந்தக் காவியத்தின் மகத்தான துயரக்காட்சி. அக்கிலஸ் முன்பாக பிரியம் மண்டியிட்டு தன் மகனின் உடலைத் தந்துவிடும்படி மன்றாடுகிறான். அந்தத் துயரம் ஒரு தகப்பனின் துயரம். உன்னுடைய தந்தை வயதுதான் எனக்கு. உன் தந்தையைப் போல கேட்கிறேன். ஹெக்டார் உடலைக் கொடுத்துவிடு என்று பிரியம் அழுகிறார். அதைக்கேட்டு அக்கிலஸ கலங்கிவிடுகிறான். உங்கள் மகன் உடலுக்கு இணையாகப் பணயத் தொகையைக் கொடுத்துவிட்டு உடலைக் கொண்டு போங்கள் என்கிறான். அதற்கு பிரியம், நீ கேட்பதையெல்லாம் தருகிறேன். எனக்கு என் யைனுடைய உடல் வேண்டும். ஏன் என்றால் நாங்கள் கட்டி அழுவதற்காக அவனுடைய உடல் வேண்டும். அவனுக்கான இறுதிச் சடங்குகளை நான் செய்யவேண்டும். இல்லை என்றால் வாழ்நாள் முழுதும் தான் பெற்ற பிள்ளைக்கு செய்ய வேண்டிய ஈமக்கடன் செய்யத் தவறியவன் ஆகிவிடுவேன் என்கிறார் பிரியம்.

உங்கள் பைனுடைய உடல் இதோயிருக்கிறது. இதை எடுத்துக் கொண்டு போகலாம். ஆனால், இது இரவு நேரம். ஆகவே, இரவு தங்கி விடிகாலையில் இந்த உடலைக் கொண்டு செல்லுங்கள் என தடுக்கிறான். மகனைக் கொன்றவனின் கட்டளையை பிரியம் ஏற்றுக் கொள்கிறார். இருவரும் ஒன்றாக சாப்பிடுகிறார்கள். அதுதான் இதிகாசத்தின் உன்னதமான தருணம்.

பிரியம் சாப்பிட்டுக்கொண்டே சொல்கிறான். இந்த மனிதனுடைய வாழ்க்கை எவ்வளவு அவலமானது தெரியுமா? பிள்ளை இறந்த மூன்றாவது நாளிலேயே பிள்ளையினுடைய தாய் சாப்பிட ஆரம்பித்து விடுகிறாள். மனைவி சாப்பிட ஆரம்பித்துவிட்டால் அவனுடைய பிள்ளைகளும் அவனை மறந்து பசியில் மூன்று வேளையும் சாப்பிட்டுக்கொண்டே இருக்கிறார்கள். நான் ஒருவன்தான் இத்தனை நாட்கள் சாப்பிடாமல் இருந்தேன். இப்போது அவன் உடல் கிடைத்த நிம்மதியில் சாப்பிடுகிறேன் என்று சொல்லி அழுகிறார். அக்கிலஸ் அவனை உறங்கச் சொல்கிறான். அதற்கு பிரியம் எப்போது ஹெலனைத் தூக்கி வந்தார்களோ அன்றே எனது உறக்கம் பறிபோய்விட்டது என்று சொல்கிறார். இன்றைக்கு நான் கொஞ்சம் மதுவைக் குடித்துவிட்டு உறங்கப் போகிறேன் என கிளம்புகிறான் பிரியம். உடலைப் பெற்றுக் கொண்டு கிளம்பும்போது, பிரியம் ஒரு வேண்டுகோள் விடுக்கிறார். அக்கிலஸ், இன்னும் எனக்கு நீ ஒரே ஒரு உதவியைச் செய்ய வேண்டும்.

அந்த உதவியை உன்னால் மட்டும்தான் செய் முடியும். என் மகனின் இறப்பிற்காக நான் ஒன்பது நாட்களுக்கு விரதம் இருக்க வேண்டும். பத்தாவது நாள் குடும்பத்தோடு சேர்ந்து சடங்கு செய்ய வேண்டும். பதினோராம் நாள் தேசமே சேர்ந்து அதற்கான துக்கம்

அனுசரிக்கும். பனிரெண்டாம் நாள்தான் இந்த துயரத்தில் இருந்து விடுபடுவோம். பனிரெண்டு நாட்களுக்கு யுத்தம் நடக்காமல் நீ பார்த்துக்கொள்ள முடியுமா என்று கேட்கிறார்.

அவனும் அதை ஒத்துக்கொண்டு சத்தியம் செய்து தருகிறான். இனி பனிரெண்டு நாட்களுக்கு எந்த சண்டையும் நடக்காது. உங்கள் பையனுக்கு அந்த இறுதிச் சடங்கை செய்யுங்கள் என அனுமதிக்கிறான். இந்த இடத்தில்தான் இரண்டு மாமனிதர்கள் தோன்றுகிறார்கள். அவர்களுக்குள் பகையில்லை. அன்பும் ஸ்நேகமும் மட்டுமே இருக்கிறது. இதிகாசம் காட்டக்கூடிய உன்னதமான தருணம்தான் அது. ஹெக்டாரின் உடலோடு டிராய் நகரத்துக்குள் போகிறார். உள்ளே வருகிறார். வந்து நடந்த நிகழ்வுகளை விவரிக்கிறார். அது ராமாயணத்தில் வரும் இராவணனுடைய வீழ்ச்சியைப் போலதான் இருக்கும். இதுவரை டிராய் நகரம் ஹெக்டார் தோற்றுத் திரும்பியதைப் பார்த்ததேயில்லையாம். ஆனால், இன்று ஹெக்டார் உடல் விழுந்துகிடக்கிறது, அதை யாரோ தூக்கிக் கொண்டுவருகிறார்கள்.

டிராய் நகர மக்களைப் பார்த்து எப்போதுமே ஹெக்டார் கையசைப்பானாம். இன்றைக்குத்தான் மக்கள் பார்க்கும்போது அவன் கை அசையேவில்லை. இப்படி அந்தத் துயரத்தைக் கதறிக் கதறிசொல்லிக் கொண்டே வருகிறார். அவர்கள் ஊரிலும் ஒப்பாரி வைக்கும் பழக்கம் இருக்கிறது. அந்த ஓலம் மனதைக் கனக்கச் செய்கிறது. ஹெக்டாரினுடைய உடல் அடக்கம் செய்யப்படுவதோடு இலியட் முடிந்துவிடுகிறது.

டிராய் யுத்தம் என்னவானது, யார் அதில் ஜெயித்தார்கள், எப்படி ஜெயித்தார்கள் என்ற கதையைச் சொல்லவே இல்லை. இது கிளைமாக்ஸ் இல்லாமல் படம் பார்த்தது போன்றது. ஹெக்டாரின் மரணத்தோடு இதிகாசம் முடிந்து போய்விடுகிறது. ஆனால், வரலாற்றில் என்ன நடந்தது, அதையும் பார்த்துவிடுவோம்.

பனிரெண்டு நாள் காத்திருக்கிறார்கள். மக்கள் ஹெக்டாருடைய மரணத்தால் எழுச்சியுற்று இருக்கிறார்கள். அவர்களைப் போரிட்டு ஜெயிப்பது முடியாத காரியம். தந்திரத்தால்தான் ஜெயிக்க முடியும் என்று ஒரு பெரிய மரக் குதிரையை உருவாக்குகிறார்கள். அந்தமரக் குதிரைக்குள் நிறைய போர் வீரர்களை ஒளிய வைத்து, நுழைவா யிலில் விட்டுவிட்டு, எல்லா கப்பல்களும் திரும்பிப் போய்விடுகிறது. கிரேக்கர்கள் தோற்றுப் போய் திரும்பி, போய் விட்டார்கள். இனிமேல் கிரேக்கர்களால் ஆபத்து வராது. இனிமேல் நம்முடைய நகரத்தைப் பிடித்த சண்டை சச்சரவுகள் தீர்ந்தது. நிம்மதியாக வாழலாம் என்று கடற்கரைக்கு வந்து மக்கள் சந்தோஷமாகக் கத்துகிறார்கள். வேடிக்கை பார்க்கிறார்கள். தனியாக நின்ற மரக்குதிரையை நகரத்துக்குள் இழுத்துக்கொண்டு வருகிறார்கள். அன்றிரவெல்லாம்

மக்கள் வெற்றிக்களிப்பில் ஆடிப்பாடி மகிழ்கிறார்கள். டிராய் நகரமே நிம்மதியாய் உறங்குகிறது.

இதுதான் சந்தர்ப்பம் என்று காத்துக் கொண்டிருந்த வீரர்கள் குதிரையிலிருந்து வெளியேவந்து, கோட்டையினுடைய கதவுகளைத் திறந்துவிட்டு நகரத்தினுடைய முக்கிய வாயில்களையெல்லாம் கைப்பற்றிக்கொண்டு தகவல் கொடுக்கிறார்கள். மறுநிமிடம் கடலில் ஒளிந்திருந்த அத்தனை கப்பல்களும் ஒன்று சேர்ந்து டிராய் நகரத்தை முற்றுகையிட்டு மொத்த டிராய் நகரத்தையும் அழிக்கிறார்கள். ஆனால், ஹெலன் கொல்லப்படவில்லை.

அவள் பிரியத்தினுடைய இன்னொரு தம்பியைக் காதலிக்க ஆரம்பித்துவிட்டாள். கடைசி வரைக்குமே ஹெலன் காதலியாகவேதான் இருந்தாள். ஒருவராலும் கொல்லப் படவேயில்லை.

யுத்தம் முடிந்தபிறகு போர்வீரர்கள் தன் வீட்டுக்குத் திரும்பிப் போகும் பயணத்தை ஒடிசி விவரிக்கிறது. எல்லா இதிகாசங்களும் வீடு திரும்புதலைத்தான் முக்கியமானதாகச் சுட்டிக்காட்டுகின்றன.

இலியட் அக்கிலஸினுடைய கதை என்றால், ஒடிசி முழுவதும் யுலிசிஸ்ஸினுடைய கதை. பொதுவாக இதிகாசங்கள் கதை மட்டும் சொல்வதில்லை. அவற்றின் ஊடாக மனித அறத்தை, நீதியுணர்வை, மாறாத அடிப்படை பண்புகளை வலியுறுத்தப் படுகின்றன.

போர்க்களத்தில் பூக்கள் முளைத்திருப்பது போல என்ற உதாரணத்தை ஹோமர்தான் முதன்முதலாகப் பயன்படுத்துகிறார். மனித வாழ்க்கையின் நிலையாமையை இதிகாசங்கள் திரும்பத் திரும்பச் சுட்டிக்காட்டுகின்றன. மனித வாழ்வின் அர்த்தம் என்பது வாழும் முறையில் தானிருக்கிறது என்பதை அடையாளம் காட்டுவதே இதிகாசங்களின் நோக்கம். இதிகாசம் என்பது பெருங்கதையாடல். மானுடக் குலத்தின் அழியாத நினைவுகளே அதைப் பின்னுகின்றன.

வாழ்க்கையை மேம்படுத்திக் கொள்ள விரும்பும் ஒவ்வொரு மனிதனும் கட்டாயம் இதிகாசங்களைப் பயில வேண்டும். அது மகாபாரதமாக இருந்தாலும், ஹோமராக இருந்தாலும் சரி, எதுவாக இருப்பினும் மலை ஏறுவது போல பொறுமையாக, விடாமுயற்சியோடு இதிகாசம் பயின்றால் மலை உச்சியில் இருந்து உலகைக் காண்பது பேல வியப்பான அனுபவம் பெறுவீர்கள் என்பதே நான் அறிந்த உண்மை.

• • •

ஹெமிங்வேயின் கிழவனும் கடலும்

4.1. அறியப்படாத ஹெமிங்வே   141
4.2. ஹெமிங்வேயின் காளைச்சண்டை   151
4.3. பாரிஸில் ஹெமிங்வேயைப் பார்த்தேன்   160
4.3. ஹெமிங்வேயின் கிழவனும் கடலும்   167
     (உரையின் எழுத்துவடிவம்)

அறியப்படாத ஹெமிங்வே

தனிமைதான் எழுத்தாளனின் நிரந்தர துணை. தனிமையை அர்த்தப்படுத்திக் கொள்வதற்கே எழுத்து பயன்படுகிறது. வயது வளர வளர தனிமை அதிகமாகிக் கொண்டே வருகிறது. தனித்திருத்தல் அதற்குக் காரணமில்லை. தனிமை என்பது தீராத ஒரு அக நிலை.

தனிமை மிக முக்கியமானது. ஆறு மலைகள் நிலவு சந்திரன் என யாவும் தனிமை கொண்டிருக்கின்றன. உலகம் ஒவ்வொரு இரவும் தன் தனிமைக்கே திரும்புகிறது. பலர் கூடி இருப்பதால் நம் தனிமை கலைந்துவிடாது. தனிமை நாணல் அசைவது போல தன்னியல்பாக நமக்குள் அசைந்து கொண்டேயிருக்கிறது. ஹெமிங்வேயின் நோபல் பரிசு உரை எழுத்தாளனின் தனிமையைப் பற்றியே பேசுகிறது. இலக்கிய கூட்டங்கள், விருதுகள் பாராட்டுகளால் அந்தத் தனிமையைப் போக்கிவிட முடியாது என்பதை நினைவுபடுத்துகிறது. தான் நினைப்பதை எழுத்தாளன் சொல்ல வேண்டிய அவசியமில்லை. எழுதிக் காட்டியாக வேண்டும் என்ற அடிப்படையை மறுபடியும் நினைவுபடுத்துகிறது. ஒவ்வொரு படைப்பை எழுதும்போதும் எழுத்தாளன் அடையும் சவால்களும் ரணங்களும் வலியும் படைப்பு வெளியானதும் வாசகர் அறியாத உண்மையாக முடங்கிப் போய்விடுகின்றன .

இலக்கிய முன்னோடிகளைத் தாண்டி ஒரு புதிய கதையை எழுதுவது எழுத்தாளன் தனித்து மேற்கொள்ள வேண்டிய சவால். இதற்கு யாருமே அவனுக்கு உதவி செய்ய முடியாது. எழுதும் கணத்தில் அடையும் சந்தோஷம் மட்டுமே அவனது உயர்ந்த பரிசு. அதற்கு இணையாக வேறு எந்தப் பரிசும் அவனை மகிழ்ச்சி கொள்ளச் செய்வதில்லை என்று கூறும் ஹெமிங்வே இருபதாம் நூற்றாண்டு அமெரிக்க இலக்கியத்தின் சாதனை நாயகனாகக் கொண்டாடப்படுகிறார். 1999இல் ஹெமிங்வே நூற்றாண்டு விழா கொண்டாப்பட்டபோது, அமெரிக்காவின் சமகால படைப்பாளிகள் பலரிடமும் ஏன் அவர்களுக்கு ஹெமிங்வேயைப் பிடித்திருக்கிறது என்று ஒரு சிறு நேர்காணல் நடத்தப்பட்டது. பலரும் சொன்ன ஒரே பதில், ஹெமிங்வேயின் கதை சொல்லும் முறை மற்றும் எழுத்து

நடை என்பதே. அது மறுக்கமுடியாத உண்மை. நம் காலத்தின் மாபெரும் கதை சொல்லி ஹெமிங்வே. அவரது கதை சொல்லும் முறை அற்புதமானது. இன்று வரை அமெரிக்க இலக்கியத்தில் ஹெமிங்வேயின் பாதிப்பு அதிகமிருக்கிறது.

நோபல் பரிசு பெற்ற கேப்ரியல் கார்சியா மார்க்வெஸ் தன் எழுத்தை உருவாக்கியதில் ஹெமிங்வேக்கும் வில்லியம் பாக்னருக்கும் முக்கிய பங்கிருக்கிறது என்று வெளிப்படையாகவே குறிப்பிடுகிறார். ஹெமிங்வேயின் எழுத்து முறை அசலானது. அதைத் தனது பத்திரிகை அனுபவத்திலிருந்து உருவாக்கிக் கொண்டதாக அவரே குறிப்பிடுகிறார்.

ஹெமிங்வேயின் பலம் அவரது சின்னஞ்சிறிய வாக்கியங்கள். அதில் காணப்படும் தெளிவு மற்றும் நம்பகத்தன்மை. நேர்த்தி செய்யப்படாத இயற்கையாகத் தேர்வு செய்யப்பட்ட சொற்கள் மற்றும் எங்கே வாக்கியங்களை முடிக்க வேண்டும் என்று தெரியும் நுட்பம். தன்னுடைய இளவயதில் கான்சாஸ் சிட்டி என்ற செய்தி இதழுக்காக அவர் பணிபுரிந்தபோது, அங்கே அவரது ஆரம்பப்பாடமாக இருந்தவை ஏழு குறிப்புகள்.

1) சிறிய வாக்கியங்களாகவும் சிறிய பத்தியாகவும் எழுத வேண்டும்.

2) நடந்ததை இப்போது நடப்பது போல எழுதப்பட வேண்டும்.

3) பழமொழிகள், அறிவுரைகள், வழக்கொழிந்த சொற்களை ஒரு போதும் பயன்படுத்தக் கூடாது.

4) அலங்காரமான சொற்களையோ. பதங்களையோ பயன்படுத்தக் கூடாது.

5) குறைவான வார்த்தைகளில் தெளிவாகப் பொருள் வெளிப்பட வேண்டும்.

6) சூழலை விவரிப்பதில் நுட்பமான பார்வை வேண்டும்.

7) கட்டுரையின் தொனி மிக முக்கியமானது. அது எல்லாமும் எனக்குத் தெரியும் என்றும் இருக்கக்கூடாது. எதுவும் தெரியாது என்றும் இருக்ககூடாது. சமநிலை தேவை. அத்துடன் படிப்பவரை ஆழ்ந்து ஈர்க்கும்படியான தனித்துவம் அவசியம் வேண்டும்.

இந்தப் பயிற்சியே பத்திரிகைகளில் எழுதுவதற்கு உறுதுணை செய்தது. அதைத் திறமையாகக் கற்றுக்கொண்ட ஹெமிங்வே இதிலிருந்து தனது இலக்கியபாணியை உருவாக்கிக் கொண்டார். இன்று அமெரிக்கத் தொலைக்காட்சியில் பேசப்படும் உரையாடல்கள் மற்றும் அறிவிப்பாளர்களின் சுருக்கமான வேகமான பாணி ஹெமிங்வே யிடமிருந்து உருவானதே. நவீன இலக்கியத்தில் ஹெமிங்வேயின் இடம் மிக முக்கியமானது. அவர் அமெரிக்க இலக்கியத்தின் போக்கினைத் திசைமாற்றம் செய்தார். அவரது ஆளுமை பன்முகப்பட்டது.

யுத்த செய்தி சேகரிப்பாளர், நோபல் பரிசுபெற்ற இலக்கியவாதி, கவிஞர், குத்துச்சண்டை வீரர், காளை சண்டைக்காரர், சிங்க வேட்டையாடுபவர், திமிங்கல வேட்டைக்காரன், திரைப்படக் கதையாசிரியர், பெருங்குடிகாரர், பெண்மோகி, முடிவில்லாத பயணி, உல்லாசி, வம்பு சண்டைக்காரன், ஆவணப்பட ஆய்வாளர், புதிய மதுவகைகளை அறிமுகம் செய்யும் மதுப்பிரியர் என்று ஹெமிங்வே எழுத்தில் மட்டுமில்லாது தன் வாழ்விலும் ஒரு சாகச நாயகனாகவே நடந்து கொண்டார்.

அமெரிக்காவின் புனைகதை எழுத்திற்கு இரண்டு முன்னோடிகள் இருக்கிறார்கள். ஒன்று, மார்க் ட்வைன் மற்றவர், ஹென்றி ஜேம்ஸ்.

நாவல் என்ற வடிவத்தை அமெரிக்காவில் பிரபலமாக்கியதில் இருவருக்கும் முக்கிய பங்கிருக்கிறது. மார்க் ட்வைனின் எழுத்துதான் முதல்தரமான அமெரிக்க எழுத்து. அதிலிருந்துதான் நவீனத்துவ படைப்பாளிகள் உருவாகி வந்தார்கள் என்று ஹெமிங்வேயே குறிப்பிடுகிறார். மார்க் ட்வைன் எழுதிய ஹக்கில்பெரிபின் மற்றும் டாம் ஷாயரின் சாகசங்கள் நாவல்கள் தமிழில் வெளியாகி உள்ளது. இரண்டு நாவல்களும் அமெரிக்க இலக்கியத்தின் முக்கிய படைப்புகளாகும். இனபேதம் மற்றும் அடிநிலை மக்களின் போராட்டமிக்க வாழ்க்கை, நகர்மயமாவது, அடிமை விற்பனை என்று அமெரிக்க இலக்கியத்தின் ஆதாரமான பாடுபொருள்களைத் தாண்டி நவீன வாழ்க்கையின் கூறுகளை, யுத்தம் மனிதன் மேல் செலுத்தும் வன்முறையை, மனித நம்பிக்கைகளின் வீழ்ச்சியை, நகரவாழ்வின் மயக்கங்கள் உருவாக்கிய கலாச்சார அதிர்ச்சிகளை இந்த நூற்றாண்டின் துவக்கத்தில் அமெரிக்க இலக்கியம் கவனம் கொள்ளத் துவங்கியது.

யுத்தம் உருவாக்கிய நெருக்கடி மற்றும் யுத்தகால நினைவுகளை எழுதியவர்களில் ஸ்டீபன் கிரேன் மிக முக்கியமான எழுத்தாளர். இவரது சிறுகதைகள் இயல்புவாத பிரிவைச் சேர்ந்தவை. வேசைகள் அடித்தட்டு மக்கள் என்ற இவரது கதையுலகம் அன்றைய அமெரிக்காவின் இருண்ட உலகை சித்தரித்தன. ஸ்டீபன் கிரேன் மணமகள் வருகை திறந்த படகு போன்ற சிறுகதைகள் தமிழில் மொழியாக்கம் செய்யப்பட்டுள்ளன. இவரது ரெட் பேஜ் ஆஃப் கரேஜ் நாவல் அமெரிக்க நாவலின் முன்னோடி என்று ஹெமிங்வே புகழ்ந்து பாராட்டுகிறார்.

இவரைத் தொடர்ந்து அப்டன் சிங்க்ளேர், ஜெர்ருட் ஸ்டெயின் போன்றவர்களின் எழுத்துகள் மக்களின் முக்கிய விருப்பத்திற்கு உரியதாக அமைந்தன. ஆனால், வில்லியம் பாக்னர் மற்றும் ஹெமிங்வேயின் நாவல்களே அமெரிக்க நாவல் எழுத்தின் தளத்தை முற்றிலும் புதிய அனுபவம் கொள்ளச் செய்தன.

இருவரும் இலக்கியத்திற்காக நோபல் பரிசு பெற்றவர்கள். தனது

வாழ்க்கை அனுபவங்களிலிருந்து ஹெமிங்வே ஒரு சாகச உலகை படைப்பின் வழியே எழுதி காட்டியபோது யாக்னாபடவாபா என்ற கற்பனை நிலப்பரப்பையும் அதில் வாழ்ந்து வீழ்ச்சியுற்ற குடும்பங்களின் கதையையும் பாக்னர் தனக்கேயுரிய புதிய கதைமொழியில் எழுதி சாதனைகள் செய்தார். இருவரது எழுத்தின் பின்னும் பைபிளின் பாதிப்பு அதிகமிருக்கிறது. இருவருமே இலக்கியவாதியாகப் போராடி ஜெயித்தவர்கள்.

வில்லியம் பாக்னர் அறிவாளிகளுக்கான நாவலாசிரியர் என்றும் ஹெமிங்வே வெகுமக்களுக்கான நாவலாசிரியர் என்றும் விமர்சகர்கள் வகை பிரித்தனர். ஹெமிங்வேயின் எழுத்து பரந்த வாசக கவனத்தைப் பெற்றது. இலக்கியவாதிகளில் அதிக புகழும் பணமும் சம்பாதித்தவர் ஹெமிங்வே மட்டுமே. அவரது நாவல்கள் வெளியான ஒரு மாதத்தில் பத்து லட்சம் பிரதிகள் விற்றுத் தீர்ந்தன. அந்த நாவலை படமாக்குவதற்கு ஒரு லட்சம் முதல் மூன்று லட்சம் டாலர் வரை தருவதற்கு ஹாலிவுட் திரைப்பட நிறுவனங்கள் போட்டியிட்டன. பத்திரிகைகள் ஹெமிங்வேயை இருபதாம் நூற்றாண்டு நாயகனைப் போல கொண்டாடின.

தொலைக்காட்சியும் சினிமாவும் அதிகம் பிரபலம் ஆகாத நாட்களில் அரசியல்வாதிகளும் தொழிலதிபர்களும் மட்டுமே அமெரிக்காவில் புகழ்பெற்ற மனிதர்களாகக் கொண்டாடப் பட்டனர். அந்த வரிசையில் சேர்ந்த முதல் அமெரிக்க எழுத்தாளர் ஹெமிங்வே மட்டுமே. அவர் பத்திரிகையாளராக இருந்தது போய் அவரது ஒவ்வொரு செயலும் பத்திரிகையின் தலைப்பு செய்தியாக மாறின. ஒரு எழுத்தாளரைப் பற்றி நாளிதழ்கள் கிசுகிசுக்கள் எழுதியது ஹெமிங்வேக்கு மட்டுமே என்று வேடிக்கையாக ஆர்ஜிபால்டு குறிப்பிடுகிறார். எதையும் எழுத வேண்டும் என்று நான் திட்டமிடுவதில்லை. அனுபவங்கள் என்னைத் தன் கருவியாகக் கொண்டு தங்களை வெளிப்படுத்திக்கொண்டன.

நான் எந்த அனுபவத்தையும் பெறுவதற்கு தயாராக இருந்தேன். கதைகள் என்னை எழுதும்படியாகத் தூண்டின. எழுத்தின் வெற்றி என்பது கதாபாத்திரங்களை உருவாக்குவதில்லை, நிஜமனிதர்களைப் போல ரத்தமும் சதையும் கொண்ட மனிதர்களை எழுத்தில் உருவாக்கிக் காட்டுவதே. என் கதைகளில் அது போன்ற மனிதர்கள்தான் இடம் பெறுகிறார்கள்.

வெற்றி தோல்வியைத் தாண்டி அவர்கள் வாழ்வோடு போராடுகிறார்கள் என்கிறார் ஹெமிங்வே. மேலும் தனது படைப்புகள் பற்றிக் கூறும்போது என் எழுத்தை அதிகமான மக்கள் வாசித்ததற்குக் காரணம் அது அவர்களின் கதை. அவர்களின் கதையை நான் அவர்களிடமே சொல்கிறேன். என்னைப்போன்ற சாதாரண ராணுவ வீரன் அவர்களில் ஒருவனாக இருக்கிறான்.

எஸ்.ராமகிருஷ்ணன்

நான் செய்வது உண்மைக்கு மிக நெருக்கமாக இருப்பது மட்டுமே. அதனால்தான் என் எழுத்து அதிக கவனம் பெறுகிறது என்கிறார் ஹெமிங்வே.

ஏழு நாவல்கள், ஒன்பது சிறுகதை தொகுதிகள். மூன்று கட்டுரை தொகுதிகள், ஒரு கவிதை தொகுதிதான் அவரது எழுத்துலகம். அவர் மறைவின் பிறகு அவர் எழுதி முடிக்கப்படாத புத்தகங்கள், அவரது கடிதங்கள், பயணக்குறிப்புகள், நாட்குறிப்பு, அவரது தொகுக்கப்படாத கட்டுரைகளின் முழுத்தொகுப்பு ஆகியவை வெளிவந்தன. ஆனால், ஹெமிங்வேயின் மொழியாக்கம் அவரது படைப்புலகம் குறித்து இதுவரை முப்பத்தாறு மொழிகளில் இரண்டாயிரத்திற்கும் அதிகமான புத்தகங்கள் வெளியாகி உள்ளன.

ஒவ்வொரு ஆண்டும் இரண்டு அல்லது மூன்று பேர் அவரைப் பற்றி முனைவர் பட்டத்திற்கு ஆய்வு செய்கிறார்கள். ஆறுமாதங்களுக்கு ஒரு கூட்டம் என்று அவரது புனைவெழுத்து பற்றி இன்னமும் உலகம் விவாதித்துக் கொண்டேயிருக்கிறது. இன்று அமெரிக்காவின் இலக்கிய அடையாளங்களில் ஒன்றாக ஹெமிங்வே மாறியிருக்கிறார். அவரது வீடு பாதுகாக்கப்பட்டு மியூசியமாக மாற்றப்பட்டிருக்கிறது. அவரது புகைப்படங்கள், கடிதங்கள் சேகரிக்கப்பட்டு தனியே காட்சிக்கு வைக்கப்பட்டிருக்கின்றன. பள்ளிகள், கல்லூரிகள் என்று பல்வேறு நிலைகளில் ஹெமிங்வே பாடமாகக் கற்றுத் தரப்படுகிறார். தொலைக்காட்சி, நாடகம், சினிமா, இணையம் என்று பல்வேறு ஊடகங்கள் அவரது கதைகளைத் தங்களுக்கு ஏற்றபடி உருமாற்றம் செய்து தொடர்ந்து பார்வையாளர்களுக்குத் தந்தபடியே இருக்கின்றன. இன்றும் ஒரு இளம் வாசகன் ஹெமிங்வேயைப் படித்துவிட்டு அவரைப் போல சாகசம் ஒன்றை மேற்கொள்ள வேண்டும் என்று பயணம் துவங்குகிறான். உலகெங்கும் சுற்றியலைகிறான். தொடர்ந்து ஐம்பது ஆண்டுகளுக்கும் மேலாக இலக்கிய உலகின் உந்துசக்தியாக செயல்பட்டுக் கொண்டிருக்கிறார் ஹெமிங்வே.

தமிழில் ஹெமிங்வேயின் கடலும் கிழவனும், யாருக்காக மணிகள் ஒலிக்கின்றன, போரே நீ போ ஆகிய மூன்று நாவல்களும், தோற்காதவன் என்ற குறுநாவலும், ஒன்றிண்டு கட்டுரைகளும், மழையில் நனையும் பூனை, கொலையாளிகள் போன்ற நாலைந்து சிறுகதைகளும் வெளியாகி உள்ளன.

அவரது நோபல் பரிசு ஏற்புரை தமிழில் மொழியாக்கம் செய்யப்பட்டிருக்கிறது. ஆனால், தமிழ் படைப்புலகில் ஹெமிங்வே குறித்த தீவிர விவாதங்களோ, ஆழ்ந்த கவனமோ ஏற்படவில்லை. அவரது பாணி எழுத்தில் தமிழில் உருவாகவில்லை. எழுத்து இதழில் சி.சு. செல்லப்பா ஹெமிங்வே மீது அதிக விருப்பம் கொண்டு அவரது படைப்புகளை மொழியாக்கம் செய்து வெளியிட்டதோடு, ஹெமிங்வேக்கு காளைசண்டையின் மீது இருந்த விருப்பம்போலவே,

செல்லப்பா மதுரையைச் சுற்றி நடக்கும் ஜல்லிக்கட்டு பற்றி வாடிவாசல் என்ற நாவலாக எழுதியிருக்கிறார்.

பிரெஞ்சு மற்றும் ரஷ்ய எழுத்தாளர்களின் படைப்புகள் தமிழ் புனைகதையுலகிற்குத் தந்த புத்துணர்வுபோல அமெரிக்க இலக்கியம் தமிழ் உரைநடையில் அதிகம் மாற்றங்களை உருவாக்கவில்லை. ஆனால், கவிதை மற்றும் நவீன விமர்சனம் சார்ந்த தமிழ் இலக்கிய மாற்றங்கள் பெரிதும் அமெரிக்க இலக்கியம் சார்ந்தே இருந்தன. டி.எஸ்.எலியட், எஸ்ரா பவுண்ட், ஈ.ஈ.கமிங்ஸ், வில்லியம் கார்லோஸ் வில்லியம்ஸ், ஆலன் கின்ஸ்பெர்க் போன்ற கவிஞர்கள் தமிழ்ச் சூழலில் பெரிதும் கவனம் கொள்ளப்பட்டு விவாதிக்கப்பட்டிருக்கிறார்கள்.

***

ஒவ்வொரு முறையும் சொற்களைக் காணும்போது அதை முன்பார்த்தேயில்லாத பொருளைக் காண்பது போல வியப்புடன் தான் பார்க்கிறேன் என்று சொல்லும் ஹெமிங்வே சிறுவயதிலிருந்தே சாகச மனப்பாங்கில் வளர்க்கப்பட்டிருக்கிறார்.

அமெரிக்காவின் இலியானஸ் அருகில் உள்ள ஒக்பார்க் என்ற இடத்தில் *1899* ஜூலை *21*இல் ஹெமிங்வே பிறந்தார். இவரது அப்பா கிளாரின்ஸ் எட்மண்ட் ஹெமிங்வே ஒரு மருத்துவர். அம்மா கிரேஸ் ஹால். அவருக்கு முன்பாக ஒரு சகோதரி பிறந்திருந்தாள். ஹெமிங்வே வீட்டின் முதலாவது பையன். அப்பா இதனால் மிக சந்தோஷம் கொண்டார். ஹெமிங்வேயின் வீட்டில் அப்பாவை விட அம்மாவின் குரலே வலிமையானதாக இருந்தது. அப்பா அதிகம் பேசாதவர். அம்மாவின் கட்டுப்பாடுதான் அதிகம். அம்மாவிற்கு இசையில் ஆர்வம் அதிகம். அவர் முறையாக ஒபரா பாடுவதற்குப் பயிற்சி பெற்றவர். ஆகவே, ஹெமிங்வேயும் இசையில் தேர்ச்சி பெற வேண்டும் என்று அவர் விரும்பினார். ஹெமிங்வேக்கு இசையில் விருப்பமேயிருந்ததில்லை.

ஹெமிங்வேயின் அம்மா தீவிர மதப்பற்றாளர். ஆகவே, மத சம்பிரதாயங்கள், நம்பிக்கைகள் சடங்குகளுக்கு அதிக முக்கியத்துவம் கொடுத்துவந்தார். அந்தப் பழக்கம் பிள்ளைகளிடம் அதிகம் இருக்க வேண்டும் என்று கண்டிப்பாக இருந்தார். பின்னாளில் இதைப் பற்றி ஹெமிங்வே நினைவு கூரும்போது தனக்குக் கடவுள் பக்தி ஒருபோதும் இருந்ததில்லை. கண்டிப்பு அந்த நம்பிக்கையை எனக்குள் ஒட்டாமலே செய்துவிட்டது என்கிறார்.

ஹெமிங்வேயோடு பிறந்தவர்கள் ஐந்து சகோதர சகோதரிகள். வீட்டில் அம்மாவிற்கும் அப்பாவிற்கும் அடிக்கடி சண்டை. அம்மா அப்பாவைப் பணம் சம்பாதிக்கத் தெரியாத முட்டாள் என்று ஏசுவதையும் அதற்கு அப்பா கடவுளைத் தவிர வேறு மனிதர்கள் எவரையும் நம்பாதவள் என்று அம்மாவைத் திட்டுவதையும் சிறுவர்களாக அவர்கள் வேடிக்கை பார்த்துக் கொண்டிருந்தார்கள்.

அன்றைய பிரதான பொழுதுபோக்காக இருந்த வேட்டையாடுதல், மீன்பிடித்தல், வன உலா போவது, இவற்றில் எட்மண்ட் ஹெமிங்வே ஆர்வம் காட்டினார். அதனால் அப்பாவுடன் சிறுவயதிலே மீன்பிடிப்பதற்கு ஹெமிங்வே செல்லத் துவங்கிவிட்டார்.

பறக்கும் மீன் எனப்படும் டிராட் வகை மீன்களைப் பிடிப்பதற்கு அப்பா சிறுவயதில் கற்றுத்தந்தது வாழ்நாள் முழுவதும் தனக்குப் பயன்பட்டது எனும் ஹெமிங்வே வீட்டைவிட பரந்த சுதந்திரமான வெளிஉலகை நேசிக்கத் துவங்கினார். மிட்சிகனின் தெற்குப்பகுதியில் உள்ள உல்லன் ஏரியின் வடக்குக் கரையில் ஹெமிங்வே குடும்பத்திற்கு சொந்தமான சிறிய தங்குமிடம் ஒன்றிருந்தது. கோடை காலத்தில் அவர்களது குடும்பம் அந்த ஏரிவீட்டிற்குச் சென்றுவிடுவார்கள். பகலும் இரவும் மீன்பிடிப்பதும் ஏரியில் நீந்திக் குளிப்பதும் ஹெமிங்வேயின் முக்கிய வேலையாக இருந்தன.

ஏரி அவருக்குள் ஒரு கனவைப் போல நிரம்பியிருந்தது. அதிகாலை நேரங்களில் அவரும் அப்பாவும் அந்த ஏரியின் கரைகளில் பேசியபடியே நடந்து போகையில் அவர்களது வளர்ப்பு நாய் கூடவே வரும். இருவரும் ஏரியில் உள்ள மீன்களைப் பற்றியும் அவர்கள் மேற்கொள்ள உள்ள சாகசங்களை பற்றியும் உற்சாகமாக விவாதித்தபடியே நடந்து போவார்கள். அந்த நினைவு தனக்குள் ஏரியில் வீசி எறியப்பட்ட ஒரு கல்லைப் போல களிம்பேறியிருப்பதாக ஹெமிங்வே ஒரு நேர்காணலில் தெரிவித்திருக்கிறார். தனிமையாக இருப்பதற்கு ஹெமிங்வேயைப் பழக்கியது இந்த ஏரியும் அங்கிருந்த நாட்களும் தான். அவர் ஒரு மீன்பிடித் தூண்டிலுடன் யாருமில்லாத ஒரு இடத்தில் அமர்ந்திருப்பார். சப்தமில்லாமல் மேகங்கள் தண்ணீரினுள் நுழைவதை வேடிக்கை பார்ப்பார். எங்கிருந்து வருகிறது என்று தெரியாத ஓசைகள் பிறக்கத் துவங்கும். பறவைகள கடந்து செல்லும். மரங்களின் அசைவு மற்றும் ஆகாசத்தின் நிறமாற்றம் என இயற்கை அவரை உள்வாங்கிக் கொள்ளும். தனிமை மிக இனிமையானது என்பதை மிக சிறுவயதிலே அவர் உணர துவங்கிவிட்டதால் அவரிடம் இயற்கை குறித்த பயமே ஏற்படவில்லை. எந்தச் சூழலிலும் அவரால் பயமற்றுச் செயல்பட முடிந்ததற்கு இதுவே காரணம். ஒக் ஏரியாவில் உள்ள ரிவர் பாரஸ்ட் உயர்நிலைப் பள்ளியில் ஹெமிங்வே ஆரம்ப கல்வி பயில சேர்க்கப்பட்டார். இந்தப் பள்ளி அமெரிக்காவின் புகழ்பெற்ற பள்ளிகளில் ஒன்று, இங்கே படித்துப் பிரபலமானவர்கள் அதிகம்.

ஹெமிங்வே படித்த நாட்களில் இது ஆரம்ப நிலையில் இருந்தது. இயற்கையோடு இணைந்த வகுப்பறைகள் மற்றும் மரபான கற்றுத்தரும் முறைகளுக்காக அந்தப் பள்ளி அன்றே கவனத்திற்கு உரியதாக இருந்தது. பள்ளியில் விளையாட்டில் அதிகம் கவனம் செலுத்தினார். குறிப்பாக, குத்துச்சண்டை போடுவதிலும் தண்ணீர்பந்து விளையாடுவதிலும் ஹெமிங்வேக்கு அதிக ஆர்வமிருந்தது. பள்ளியில்

நடத்தப்பட்ட இதழில் ஆரம்ப நாட்களில் சிறிய கட்டுரைகள் எழுதியிருக்கிறார். உயர்நிலைப் பள்ளி படிப்பை முடித்தவுடன் மற்றவர்களைப்போல கல்லூரிக்குச் சென்று படிப்பதை விடவும் வேலைக்குச் செய்வதற்கே ஹெமிங்வே ஆசைப்பட்டார். அதிலும் பத்திரிகைகளில் வேலை செய்யலாம் என்ற எண்ணம் அவருக்கு இருந்தது. கான்சாஸ் நகரில் இருந்த ஹெமிங்வேயின் மாமா ஆல்பிரட் டெய்லர் வழியாக கான்சாஸ் சிட்டி நாளிதழில் பயிற்சி நிருபராக வேலைக்கு சேர்த்துக் கொள்ளப்பட்டார்.

அமெரிக்காவின் பெரும்பான்மை எழுத்தாளர்கள் சில காலம் பத்திரிகைகளில் வேலை செய்தவர்கள். தமிழ்நாட்டிலும் அந்த சூழல் இன்றுவரை தொடர்கிறது. பத்திரிகை குறித்த முன் அனுபவம் எதுவும் இல்லாத ஹெமிங்வே அதைக் கற்றுக் கொள்வதற்கு அதிகம் சிரமம் கொள்ளவில்லை. பத்திரிகை ஆசிரியரான ஹென்றி கேஸ்கல் தனது மாமாவோடு நல்ல நட்பு கொண்டிருந்த காரணத்தால் அவரால் நேரடியாக ஆசிரியரோடு பேசவும் கற்றுக் கொள்ளவும் முடிந்தது.

அடிக்கடி தன் மாமாவின் வீட்டிற்குச் சென்று தனது பத்திரிகை அனுபவங்களைப் பகிர்ந்து கொண்டிருக்கிறார் ஹெமிங்வே. மாமாவோ ஹெமிங்வே. தங்கிக் கொள்வதற்குத் தனி அறை ஒன்றும் ஏற்பாடு செய்து தந்தார். ஆல்பிரட் டெய்லர் மரவிற்பனை செய்வதில் முன்னோடியாக இருந்தார். உள்ளூரில் அவருக்கு செல்வாக்கு இருந்தது. ஆகவே, உள்ளூர் செய்திகளை சேகரிப்பதற்கு ஹெமிங்வேக்கு எவ்விதமான தடைகளும் உருவாகவில்லை. இந்த நாளேட்டில் வேலை செய்யும்போது தான் எவ்வளவு சுருக்கமாகவும் சுவாரஸ்யமாகவும் அதே நேரம் உண்மை மாறாமல் எழுத வேண்டும் என்ற பயிற்சி ஹெமிங்வேக்குக் கிடைத்தது.

முதல் உலகப்போர் துவங்கிய நாட்களில் ஹெமிங்வே ராணுவத்தில் பணியாற்ற விரும்பினார். இதை அவரது அப்பா விரும்பவில்லை. அதை மீறி தேர்வுக் களத்திற்குச் சென்றார். அங்கே போனபோது அவரது இடது கண்ணில் பார்வை வேறுபாடு உள்ளது என்ற காரணம் காட்டி அவர் தேர்வு செய்யப்படவில்லை. இதே பிரச்சினை அவரது அம்மாவிற்கும் இருந்தது. ஒருவேளை மரபான இடது கண்ணில் பார்வைக்குறைவு இருக்கிறதோ என்ற சந்தேகம் காரணமாக அவர் தேர்வு செய்யப்படாமல் போயிருக்கக்கூடும். ஆனாலும் தொடர்ந்து முயன்று அவர் அமெரிக்க செஞ்சிலுவை சங்கத்திற்கான ஆம்புலன்ஸின் டிரைவராகப் பணியாற்றுவதற்குத் தேர்வு செய்யப்பட்டார். போர் முனையில் பணியாற்ற வேண்டும் என்ற ஆவலுடன் அதை நேரடியாக எழுதவும் செய்யலாம் என்ற இரட்டை மனப்பாங்கு அவரை இத்தாலிக்குப் புறப்படச் செய்தது.

1918 ஆம் ஆண்டு மே மாதம் பத்தொன்பது வயதான இளைஞரான

ஹெமிங்வேஅமெரிக்காவிலிருந்து கிளம்பி பாரீஸ் வந்து சேர்ந்தார். அவர் பாரீஸில் வந்திறங்கிய நாட்களில் ஜெர்மனிய படையால் பாரீஸ் நகரம் தாக்கப்பட்டுக் கொண்டிருந்தது. ஆகவே, நகரெங்கும் பதட்டமான சூழல் காணப்பட்டது.

தான் ஒரு சாகசத்தை நேரில் காணப் போகின்ற துடிப்புடன் அவர் யுத்தமுனையை நோக்கிப் பயணம் செய்ய ஆரம்பித்தார். ஜுன் மாதம் அவர் இத்தாலியப் போர்முனைக்குச் சென்று நேரடிப் பணியில் ஈடுபடத் துவங்கினார். யுத்தக் களத்தின் முதல்நாளில் அவர்கண்ட காட்சி, வெடிமருந்துகிடங்கு வெடித்து நாலு திசைகளிலும் சிதறிக்கிடக்கும் உடல்கள்.

எங்கும் இறந்த மனிதர்கள். சாவின் துர்மணம், துண்டிக்கப்பட்ட கைகால்கள், அலறும் மனிதர்கள், வெடிமருந்தின் வாசனை என்று யுத்தமுனை அவரைக் கலக்கமடையச் செய்தது. சாவு எப்போதுமே தலைக்கு மேலாக வட்டமிட்டுக் கொண்டிருப்பதை உணர்ந்தார்.

மரணத் தறுவாயில் உள்ள வீரர்களைக் காப்பாற்றி மருத்துவஉதவி செய்வதில் முழுமையாகத் தன்னை ஈடுபடுத்திக் கொண்டார் ஒருநாள் யுத்தமுனையில் உள்ள இத்தாலிய வீரர்களுக்கு சாக்லெட் மற்றும் சிகரெட் வழங்கிக் கொண்டிருந்தபோது விமானத்திலிருந்து வீசி எறியப்பட்ட குண்டு வெடித்து ஹெமிங்வே தூக்கி எறியப்பட்டார். அருகில் நின்றிருந்தவர்கள் உடல்கருகிச் செத்தனர். தான் இறந்து போய்விட்டதாகவே அவர் நினைத்ததாகவும் மஞ்சள் நிற பட்டு கர்ச்சீப் ஒன்றினைப் பாக்கெட்டிலிருந்து உருவினால் எப்படி அது லேசாக காற்றில் அசைந்து வெளிப்படுமோ அது போன்ற ஒரு உணர்ச்சி நிலை தன் உடலில் ஏற்பட்டது. சாவு ஏற்படுத்திய அந்த வலி மறக்கமுடியாதது என்று சொல்லும் ஹெமிங்வே கடுமையான காயம் அடைந்தார்.

அவரது கால் முறிவு கண்டது. உலோகத் துகள்கள் அவர் காலைத் துளைத்துக் கொண்டு உள்ளே புகுந்திருந்தன. தாங்க முடியாத வலி மற்றும் ரத்தப் போக்குடன் அவர் மற்றவர்களைக் காப்பாற்ற முயற்சித்தார். அடிபட்டுத் துடித்த ஒரு இத்தாலிய வீரனை அடிபட்ட காலோடு தூக்கிக் கொண்டு சென்று காப்பாற்றினார். இந்த வீரச்செயலுக்காக அவருக்குப் பின்னாளில் வெள்ளிமடல் விருது வழங்கப்பட்டது. இந்த விருது பெற்ற முதல் அமெரிக்கன் ஹெமிங்வேயே. மருத்துவ சிகிச்சைக்காக அவர் மிலனில் உள்ள செஞ்சிலுவை சங்க மருத்துவமனையில் அனுமதிக்கப்பட்டார். ஆறுமாத காலம் அந்த சிகிச்சை நடைபெற்றது. அந்த நாட்களில் அங்கே நர்ஸாகப் பணியாற்றிய ஆக்னஸ் வான் குராவ்ஸ்கி என்ற பெண்மீது காதல் கொண்டார். நோயாளிகளுடன் சிரித்து அன்பாகப் பேசிப் பழகும் ஆக்னஸுக்கு ஹெமிங்வேயைப் பிடித்திருந்தது. ஆக்னஸ் ஹெமிங்வேயை விடவும் ஏழு வயது மூத்தவள். ஆனால்,

வயதை மறந்து ஹெமிங்வே அவள்மீது காதல் கொண்டார். செஞ் சிலுவை சங்க மருத்துவமனையில் பதினெட்டுப் பெண் செவிலியர் இருந்தார்கள். அவர்களில் ஆக்னஸைப் பலருக்கும் பிடித்திருந்தது. ஆக்னஸை அவர் திருமணம் செய்துகொள்ள தயாராக இருந்தார். உடல் நலம் தேறி அவர் அமெரிக்கா சென்று திரும்பியதும் கல்யாணம் என்று கூட வாக்குறுதி தந்திருந்தாள் ஆக்னஸ். செஞ் சிலுவை சங்க மருத்துவமனையிலிருந்து வெளியேறி அமெரிக்கா சென்றார் ஹெமிங்வே. அடுத்த சில மாதங்களில் ஆக்னஸ் ஒரு இத்தாலிய அதிகாரியைத் திருமணம் செய்து கொண்டுவிட்டார். இந்த ஏமாற்றத்தை ஹெமிங்வேயால் தாளமுடியவில்லை. ஆக்னஸ்மீது ஹெமிங்வேக்கு ஏற்பட்ட காதல் அனுபவம்தான் அவரது 'போரே நீ போ' நாவலுக்கான அடித்தளம். அந்த நாவலின் கதாநாயகி ஆக்னஸின் மறுவடிவமே.

காதல் தோல்வி ஒரு பக்கம், யுத்த நாயகன் என்ற பிம்பம் மறுபக்கம் என்று இரண்டு எதிர்நிலைகளில் அமெரிக்காவில் வசிக்கத் துவங்கிய ஹெமிங்வே தனது யுத்த நினைவுகளைப் பற்றி சொற்பொழிவு செய்வதும் மாணவர்களிடம் தேசப்பற்று குறித்துப் பேசுவதுமாக நாட்களை ஓட்டிக் கொண்டிருந்தார். யுத்தத்தில் அவரது கால் முறிவு கொண்டதற்கான இன்சூரன்ஸ் தொகை அவருக்குக் கிடைத்திருந்தது. அதை வைத்துக் கொண்டு ஓராண்டினை ஓட்டிவிடலாம் என்று வேறு எந்த வேலையும் செய்யாமல் யுத்தநாயகன் என்ற பிம்பத்தை மட்டுமே துணை கொண்டு தினசரி வாழ்க்கையை மேற்கொண்டார் ஹெமிங்வே.

மீன்பிடித்தல், வன உலா போவது, நண்பர்களுடன் இணைந்து குடிப்பது இதுதான் அவரது அன்றாட உலகம். தனது யுத்த அனுபவங்களை அவர் நாளேடுகளுக்குக் கட்டுரையாக எழுதித் தந்து அதில் கிடைக்கும் சொற்ப பணத்தினை நண்பர்களுடன் சேர்ந்து குடிப்பதில் செலவிட்டார். அந்த நாட்களில் அவரோடு நட்பு கொண்டிருந்த கல்லஹன் என்ற பத்திரிகையாளர் தொடர்ந்து சிறுகதைகள் எழுதுவதும் அதைப் பற்றி ஹெமிங்வேயோடு விவாதிப்பதுமாக இருந்தார்.

அந்த உந்துதல்தான் ஹெமிங்வேயை இலக்கியம்நோக்கி நகர்த்தியது. தானும் கதைகள் எழுத வேண்டும் என்பதில் விருப்பம்கொள்ள ஆரம்பித்தார். பகுதிநேரச் செய்தியாளராகப் பணியாற்றியபடியே சிகாகோவில் இருந்த ஹெமிங்வே தன் நண்பர் வீட்டில் நடைபெற்ற விருந்தில் ஹாட்லி ரிச்சர்ட்சன் என்ற இளம்பெண்ணைச் சந்தித்தார். அவளுக்கும் ஹெமிங்வேயை விட ஆறுவயது அதிகம். அவள் அழகில் மயங்கி பார்த்த முதல்நாளிலே அவள் மீது காதல் கொண்டுவிட்டார். வசதியான வீட்டுப் பெண்ணான ஹாட்லி கல்லூரியில் படித்தவள். இசையில் அதிக ஆர்வம் கொண்டவள். சந்தித்த சில நாட்களிலே அவளைத் திருமணம் செய்துகொள்வது என்று ஹெமிங்வே

முடிவுசெய்துவிட்டார். அவர்கள் திருமணம் சிகாகோவில் 1921 செப்டம்பர் 3ல் நடைபெற்றது. அந்தத் திருமணத்திற்குத் தனது காதலியான ஆக்னஸை ஹெமிங்வே அழைத்திருந்தார். திருமணமான ஹெமிங்வே சிகாகோவில் உள்ள நான்குமாடிக் குடியிருப்பு ஒன்றில் சிறிய அறை எடுத்துக்கொண்டு வாழத்துவங்கினார்.

நாளிதழ்பணி மற்றும் எழுத்து என்று தொடர்ந்தன நாட்கள். அப்போது அவரைச் சந்தித்த எழுத்தாளர் செர்வுட் ஆன்டர்சன், எழுத்தாளராக ஒருவர் வர வேண்டும் என்றால் அதற்கான இடம் பாரீஸ் மாநகரம் தான் என்றும் ஹெமிங்வே உடனே பாரீஸிக்குப் போகும்படியாகவும் ஆலோசனை சொன்னார்.

ஹெமிங்வேக்கு அந்த யோசனை பிடித்திருந்தது. உடனே தன் இளம்மனைவியோடு தேனிலவு பயணம் புறப்படுவது போல உற்சாகமாக அமெரிக்காவை விட்டு பாரீஸிற்குப் புறப்பட்டார். பாரீஸில் மிகச் சிறிய வீடு ஒன்றை எடுத்துக் கொண்டு அவர்கள் இருவரும் தங்கினர். தன் இளம் மனைவியோடு ஹெமிங்வே தேனிலவு கொண்டாட ஸ்விட்சர்லாந்து சென்றார். அங்கே பனிச்சறுக்கு மீன்பிடித்தல் மலை ஏறுதல் என்று உலகை மறந்து கொண்டாடினார். அங்கே பனிச்சறுக்கு சாகசம் செய்யும்போது காலை முறித்துக் கொண்டு மருத்துவசிகிச்சை பெற்றார்.

இந்தப் பயணத்தின்போது அவரது சூட்கேஸ் திருடு போனது. அதில் அவரது வெளியாகாத கதைகள் மற்றும் கட்டுரைகள் அதன் நகல்பிரதிகள் யாவும் இருந்தன. யார் திருடினார்கள் என்று தெரியவில்லை. மனைவியின் கவனக்குறைவு என்று அவள் மீது ஹெமிங்வே கோபம் கொண்டார். திருட்டில் தொலைந்துபோன ஹெமிங்வேயின் பெட்டியில் இருந்த கதைகள் திரும்ப மீட்கப்படவே யில்லை.

பாரீஸிற்குச் சென்றதும் ஹெமிங்வே ஜெருர்ட் ஸ்டைன் மற்றும் பிட்ஜெரால்டு இருவரையும் சந்திக்கும்படியாகச் சொல்லி அதற்கான சிபாரிசுக் கடிதம் ஒன்றினை ஷெர்வுட் ஆன்டர்சன் கொடுத்து அனுப்பினார். புத்திலக்கிய மாற்றங்கள் மீது கவனம்கொண்டிருந்த ஹெமிங்வே ஜெருர்ட் ஸ்டைனை சந்திக்க சென்றார்.

அமெரிக்க இலக்கியத்தில் குறிப்பிட்டுச் சொல்லும்படியான படைப்புகளை உருவாக்கிய பெண் எழுத்தாளரான ஜெருர்ட் பாரீஸில் வசித்து வந்தார். அவருக்கு பாரீஸின் கலை உலகோடு நிறைய தொடர்பு இருந்தது. முதல்பார்வையில் தன் தாயிடம் உள்ள வாஞ்சையைப் போன்ற அன்பையும் அக்கறையும் ஜெருர்ட்டிடம் கண்டார் ஹெமிங்வே. அவர் தான் எழுத்தாளராக வளர்வதற்கு ஸ்டைன் உதவி செய்யவேண்டும் என்று கேட்டுக் கொண்டார். அதுவரை ஹெமிங்வேயின் படைப்புகள் அதிகம் கவனத்தைப் பெறவேயில்லை. ஒரேயொரு கவிதைத் தொகுதி வெளியாகி இருந்தது.

மற்றொரு சிறுகதை புத்தகம் வெளியாகி கவனம் பெறவில்லை. ஆனால், ஸ்டைன் மிகப்பெரிய எழுத்தாளர். அந்தப் பேதம் எதுவுமின்றி அவர் ஹெமிங்வேயை அரவணைத்துக் கொண்டு அவருக்காகத் தான் எவ்விதமான உதவிகளும் செய்ய தயாராக இருப்பதாகச் சொன்னார்.

பாரீஸில் கலைஇயக்கம் கொந்தளிப்பு கொண்டிருந்தது. எஸ்ரா பவுண்ட், ஜேம்ஸ் ஜாய்ஸ், பிகாசோ, பிட்ஜெரால்டு, சில்வியா பீச், மார்க்ஸ் ஈஸ்ட்மென், லிங்கன் ஸ்டீபன்ஸ் என்று முக்கிய கலைஞர்களின் சந்திப்பு வெளியாக ஸ்டைன் வீடு இருந்தது.

பாரீஸிற்கு வந்த நாளில் கார்டினல் லெமோன் வீதியில் உள்ள சிறிய அறை ஒன்றினை ஹெமிங்வே எடுத்துக் கொண்டு தங்கியிருந்தார். அங்கே போதுமான தண்ணீர்வசதி கிடையாது. எழுதுவதற்கான அமைதி கிடைக்காது.

ஆகவே, எழுதுவதற்கு என்றே தனி அறை ஒன்றினை அருகாமை வீதியில் எடுத்துக் கொண்டார். புது மனைவியான ஹாட்லிக்கு அடிப்படை வசதிகள் கூட இல்லாத வாழ்க்கையை எதிர்கொள்வது சவாலாக இருந்தது. ஹெமிங்வே எழுதி சம்பாதித்து தன்னை வசதியாக வாழ வைக்க முடியுமா என்ற அவநம்பிக்கை அவரிடமிருந்தது. ஹெமிங்வே இரண்டு ஆண்டுகள் போராட்டமான வாழ்வையே மேற்கொண்டார்.

பாரீஸ் நகரில் இருந்த ஷேக்ஸ்பியர் புத்தகக் கடைதான் அவர்களின் சந்திப்பு மையம். அங்கே எழுத்தாளர்கள், ஓவியர்கள், நடிகர்கள், இசைக்கலைஞர்கள் என்று பலரும் ஒன்று கூடினர். நாள் முழுவதும் விவாதம் செய்வதும் குடிப்பதுமாக இருந்தனர். கலையின் மூலம் உலகை மாற்றிவிட முடியும் என்று சண்டையிட்டனர். அந்தக் குழுவோடு சேர்ந்து பகலிரவாகக் குடித்துக் கொண்டாடினார் ஹெமிங்வே.

அவரது கதைகள் சிறுபத்திரிகைகளில் வெளியானது. அமெரிக்காவில் ஜேம்ஸ் ஜாய்ஸின் யூலிசியஸ் நாவல் தடைசெய்யப்பட்டது. அதை முறியடிக்க வேண்டும் என்று விரும்பிய ஹெமிங்வே பாரீஸிற்கு வரும் தன் அமெரிக்கப் பத்திரிகை நண்பர்களின் வழியாக ஜாய்ஸின் நாவலை அமெரிக்காவிற்குள் கடத்திக் கொண்டுபோய் தேவையானவர்களுக்குப் படிக்கத் தந்தார். ஸ்காட் பிட்ஜெரால்டு அந்த நாட்களில் கொண்டாடப்பட்ட முக்கிய நாவலாசிரியர். அவரது நட்பின் காரணமாக ஹெமிங்வேயின் புத்தகம் ஒன்றினைப் பதிப்பிக்க ஸ்கிரிப்னர் என்ற முன்னணி பதிப்பகம் முன்வந்தது.

ஹெமிங்வேயின் முதல்நாவலான The Sun Also Rises அப்படித்தான் வெளியானது. தனது சுய அனுபவங்களைப் பிரதானப்படுத்தி ஹெமிங்வே அந்த நாவலை எழுதியிருந்தார். நாவல் வெளியான சில நாட்களிலே பெரிய வெற்றியைப் பெற்றது. ஹெமிங்வே மிக

முக்கிய நாவலாசிரியராகக் கொண்டாப்பட்டார். இந்த வெற்றிக்காகத் தான் இத்தனை வருசம் காத்திருந்த ஹெமிங்வே அங்கிருந்து தனது இலக்கியப் பயணத்தைத் துவக்கினார். நோபல் பரிசுவரை அவரது எழுத்துப் பயணம் உயர்ந்தோங்கி வளர்ந்தது. இன்றும் அமெரிக்க இலக்கியத்தின் தனிப்பெரும் நாயகனாகக் கொண்டாடப்படுகிறார் ஹெமிங்வே.

• • •

ஹெமிங்வேயின் காளைச்சண்டை

"காளைச்சண்டை என்பது ஒரு விளையாட்டல்ல. அது ஒரு மூன்று அங்கங்கள் உள்ள துன்பவியல் நாடகம். அதை ஒரு நடனத்தைப் பார்ப்பது போலத்தான் நாம் ரசிக்கவேண்டும். சாவை மிகுந்த நெருக்கத்தில் சந்தித்து, அதன் முகத்தை ஆராய்வதுதான் காளைச்சண்டை என்று கூடச் சொல்லலாம். உண்மையில் காளைச்சண்டையில் காளையை அடக்க வரும் வீரன் ஒரு கணித ஆசிரியர் கரும்பலகையின் முன்னால் நின்றுகொண்டு தனது தியரத்தை விளக்கிச் சொல்வதுபோல சாவின் அறியப்படாத புதிரைக் கொஞ்சம் கொஞ்சமாக விளக்குகிறான்.

ஒரு எழுத்தாளனாக நோபல் பரிசு பெறுவதை விடவும் ஒரு காளைச்சண்டை வீரனாக, காளையைக் கொன்ற வெற்றிக்குப் பரிசளிக்கப்படும் காளையின் காதைப் பரிசாகப் பெறுவதைப் பெருமையாகக் கருதுகிறேன்.' ஹெமிங்வேயின் இந்த வாசகங்கள் இன்றும் ஸ்பானிய காளைச்சண்டை மைதானங்களில் மேற்கோளாகச் சொல்லப்பட்டு வருகின்றன. மிகப்பெரிய காளைச்சண்டை மைதானமுள்ள பாம்பிலோனாவின் முகப்பில் எர்னெஸ்ட் ஹெமிங்வேயின் உருவச்சிலையிருக்கிறது.

உலகிலே காளைச்சண்டை மைதானத்தின் முன்பாக வைக்கப்பட்டிருக்கும் ஒரு எழுத்தாளனின் சிலை ஹெமிங்வேயுடையது மட்டும்தான். காளைச்சண்டையில் காளையும், அதனை எதிர்கொள்ள வரும் வீரனும் மட்டும் கலந்து கொள்ளவில்லை. மூன்றாவதாக ஒருவரும் அதில் பங்கு பெறுகிறார். அதுதான் சாவு. தன் நிழலை மைதானமெங்கும் பரப்பியபடி சாவு கண்ணுக்குப் புலப்படாமல் ஆட்டத்தை வெறித்துப்பார்த்தபடி அமர்ந்திருக்கிறது. காளைச்சண்டை வீரன் அரங்கிற்குள் நுழைந்ததும் அங்கிருப்பவர்களை நோக்கித் தன் தொப்பியை எடுத்து வணங்கும்போது அவன் கண்கள் ஒரு நிமிஷம் சாவைச் சந்தித்துத்தான் கவிழ்கிறது. காளைச்சண்டையை ஸ்பெயினில் எவரும் வெறும் விளையாட்டாகக் கருதுவதில்லை. மாறாக, அது ஒரு கலை நிகழ்ச்சியாகவே கருதப்படுகிறது. அங்குள்ள பத்திரிகைகளில் வரும் விளம்பரங்களில் கூடக் காளைச்சண்டை

விளையாட்டுப் பகுதியில் இடம்பெறுவதில்லை மாறாக, இசை, நடனப் பகுதியில்தான் வெளியாகிறது. இவ்விளையாட்டு இரு கதாபாத்திரங்களின் நாடகம் போன்றது. ஒன்று காளை, மற்றது வீரன். இருவரும் ஒருவரையருவர் சந்திப்பதும் எதிர்கொள்வதுமே இந்நாடகம். நாடகத்தின் முடிவில் ஒருவர் மட்டுமே அரங்கிலிருந்து வெளியேறுவார். ஒரு சாவுச் சடங்கைப் போலத்தான் காளைச்சண்டை விளையாட்டு இன்றுவரை நடந்துவருகிறது.

இந்த விளையாட்டினை ஹெமிங்வே 1923இல் தனது மனைவி ஹட்லியுடன் முதன்முறையாகப் பாம்பிலோனாவில் பார்த்தார். அப்போது அவரது மனைவி கர்ப்பஸ்த்ரீயாக இருந்தார். பிறக்கப் போகும் மகன் கர்ப்பத்திலே காளைசண்டையைப் பார்க்கிறான் என்று கேலிசெய்தபடி குதுகலம் கொண்டார். ஹெமிங்வே அன்று அடைந்த சந்தோஷமும் ஆர்வமும் அவரை வாழ்நாள் முழுவதும் ஸ்பெயினுக்கு அழைத்தபடியிருந்தது.

காளைச்சண்டை வீரர்களைப் பற்றித் தெரிந்து கொள்ளவும் அதைக் கற்றுக்கொள்ளவும் அவர் ஸ்பெயினிலே தங்கிக் கொண்டார். அதுவும் பென்சன் அக்லியார் என்ற காளைச்சண்டை வீரர்களின் குடியிருப்பிலே தங்கினார். தினமும் காளைச்சண்டை வீரர்களின் பயிற்சியைப் பார்வையிட்டபடியும் வீரர்களது சாகசக்கதைகளைச் சேகரித்துக் கொண்டுமிருந்தார். பின்பு ஹெமிங்வே அமெச்சூர் போட்டிகளில் காளைச்சண்டையில் ஈடுபடத் துவங்கினார்.

1932ஆம் ஆண்டுக் காளைச்சண்டையைப் பற்றி விரிவாக Death in the afternoon என்ற புத்தகத்தை எழுதினார். இந்தப் புத்தகம் முழுவதும் காளைச்சண்டையின் வரலாறும் சாகசமும் பற்றியது. இதனைக் காளைச்சண்டை விளையாட்டின் வேதப்புத்தகம் என்கிறார்கள். பலமுறை காளைச்சண்டை போட்டிகள் பற்றிப் பத்திரிகைகளில் நேர்முக வர்ணனையாக எழுதியிருக்கிறார். லைப் பத்திரிகை பத்தாயிரம் சொற்களில் ஒரு காளைச்சண்டைப் போட்டி பற்றி எழுதித்தர முடியுமா என்று கேட்டதை ஒத்துக்கொண்டு, ஹெமிங்வே சரியாகப் பத்தாயிரம் வார்த்தைகளில் எழுதிய, 'The Dangerous Summer' என்ற கட்டுரை இன்றுவரை காளைச் சண்டையைப் பற்றிய சிறந்த கட்டுரையாக வாசிக்கப்பட்டு வருகின்றது. ஹெமிங்வேயின் வாழ்வு ஒரு சாகசம். கடலும் கிழவனும் என்று அவரது நோபல்பரிசு பெற்ற நாவலில் வரும் சாண்டியாகோதான் அவர்.

சாவு என்பது எழுதுவதற்காக நல்லதொரு கருப்பொருள் என்று ஹெமிங்வே எப்போதும் கூறிவந்தார். அவர் ஒரு எழுத்தாளராக அறியப்படுவதை விட ஒரு காளைச்சண்டை வீரராக, ஒரு குத்துசண்டைக்காரனாக, ஒரு மீன்பிடிப்பவனாக, சிங்கவேட்டைக்காரனாக, யுத்தகாலச் செய்தி சேகரிப்பாளராக, மதுக்கூடங்களில் விதவிதமான மதுக்கலவைகளைத் தானே

உருவாக்கி ருசிக்கும் குடியராக, வெவ்வேறு குழுக்களால் இன்றளவும் வழிபாட்டிற்குரிய கதாநாயகனைப் போன்ற பிம்பத்தினை அடைந்திருக்கிறார். 1954ஆம் வருடத்தின் ஜனவரி மாதம் சிங்க வேட்டைக்காக ஆப்ரிக்கா பயணம் மேற்கொண்டிருந்தார் ஹெமிங்வே. அவரோடு நான்காவது முறையாக அவர் திருமணம் செய்துகொண்டிருந்த மேரியும் உடனிருந்தார்.

காங்கோ, ருவாண்டோ, கென்யா நாடுகளில் சாகசப்பயணத்தை முடித்துக்கொண்டு, மார்சலெஸ்ஸிலிருந்து கிளிமஞ்சரோ மலையைச் சார்ந்துள்ள ஏரிகளைப் பார்ப்பதற்காக ஒற்றை என்ஜின் உள்ள நான்கு பேர் அமரக்கூடிய விமானத்தில் பயணம் மேற்கொண்டார். விமானம் பகல் இரவாக ஏரியின் மீது சுற்றியது.

நைல்நதியின் பெருக்கத்தினை விமானத்திலிருந்து பார்த்து வியந்தபடி வந்த ஹெமிங்வே ஏரியின் விளிம்பு வரை விமானத்தைச் செலுத்தும்படி சொன்னார். ஏரியைச் சுற்றும்போது தவறுதலாக ஒரு தந்திக்கம்பம் ஒன்றில் விமானம் மோதி விபத்திற்குள்ளானது. தரையிறக்க முடியாத விமானத்திலிருந்து ஹெமிங்வே தூக்கியெறியப் பட்டார். விபத்திற்குள்ளான விமானத்தைத் தேடும் பணி துவங்கியது.

பாரீசிலும் க்யூபாவிலும் இலியானஸிலும் ஸ்பெயினிலும் பத்திரிகைகள் ஹெமிங்வே இறந்துவிட்டார் என்று அவரது சாவைப்பற்றிய செய்திகளை வெளியிட்டிருந்தன. ஏராளமான வாசகர்கள் கண்ணீர் மல்கியபடி ஹெமிங்வேக்காக இறுதி ஊர்வலம் நடத்தினார்கள். இலக்கிய உலகமே ஹெமிங்வேயின் மறைவிற்காக ஆழ்ந்த வருத்தம் கொண்டிருந்தது. ஆனால், அவரே அடிக்கடி சொல்வது போன்று வாழ்வு சாவை உள்ளிடக்கியதுதான். ஆனால், எளிதில் துண்டிக்கப்பட முடியாதது என்பது நிரூபணமாவது போல நைல்நதியின் கரையோரத்தில் விபத்திலிருந்து உயிர்பிழைத்த ஹெமிங்வே தீக்காயங்களுடன் தன் மனைவியைத் தேடிக்கொண்டிருந்தார். அதிர்ஷ்டவசமாக விமானத்தில் பயணம் செய்த எவரும் சாகவில்லை விமானம் மட்டுமே நொறுங்கிச் சிதறியிருந்தது. பசியும் வேதனையுடனும் நைல்நதியின் கரைகளில் முதலைகளை வேடிக்கை பார்த்தபடியே காட்டுக்கொடியைச் சுவைத்துத் தின்றும், விமானத்திலிருந்து சிதறியதில் கைப்பற்றியிருந்த ஒன்றிரண்டு உணவுப் பொருட்களைப் பகிர்ந்துகொண்டும், வெளிறிய ஆகாசத்தைப் பார்த்தபடி இரண்டு நாட்களைக் கழித்துக் கொண்டிருந்தார்.

உலகம் தொலைவில் அவரது துக்கத்தில் மூழ்கிக்கிடந்தது. மூன்றாம் நாளின் காலை பயணிகள் படகு ஒன்றினைக் கண்டு சப்தமிட்டு அழைத்து அதில் ஏறிக்கொண்டார்கள். படகு புதோலியா வரை வந்தது. அங்கிருந்து இரண்டு பேர் அமரக்கூடிய விமானம் ஒன்றினை வாடகைக்கு எடுத்துக்கொண்டு புறப்படுவதற்காக எத்தனித்தார். ஆனால், துரதிர்ஷ்டம் அவரது காலைச் சுற்றிக்கொண்டிருந்தது.

அந்த இரண்டுபேர் அமரும் விமானம் ஓடுபாதையிலே தீப்பிடித்து எரிந்தது. அதிர்ஷ்டம் தன் அகன்ற இருகைகளால் அவரை வாரித் துலக்கிக்கொண்டது.

இங்கும் தீக்காயம், எலும்பு முறிவு இத்தோடு தப்பினார். சில நாட்களுக்குப் பிறகு நாடு திரும்பும்போது வழியில், ஹெமிங்வே தனக்கு விருப்பமான வெள்ளை ரம்மைக் குடித்தபடியே தனது இறுதி அஞ்சலி செய்திகள் வந்த இதழ்கள் ஒவ்வொன்றையும் கவனமாகப் படித்தபடி வேடிக்கையாகக் கண்களைச் சிமிட்டிக் கொண்டு, நான் மிகுந்த அதிர்ஷ்டக்காரன். எனது இறுதியஞ்சலி செய்திகளை நானே வாசிக்கக்கூடிய ஒரு சந்தர்ப்பம் கிடைத்திருக்கிறது என்று நண்பர்களிடம் சொல்லி சிரித்துக்கொண்டிருந்தார்.

ஹெமிங்வே அமெரிக்கரா? ஸ்பானியரா? க்யூபா தேசத்தவரா? இல்லை, பாரீசை சேர்ந்தவரா என்று முடிவு செய்ய முடியாதபடி ஒவ்வொரு தேசமும் அவரைத் தனது தேசத்தின் குரல் என்று கொண்டாடியது. இன்றுவரை எந்த ஒரு அமெரிக்க எழுத்தாளனும் இந்த அளவு லத்தீன் அமெரிக்க நாடுகளில் பெயர் பெற்றதேயில்லை. வாழ்நாளில் பாதியளவு அவர் லத்தீன் அமெரிக்க நாடுகளில்தான் சுற்றியலைந்து கொண்டிருந்தார்.

1899ல் அமெரிக்காவின் இலியானஸில் மருத்துவரின் மகனாகப் பிறந்த ஹெமிங்வே பத்து வயதிலே அப்பாவிடமிருந்து துப்பாக்கியன்றைப் பரிசாகப் பெற்றார். ஹெமிங்வேயின் அம்மா ஒரு ஒபரா பாடகி. அவர் தன் குழந்தைகள் இசையில் ஆர்வம் மிக்கவர்களாக வரவேண்டும் என்று விரும்பினார். ஆனால், அவரது அப்பாவோ வேட்டையில் மிகுந்த ஈடுபாடு கொண்டவர். அப்பாவிடமிருந்துதான் வேட்டைருசி துவங்கியது. ஒரு குத்துச் சண்டைக்காரனாக வரவேண்டும் என்று ஆசைப்பட்டுப் பயிற்சி எடுத்து ஒரு குத்துச்சண்டையின்போது இடது கண்ணில் அடிபட்டு தற்காலிகப் பார்வை இழப்பு ஏற்பட்டது தான் அவரது வாழ்வின் முதல் விபத்து.

அதன் பிறகு ராணுவப்பணிகளில், கானகவேட்டையில், சுற்றுப்பயணங்களில் என 127 முறை சிறியதும் பெரியதுமாக அவருக்கு விபத்து ஏற்பட்டிருக்கிறது. நோபல் பரிசு அறிவிக்கப்பட்டபோது கூட சிங்கவேட்டைக்காகப் போனபோது சிங்கம் ஒன்று அவரது முதுகெலும்பை கவ்வித் தூக்கி வீசியெறிந்து காயம்பட்டுக் கிடந்ததால் நேரில் பரிசை வாங்கப் போகவில்லை.

கிழிந்த கல்லீரல், முறிந்த முதுகுத்தண்டு, பார்வை குறைந்த இடது கண், நொய்ந்துபோன இடது காது, விலா எலும்புகளில் பாதியில்லை, கால் எலும்புகளில் இரும்புராடுகள் இணைக்கப்பட்டிருந்தன. பொய்யான கணுக்கால் மூட்டுகள், இத்தனையும் விடவும் தீப்பற்றிய காயம் கொண்ட முகம், உடல் முழுவதும் காயத்தழும்புகள், வெளியே

எடுக்கப்படாத வெடிகுண்டின் மிச்சங்கள் கொண்ட சதை, இத்தனை குறைபாடுகளுக்கு ஊடாகத்தான், களிப்பும் கொண்டாட்டமுமாக ஹெமிங்வே தன் டைப்ரைட்டரில் தினமும் நான்குமணி நேரம் என ஓயாது எழுதிக் கொண்டிருந்தார். தினம் ஒரு நண்பரோடு குடித்து மகிழ்ந்தார். வாழ்வின் கடைசி சொட்டையும் அனுபவித்து விடவேண்டும் என்பதுபோல நான்கு திருமணங்கள். டான்ஜூவான் போல ஊருக்கு ஒரு காதலி. மதுக்கூடங்களின் பரிசாரர்கள் அவரைக் கண்டதும் அரசனைப் போல வரவேற்று உபசரிப்பதும் பொதுமக்கள் papa என்று செல்லமாக அழைத்துக் கௌரவப்படுத்துவதும் நடந்தேறியது.

எழுத்தாளனாகக் கதைகள் எழுதிக்கொண்டு அதில் கிடைக்கும் பெயரையும் வசதியையும் அனுபவித்துக் கொண்டிருப்பது மட்டுமல்ல, அவனது வேலை. எழுத்தாளனாக இருப்பது ஒரு சவால். அது வாழ்வில் அடைய முடியாத செயல்களின்மீது ஆர்வம் கொள்ளக்கூடியது என்று தீவிரமாக நம்பியவர் ஹெமிங்வே.

பள்ளிவாழ்க்கை முடிந்தவுடன் கான்சாஸ் நகரில் பத்திரிகை ஒன்றில் வேலைக்குச் சேர்ந்தார். முதல் உலகப்போர் ஆரம்பமானதும் செஞ்சிலுவை சங்கத்தின் ஆம்புலன்ஸ் சர்வீசில் வேலைக்குச் சேர்ந்து யுத்த களத்திற்குச் சென்றார். அங்கே அடிபட்ட வீரர்களைத் தூக்கிச் செல்லும்போது வெடிகுண்டு வெடித்து, பலத்த காயமடைந்து ஆறு மாதங்கள் மருத்துவமனையில் இருந்தார். அங்கிருந்த மருத்துவ உதவியாளராக இருந்த பெண்ணைக் காதலித்தார்.

அதைப் பின்னாளில் பேர் வெல் டு ஆர்ம்ஸ் என்ற பெயரில் நாவலாக எழுதினார். தமிழில் 'போரே நீ போ' என்ற பெயரில் வெளியாகியிருக்கிறது. இத்தாலியில் யுத்தப் பணியாற்றியதற்காக வெள்ளிவிருது பெற்ற முதல் அமெரிக்கர் ஹெமிங்வேதான். பத்திரிகை பணியிலிருந்தபோதும் ராட் வகை மீன்களைப் பிடிப்பதிலும். கானக வேட்டையிலும் ஹெமிங்வேக்கு மிகுந்த விருப்பமிருந்தது. எதற்காக இத்தனை மிருகங்களை அவர் வேட்டையாடுகிறார் என்று கேட்டபோது, மிருகங்களைக் கொல்லவில்லையென்றால் தன்னைத் தானே கொன்றுவிடக்கூடிய ஆசையை எப்படி ஒத்திப்போடுவது? அதனால்தான் வேட்டையாடுகிறேன் என்றார். ஒருவகையில் அது நிஜம்.

ஹெமிங்வேயின் அப்பா பிரபலமான மருத்துவராக யிருந்தார். ஆனாலும் வாழ்வில் ஏதோவொரு வெறுமையை உணர்ந்தவரைப்போல ஒரு நாள் மருத்துவமனையிலிருந்து வீடு திரும்பி துப்பாக்கியால் சுட்டுத் தற்கொலை செய்துகொண்டு இறந்து போனார். அந்த நிகழ்ச்சி சிறுவனாகயிருந்த ஹெமிங்வேயை ஆழமாகப் பாதித்தது. பின்னாளில் அவரது இந்தியன் கேம்ப் என்ற கதையில் இதுபோன்ற ஒரு சம்பவம் வருகிறது. யுத்தகாலத்தில் ஒரு

பெண்ணிற்கு எந்தவிதமான மருத்துவ உபகரணமும் இன்றி ஒரு மருத்துவர் பிரசவம் பார்க்கிறார். அந்தப்பெண் வேதனையால் துடிக்கிறாள். அவளது கணவன் அதே அறையில் ஓரிடத்தில் ஒளிந்து படுத்திருக்கிறான். இந்த நிகழ்ச்சிகளை மருத்துவரின் மகனான சிறுவன் பார்க்கிறான். குழந்தை பிறந்துவிடுகிறது. அதே நேரம் தனது கையறு நிலையை உணர்ந்த குழந்தையின் தகப்பன் தனது கழுத்தையறுத்து தற்கொலை செய்து கொள்கிறான்.

அவனது ரத்தம் தரையில் கசிந்து போகிறது. அன்றிரவு அந்த மருத்துவரின் மகன் தந்தையிடம் மூன்று கேள்விகள் கேட்கிறான். ஒரு குழந்தை பிறப்பது என்பது எப்போதும் இவ்வளவு வேதனைதரக்கூடியதா? இதுபோல பலரும் தற்கொலை செய்துகொள்வார்களா என்ன? சாவு என்பது மிகுந்த வலியுண்டாக்கக் கூடியதா? இந்த மூன்று கேள்விகளை ஹெமிங்வே வாழ்நாள் முழுவதும் கேட்டுக்கொண்டுதானிருந்தார். அவரது எல்லாப் படைப்புகளிலும் இந்தக் கேள்வி நேரடியாகவோ, மறைமுகமாகவோ, எழுந்து கொண்டுதானிருக்கிறது.

ஒருவேளை இந்த மனப்பாங்குதான் அவரைக் காளைச்சண்டையை நோக்கி ஈர்த்திருக்கக் கூடும். காளைச்சண்டை விளையாட்டு பலநூற்றாண்டு காலமாகவே நடைபெற்று வருகிறது. 1135ம் ஆண்டு ஆறாவது அல்போன்சாவின் முடிசூட்டுவிழாவில் காளைச்சண்டை நடைபெற்றதாகச் சரித்திரச் சான்றுகள் இருக்கின்றன. முன்னதாகவே கிரேக்கத்தில் மினோட்டருடன் மோதும் வீரனைப் பற்றிய புராணீகம் இருக்கிறது. காளை என்பது மனித ஆசைகளின் குறியீடாகவும் அதை அடக்குவது மனித ஆசைகளை அடக்குதல் எனவுமே கிரேக்கர்கள் நம்பிவந்தார்கள். பதினெட்டாம் நூற்றாண்டில் ஸ்பெயினில் காளைச்சண்டை மிகப் பிரபலமாகயிருந்தது.

ஸ்பெயினில் காளைச்சண்டை நடக்குமிடத்தைக் கோரிடா டி டோரஸ் என்கிறார்கள். ஒவ்வொரு காளைச் சண்டையிலும் மூன்று வீரர்கள் கலந்து கொள்வார்கள். மூவரும் ஆளுக்கு இரண்டு காளைகளைச் சந்திப்பார்கள். காளைச்சண்டை வீரன் மடோடர் என்று அழைக்கப்படுகிறான். ஒரு காளைச்சண்டை வீரனுக்கு உதவி செய்வதற்கு ஐந்து உதவியாளர்களிருப்பார்கள். அவர்கள் சண்டை துவங்கும்போது காளையை ஓட்டம் காட்டுவதற்கும், கத்திகளையும் எறியீட்டிகளையும் தந்து உதவுவதற்குமிருப்பார்கள்.

காளைக்கு நான்கு வயதிலிருந்து ஐந்து வயதிற்குள் இருக்க வேண்டும். இதற்காக ரத்தக்கலப்பிலாத ஒரு இனத்துக் காளைகள் வளர்க்கப்படுகின்றன. மூன்று அங்கங்களாக நடக்கிறது காளைச் சண்டை. முதலாவது அங்கம், அரங்கில் நுழையும் காளைச் சண்டை வீரன் அரங்கிலிருந்த நடுவருக்கும் பார்வையாளர்களுக்கும் வணக்கம் தெரிவிப்பது. இது இசையோடு கூடியது. அரங்கில்

நடுவராக வந்திருப்பவர் காளையை அடைத்துவைத்திருக்கும் கதவின் சாவியை ஒரு உதவியாளரிடம் தருவார். காளை அரங்கில் நுழையும். உதவியாளர்கள் காளையைப் போக்கு காட்டுவார்கள்.

இரண்டாவது அங்கத்தில் காளையை வீரன் குதிரையில் வந்தபடி சுற்றிவருவதும் அதன் மீது குத்தீட்டி எறிவதும். இந்த அங்கத்தில் குதிரையைத் தன் கொம்புகளால் குத்தி தூக்கியெறிய முயற்சிக்கும் காளை. சிலவேளைகளில் காளைச்சண்டை வீரனைத் தரையிலிருந்து பதினைந்து அடிகள் தூக்கியெறிப்படவும் கூடும்.

மூன்றாவது அங்கம் நேரடியாகக் காளையைச் சந்தித்து அதைக் கொல்வது. காளை அவனோடு பொருதும்போது அவன் காளையைத் தன் எறியீட்டி மற்றும் குத்தீட்டியால் குத்திக் கொல்வது. இது தான் நாடகத்தின் உச்சகட்டம். சாவு காளையின் பெருமூச்செனச் சீறிக்கொண்டிருக்கும். அதிகமாகக் குத்தீட்டியைப் பயன்படுத்தாமல் ஒன்றிரண்டு முறைகளில் குத்திக் கொல்பவனே சிறந்த வீரன்.

புகழ்பெற்ற காளைச்சண்டை வீரனான எல்காரோவைப் பற்றி ஒரு விமர்சகர் எழுதும் போது எல்காரோ தன் எதிரில் இருக்கும் காளைகள் கண்ணாடியால் செய்யப்பட்டவை, அவை உடைந்துவிடக் கூடாது என்று கவனமாகக் கையாளுவது போலத்தான் சண்டை யிடுவான். அவன் காளையோடு பேசிக்கொண்டிருக்கக் கூடியவன். அது மொழியற்றதொரு உரையாடல் என்கிறார்.

காளைச்சண்டையின் சரித்திரமும் ரத்தக்காயங்கள் நிரம்பியது. உயிர்க்கொலை எனப் பலமுறை தடை செய்யபட்டிருந்தபோதும் ஸ்பெயினில் இது கலாச்சாரச் செயல்பாடாக அங்கீகரிக்கப் பட்டிருக்கிறது. போட்டியில் வெற்றி தோல்வி எனக் கணக்கிடப் படுவதோ, பரிசு வழங்கப்படுவதோ இல்லை. மாறாக, வெற்றிபெற்ற வீரனுக்குக் காளையின் காதுகள் பரிசாகத் தரப்படுகின்றன. சிறந்த வீரனுக்குக் காளையின் இரண்டு காதுகளும் வாலும் தரப்படுகின்றது. கடைசிவரை போராடிய காளை செத்தபிறகு பார்வையாளர்கள் அனைவரும் எழுந்து அதற்குத் தனது வெண்ணிற கைக்குட்டைகளை வீசி ஆரவாரம் செய்து, பாராட்டைத் தெரிவிக்கிறார்கள். அது காளையை வளர்த்தவனுக்குப் பெருமை சேர்க்கிறது.

காளைச்சண்டை ஹெமிங்வேயின் எழுத்திலும் விரவிக் கிடக்கிறது. அவரது முதல் நாவல் The Sun also Rises. காளைச்சண்டையைக் காணச் சென்ற நான்கு இளைஞர்களைப் பற்றியது தான். இந்த நாவல் முழுவதும் விதவிதமான மதுவைக் குடித்தபடி காதலும் சாகசமுமாக இளைஞர்கள் சுற்றியலைகிறார்கள். இதுபோலவே தோற்காதவன் என்ற பெயரில் எழுதிய ஒரு குறுநாவலும் காளைச்சண்டை வீரன் ஒருவனின் வாழ்வைப் பற்றியதே. தமிழ்நாட்டில் சங்ககாலம் தொட்டே காளைச்சண்டை நடந்துவந்திருக்கிறது. கலித்தொகையின் நான்காவது பகுதியான முல்லைக்கலி ஏறுதழுவுதலை கொண்டாடுகின்றது.

கொல்லேறு தழுவுதல் என்று குறிப்பிடப்படும் இந்த வீரவிளையாட்டு அன்றைய வாழ்வின் துணிகரமாக அங்கீகரிக்கப்பட்டிருந்தது.

தொழுவினுள் புரிபு புரிபு புக்கப் பொதுவரைத்
தெரிபு தெரிபு குத்தின ஏறு

காளைகளை அடைத்திருக்கும் வட்டாரத்திற்குள்ளே அவைகளைப் பிடிப்பதற்காக விரும்பி விரும்பி உள்ளே புகுந்த இடையர்களைத் தெரிந்து தெரிந்து காளைகள் தங்கள் கொம்பினால் குத்தின என்கிறது இப் பாடல். ஓசையின் வழியாகக் காளைச்சண்டையின் காட்சிகள் புலப்படுத்தப்படுகின்றன.

தென்மாவட்டங்களில் நூற்றாண்டுகளாக நடந்துவரும் இந்த மஞ்சுவிரட்டு எனும் ஜல்லிக்கட்டு பற்றிய முழுமையான ஆவணப்படுத்துதல் இதுவரை நடைபெறவில்லை. ஹெமிங்வேயின் மீதிருந்த ஈடுபாடு சி.சு.செல்லப்பாவை வாடிவாசல் எழுதச் செய்தது. தமிழில் ஏறுதழுவதல் பற்றி எழுதப்பட்ட ஒரே நாவல் அதுதான். சி.சு.செல்லப்பா எழுதுவதோடு நின்றுவிடாமல் மதுரையைச் சுற்றி நடக்கும் ஜல்லிக்கட்டு முழுவதும் தனது பாக்ஸ் கேமிராவால் கறுப்புவெள்ளையில் புகைப்படமெடுத்திருக்கிறார். நேரடியாக ஒரு தமிழ் எழுத்தாளன் காளைச்சண்டையில் ஈடுபாடு கொண்டிருந்தது அவர் ஒருவர்தான்.

தென்மாவட்டங்களில் வாழ்ந்த கவிஞர்கள், எழுத்தாளர்கள் எனப் பலரும் ஒரு வெளிநாட்டுப்பயணி ஆர்வத்துடன் ஜல்லிக்கட்டை வேடிக்கை பார்ப்பதற்கு வருமளவு கூட, அருகாமை நகரங்களில் வசித்துக் கொண்டே இந்த விளையாட்டை நேரடியாகக் கண்டோ, உந்துதல் கொண்டோ எதையும் எழுதவேயில்லை. ஸ்பெயினில் எழுத்தாளனை மட்டுமல்ல, புகழ்பெற்ற ஓவியர்களையும் காளைச்சண்டை மிகுந்த ஈடுபாட்டிற்குள்ளாக்கியது. டாலி, கோயா போன்ற ஓவியர்கள் காளைச் சண்டையைச் சித்திரமாக்கி இருக்கிறார்கள்.

குறிப்பாக, 1934ல் ஸ்பெயினில் தங்கியிருந்த பிகாசோவை காளைச் சண்டைகள் கவர்ந்தன. அவர் காளைச் சண்டை பற்றிய ஓவியத்தினை வரைந்திருக்கிறார். அதில் ஒரு பெண் காளையை அடக்குவதாகயிருக்கும். மேலும் குதிரையும் காளையும் ஒன்றின் தலை மற்றொன்றிற்கு மாறியிருப்பது போல வரைந்திருப்பார். காளைச்சண்டை வீரர்களின் சாகசங்கள் பாடல்களாகவும் கவிதைகளாகவும் இன்றும் ஸ்பெயினில் பாடப்பட்டு வருகின்றன.

வாழ்நாள் முழுவதும் சாவுடன் பகடையாடி ஜெயித்தபடியிருந்த ஹெமிங்வே இறுதியில் 1961ம் ஆண்டு அவரது அப்பாவை போலத் தனது துப்பாக்கியால் சுட்டுத் தற்கொலை செய்து கொண்டார். இந்த நிகழ்ச்சியைப் பற்றி கேப்ரியல் கார்சியா மார்க்வெஸ் தனது ஹெமிங்வேயைப் பற்றிய நூலில் விவரிக்கும்போது, 'இந்த முறை

இந்தச்செய்தி நிஜமானது. ஹெமிங்வே இறந்துவிட்டார். உண்மையில் அவர் இறந்துவிட்டார். அவரது நாவலில் வரும் ஏதோவொரு கதாபாத்திரத்தின் சாவைப் போலச் சர்வசாதாரணமாக அவரது மரணம் நடந்துமுடிந்துவிட்டது என்று குறிப்பிடுகிறார்.

பாம்பிலோனாவில் நடக்கவிருக்கும் காளைச்சண்டை போட்டியைப் பார்ப்பதற்காக இரண்டு அனுமதிச் சீட்டுகள் மரணத்திற்குப் பிறகு அவரது மேஜையிலிருந்து கண்டெடுக்கப்பட்டது. உண்மையில் வாழ்நாள் முழுவதும் ஒரு காளையாகவும் அதை வெல்லும் வீரனாகவும் இரண்டு கதாபாத்திரங்களிலும் ஹெமிங்வே ஒருவரே நடித்திருக்கிறார் என்றுதான் தோன்றுகிறது. 'யாருக்காக மணி ஒலிக்கிறது' என்பது அவரது நாவலின் தலைப்பு மட்டுமல்ல, அவரைப்பற்றிய மனச்சித்திரமுமாகவே மிஞ்சியிருக்கிறது..

●●●

பாரிஸில் ஹெமிங்வேயைப் பார்த்தேன்

சட்டென்றுதான் அவரை அடையாளம் கண்டுகொண்டேன். பாரிஸிலுள்ள பொலிவார்டில் செயிண்ட் மிச்செல் தெருவில் 1957இல் ஓர் இலையுதிர் காலத்து மழைநாளில் மனைவி மேரி வெல்ஸோடு அவர் என்னைக் கடந்து சென்றுகொண்டிருந்தார்.

தெருவின் எதிர்ப்புறத்தில் லக்சம்பெர்க் தோட்டம் இருந்த திசையில் வெளுத்த கௌபாய் பேண்ட்டும், பெரிய கம்பளிச்சட்டையும், பந்து விளையாட்டு வீரனின் தொப்பியும் அணிந்தபடி அவர் நடந்துகொண்டிருந்தார். அவருடைய உடைமையாக இருக்க சாத்தியமில்லை என்று தோன்றிய ஒரு விஷயம். ஒரு ஜோடி உருண்ட, மெல்லிய, உலோகம் பொருந்திய கண்ணாடி மட்டுமே. அது அவருக்கு வயோதிகரின் தோற்றத்தை அளித்துக்கொண்டிருந்தது. அவருக்கு 59வயது ஆகியிருந்த போதும், ஏறக்குறைய ஓர் வயோதிகராகக் காணப்பட்டபோதும் அவர் விருப்பம் கொண்டதுபோல், மிகுந்த வலிமை உடையவர் என்கிற உளப்பதிவை அவரால் ஏற்படுத்த முடியவில்லை. அவருடைய இடுப்பு குறுகியிருந்ததும், அவருடைய முரட்டு 'லம்பர்ஜெக் ஷூ'வின் மேலுள்ள கால்கள் சிறிது மெலிந்திருந்ததும்தான் அதற்குக் காரணம்.

செர்போனின் இளமை உற்சாகத்திற்கிடையிலும் பழைய புத்தகக் கடைகளுக்கு மத்தியிலும் அவர் மிகுந்த உயிர்ப்போடு காணப்பட்டார். அவர் இறப்பதற்கு நான்கு வருடங்களே மீதமிருந்தது என்பதை அப்போது கற்பனை செய்வதற்குக் கடினமாக இருந்தது. ஒருகணம், அச்சூழ்நிலையில் எப்பொழுதும் போல் என்னுள் போட்டியிடும் இரண்டு தொழில்களுக்கு மத்தியில் நான் சிக்கிக் கொண்டதை உணர்ந்தேன். அப்போது எனக்குத் தெரியவில்லை. அவரிடம் சென்று ஒரு பேட்டி கேட்கலாமா அல்லது இருமருங்கிலும் மரங்கள் அடர்ந்த அச்சாலையைக் கடந்து எனக்கு அவரிடம் உள்ள உவகையைப் புலப்படுத்தலாமா? என்று.

ஆனால், இவ்விரண்டு திட்டங்களுமே என்னுள் மாபெரும் அசௌகரியத்தை ஏற்படுத்தியது. அந்நேரம் இன்று நான் பேசும் அரைகுறையான ஆங்கிலத்தைத்தான் அன்றும் பேசி வந்தேன்.

மற்றும் அக் காளைச் சண்டை வீரரின் ஸ்பானிஷ் குறித்து எனக்குத் திட்டவட்டமாக எதுவும் தெரியாது. ஆதலால் மேற்படி செயல்களை மேற்கொண்டு அக்கணத்தை நான் நாசம் செய்ய விரும்பவில்லை. பதிலாக இரண்டு கைகளையும் குவித்து, வாய் அருகில் வைத்து, வனத் திலிருக்கும் டார்சனைப் போல் நடைபாதையின் ஒருபுறத்திலிருந்து மற்றொரு புறத்தை நோக்கி, 'மேஸ்ட்ரோ' என்று கத்தினேன். எர்னெஸ்ட் ஹெமிங்வே அம்மாபெரும் மாணவக் கூட்டத்திற்கு நடுவில் தன்னைத் தவிர வேறெந்த ஆசிரியரும் அங்கில்லை என்பதைப் புரிந்துகொண்டார்.

ஆதலால் திரும்பித் தன் கைகளை உயர்த்தி ஓர் அரசனைப் போல் ஒரு குழந்தையின் குரலில், 'போய் வா சிஷ்யா; என்று அவரும் கத்தினார். இறுதியாக அந்நேரம் மட்டும்தான் நான் அவரைப் பார்த்தது. அச்சமயம் 28 வயதான ஒரு பத்திரிகையாளனான நான், ஒரு நாவலை வெளியிட்டிருந்தது கொலம்பியாவில் ஒரு இலக்கியப் பரிசையும் பெற்றிருந்தேன்.

மாபெரும் இரண்டு வட அமெரிக்க நாவலாசிரியர்கள்தான் என்னுடைய ஆசான்கள். அவர்களுக்கிடையில் பொதுப் பண்புகள் மிகக் குறைந்த அளவே இருந்தன. அச்சமயம் வரை அவர்கள் வெளி யிட்டிருந்த எல்லாவற்றையும் அப்போது நான் வாசித்திருந்தேன். ஆனால், அது நிறைவான வாசிப்பு அல்ல. மாறாக, எதிர்மறையாக பரஸ்பரம் இருவரின் பிரத்யேக இலக்கிய தொழில் திறனைப் புரிந்துகொள்ளும் வகையான வாசிப்பு மட்டுமே. அவற்றில் ஒருவர் வில்லியம் ஃபாக்னர். என் கண்களை ஒருபோதும் நிலைத்திருக்க விடாதவர். அவரை கார்டியர் பெர்ஸ்சன் எடுத்த புகழ்பெற்ற புகைப்படமான நீண்ட சட்டையை அணிந்தபடி ஒரு விவசா யியைப் போல் கைகளைக் கட்டிக்கொண்டு இரண்டு வெள்ளை நாய்கள் அருகில் நிற்கும் விதத்தில்தான் என்னால் கற்பனை செய்ய முடிகிறது. மற்றொருவர், ஒரு சிறிய மனிதர். சற்றைக்கு முன் தெருவின் எதிர்ப்புறத்திலிருந்து பிரியாவிடை கொடுத்தபடி என் வாழ்வில் ஏதோ ஒன்று நிகழ்ந்தது, எல்லா காலத்திற்குமான ஒன்று நிகழ்ந்துவிட்டது என்பதுபோல் ஒரு உளப்பதிவை ஏற்படுத்தியபடி என்னை நீங்கிச் செல்கிறவர்.

யார் சொன்னார்கள் என்று எனக்குத் தெரியவில்லை. நாவலாசிரியர்கள் பிறருடைய நாவல்களைப் படிப்பதற்குக் காரணம் பிறர் அதை எவ்வாறு எழுதியுள்ளார்கள் என்று அறிந்துகொள்வதற்குத்தான். நானும் அதை மெய்யென்றே விசுவாசிக்கிறேன். தாள்களின் மேற்பரப்பில் வெளிப்படும் இரகசியங்களால் நாங்கள் திருப்தியுறுவதில்லை.

புத்தகங்களைப் புரட்டி, அதன் மையங்களைக் கண்டுபிடிக்க முயல்கிறோம். ஒருவகையில் அதை விளக்குவது கடினம். நாங்கள்

புத்தகத்தின் முக்கிய பகுதிகளைத் தவிர்த்து பிறவற்றை உடைத்து விடுவோம். பின் அதன் பிரத்யேக கடிகார வேளைகளை, புதிர்வுகளை அறிந்துகொண்டு பிறகு அதைப் பழைய ஸ்திதிக்கு மாற்றி விடுவோம். ஃபாக்னரின் புத்தகங்களில் இம்முயற்சி சோர்வு ஊட்டக்கூடியது. காரணம், அவருடைய எழுத்து ஓர் ஒழுங்கமைவிற்கு உட்பட்டதல்ல. மாறாக, அவருடைய புத்தகம் என்னும் பிரபஞ்சத்தில் கண் மூடியபடி பளிங்குக் கடையில் வழி தவறிய ஆட்டு மந்தையைப்போல் நடக்க வேண்டும். அவருடைய ஒரு பக்கத்தைப் பிரித்து ஆராய்ந்தால் கம்பி சுருள்களும் திருகாணிகளும் மட்டுமே கிடப்பதுபோல் தோற்றம் அளிக்கும். அவற்றை ஒருபோதும் உங்களால் பழைய ஸ்திதிக்கு மாற்றஇயலாது. ஆனால், ஹெமிங்வே இதற்கு நேர் எதிரானவர்.

குறைந்த ஆர்வத்தோடும், மட்டிய உணர்வோடும், சற்றே பைத்தியத்தன்மையோடும் அதே வேளையில் மிகச்சிறப்பான கட்டுக்கோப்புடனும் அதே சரக்கு வண்டிகளில் திருகாணிகள் வெளிப்படையாகத் தெரிவது போல் எழுதக் கூடியவர். ஒருவேளை இக்காரணத்தால்தான் ஃபாக்னர் என்னும் படைப்பாளி என் ஆத்மாவோடு தொடர்புடையவராகவும், ஹெமிங்வே என்னும் படைப்பாளி அவருடைய புத்தகங்களுக்காக அல்ல, எழுத்துக் கலையில் தொழில்திறன் சம்பந்தமான அவருடைய அபரிமிதமான ஞானத்திற்காக என் தொழில்திறனோடு தொடர்புடையவராக அவர் இருக்கக்கூடும்.

பாரிஸ் ரிவ்யூவின் ஜார்ஜ் பிளிம்ட்டனோடுள்ள வரலாற்றுச் சிறப்புமிக்க நேர்காணலில், ஹெமிங்வே எல்லாக் காலத்திற்குமாகப் படைப்பு என்கிற கற்பனாவாத எண்ணத்திற்கு எதிராக, அதன் எளிய வசதியையும் நல்ல ஆரோக்கியமும் எழுத உகந்ததாய் இருந்தபோதும் முக்கிய சிரமங்களில் ஒன்றான வார்த்தைகளைச் சிறப்பாக ஒழுங்கமைப்பது, எழுதுவது கடினமாகும்போது ஒருவர் அவருடைய புத்தகங்களையே மறுமுறை வாசிப்பது சிறந்தது. எதற்கு எனில் அது என்றுமே கடினமாகத்தான் இருந்தது என்பதை நினைவு ஊட்டிக்கொள்ள. ஒருவரால் எந்த இடத்திலும் எழுத முடியும். எதுவரை எனில் பார்வையாளரோ தொலைபேசியோ இல்லாத வரையில். பத்திரிகை எழுத்து ஓர் எழுத்தாளனை அழித்துவிடும் என்பது உண்மையல்ல. அவ்வாறு பலமுறை சொல்லப்பட்டபோதும் உண்மை அதற்கு நேர்மாறானது. ஒருவர் அதைக் கைவிட்டபோதும் அது உங்களைப் பின் தொடரும். 'எழுதுவது ஒன்றே வாழ்க்கையின் பிரதான நோக்கமாகும். அளப்பரிய சந்தோசமுமாக மாறும்பொழுது. அவர் கூறினார், 'மரணத்தால் மட்டுமே அதற்கு ஒரு முடிவு கட்ட முடியும்.'

இறுதியாக, அவருடைய வார்த்தைகளே மாபெரும் கண்டுபிடிப்புகள், 'ஒவ்வொரு தினத்தின் வேலையின்போதும் எப்போது குறுக்கிடலாம் என்றால், எப்போது ஒருவனுக்கு மறுதினம்

அவ்வேலையை எங்கிருந்து தொடங்கலாம் என்று தெரிந்திருந்தால் மட்டும்.' எனக்குத் தெரிந்து எழுதுவது குறித்து இதைவிடச் சிறப்பாக யாதொரு அறிவுரையும் சொல்லப் பட்டதில்லை. இது கூடுதலோ குறையவோ அல்ல. எழுத்தாளர்களின் மாபெரும் பயமான, அதிகாலை வேதனையான வெற்றுத்தாளை எதிர்கொள்வதற்கு இதுவே இறுதி வழிமுறை. ஹெமிங்வேயின் எல்லாப்படைப்புகளிலுமே அவரது தீவிரம் சிறப்பானது. ஆனால், சிறிதுகாலமே வாழ்ந்தது என்பதை வெளிப்படுத்துகின்றன. அது புரிந்துகொள்ளத் தக்கதே. அவரைப் போல் உள் விரைப்பு கூடிய, தொழில்திறனில் மேதகு ஆளுமை கொண்ட ஒருவருக்கு பரந்த ஆபத்தான எல்லைகளைக் கொண்ட நாவலில் நிலைத்து நிற்பது கடினம்தான். இது அவருடைய இயல்பும் கூட. அவருடைய பிழையே அவருடைய சிறப்பான எல்லைகளை அவரே கடக்க முயற்சித்ததுதான்.

ஆதலால்தான் மற்ற எழுத்தாளர்களை விட அவரிடம் வெளிப்பட்ட எல்லா அதீதங்களும் அதிகமாகக் கவனிக்கப்பட்டன. அவருடைய நாவல்கள் எல்லாம் சிறுகதையை ஒத்தது. அளவுவிகிதம் தாண்டியவை. அதிகப்படியான விஷயங்களை உள்ளடக்கியவை. நேர்மாறாக அவருடைய கதைகளைக் குறித்த சிறந்த விஷயம் என்னவென்றால் அவை ஏதோவென்று மறைந்துள்ளது என்கிற தோற்றத்தை ஏற்படுத்துபவை. அதுவே அதன் மாயமும் அழகும்.

ஜோர்ஜ் லூயி போர்ஹேஸ் நம் காலத்து மிகச் சிறந்த எழுத்தாளர்களில் ஒருவர். அவரும் இவ்வெல்லைகளைக் கொண்டவரே. ஆனபோதும் அவருக்குப் பிரக்ஞை இருந்தது, எல்லாவற்றையும் மேம்படுத்திவிடக்கூடாது என்று. ஃபிரான்சிஸ் மெக்கோபாரின் சிங்கத்தை நோக்கிய ஒன்றை சுடுதல், வேட்டையைக் குறித்த, சிறந்த எழுத்தாளர்களிடமிருந்தே வெளிப்படும். ஹெமிங்வேயின் படைப்புகள் எல்லாம் இம்மாதிரி எளிய ஆச்சரியமூட்டும் கண்டுபிடிப்புகளால் நிறைந்திருக்கிறது. எழுத்து குறித்த அவருடைய கோட்பாடுகளை இவ்விடங்கள் வெளிப்படுத்துகின்றன.

ஸ்திரமாகத் தெரியும் பனிக்கட்டியை போல் எட்டில் ஏழு பங்கு அமிழ்ந்து இருத்தல் வேண்டும் என்பது அவரது கொள்கை வடிவம் குறித்த அப்பிரக்ஞையே ஹெமிங்வே தன் நாவல்களின் மூலம் புகழ் பெறாததற்கும் ஆனால், தன் கட்டுக்கோப்பான சிறுகதைகளின் வழி புகழ்பெற்றதற்கும் உறுதியான காரணமாகும்.

'யாருக்காக இந்த மணி ஒலித்தது' என்னும் நாவலை எடுத்துக்கொண்டால், அவர் கூறியதுபோல் அப்புத்தகத்தை எழுதும்போது அவருக்கு எவ்வித முன் தீர்மானமுமில்லை. மாறாக, எழுதும்போதே ஒவ்வொரு தினமும் புதிது புதிதாக கண்டுபிடித்துச் சென்றார்.

இதை அவர்கூற வேண்டியதில்லை. இது வெளிப்படையானது.

இதற்கு மாறாகச் சட்டென்று ஆர்வமூட்டக்கூடிய அவரது சிறுகதைகளோ மிகத் திட்டமிடப்பட்டது. சான் இசிட்ரோ நகரில் நிகழ்ந்த திருவிழாவில் பனிப்புயலால் ரத்து செய்யப்பட்ட காளைச்சண்டையால் மோரிட் பென்சனில் ஒரு மே மாத மதியத்தில் வைத்து எழுதப்பட்ட மூன்று கதைகள். அக்கதைகளை குறித்து அவரே ஜார்ஜ் பிளிம்ட்டனிடம் கூறியிருக்கிறார். 'கொலைக்காரர்கள்', 'பத்து இந்தியர்கள்', 'இன்று வெள்ளிக்கிழமை' ஆகியவை, அவை மூன்றும் நியாயமானவையே. அவ்வரிகளுக்கு இடையில் என் ரசனைக்கு ஏற்ற கதை, 'மழையில் ஒரு பூனை'. அச்சிறுகதையில் அவருடைய மொத்த ஆளுமையும் வெளிப்பட்டிருக்கிறது.

எனினும் விதி குறித்த அவருடைய ஏளனமாக இருந்த போதிலும் எனக்கு மிகுந்த வசீகரம் உடையதாகத் தோற்றம் அளித்த சிறிய அளவே வெற்றியடைந்த மனிதார்த்தமான படைப்பு: 'நதியைக் கடந்து வனத்திற்குள்' அப்படைப்பில்தான் அவர் தன்னை வெளிப்படுத்திக் கொண்டுள்ளார். அப்படைப்பு ஒரு சிறுகதையாகத் தொடங்கி, பின் விலகி மங்குரோவ் வனம் போன்ற நாவலாக பரிணமித்தது. அதிக அளவு வடிவம் சார்ந்த பிளவுகள் தொழில்திறனில் மேதமை கொண்ட இலக்கிய வல்லுநரிடம் அதிக பிழைகள் செயற்கையான வசனங்கள் இவ்வளவும் இலக்கிய வரலாற்றின் சிறந்த பொற் கொல்லனிடம் இதைப் புரிந்து கொள்வதற்கு சற்று சிரமமாகத்தான் இருக்கிறது.

1950களில் இப்புத்தகம் வெளியானபோது விமர்சனம் மூர்க்கத்தனமாக ஆனால், தவறானதாக இருந்தது. ஹெமிங்வே தான் காயப்படுத்தப்பட்டதை உணர்ந்தார். எங்கு மிக அதிகமாக துன்புறுத்தப் பட்டதாகத் தன்னை உணர்ந்தாரோ. ஹவானாவிலிருந்து தற்காத்துக்கொள்ள முயன்று, உணர்ச்சிகரமான தந்தி ஒன்றை அனுப்பி வைத்தது அவரைப் போன்ற ஓர் படைப்பாளியின் அந்தஸ்திற்கு இழுக்கு.

அது அவருடைய பிரத்யகே, ஒரு நிச்சயமற்ற வசந்தத்தில் எழுதத் தொடங்கி ஒருபோதும் திரும்பப் பெற இயலாத, வாழ்ந்த காலங்களை நினைவு கூர்ந்தும், எதிர்நோக்கி உள்ள துயரார்ந்த வாழ்வின் சில வருடங்களைக் குறித்து சிந்தித்தும் எழுதினார். அவருடைய வேறு எந்தப் புத்தகங்களிலும் அவரை குறித்த தடயங்களை அவர் விட்டுச் சென்றதில்லை. முழு சௌந்தரியத்தையும் மென்மையையும் வேறு எதிலும் அவர் கண்டுபிடிக்கவில்லை. வடிவம் வழியாக அவருடைய வாழ்வையும் முக்கிய பார்வையையும் சொல்லிச் சென்றிருக்கிறார்.

அவருடைய கதாநாயகனின் மரணம், உண்மையில் இயற்கையானதும் அமைதியானதும் கூட என்றபோதும் அது மாறுவேடம் அணிந்த அவருடைய சொந்த தற்கொலையின் முன் கற்பனையே. ஒரு எழுத்தாளனின் படைப்போடு மிகுந்த தீவிரத்தோடும் அக்கறையோடும் ஒருவர் பலகாலம் வாழ்ந்தால்,

அவரால் புனைவிலிருந்து யதார்த்தத்தைப் பிரித்தறிய முடியாது.

நான் பல தினங்கள், பல மணிநேரங்கள் அவர் எழுதுவதற்கு உகந்த இடம் என்று கருதிய செயிண்ட் மிச்செலில் வாசித்துக்கொண்டு இருந்திருக்கிறேன். ஏனெனில் அவ்விடம் இனிமையான, வெதுவெதுப்பான தூய்மையான, நட்பார்ந்த இடம். நான் எப்போதுமே கட்டுக்கு அடங்காது, குளிர்ந்து நகர்ந்து செல்லும் ஒரு தினத்தில், மிக அழகும் உற்சாகமும் உடைய ஒரு பெண். ஒரு காக்கையின் சிறகு போன்று அவளுடைய தலைமயிர் முகத்தினூடாக சாய்வாக வெட்டிச் சென்றது. அவர் பார்த்த அந்தப் பெண்ணை மறுபடியும் கண்டுபிடித்துவிட முடியும் என்று விசுவாசித்து வந்திருக்கிறேன்.

“நீ எனக்குரியவள். ஆதலால் பாரிஸும் எனக்குரியது” என்று அவளுக்காக அவர் தீராத காதலோடு எழுதியிருக்கிறார். அவர் விவரித்ததெல்லாம்; ஒவ்வொரு நிகழ்வும் என்றென்றும் அவருடையது மட்டுமேதாகிறது. என்னால் பாரிஸின் நம்பர் 12 ரூயடில் ஓதியன் தெருவை, சில்வியாபிச்சுடனான ஒரு புத்தகக் கடையின் முன், (இப்போது அது புத்தகக்கடை அல்ல) மாலை 6 மணி வரை பொழுதைக் கழித்தபடி ஜேம்ஸ் ஜாயிஸ் வருவது வரை அவரது உரையாடல்களைக் கவனிக்காமல் என்னால் கடக்க முடிந்ததில்லை.

பரந்த செழுமையான கென்ய வெளியில் அவர்களை ஒரே ஒருமுறை பார்த்தபோது, அவர் அவருடைய காளைகளின், சிங்கங்களின், வேட்டையின் அந்தரங்கமான இரகசியங்களின் உரிமையாளர் ஆனார். காளைச் சண்டை வீரர்களின், பரிசுச்சண்டை வீரர்களின், படைப்பாளிகளின் ஒருகணம் மட்டுமே உயிர்த்திருக்கும் துப்பாக்கிக் காரர்களின் உரிமையாளர் ஆனார். இத்தாலி, ஸ்பெயின், கியூபா நோக்கமற்று வெறுமனே உச்சரிப்பதன் வழி பாதி பிரபஞ்சம் அவருடையதாகிறது. கொஜிமார் ஹவாவானாவிற்கு அருகிலுள்ள ஒரு சிறிய கிராமம். கடலும் கிழவனிலும் உள்ள தனிமை ஏறிய மீனவன் வாழ்ந்த இடம்.

ஹெமிங்வேயின் தங்க முலாம் பூசிய மார்பளவுள்ள உலோகச்சிலை இவ்வீர சாகசங்களின் நினைவாக அங்கு இருந்து வருகிறது. ஃபினகாடிலா விஜியா அவருடைய இறப்பிற்கு முன் வரை வாழ்ந்த அவருடைய கியூப இல்லம் நிழல்கள் படர்ந்த மரங்களுக்கு இடையில் அவருடைய விதவிதமானபுத்தக சேகரிப்புகளோடும், வேட்டை ட்ராபிகளோடும், சாய்வு எழுது மேசைகளோடும், இறந்த மனிதனின் ஷூக்களோடும், அவருடைய மரணம் வரையிலான உலகம் முழுவதிலிருந்தும் வந்த பகட்டு பரிசுப் பொருட்களாலும் நிறைந்திருக்கிறது. அவை அவர் இல்லாதபோதும் வாழத் தொடங்கிவிட்டன. இவ்வற்புதம் எவ்வாறு நிகழ்ந்ததெனில் அவர் அவைகளைக் கைக்கொள்வதன் வழி தன் ஆன்மாவை அவைகளுக்குள் படரவிட்டுச் சென்றதன் மூலம்.

சில வருடங்களுக்கு முன்பு, நான் ஃபிடரல் காஸ்ட்ரோவின் காரில்

சென்றுகொண்டு இருந்தேன். அவர் ஒரு தீவிர இலக்கிய வாசகர். அவருடைய இருக்கையில் சிவப்புத் தோலால் ஒரு புத்தகம் சுற்றி வைக்கப்பட்டிருந்தது. ஃபிடரல் காஸ்ட்ரோ என்னிடம் கூறினார்.

'இது என்னுடைய ஆசான் ஹெமிங்வே'

உண்மையில், ஹெமிங்வேயை குறைந்தபட்ச எதிர்பார்ப்புடன் ஒருவர் தேடத் துவங்கும்போதும் அவருடைய இறப்பிற்குப் பிறகான 20வருடங்கள் கழிந்தும் இன்றுவரையில் நிலைத்திருந்தும், அந்த நித்தியத்துவமற்ற காலை ஒருவேளை மே மாதமாக இருக்கலாம் பொலிவார்டின் செயிண்ட் மிச்செலிலுள்ள நடைபாதையிலிருந்து அவர் கூறி விளித்த, 'போய் வா, சிஷ்யா' என்கிற வாக்கியத்தைப் போல் அவர் என்றும் இருந்து கொண்டிருக்கிறார் என்பதை ஒருவர் உணரக்கூடும்.

இக்கட்டுரை டைம்ஸ் பத்திரிகையின் பணியாளரான ரான்டோல்ப் ஹோகனால் தி நியூயார்க் டைம்ஸின் இணைய இதழுக்கு மொழிபெயர்க்கப்பட்டது.

●●●

ஹெமிங்வேயின் கிழவனும் கடலும்
(உரையின் எழுத்துவடிவம்)

எல்லோருக்கும் வணக்கம். ஏழாவது நாளாக என்னுடைய உலக இலக்கிய உரையைக் கேட்க வந்திருக்கிறீர்கள். தொடர்ந்து ஒவ்வொரு நாளும் வேறு வேறு புத்தகங்கள். வெவ்வேறு விஷயங்களைப் பற்றிப் பேசுவதற்கும் பகிர்ந்து கொள்வதற்கும் நீங்கள் கொடுத்த உத்வேகமும் அன்புமே காரணம், அதற்கான எனது மனம் நிறைந்த நன்றி.

இன்று நான் பேச எடுத்து கொண்ட எழுத்தாளர் ஹெமிங்வே. அவரது கிழவனும் கடலும் நாவலை முன்வைத்து ஹெமிங்வேயை உங்களுக்கு அறிமுகம் செய்து வைக்க நினைக்கிறேன். இந்த நாவல் நோபல் பரிசுபெற்ற ஒன்று. புலிட்சர் விருதும் பெற்றிருக்கிறது. இந்த நாவல் இதுவரைக்கும் இருபது இலட்சத்துக்கு மேலாக விற்பனையாகி உள்ளது. நான்கு முறை திரைப்படமாக்கப் பட்டுள்ளது. தமிழில் இந்த நாவலுக்கு மூன்று மொழிபெயர்ப்புகள் இருக்கின்றன. ஒன்று, எம்.எஸ். என்று சொல்லக்கூடிய எம்.சுப்ரமணியன் அவர்களின் மொழிபெயர்ப்பில் காலச்சுவடு பதிப்பகம் கிழவனும் கடலும் என்று வெளியிட்டு இருக்கிறார்கள். அது மூலத்துக்கு ரொம்பவும் நெருக்கமாக இருக்கிற ஒரு பதிப்பு.

முன்னதாக இதே நாவல் கடலும் கிழவனும் என்ற தலைப்பில் சந்தியா பதிப்பகம் வெளியீடாக வெளிவந்திருக்கிறது. மூன்றாவது, உதயம் மாத இதழில் வெளியான சுராவின் மொழியாக்கம். இது அவ்வளவு திருப்திகரமாக வரவில்லை. ஹெமிங்வேயின் ஆக சிறந்த படைப்பு இந்த நாவலே என்று விமர்சகர்கள் சொல்கிறார்கள். இந்தியாவில் மட்டுமல்ல, உலகம் முழுவதும் உள்ள பல ஆங்கில இலக்கியம் கற்பிக்கக்கூடிய கல்லூரிகளில் இந்த நாவலைப் பாடமாகப் படிக்கிறார்கள்.

கிழவனும் கடலும் மிகச்சிறிய புத்தகம். 120 பக்கத்துக்குள்தான் இருக்கும். சின்னஞ்சிறிய நாவல், ஒருவர் அந்த நாவலைப் படிக்க கையில் எடுத்தால் ஒருமணி நேரத்தில் படித்து முடித்து விடலாம். அவ்வளவு சுவாரஸ்யமானது. ஹெமிங்வே என்னுடைய ஆதர்ச எழுத்தாளர்களில் ஒருவர். ஹெமிங்வே ஒரு பன்முக ஆளுமை.

அவரை எப்படி எளிமையாக அறிமுகப்படுத்துவது? ஒருவகையில் இது யானையைப் பார்த்த குருடர் கதைதான். ஆனாலும் எளிமையாக அவரது ஆளுமையின் பகுதிகளை அடையாளம் காட்ட முயற்சிக்கிறேன்.

நண்பர்களே, உலகத்திலே ஒரே ஒரு எழுத்தாளருக்குத்தான் காளைச்சண்டை மைதானத்தில் சிலை இருக்கிறது. நம் ஊரில் ஜல்லிக்கட்டு நடக்குதில்லையா. அதுபோல காளைச் சண்டை நடக்கிற பார்சிலோனா மைதானத்தின் நுழைவாயிலில் ஒரு எழுத்தாளனுக்கு சிலை வைக்கப்பட்டு இருக்கிறது. ஆச்சரியமா இருக்கிறதில்லையா?

காளைச் சண்டை நடைபெறுகிற இடத்தில் எழுத்தாளனுக்கு ஏன் சிலை வைத்திருக்கிறார்கள் என்ற கேள்வி எழக்கூடும். காரணம், ஹெமிங்வே ஒரு காளைச் சண்டை வீரர். வெறும் எழுத்தாளர் மட்டுமில்லை. காளைச் சண்டையின் தீவிர ரசிகர். சண்டை போடுபவர். மற்றும் அதைப் பண்பாட்டின் உயரிய அம்சம் எனக் கொண்டாடுகின்றவர். காளையைத் துணிச்சலாக அடக்கி ஆள்பவனை மாஸ்ட்ரோ என்பார்கள்.

அந்த மாஸ்ட்ரோ நடந்துபோனால் வீதியில் வருபவர்கள் கைகூப்பி வணக்கம் சொல்லிவிட்டு போவார்கள். அந்த மரியாதை ஹெமிங்வேக்கு கிடைத்திருக்கிறது. அவரை மார்க்வெஸ், மாஸ்டர் என்றே அழைக்கிறார். காளைச் சண்டையைப் பற்றி எழுதும்போது மனிதனும் மிருகமும் சாவோடுதான் சாவோடு விளையாடுகிற மோதல் என்று குறிப்பிடுகிறார். மனதிலும் உடம்பிலும் துணிச்சல் இருக்கிறவன்தான் ஆடுகளத்தில இறங்க முடியும். அந்தக் களத்தில் வென்று சாதனை நிகழ்த்தி அங்கு சிலை வைக்கக்கூடிய அளவுக்குப் பெரிய மகத்தான காளைச் சண்டை வீரனாக ஹெமிங்வே இருந்திருக்கிறார். இது அவரது ஆளுமையின் ஒரு பக்கம் இன்னொரு பக்கம் இருக்கிறது. ஆப்ரிக்காவில் வனவேட்டைக்குப் போவதை ஜங்கிள் சபாரி என்பார்கள். இன்றைக்குக் கூட வனவேட்டை போகிறவர்களிடம் ஆப்ரிக்க வழிகாட்டிகள் நீங்கள் ஹெமிங்வே போன வேட்டைக்கெல்லாம் போக வேண்டுமா எனக் கேட்பார்கள், காரணம், அந்த அளவு காட்டில் சுற்றியலைந்து வேட்டையாடியவர் ஹெமிங்வே.

அவர் என்ன வேட்டை ஆடினார் தெரியுமா? சிங்க வேட்டை. ஒருமுறை ஒரு சிங்கத்தைத் தனி ஒரு ஆளாக நின்று சுட முயன்ற போது சிங்கம் இவர்மீது பாய்ந்து தாக்கி முதுகைக் கவ்வி கிழித்துத் தூக்கி எறிந்தது. அப்படியும் திரும்ப எழுந்து தன்னுடைய கத்தியால் சிங்கத்தைக் கொன்று சிங்கத்தின் மேல் காலை வைத்துப் புகைப்படம் எடுத்துக்கொண்ட ஓர் எழுத்தாளர்.

நம்ம ஊர் எழுத்தாளர் போல அலுவலக விடுமுறை நாளில் கதை எழுதுகிற ஓய்வுநேர எழுத்தாளரில்லை ஹெமிங்வே. அவர்

ஒரு சாகசக்காரர். இன்னொரு பக்கம் அமெரிக்க ராணுவத்தினர் ஹெமிங்வேயைக் கொண்டாடுகிறார்கள். அவர் ராணுவத்தில் வேலை செய்தது ஒரு காரணம். மற்றொரு காரணம், விதவிதமான மதுவகைகளை உருவாக்கி தந்தது.

இதைவிடவும் ராணுவ வீரர்களின் வலியை தனிமையை, அவர்களின் தினப்பாடுகளைக் கதைகளாக எழுதி மக்கள் மனதில் இடம் பெறச்செய்தவர் ஹெமிங்வே. அதுதான் முக்கிய காரணம். அவரிடம் ராணுவம் என்றால் என்னவென்று கேட்டதற்கு ஒரு வரியில் பதில் சொன்னார்: "Men without Women"

இன்னொரு ஹெமிங்வே இருக்கிறார். அவர் குடிகாரர். எந்த மதுக்கூடத்துக்குப் போனாலும் ஹெமிங்வே பெயரில் காக்டெயில் மது இருக்கும். டக்கிலா குடிப்பவர்களுக்குத் தெரியும். நான் குடிப்பவனில்லை, கேள்விப்பட்டிருக்கிறேன். அந்த டக்கிலா மதுவில் ஹெமிங்வே டக்கிலான்னு ஒரு ரகம் இருக்கிறது. இந்த மதுக்கலவையை அறிமுகம் செய்தவர் ஹெமிங்வே. அது ஸ்பெயினில் பிரபலமானது. இன்னொரு பக்கம் ஹெமிங்வே ஒரு தீராதகாதலன். அதாவது தான் சந்திக்கின்ற அழகிய பெண்களை உடனே காதலிக்கத் துவங்கிவிடுவார். இதே விஷயத்தை இப்படியும் சொல்லலாம். அவரை சந்திக்கின்ற அழகிகள் உடனே அவரைக் காதலித்து விடுவார்கள். இதில் ஏதாவது ஒன்று கட்டாயம் நடக்கும். அதனால் அவரிடம் நிறைய காதல் அனுபவங்கள் இருந்தன. நான்கு முறை திருமணம் செய்து கொண்டிருக்கிறார்.

நான்காவது மனைவியோடு ஹனிமூன் பயணம் போகிறார். வழியில் ஒரு அழகியைச் சந்திக்கிறார். உடனே அந்த பெண்ணைக் காதலிக்க ஆரம்பித்து விடுகிறார். புதுமனைவி கேட்கிறாள்: 'இப்போது தானே என்னை நான்காவதாகத் திருமணம் செய்துகொண்டிருக்கிறாய். அதற்குள் ஏன் இன்னொரு பெண்ணைத் தேடுகிறாய்?'

'காதல் என்பது தும்மல் போல. எப்போது வரும் எனத் தெரியாது. வந்தால் கட்டுப்படுத்தவும் முடியாது' என்று சொல்லி சிரிக்கிறார் ஹெமிங்வே. இதுதான் ஹெமிங்வேயின் சுபாவம்.

ஹெமிங்வேக்கு விமானம் ஓட்டத் தெரியும். துப்பாக்கி சுடத் தெரியும், பறவைகளை வேட்டையாடத் தெரியும். கப்பல் ஓட்டத் தெரியும். மீன்பிடிக்கத் தெரியும். கத்திச் சண்டை போடத்தெரியும். ஒற்றை ஆளாகக் கடலில் வெகுதூரம நீந்தமுடியும். அட்லாண்டிக் கடலுக்குப்போய் ஆள் உயர மீனைத் தனியாளாய் பிடித்துக்கொண்டு வந்திருக்கிறார். அந்தப் புகைப்படம் பத்திரிகைகளில் இருக்கிறது. ஹெமிங்வேயின் ஆளுமை இப்படி எத்தனையோ பக்கங்களைக் கொண்டது. இந்த உலகில் எழுதி அதிகம் சம்பாதித்த எழுத்தாளர் அவர் ஒருவரே. அவரது ஒவ்வொரு வார்த்தையும் எண்ணிப் பணம் தரப்பட்டது. அவருடைய நாவல் ஒவ்வொன்றும் சராசரியாகப்

பத்து, இருபது இலட்சம் பிரதிகள் விற்பனையாகும். விற்பனையோடு இல்லாமல் சினிமா படத்திற்கான உரிமையையும் வாங்குவார்கள். அவருடைய ஒரு நாவலுக்கான ஊதியம் ஐம்பது வருடங்களுக்கு முன் ஒன்றரை இலட்சம் டாலர். எழுதி கோடீஸ்வரனாக வாழ்ந்தவர். ஊதாரியாகச் செலவு செய்தவர். வாழ்க்கையை அனுபவிப்பதை ரசித்து செய்தவர்.

தனது பணத்தில் நண்பர்களை அழைத்துக்கொண்டு பயணம் போவார். குடிப்பார். கொண்டாடுவார். அவரது உலகம் நண்பர்களால் நிரம்பியது. இன்னொரு பக்கம் அவரைப்போல அயராத உழைப்பாளி ஒருவரைக் காணமுடியாது. திட்டமிட்டு நாளெல்லாம் எழுதக்கூடியவர். இரவெல்லாம் எழுதக்கூடியவர். ஒருநாள் அவருக்கும் மதுக்கடைக்காரர்களுக்கும் சண்டை வருகிறது.

"எப்பொழுதும் குடி குடியென குடித்துக் கொண்டேயிருக்கிறீர்கள். உங்களால் ஒரு இடத்தில் உட்கார்ந்து ஒழுங்காக எழுத முடியவில்லை. குடிக்கிற நேரத்தை எழுத்துக்குப் பயன்படுத்தலாமே. உங்களால் ஒரு நாளைக்கு ஒரு கதைக்கு மேல் எழுத முடியாது. எழுத முடிந்தால் எழுதிக்காட்டுங்களேன்" என்று சவால் விடுகிறான் ஒருவன். உடனே அவர் முடிவு செய்கிறார்."சரி, உனக்கும் எனக்கும் நாளைக்கு பந்தயம். நாளைக்கு ஆறு கதைகள் எழுதிக் காட்டுகிறேன். இந்த ஆறு கதைகளையும் நாளை இரவுக்குள் முடிக்காவிட்டால் நான் தோற்றுப் போய்விட்டதாக அர்த்தம். அதுக்கப்புறம் உன் பாருக்கே வரமாட்டேன். குடிக்கவே மாட்டேன்."

இருவரும் ஒத்துக் கொண்டார்கள். மறுநாள் மன ஒருமையுடன் எழுத உட்காருகிறார். அவர் கதையை டைப்ரைட்டரில் தட்டச்சு செய்வது வழக்கம். டைப்ரைட்டர் முன்பு உட்கார்ந்து கண்ணை மூடினார். நினைவில் இருந்து ஒரு காட்சி பீறிடும். உடனே கதையை அடிக்க துவங்கிவிடுவார். இதுதான் அவரது வழக்கம்.

அன்றைக்கும் அப்படிதான் எழுத உட்கார்ந்தார். ஆனால், மனதில் நினைவுகள் சுரக்கவில்லை. தடுமாற்றத்துடன மனதை ஒருமுகப்படுத்தி ஒரு கதையை எழுத துவங்கினார். வேகமாக அதை எழுதிமுடித்துவிட்டு உடனே பாருக்குப் போய் ஒரு கதை எழுதி முடித்துவிட்டேன் என்று சொல்லி ஒரு கோப்பை மதுவைக் குடித்துவிட்டு வீடு திரும்புவார். மறுகதையை எழுதுவார். இப்படி ஒரு நாளைக்குள் முட்டி மோதி மூன்று கதைகள் எழுதிட்டாராம். இன்னும் 3 கதைகள் பாக்கி இருக்கின்றன. இரவு மட்டும்தான் இருக்கிறது. என்ன செய்வது எனத் தெரியவில்லை. தோற்கப்போகிறோம் என்று நன்றாகத் தெரிகிறது, ஆனாலும் தோற்க மனதில்லை. சோர்வும் சலிப்புமாக எழுத உட்காருகிறார். மனது போதும் என்கிறது. ஆனால், வைராக்கியம் தொடர்ந்து எழுது என்கிறது. போராடி இரவு முழுவதும் உட்கார்ந்து எழுத ஆரம்பிக்கிறார். அப்பவும்

எழுத முடியவில்லை. ஒரு கதைதான் எழுத முடிகிறது. ஒரு நாளில் நான்கு கதைகள்தான் எழுதமுடிகிறது. தோல்வியை ஒத்துக்கொண்டு பார் உரிமையாளரிடம் இனி நான் குடிக்க மாட்டேன் என்று சொல்கிறார். அவர் சிரித்தபடியே, ஒரு நாளில் உங்களை நாலு கதை எழுத வைக்க நான் போட்ட திட்டம் இது. இதில் நீங்கள் ஜெயித்துவிட்டீர்கள் என குடிக்க மதுவைத் தருகிறான். தன்னை எழுதத் தூண்டுவதற்கே அந்த சவால் என்பதை உணர்ந்து அதைக் கொண்டாட விடியும் வரை ஹெமிங்வே குடிக்கிறார். இதுதான் ஹெமிங்வேயின் இயல்பு.

ஹெமிங்வேயின் பத்துவயதில் அவருக்கு அப்பா ஒரு துப்பாக்கி வாங்கிப் பரிசாகத் தருகிறார். அதை எடுத்துக்கொண்டு முதன்முதலாக ஒரு வேட்டைக்குப் போகிறார் ஹெமிங்வே. அன்று நான்கு முயல்களைக் கொன்றுவருகிறார். அதை நம்பமுடியாமல் அவரது அப்பா "இது நீ சுட்டதா?" என திரும்பத் திரும்பக் கேட்கிறார், ஆம், நான்தான் வேட்டையாடினேன் என்று பெருமிதமாகச் சொல்கிறார் ஹெமிங்வே.

ஹெமிங்வே புகை பிடிப்பதில் அதிக விருப்பமுள்ளவர். சிகார் எனப்படும் பெரிய சுருட்டைப் புகைக்க அதிகம் விரும்புவார். அதிலும் க்யூபாவின் சுருட்டுகள் அவருக்கு மிகவும் பிடித்தமானவை. எப்பவுமே அவரது வாயில் புகை இருந்துகொண்டே இருக்கும். அப்படி வாழ்ந்த தனது சாகசப்பயணத்தை, இளமைத் துடிப்பை, குடியின் மீதான ஆசையை முதல் நாவலாக எழுதுகிறார், அதுதான் The Sun Also Rises.

நான்கு நான்கு நண்பர்கள் காளைச் சண்டை பார்க்க ஒன்றாகப் பயணம் போகிறார்கள். வழி முழுவதும் குடி. புகை பெண்கள் என்று தங்களின் நாட்களை மகிழ்ச்சியாகக் கழிக்கிறார்கள். இந்த அனுபவமே நாவலாக விரிவு கொள்கிறது. காளைச்சண்டை மூலமாக வெற்றிதான் வாழ்க்கையில் மனிதனின் உச்சபட்சம் என்பதை அவர் கண்டுபிடிக்கிறார்.

காளைச் சண்டை அரங்கில் விளையாட்டினை வேடிக்கை பார்க்காமல் காகிதத்தில் அந்தக் காளைகளை வரைந்துகொண்டே இருக்கிறான் ஒரு இளைஞன். ஹெமிங்வே அவனையே பார்த்துக் கொண்டிருக்கிறார். அவன் வரைந்த ஓவியங்களை வாங்கிப் பார்த்துப் பாராட்டுகிறார். அந்த பையனைத் தன்னோடு சேர்ந்து குடிக்க அழைத்துப் போகிறார் அந்த இளைஞன் வேறு யாருமில்லை. அவன்தான் பாப்லோ பிகாசோ. உலகப் புகழ்பெற்ற ஓவியனாக உருமாறும் முன்பு நடந்த நிகழ்வு இது. ஹெமிங்வேக்குப் பிடித்தமான எழுத்தாளர்கள் யார் என்று கேட்டால் மார்க் ட்வெயினைப் பயணத்துக்காகவும், ஹென்றி ஜேம்ஸை சரித்திரத்தை எழுதியதற்காகவும், துர்கனேவை வேட்டைக்காகவும், போரை

எழுதியதற்காக டால்ஸ்டாயையும் பிடிக்கும் என்று சொல்கிறார்.

ஒரு கதை என்பது கடலில் மிதக்கும் ஒரு பனி பாலத்தைப் போல இருக்கணும். வெளியில் தெரியக்கூடிய பனி அதனுடைய உச்சிதான். அதனுடைய பெரும்பகுதி தண்ணீருக்குள் மறைந்திருக்கும். கடலில் மிதக்கிற பனி பாலத்துல அடியில் இருப்பது தெரியாது. நல்ல கதை அப்படி உள்ளார்ந்த தளங்களைக் கொண்டிருக்க வேண்டும் என்கிறார் ஹெமிங்வே.

க்யூபாவில் ஹெமிங்வே வசித்தபோது ஒரு வயதான மீனவனைச் சந்திக்கிறார். அவன் தனது கடல் அனுபவங்களை அவரிடம் விவரிக்கிறான். அந்த அனுபவமே அவரை கிழவனும் கடலும் எழுத வைக்கிறது. அவரது முந்தைய நாவல் பெரிய தோல்வியை சந்திக்கிறது. ஹெமிங்வே இனி எழுதமுடியாது என்று விமர்சகர்கள் கேலி பேசுகிறார்கள். அந்தக் கசப்பு அவரை மனவேதனை கொள்ளவைக்கிறது. நிறைய குடிக்கிறார். அதன்பிறகே கிழவனும் கடலும் எழுதத் துவங்குகிறார்.

உலகத்திலேயே ஒரே ஒருவருக்குத்தான் அதிக விபத்து நடந்திருக்கிறது. அது ஹெமிங்வேக்குத்தான். 127 முறை அவருக்கு விபத்து நடந்திருக்கிறது. அவருடைய உடலில் அடிபடாத இடமே இல்லை. விபத்தில் கல்லீரல் பாதிக்கப்பட்டு இருக்கிறது. கால் எலும்பு முறிந்து இரும்புத்தகடு வைக்கப்பட்டிருக்கிறது, முதுகு கிழிந்து உள்ளே உள்ள எலும்புகள் முறிந்து உடைத்திருக்கின்றன. ஒருமுறை விமானம் வெடித்து விழுந்த காரணத்தால் கூரான பாறை வயிற்றுக்குள் குத்திவிட்டது. ஹெமிங்வே இறந்துபோய் விட்டதாகத் தகவல் அறிவிக்கிறார்கள். ஆனால், ஒரு காட்டுவாசி அவரைக் கண்டுபிடித்து தூக்கிக் கொண்டு போய் சிகிச்சை தந்து பிழைக்க வைக்கிறான். கண்விழித்துப் பார்த்த அவர் தனது மரணச்செய்தியைத் தானே படித்து சிரிக்கிறார். இத்தனை விபத்துகள் நடந்தும் அவர் மனதில் பயமே கிடையாது.

தேடித்தேடிப் பெண்களைக் காதலித்த ஹெமிங்வேயின் இந்த நாவலில் பெண் கதாபாத்திரமே கிடையாது. ஒரே மூச்சில் எழுதி முடித்த இந்த நாவலை 'லைப்' இதழில் வெளியிடுகிறார். நாவல் இரண்டு பகுதிகளாக வெளியாகி மிகப் பெரிய வரவேற்பு பெறுகிறது. புத்தகம் வெளியான சில நாட்களிலே லட்சம் பிரதிகள் விற்கிறது. ஹெமிங்வே பழையபடியே ஒரு பெரிய சாதனையைச் செய்துவிட்டார் என்று கொண்டாடினார்கள். அந்த நாவலுக்கு புலிட்சர் விருது கிடைக்கிறது. அடுத்த சில ஆண்டுகளிலே அவருக்கு நோபல் பரிசும் அதே நாவலுக்குக் கொடுக்கப்படுகிறது. 'கிழவனும் கடலும்' ஒரு சின்ன நாவல். சாண்டியாகோ ஒரு வயதான மீனவன். அவன் ஒரு கியூபன். ஒரு கடற்கரையில் தனிமையில் வசிக்கிறான். அவன் ஒரு சின்னப் படகு வைத்திருக்கான். தினமும் கடலுக்கு மீன் பிடிக்கப்

போகிறான். ஆனால், 84நாட்களாக அவனுக்கு மீன்கள் எதுவுமே கிடைக்கவில்லை. ஒவ்வொரு நாளும் ஏமாற்றத்துடன்தான் திரும்பி வருகிறான்.

அவனிடம் நான்கு தூண்டில் இருந்தன. ஆனால், எந்த ஒரு தூண்டிலிலும் ஒரு மீனும் சிக்கவில்லை. துரதிர்ஷ்டம் அவனை தொடர்ந்து வந்துகொண்டே இருக்கிறது. நாவலோட தொடக்க வரியில் அவன் கடல்ல இருந்து ஏமாற்றத்தோடு திரும்பி வருகிறான். அவனை ஒரு சிறுவன் எதிர்கொண்டு ஆறுதல்படுத்துகிறான். அந்த சிறுவனுக்குக் கிழவனைப் பிடிக்கிறது. குடிக்க அழைத்துப் போகிறான். கிழவனுக்கு அதிர்ஷ்டம் வந்து சேரும் என்று உறுதியாக கூறுகிறான். அப்போது கிழவன் உன்னை போல ஒருவன் எனக்குப் பையனாக வந்து பிறந்திருக்கக் கூடாதா என ஆதங்கப்படுகிறான்

பாரில் வயதானவனை மற்ற மீனவர்கள் கேலிசெய்து சிரிக்கிறார்கள். அவனோடு பழகினால் அவனது துரதிர்ஷ்டம் உன்னையும் பிடித்துக் கொள்ளும். விலகிப் போய்விடு என்று சிறுவனை எச்சரிக்கை செய்கிறார்கள். அவமானங்களை கிழவன் தாங்கிக் கொள்கிறான். சிறுவன் உறுதியான குரலில்,"நீங்கள் கவலைப்பட வேண்டாம். அவர்கள் எல்லாம் உங்கள் அருமை தெரியாதவர்கள்" என்று சொல்கிறான். இருவரும் வீடு திரும்புகிறார்கள்.

சிறுவன் பேஸ்பால் விளையாட்டு பற்றிப் பேசுகிறான். கிழவனை உற்சாகம் கொள்ள வைக்க அது ஒரு தந்திரம். தனது காலத்தைய விளையாட்டு வீரர்களைப் பற்றி கிழவன் நினைவு கொள்கிறான். இரவுவேளை கிழவன் சாப்பிடுவதற்காக சிறுவன் சாப்பாடு வாங்கி வந்து தருகிறான், கிழவன் அயர்ந்து போய் தூங்கி விடுகிறான்.

உறக்கத்தில் ஒரு கனவு வருகிறது. அங்கு ஹெமிங்வே ஒரு அழகான பத்தியை எழுதுகிறார். வயதானவர்கள் கனவில் மனிதர்கள் வருவதேயில்லை. வெறும் இடங்கள்தான் வருகிறது. காலியான இடங்கள், வாழ்ந்த இடங்கள், எங்கோ ஊரில் இருந்த பழைய வெற்றிடங்கள்தான் ஞாபகம் வருகிறது. மனிதர்களே வருவதில்லை. அப்படித்தான் கிழவனுக்கு ஒரு கனவு வருகிறது. அதில் ஒரு அழகான கடற்கரை வருகிறது. அந்தக் கடற்கரையில் சிங்கங்கள் விளையாடிக் கொண்டு இருக்கிறது. கனவில் அமிழ்ந்து கொண்டிருக்கும்போதே அந்தப் பையன் தட்டி எழுப்பி 'சாப்பிட்டுத் தூங்குங்க. நாளைக்காவது மீன்பிடிக்கப் போகும்போது, உடலில் தெம்பு வேணாமா?' அப்படின்னு சொல்றான்.

கிழவர் எழுந்துகொண்டு 'நான் உணவை சாப்பிட்டுக்கிறேன். நீ போ' என பையனை அனுப்பி வைக்கிறார். பையன் போனபிறகு தனது அபூர்வமான கனவைப் பற்றியே யோசிக்கிறார். சிறுவனிடம் கிழவன் ஒரு இடத்தில் சொல்கிறான்: "அதிகாலையில் நீங்கள் எழுந்து கொள்வதுதான் எனக்கு அலாரம்" என்று. அதற்கு கிழவர்

எஸ்.ராமகிருஷ்ணன் 173

சொல்கிறார்:

"வயதுதான் உண்மையான கெடிகாரம். வயதானவர்களுக்கு வயது என்று ஒரு கெடிகாரம் இருக்கிறது. அதுதானாகவே அவர்களை உறக்கத்திலிருந்து எழுப்பிவிட்டு இருக்கிறது." எவ்வளவு அசலான உண்மை அது. இது தான் ஹெமிங்வே. அன்றைக்கும் பாதி இரவில்தான் எழுந்து கொள்கிறார். இரவு மீதமிருக்கிறது. சிறுவனைத் தன்னோடு கடலுக்குக் கூட்டிக் கொண்டு போகலாமா வேண்டாமா என்று யோசிக்கிறார், தன்னைச் சிறுவனின் பெற்றோர் திட்டுவார்களே என ஆதங்கத்துடன் அவனை விட்டுத் தனியே கடலுக்கு போகிறான். கடலில் கூட்டம் கூட்டமாகப் பறவைகளைப் பார்க்கிறார். அந்தப் பறவைகளிடம் கேட்கிறார்.

"பறவைகளே நீங்க ஏன் இதுமாதிரி கடலையே சுத்திக்கிட்டு இருக்கிறீங்க? என்ன உங்களுக்கு கிடைக்கப் போகிறது. உங்க வயித்துப்பாட்டுக்கு உலகத்தில் எவ்வளவு வழிகள் இருக்கு? ஏன் இந்தக் கடலைச் சுத்திக்கிட்டு இருக்கீங்க. இந்தக் கடல் என்ன நீங்க கேட்டதைக் கொடுத்துவிடவா போகிறது?" என்று.

சொல்லும்போது ஒரு பறவை கடலில் இருக்கக்கூடிய மீனைப் பிடித்துக் கொண்டு போவதைப் பார்க்கிறான். பார்த்துவிட்டு உடனே சொல்கிறார். "உங்களுக்குக் கூட அதிர்ஷ்டம் இருக்கு. எனக்குதான் அதிர்ஷ்டம் இல்லை. பறவைகளுக்குக் கூட இந்தக் கடல்ல ஏதாவது உணவு கிடைக்கிறதே" என்று நினைத்துக் கொண்டே துடுப்பை ஓட்டுகிறார்.

அவருக்கு மீன் கிடைக்கவில்லை. கடலினுடைய ஆழத்துக்குத் தனியாகப் படகை ஓட்டிப் போகிறார். மெக்சிகன் வளைகுடாவினுடைய ஆழமான பகுதிக்குப் போய்விடுகிறார் இன்றைக்கு மீன் இல்லாமல் வீடு திரும்பக்கூடாது என்று உறுதியாக நடுக்கடலுக்குள் போய் தூண்டிலை வீசுகிறார். ஒரு சின்ன மீன் தூண்டிலில் மாட்டுகிறது. அவருக்கு சந்தோஷம் தாங்க முடியவில்லை. "பரவாயில்லை. ரொம்ப நாளா தூண்டில்ல மீனே மாட்டல. ஒரு மீன் மாட்டிருக்கே" என்று. தன்னைப் பாராட்டிக் கொள்கிறார்.

அப்போது இரண்டாவது முறையாகத் தூண்டில் இழுக்கப்படுகிறது. இந்தத் தூண்டிலை ஒரு கயிறோடு இணைத்துக் கட்டியிருக்கிறார். இரண்டு பிடி கொண்ட பெரிய கயிறு படகில் கிடக்கிறது. அதனுடைய ஒரு நுனியைக் காலில் மிதித்துக் கொள்வார். ஒருவேளை மீன் தூண்டிலை இழுத்துக்கொண்டு போனால், பிடித்து இழுப்பதற்காக அந்த ஏற்பாடு. கிழவர் உறுதியாக கயிற்றை பிடித்துக் கொள்கிறார். கயிற்றை இழுக்கத் துவங்கியதுமே தெரிந்துவிடுகிறது மாட்டி இருப்பது சின்ன மீன் இல்ல, பெரிய மீன் என்று. அதிர்ஷ்டம் நம்மைத் தேடி வந்திருக்கிறது. எப்படியாவது இந்த மீனை இழுத்துப் படகில் போட்டுவிட வேண்டும் என்று முயற்சிக்கிறார். ஆனால், தூண்டிலை

இழுக்க முடியவில்லை. படகு தள்ளாடுகிறது. தடுமாறி விழுகிறார். கயிறு அவிழ்ந்து போய்கொண்டே இருக்கிறது. கயற்றினைப் பலமாகக் கையில் பிடித்துக் கொண்ட அந்த மீனிடம் பேசுகிறார்.

“ஏ மீனே, நீ அவ்வளவு எளிதாக என்னிடமிருந்து தப்பிப் போய்விட முடியாது. நீ எவ்வளவு பெரிய ஆளாக வேணாலும் இருந்து கொள். ஆனால், உன்னுடைய மறுமுனை என்னுடைய கையில் இருக்கிறது” என்று கயிற்றை முழுவதுமாக அவிழ்த்து விடுகிறார். கயிற்றை இழுத்துக் கொண்டு மீன் கடலின் வெகு ஆழத்திற்குப் போய்விடுகிறது, நடுக்கடல் ஒற்றை ஆள். சிக்கியுள்ளது பெரிய மீன். எப்படி இழுத்துப் படகில் ஏற்றப்போகிறார் என்ற பதைபதைப்பு வாசகனுக்கு உருவாகிறது. சாண்டியாகோ உணர்ச்சி வசப்படுவதில்லை. மீன் களைத்துப் போகும்வரை காத்திருப்பது என முடிவு செய்கிறார். காளைச் சண்டையில் காளையை எதிர்கொண்டதற்கு சமமான நிகழ்வாக இதை உருமாற்றுகிறார் ஹெமிங்வே. அந்த மீன் படகை இழுத்துக்கொண்டு போகிறது. கிழவர் தனது படகைப் பின்னாடியே ஓட்டிக் கொண்டு போகிறார். கையில் இருக்கிற கயிறு அறுபட்டால் மீன் போய்விடும். வலிமையாகக் கயிறைப் புடிச்சிக்கிட்டு இருக்கார். கை அறுபட்டு கையில இருந்து ரத்தம் வருகிறது. இப்போது அவர் தன்னுடைய கையோடு பேசுகிறார். அதுதான் இந்த நாவலின் உன்னதமான இடம்.

“ஏ கையே கையே, நீ ஏன் இப்படி இருக்கிறாய்? எந்த நேரத்தில் என்னைக் கைவிடப்பார்க்கிறாய். நான் ஜெயிக்கப்போகிற நேரத்தில என் கை எனக்கே எதிரா இருக்கிறதே” என்று திட்டுகிறார்.

“இன்றைக்கு ஒருநாள் மட்டும் நீ ஒத்துழைப்பு கொடு.இன்றைக்கு ஒருநாள் வலிமையோடு இரு. கட்டாயம் ஜெயித்துவிடலாம்” என்று அறிவுரை கூறுகிறார்.

மீனின் இழுப்பு தாங்கமுடியாமல் கை வலிக்கிறது. மறுகையை மாற்றிக் கொண்டு கயிற்றை இழுத்துப் பிடிக்கிறான். கைகளுக்கு மருந்து போட வேண்டும் என முடிவு செய்து கொண்டபடியே மீனிடம் சொல்கிறான்:

“என்னிடம் பயத்தை உருவாக்கி நீ தப்பிப் போய்விடலாம்ன்னு நினைச்சா அது நடக்காது. நான் உயிருக்குப் பயப்படாத மீனவன். நீ எவ்வளவு பெரிய மீனாக வேணாலும் இரு. உன்னை வெல்லக்கூடிய வலிமை எனக்கு இருக்கிறது. உன்னை ஜெயித்தே தீருவேன்” என்கிறான். அந்தப் பெரிய மீன் அவனது படகை இழுத்துக்கிட்டே போகிறது. பகல் முடிந்து இரவு வருகிறது, இழுத்துக்கொண்டு போகிற மீன் எங்காவது ஓர் இடத்தில் பாய்ச்சலை நிறுத்தும். நிறுத்தினால் நாம் அந்த மீனை இழுத்துக் கொள்ளலாம் என்று நினைக்கிறான். அது போலவே களைத்துப் போன மீன் நிற்கிறது. கயிறை இழுக்க ஆரம்பிக்கிறான். வேகவேகமாக இரு கயிறுகளையும் இழுக்க

கிட்டத்தட்ட 40, 50 அடி மட்டும்தான் கடலுக்குள் இருக்கிறது. மீன் தனது வலிமையைப் பிரயோகித்து தப்பிப் போக முயற்சிக்கிறது. இப்போது அவன் மீனுடன் உரையாடத் துவங்குகிறான்.

"என்னிடம் யார் மாட்டி இருக்கிறார்கள் என்று ஒருமுறையாவது நான் பார்க்கீணும். வெளியே வா. உனக்கும் எனக்கும்தான் சண்டை என முடிவானபிறகு கண்ணுக்குத் தெரியாதவனோடு சண்டை போட மாட்டான். வெளிய வா. ஒன்று நீ என்னைக் கொல்லலாம் அல்லது நான் உன்னைக் கொல்லலாம். ஆனால், நான் யாரோடு சண்டை போடுகிறேன் என்று தெரியாமல் உன்னைக் கொல்ல மாட்டேன். வெளியே வா" என்று கூப்பிடுகிறான். மீன் அவன் குரலைக் கண்டுகொள்ளவில்லை.

இதற்கிடையில் வயிறு பசிக்கிறது. கையில் மீனை இழுத்துபிடித்த கயிறு வைத்திருக்கிறான். எப்படிச் சாப்பிடுவது? அதே நேரம் சாப்பிடாவிட்டால் உடம்பில் தெம்பு இருக்காது. மீன் அவனை ஜெயித்துவிடும் ஆகவே, அவன் தான் பிடித்த சிறிய மீனை பச்சையாகத் தின்ன முயற்சிக்கிறான். மீன் அவனை அலைக்கழிக்கிறது. மீனிடம் சொல்கிறான்,

"மீனே பொறு. நான் தயாராகிக் கொள்கிறேன். உனக்கும் என்னைப் போலதான் வலி இருக்கிறது என்பது தெரியும். நான் கயிற்றை விட்டால் நீ தப்பிப் போய்விடுவாய் என்று எனக்கு நன்றாகத் தெரியும். உன்னை விட மாட்டேன்" என்று சொல்லிவிட்டு கயிற்றை இழுத்துக்கொண்டு படகில் இருந்த சிறிய மீனைப் பச்சையாக ஒரு கடி கடிக்கிறான்.

இரவெல்லாம் அந்த மீன் அவனை அலைக்கழிக்கிறது. அவனுக்கு உறக்கம் வருகிறது. அவன் தனக்குத் தானே சொல்லிக் கொள்கிறான்: "உறங்காதே உறங்காதே. உறங்கினால் அந்த மீன் உன்னைக் கொன்றுவிடும் உறங்காதே" என்று. அவனை அறியாமலே கண்கள் மூடிக் கொள்கிறது. மீனும் சலனமில்லாமல் இருக்கிறது. இப்ப அவன் மீனிடம் சொல்கிறான்.

"சகோதரா, உனக்கும் எனக்கும் ஒரு உடன்படிக்கை. நீயும் உறங்கு. நானும் உறங்குகிறேன். விடியற்காலையில் ரெண்டு பேருமே சண்டையை வைத்துக் கொள்ளலாம்" என்று சொல்லிவிட்டு உறங்குகிறான். அன்றும் ஒரு கனவு வருகிறது, அதிலும் இது போலவே கடற்கரை வருகிறது.

இந்த கனவில் ஒரு மாறுதல். திமிங்கல கூட்டங்களைப் பார்க்கிறான். காதலுற்ற திமிங்கலங்கள் ஆடிப்பாடிய படி போய்கிட்டே இருக்கு. அவன் கனவில் இருந்து முழித்து எழுந்து பார்த்தால் மீன் துள்ளுகிறது. சாண்டியாகோ உயர்ந்து எழுந்த மீனைப் பார்த்துவிட்டான். அது சாதாரண மீனில்லை. அவனது படகை விட நீளமான மெர்லின் என்று சொல்லக்கூடிய பெரிய மீன். இந்த மீன் ஒரு படகை விட

நீளமான, அகலமானது.

அதன் எடை இருநூறு கிலோவுக்கு மேலாக இருக்கும். இதை ஒரு ராட்சத சுறா என்று சொல்லலாம். சுறா எழுந்து துள்ளிக் குதிக்கிறது. அய்யய்யோ, இவ்வளவு பெரிய மீனா என அச்சம் நமக்கு ஒரு நிமிசம் தோன்றி மறைகிறது. மறுநிமிசம் நான் ஒரு மீனவன். எந்த மீனாக இருந்தாலும் பிடித்தே தீருவேன் என்று மனஉறுதியும் உருவாகிறது.

அந்த சுறா மீன் தண்ணீருக்குள் போகிறது. இப்போது அவனுக்கு நன்றாக ஒரு உண்மை புரிந்துவிடுகிறது. சுறா தன்னை விட பலமடங்கு பலசாலி. தன்னுடைய படகு, தன்னுடைய வாழ்க்கை எல்லாவற்றையும் அது அழித்துவிடக்கூடியது. ஆனால், அதன் ஒரு முனை என் கையில் இருக்கிறது. இது இருக்கிற வரை அந்த மீன் என்னை ஒன்றும் செய்யமுடியாது என்று நம்பிக்கை கொள்கிறான்.

பிறகு மீனிடம் சொல்கிறான்:

"நீ களைப்படையும் வரை நான் உன் பின்னாடி வருவேன். ஆனால், நான் களைத்துப் போகவே மாட்டேன். எப்படியாவது உன்னை ஜெயித்துடுவேன்" என்று சொல்லிவிட்டு. கடவுளிடம் சொல்கிறான்.

"கடவுளே, நீ என் பக்கம் இரு. நான் ஜெயித்தால் உனக்காகக் காணிக்கை செலுத்துகின்றேன். புனித யாத்திரைக்கு வருகிறேன், மாதாவே உனக்கு நான் 10 பணம் காணிக்கை வைக்கிறேன். நீ என் கூடவே இரு. நான் தனி மனிதன். இந்தக் கடல்மீனை என்னால் வெல்ல முடியாது. கடவுள் துணை மட்டுமே சாத்தியம்" என்று சொல்கின்றான்.

மீன் அவனை இழுத்துக்கொண்டே போகிறது. அவனுடைய வலு கொஞ்சம் கொஞ்சமாக குறைந்து கொண்டே போகிறது. அப்போதுதான் தனக்கு வயதாகிவிட்டது என்பது அவனுக்குத் தெரிகிறது. அவன் தன்னை இழுத்துப் போகும் மீனிடம் சொல்கிறான்:

"மீனே, இது ஒரு சவால். நீ என்னிடம் மாட்டிக் கொண்டாய். ஒன்று, நீ என்னைக் கொல் அல்லது நான் உன்னை வெல்வேன்."

கடல் முழுவதும் ஓடி அலைந்து அந்த மீன் மெல்ல தளர்ந்து போக ஆரம்பிக்கிறது. அதன் இயக்கம் மட்டுப்படுவது சாண்டியாகோவிற்கு நன்றாக தெரிந்துவிட்டது, மீன் தளர்ந்துபோன நேரத்தில் அதை நாம் கொல்லாவிட்டால் வேறு சந்தர்ப்பம் கிடைக்காது என்று கையில் வைத்திருக்கிற மீன் குத்துகிற குத்து ஈட்டியால் அந்த மீனை ஓங்கிக் குத்துகிறான். மீன் ஒரே துள்ளல் துள்ளிப் பாய்கிறது. அடுத்த நிமிடத்தில் அந்த மீன் இறந்துவிடுகிறது.

இப்போது சாண்டியாகோ ஜெயித்துவிட்டான். இழுத்துப்

பார்த்தால் எவ்வளவு பெரிய மீன். தன்னுடைய படகை விட மிகப்பெரிய மீனை வென்று, அந்த மீனை இழுத்து தன் படகுக்குப் பக்கத்தில் கட்டுகிறான். இரண்டு படகுகள் ஒன்று சேர்ந்துள்ளதுபோல அக்காட்சியிருக்கிறது.

படகை கரையை நோக்கி செலுத்துகிறான். அப்போது ரத்தவாடையை நுகர்ந்தபடியே எங்கிருந்தோ சுறா கூட்டங்கள் வரத் துவங்குகின்றன. அவனால் அந்த சுறாக்களிடம் இருந்து தப்பிக்கவே முடியவில்லை. செத்துப் போன மீனை தாக்கிய சுறாக்கள் அதை கொஞ்சம் கொஞ்சமாக கடித்து ஒரு பக்கம் முள்ளு தெரிகிற அளவுக்குத் தின்றுவிட்டன. மீதமிருப்பதையாவது கரைக்குக் கொண்டு போய்விடலாம் என்று பார்க்கிறான். ஆனால், அதையும் விடாமல் சுறா கூட்டம் தாக்குகிறது. சுறாக்களை ஆவேசமாகத் தாக்குகிறான். கத்தியால் குத்தி ஓங்காரமிடுகிறான். ஆனால், அவனால் சுறா தாக்குதலைச் சமாளிக்க முடியவில்லை.

மீனைவெட்டிச் சாப்பிடுகிற வெட்டுக் கத்தியைத் துடுப்பின் முனையில் கட்டுகிறான். அதை வைத்து வரக்கூடிய சுறாவைக் குத்துகிறான். சுறா படகைத் தாக்குகின்றன. கிழவன் தளர்ச்சி அடைகிறான். இதற்கு மேல் அதனிடம் நம்மால் போராட முடியாது என்று ஓய்ந்து போகிறான். இந்த ஒரு இரவைக் கடந்துவிட்டால்போதும், கரையை அடைந்துவிடுவேன் என்று வேண்டுகிறான். இரவெல்லாம் சுறாக் கூட்டம் அவனைத் துரத்தி துரத்தி அடிக்கிறது.

எல்லாம் முடிந்து கடலில் எங்கோ ஓர் இடத்தில் காற்று மாறுகிறபோது அவனுக்குக் கரை பக்கத்தில் வந்துவிட்டது போல தெரிகிறது. இப்போது ஒரு சின்னப்பறவை அவன் கையில் வந்து உட்காருகிறது. அந்தப் பறவையைப் பார்த்துக் கேட்கிறான்:

"பறவையே பறவையே, கரை எங்கு இருக்கிறது சொல்லு? எதற்காக இவ்வளவு பெரிய கடலுக்கு நடுவில் என் கையில் வந்து உட்காருகிறாய். எனக்கு நம்பிக்கை தருவதற்குத்தானா? நான் திரும்பிக் கரைக்குப் போய்விடுவேன் என்ற நம்பிக்கையை உருவாக்குவதற்குத்தானா நீ வருகிறாய்?" என்று அந்தப் பறவையிடம் பேசுகின்றான். பேசி முடித்தவுடனே அந்தப் பறவை இவனது நம்பிக்கை போலவே பறந்து போய்விடுகிறது.

அவ்வளவு பெரிய போராட்டத்துக்குப் பிறகு பிடிபட்ட மீனில் பாதி தின்னப்பட்டுவிடுகிறது, மீதமுள்ள மீனை இழுத்துக் கொண்டு கடைசியில் கரை வந்து சேர்கிறான். ஜீவமரணப் போராட்டத்துக்குப் பிறகான களைப்பில் அவனால் படகைக் கரையேற்ற முடியவே இல்லை. படகை அப்படியே கடற்கரையில் விட்டுவிற்று இறங்கி நடந்து வீட்டுக்குப்போய் படுக்கையில விழுகிறான்.

A man is not made for defeat...a man can bedestroyed but not defeated. என்ற மகத்தான வரி அந்த இடத்தில்தான் வருகிறது. அடுத்த நாள் காலை கடற்கரையில் எல்லோருமே பார்க்கிறார்கள். அவனைப் பரிகசித்தவர்கள் எல்லோரும் வியந்து பாராட்டுகிறார்கள். கிழவனைத்தேடி சின்ன பையன் ஓடி வருகிறான். உள்ளே கிழவன் உறக்கத்திலிருக்கிறான். அந்தக் கனவிலும் சிங்கம் வருகிறது. கிழவனுக்காக அந்த சிறுவன் ஓடிப் போய் விடுதியில் காபி வாங்கிக் கொண்டு வருகிறான். காபியை வைத்துக்கொண்டு அந்தக் கிழவனை எழுப்புகிறான்.

"எழுந்து காபி குடிங்க. வெற்றி உங்க பக்கம் வந்துவிட்டது. அதிர்ஷ்டம் உங்க பக்கம் வந்துவிட்டது" என்று சொல்லும்போது கிழவன் சொல்கின்றான்.

"மனிதன் தன்னை நிரூபித்துக் கொள்ள வெற்றி தேவைப்படுகிறது. அதற்கு மேல் அதில் ஒன்றுமில்லை." என்று சொல்லிவிட்டுத் திரும்பத் தூங்குகின்றான். வயதானவர்களுக்கு தூக்கத்தைப் போன்று ஆறுதல் தரக்கூடியது வேறு ஒன்றும் இல்லை.சிறுவன் பெருமிதத்தோடு வெளியேறிப் போகிறான். சாண்டியாகோ நிம்மதியான உறக்கத்தில் சிங்கத்தைப் பற்றிக் கனவு கண்டுகொண்டிருப்பதோடு நாவல் முடிகிறது.

நாவலில் இரண்டே முக்கிய கதாபாத்திரங்கள். பெண் கதாபாத்திரமே கிடையாது. இரண்டு கதாபாத்திரத்தில் ஒன்று மீன். ஆகவே, தனிமொழி போல தனக்குத்தானே பேசிக் கொண்டிருக்கிறான் சாண்டியாகோ. உண்மையில் வாழ்க்கை எனும் சுறாவை வேட்டையாடக் கிளம்பிய ஒவ்வொரு மனிதனும் ஒரு ராண்டியாகோதான்.

வாழ்க்கை ஒரு சுறா மீன் போல உங்களை இழுத்துக் கொண்டே போகிறது. நீங்கள் ஜெயிக்கப் போகிறீர்களா இல்ல, அது ஜெயிக்கப் போகிறதா என்பதை மனஉறுதியே தீர்மானிக்கிறது. இந்த நாவல் குறித்து ஒரு விமர்சகர் எழுதுகிறார்: "நீங்கள் ஒன்றை வென்றால் கூட அதைக் காப்பாற்றிக் கொள்ள முடியாது. இந்த சுறா கூட்டம் போலதான் மக்கள் நீங்கள் வென்றதை அபகரித்துப் போக காத்திருக்கிறார்கள். வெற்றியை ஒருவன் தக்க வைக்க மிகுந்த போராட்டத்திற்கு உள்ளாக வேண்டும்"என்கிறார்.

நாவல் முழுவதும் இயற்கைதான் சாண்டியாகோவைத் தைரியப்படுத்துகிறது. வழி காட்டுகிறது. இயற்கைதான் மனிதனுடைய நிரந்தர துணை. இயற்கையை மீறி மனிதன் வாழவே முடியாது என்று இந்த நாவல் உரத்துச் சொல்கிறது.

பெரும் சாகசக்காரனாக வாழ்ந்த ஹெமிங்வே பல்வேறு விபத்துகளில் தப்பி உயிர் பிழைத்திருக்கிறார். ஆனால், வாழ்வின் கடைசிக் காலங்களில் தீவிரமான மனச்சோர்வும், வெறுமையும் ஒன்று சேர தன்னைத்தானே துப்பாக்கியால் சுட்டுக் கொண்டு

இறந்து போகிறார். சாகும் போது துணிச்சலாகவே செத்துப்போனவர் ஹெமிங்வே.

அவர் இறந்த செய்தி மறுநாள் பத்திரிகைகளில் வருகிறது. மக்கள் அவர் நிச்சயம் இறந்து போயிருக்க மாட்டார் என்று நம்பினார்கள். மனிதர்கள் வெல்வார்கள் என்ற மகத்தான நம்பிக்கை தரும் இந்த நாவல் உலக இலக்கியத்தின் கலங்கரை விளக்கு போல உள்ளது. அந்த வெளிச்சம் நம்மையும் வழிநடத்தட்டும் என்று சொல்லி என் உரையை முடித்துக் கொள்கிறேன். நன்றி வணக்கம்.

•••

பாஷோவின் ஜென் கவிதைகள்

5.1. ஜென் சிறு குறிப்பு 182
5.2. உலகம் ததும்பும் ஓசை 189
5.3. ஜென் கவிதைகளின் நாயகன் பாஷோ 199
   (உரையின் எழுத்துவடிவம்)

ஜென் சிறு குறிப்பு

Having no destination, I am never lost.

ஜென் (Zen) என்பதை எளிமையாக சொல்வதாயின் தியானம் என்று வரையறுக்கலாம். ஷான் என்னும் சீனப் பதமே ஜென் என்பதன் மூலச்சொல் என்கிறார்கள்.

ஹைக்கூ கவிதை சின்னஞ்சிறிய மூன்று அடிகளால் ஆனது. முதல் வரியில் 5 அசையையும், இரண்டாவது வரியில் 7 அசையையும், மூன்றாவது வரியில் 5 அசையையும் தாங்கி நிற்கும் மூன்று வரிக் கவிதை. ஜப்பானில் 16ஆம் நூற்றாண்டில் தோற்றம் கண்டது இந்தக் கவிதை.

ஜப்பானின் பழமையான "ரென்கா" பாடல் மரபிலிருந்து உருவானதே ஹைக்கூ. இதைப் பதினாறாம் நூற்றாண்டில் பிரபலமாக்கியவர் பாஷோ. புத்த பிக்குகள் மற்றும் படித்த அறிவாளிகளுக்கு மட்டுமே சொந்தமாக இருந்த கவிதைகளை பாமர மக்களின் கவிதையாக்கியது ஹைக்கூ.

மிக நுணுக்கமாக ஒரு காட்சி அல்லது ஒரு அனுபவப் பதிவு. அதை சரியான சொற்களில் கச்சிதமான வடிவத்தில் பல்வேறு அர்த்தநிலைகளைத் தருவதுபோல உருவாக்குவது தான் ஜென் கவிதைகளின் அடிப்படை. ஜென் கவிதைகள் ஜென் பௌத்த கோட்பாட்டின் சாரத்தில் ஊறியவை. பௌத்த சிந்தனைமரபில் ஜென் ஒரு தனிவழி. இந்த முறையில் மதம் உருவாக்கி வைத்த எதற்கும் இடமில்லை. மனதை அறிவதும், தனது அடையாளங்களை விலக்கி உலகைக் காண்பதும், துளியிலும் பிரம்மாண்டம் இருப்பதை அறிந்து கொள்வதிலுமே ஜென் நாட்டம் கொள்கிறது.

ஒருவிதமான அகத்தேடலே ஜென் கவிதைகளின் அடிநாதம். வழக்கமான கவிதைகள் அர்த்தத்தை உருவாக்க முயற்சிக்கையில் ஜென் கவிதைகள் நாம் முன் அறிந்த அர்த்தத்திலிருந்து நம்மை விடுவிக்க முயற்சிக்கிறது. அறிந்த சொல்லின் வழியே அறியாத அனுபவத்தை தருவதே ஜென் கவிதைகளின் முதல்பாடம். அதனால்தான் ஜென் இயற்கையைத் தனது பாடு பொருளாகக்

கொண்டிருக்கிறது. இயற்கையும் நாமும் வேறுவேறில்லை, அதன் இயக்கமும் நமது வாழ்வும் ஒத்திசைவு கொண்டது, நாம் அந்த அனுபவத்தை ஆழ்ந்து அறியும்போது மட்டுமே அதை முழுமையாக உணர முடியும் என்கின்றன ஜென் கவிதைகள்.

நாம் முன்கூட்டி வரையறை செய்யப்பட்ட அறிவின் துணைகொண்டே எல்லாவற்றையும் முடிவு செய்கிறோம். பயன்பாடு என்ற தளம்தான் பொருள்களின் முக்கியத்துவத்தை நமக்குள் முடிவு செய்கிறது. பயன்படாத அல்லது பயன்படுத்த முடியாதவற்றை நாம் ஒதுக்கிவிடுகிறோம். அல்லது கண்டுகொள்ளவேயில்லை. நமது எண்ணங்களே நம்மை வழிநடத்துகின்றன.

ஆனால், இந்த எண்ணங்கள் நம்மால் உருவாக்கப் படவில்லை. நாம் இரவல் பெற்றவை. சொல்லிக் கொடுக்கப்பட்டவை. அத்தனையும் இரவல் சிந்தனைகள். தன்னை உணரும் மனிதனே இதை அறிந்து கொள்ள துவங்குகிறான். அதனால் மனம் இந்தப் போலியான எண்ணங் களை நிஜமெனக் கொண்டு உலக வாழ்வினை அலுப்பூட்டுவதாகக் கருதுகிறது.

ஜென் இந்த வெறுமையைச் சுட்டிக்காட்டுவதோடு அந்த வெறுமையை நாம் எப்படிக் கடந்துபோவது, ருசிப்பது என்பதையும் கற்றுத்தருகிறது. ஜென்கவிதைகள் தன்னளவில் வாசகனை விழிப்புணர்வு கொள்ளச்செய்பவை. அவற்றின் சிறப்புச் சொற்களைத் தேர்வு செய்து பயன்படுத்தும் விதம் மற்றும் அதன் எளிமையான கட்டமைப்பு.

‘இருப்பது இல்லாமலிருப்பதின் ஒரு அம்சமே; இல்லாமலிருப்பது இருப்பதிலிருந்து வேறானது அல்ல’ என்ற ஜென் வரிகள் படிக்க எளிமையாக இருந்தாலும் உடனே புரிந்துவிடுவதில்லை. காரணம், நாம் இதன் வழியே அர்த்தத்தை தான் உற்பத்தி செய்ய முயற்சிக்கிறோம். அந்த சொற்களின் வழியே உள்ளார்ந்து பயணிப்பதில்லை.

ஜென் கவிதைகள் நம் ஐமபுலன்களையும் பயன்படுத்துகின்றது. காண்பதில் கேட்பதில், தொடுவதில் ருசிப்பதில் மற்றும் நுகர்வதில் பெறும் அனுபவத்தினை அப்படியே சொற்களில் மாற்றித்தரும் விந்தை இந்தக் கவிதைகளில் சாத்தியமாகிறது. ஆகவே, ஜென்னில் உள்ள வார்த்தைகள் உயிருள்ளவை போல தானே இயங்குகின்றன.

ஜென்னை வரையறைக்கும்போது நாம் முடிவு செய்துகொள்ள வேண்டியது இயற்கை என்பது வெறும் தோற்றமல்ல, காட்சியுமல்ல. அது ஓர் அனுபவம். அந்த அனுபவத்திற்குப் பல உயர்நிலைகள் இருக்கின்றன என்பதையே.

ஹைக்கூ என்ற இந்தக் கவிதை வடிவம் எப்படி வந்தது. யார் அதை உருவாக்கினார்கள் என்ற இலக்கிய வரலாற்றின் பக்கம் போகாமல் ஜென் கவிதைகளை எப்படி நமது அனுபவமாக்கிக்

கொள்வது என்பதையே நான் பிரதானமாகக் கொண்டிருக்கிறேன்.

தண்ணீருக்குள் தென்படும் கற்கள்
விசித்திரமானவை
அவற்றைத் தண்ணீரால் கரைக்க முடிவதேயில்லை

என்ற ஜென் கவிதை நமது இருப்பின் பாடலாகவே ஒலிக்கிறது. தண்ணீரும் கல்லும் வெறும்புற அடையாளங்கள் மட்டுமே. ஜென் கவிதைகள் சில குறியீடுகளைத் தொடர்ந்து பயன்படுத்துகின்றன.

ஒன்று வெறுமையான சாலை, யாருமற்ற படகு, நிலவொளி, குயிலின் குரல், தவளையின் தாவல், ஓடும் ஆறு, வெட்டுக்கிளியின் சப்தம், பனியின் முணுமுணுப்பு என நீளும் இந்தப் பட்டியல் யாவும் மனதின் அடையாளங்களே.

மௌனமே ஜென் கவிதையின் ஆதார தொனி.
'மனமே புத்தர்
விளக்குவது எளிது
வாழ்ந்து காட்டுவது கடினம்'

என்ற ஜென் வரிகள்தான் இதற்கான சரியான உதாரணம்.

தன்னை எப்போதுமே சிறிய துளியாகவே ஜென் கவிஞர்கள் அடையாளம் காணுகிறார்கள். கவிஞன் என்ற பெருமிதம் அவர்களிடம் ஒருபோதுமில்லை.

'உலகை எதோடு
ஒப்பிடவேண்டும்?
காட்டுப் பூச்செடியில்
சிந்தும் பனித்துளியில்
பிரதிபலிக்கும்
நிலவொளியுடன்..'

என்ற ஜென் கவிதையில் ஒலிக்கும் குரல் சுட்டிக்காட்டுவது வெறும் பனித்துளிக்குள் பிரதிபலிப்பாகும் நிலவை மட்டுமில்லை, மானுட வாழ்க்கையைத்தான். ஒவ்வொரு மனிதனுமே அந்தப் பனித்துளிதான். அவனுக்குள் இயற்கை நிரம்பியே இருக்கிறது.

'நீல மலைத்தொடர்
தானே நீலமலையாக
இருக்கிறது
வெண்மேகங்கள்
தாமாகவே வெண் மேகமாக இருக்கின்றன'

என்ற கவிதை அதனதன் இயல்பில் இயற்கை இருக்கிறது. அதைப்பற்றிப் பெருமை பேசுவதில்லை. பெருமிதம் கொள்வதில்லை. அதை முன்வைத்து பேதம் காட்டுவதில்லை என்பதை சுட்டிக் காட்டுவதுடன் ஒவ்வொரு பொருளும் அதற்கான தனித்துவத்துடனே

இருக்கின்றன என்பதையும் உணரச்செய்கிறது இல்லையா?

உதிரும் இலைகள்
ஒன்றன் மேல் ஒன்றாக வீழ்கின்றன
மழையின் மேலயே பெய்கிறது
மழை

ஏனும் ஜென்கவிதை இரண்டு காட்சிகளை அருகாமையில் காட்டுகிறது. உதிரும் இலைகள் ஒன்றின்மேல் ஒன்றாக விழுகின்றன. அங்கே அது ஒருமித்தலைக் காட்டுகிறது. அந்த ஒருமித்தல் மழைக்குள்ளாகவே பெய்யும் மழையைப் போல ஒன்றில் மற்றொன்று கலக்கும் அரூபநிலையை வெளிப்படுத்துகிறது. ஒரு துளி தண்ணீருக்குள் நிறைய துளிகள் தண்ணீர் இருப்பது போல இன்மையில் கலப்பதும் இன்மைக்குள் தனித்து அறியப்படுவதையும் கவிதை எடுத்துக் காட்டுகிறது.

புல் நிசப்தமாக அமர்ந்திருக்கிறது
எதுவும் செய்யாமல்
வசந்தம் வருகையில்
தானே வளர்கிறது

என்ற ஜென் கவிதை காட்டும் புல், காண் உலகில் நாம் காணும் புல் இல்லை. அது சட்டென உருமாறி புல்லின் இயல்பையும் அதன் விசித்திரத்தையும் காட்டுவதாக மாறிவிடுகிறது.

புல் நிசப்தமாக அமர்ந்திருக்கிறது
எதுவும் செய்யாமல்

என்ற வரிகள் நமக்குள் அதிர்வை ஏற்படுத்துகின்றன. இந்த அதிர்வின் வழியே நம் கண்கள் அதிகம் கவனிக்காமல் கடந்து செல்லும் ஒரு காட்சி பிரம்மாண்டமானதாக நம் முன்னே தோன்றி மறைகிறது. அடுத்தவரி இந்தக் காட்சியை உயிரோட்டமானதாக்குகிறது.

வசந்தம் வருகையில்
தானே வளர்கிறது.

இதில் வசந்தம் வருகையில் என்ற பருவகாலச்சொல்தான் கவிதையின் மையக்குறியீடு. இந்த சொல் வெறும் பருவநிலையைக் குறிப்பது மட்டுமில்லை. உள்ளார்ந்த மாறுதலை, அக இயக்கத்தை அடையாளப்படுத்துகிறது. அதன் அதிர்வில் புல் தானே வளர்கிறது என்பது நமது விழிப்புணர்வில் நாம் மேம்படுகிறோம் என்ற உண்மையை எடுத்துச் சொல்கிறது. ஜென் கவிதையின் வாசகன் தனது பரபரப்புகளில் இருந்து விடுபட்டு கூழாங்கற்களைக் கையில் ஏந்தித் தடவுவதுபோல வார்த்தைகளை மிருதுவாகத் தடவி அனுபவித்து அறியும்போது, அவன் கூழாங்கற்கள் பாடுவதைக் கேட்க முடியும். அந்தப் பாடல் கல்லின் பாடல் மட்டுமில்லை, ஆற்றின் பாடல் கூடத்தானே.

***

ஜென் கவிதைகள் இயற்கையைக் கடந்த காலத்தில் வைத்துப் பார்ப்பதில்லை. நாம் ஒரு மலையை, அருவியை சந்திக்கும்போது இந்தக் கணம் என்ற மட்டுமே நம்மோடு இருக்கிறது. அருவிக்குக் கடந்த காலம் நிகழ்காலம் எதிர்காலம் யாவும் இக்கணமாகவே வெளிப்படுகிறது. அதை தான் ஜென் கவிதைகள் தன் கவிதைக்காலமாக முன்வைக்கின்றன.

கவிதையில் நிசப்தம் மலையின் வடிவமாக மாறுகிறது. ஜென் கவிதைகள் எப்போதுமே அனுபவத்தின் முடிவின்மையைச் சுட்டுகிறது. ஜென் கவிதைகள் தரும் மெய்தேடல் சுய அனுபவத்தைவிட இயற்கையைத் தன் ஊடகமாகக் கொள்கிறது. ஜென் காட்டும் மேகம் ஆகாசத்தில் இல்லை. அது ஒரு நகர்வு. அது ஒரு தொடர் இயக்கம் அவ்வளவே. அறிவு தரும் நினைவுறுத்தலை ஜென் மறுக்கிறது. இதில் கடல் வானத்தில் இருக்கலாம், மலை தரையில் ஊர்ந்து போகலாம்.

ஜென் கவிதைகள் தரும் அனுபவம் பெரிதும் சுயநிகழ்வுகள் அற்றது. ஒருவகையில் அன்றாட நிகழ்வுகளின் சாரமாக உள்ள தன்னிருப்பு மற்றும் அது மாறும் தருணங்களை மட்டுமே பதிவு செய்கிறது. ஜென் கவிதைகளை வாசிப்பதற்கு ஓவியங்களின் பரிச்சயம் அவசியம். ஓவியங்களை நுட்பமாக ரசிக்கத் தெரிந்தவனுக்கு ஜென் கவிதைகளின் ஆழம் எளிதில் புரிந்துவிடும். எளிய வாசகன் முன் உள்ள பிரச்சினை அவன் கவிதைகளை அதன் அர்த்தம் மற்றும் சமூகத் தொடர்பு சார்ந்து பெரிதும் வாசிப்பது. அவன் கவிதை வழியாக அர்த்தத்தை உற்பத்தி செய்து கொள்ளவும் அதைப் பகிர்ந்து அளிக்கவுமே பெரிதும் முயற்சிக்கிறான். கவிதையோ சொற்களை அதன் பயன்பாட்டு தளத்திலிருந்து உயர்த்தியோ விலக்கியோ இன்னொரு பொருளை, இன்னொரு புரிதலை ஏற்படுத்த முயற்சிக்கின்றன.

உதாரணத்திற்கு தேவதச்சன் கவிதை ஒன்றில் மத்தியானம் என்ற சொல் மத் தியானம் என்று இரண்டாகப் பிரிக்கப்பட்டு பயன்படுத்தப்படுகிறது. இந்த துண்டித்தல் இதுவரை நான் அறியாதபடி மத்தியானத்தின் நீண்ட தனிமையை, அதன் ஆழ்நிலையை சொல்லின் வழியாகவே உணர வைக்கிறது. இன்னொரு விதத்தில் கவிஞன் சொற்களை மிதக்கவிடுகிறான். அதன் நேரடிப் பொருள் மற்றும் பயன்பாட்டிலிருந்து அதைத் துண்டிக்கிறான், விளையாடுகிறான். பல நேரங்களில் சொல் தனித்த இருப்பு கொண்டுவிடுகிறது.

ஜென் கவிதைகளை வாசிப்பவனின் முன் உள்ள பிரச்சினைகள் கவிதை புரிகிறதா என்பது மட்டுமில்லை, ஏன் இயற்கை இவ்வளவு நெருக்கமாக நம் கண்முன்னே தோற்றம் தருகிறது என்பதே.

அன்றாட வாழ்வின் சிறு சிறு கணமும் ஏன் இத்தனை முக்கியத்துவம் கொண்டதாக மாறிவிடுகிறது. இயற்கையைப் பற்றிய அவனது முன் அனுபவங்கள் கலையத் துவங்குவதும் தன்னிருப்பு

குறித்து அவனாக அறிந்து கொள்ளத் துவங்குவதும் நடக்கிறது. அது அவனது கவிதை வாசிப்பு முறையை மட்டுமில்லை, அவனைப் பற்றி அதுவரை அறிந்து வைத்திருந்த மன சட்டகத்தையே மாற்றி அமைக்க முயற்சிக்கிறது.

அதை ஏற்றுக் கொள்வதும் அனுபவம் கொள்வதும் எளிதானதில்லை. அதே நேரம் அது மிகப்பெரிய சவாலும் இல்லை. கவிதை வாசகன் ஜென் கவிதைகளின் முன்பாகத் தன் வயதை இழக்கிறான். தன்னைப் பற்றிய பொது பிம்பங்களை, கருத்தாக்கங்களை நழுவ விடுகிறான். இப்போது அவனுக்கும் அவன் அருகில் ஊர்ந்து கொண்டிருக்கும் சிறு எறும்பிற்கும் பேதமில்லை.

இரண்டும் உயிர்நிலையோடு இயங்கிக் கொண்டிருக்கின்றன. இரண்டிற்கும் உலகம் பிரம்மாண்டமானதாகயிருக்கின்றது. இரண்டும் உலகின் தீராத அன்றாட இயக்கத்தில் அலைந்தபடியே இருக்கின்றன.

ஜென் கவிதைகள் அறிமுகப்படுத்தும் மலை, நிலவு, குளிர், காற்று, நிழல் எதுவும் நாம் முன் அறிந்தது அல்ல, மாறாக, நாம் அறிந்த மலையை, நிலவை அறிவு சார்ந்த பொருள் கொள்ளலில் இருந்து நீக்கி அதைக் கற்பனை கொள்ளவும் உயிர் இயக்கமாக அறியவும் செய்கின்றன. ஜென் கவிதைகளில்தான் மலைகள் நீந்துகின்றன. நிலவு படுக்கையில் துயில் கொள்கிறது. பாதைகள் கடந்துபோக முடியாத தன் இருப்பு குறித்து வெளிப்படுத்துகின்றன.

ஜென் கவிதையில் வரும் நான் ஒரு பயணி. பயணி என்றதும் ஊர் சுற்றுகின்றவன் என்று பொருள் கொண்டுவிடுவோம். அப்படியல்ல. இந்தப் பயணி முடிவற்ற தேடுதலின் வழியே தன்னைக் கண்டு கொள்கின்றவன். தண்ணீரைப் போல. அவனது பயணம் இயற்கையைக் கடந்து போவது அல்ல. மாறாக, இயற்கையினுள் போவது. வேப்பிலையின் மீது ஊர்ந்து செல்லும் பூச்சி ஒரே நேரத்தில் நடக்கவும் செய்கின்றது. நடந்து செல்லும் இலையைத் தின்னவும் செய்கிறது. அப்படியான அனுபவமும் சில ஜென் கவிஞர்களிடம் காணமுடிகிறது. அவன் உடைகளைக் களைந்து நீரில் இறங்குவதைப் போன்று தன்மீது இதுவரை போர்த்தப்பட்ட சுயஅடையாளங்களை இயற்கையின் முன்பாகக் களைந்து நீந்தத் துவங்குகிறான். தண்ணீர் அவன் உடலை உள்வாங்கிக் கொள்வது போல எல்லையற்ற இயற்கையின் பெரும்பரப்பு அவனை உள்வாங்குகின்றது. தூய்மை சேர்கிறது. தாதியைப் போல அரவணைத்துக் கொள்கிறது.

அப்போது அவன் நீருக்குள்ளும் நனையாத தன் உள்ளிருப்பை அறிகிறான். தன் உடல் நனைந்திருக்கிறதே அன்றி நனையாத இருப்பு ஒன்று தனக்குள் இருக்கின்றது என்பதை உணர்கிறான்.

பாறையின் மீது வழிந்தோடும் அருவி தண்ணீர் பாறையின் உட்புறத்தை ஒருபோதும் நனைக்க முடிவதில்லை என்பதைப் போல இயற்கையின் தீண்டுதலில் தன் புலன்கள் கொள்ளும் எழுச்சியைத்

தாண்டி தீண்ட முடியாத அகத்தவிப்பும், விளங்க முடியாத துயரமும், முன்அறியாத சந்தோஷமும் உருவாவதை அறிகிறான்.

இரவெல்லாம் தூங்க முடியவில்லை என்னால்
என் படுக்கையில்
நிலவொளி கிடந்ததால்
நான் கேட்டுக் கொண்டேயிருந்தேன்
ஒரு அழைக்கும் குரலை
எங்கிருந்தோ
ஆம் என பதில் தரவேயில்லை எதுவும்.

கவி : ஸியி, நாடு சீனா. நாடோடிப் பாடல்.

இந்தப் பாடலில் நிலவு முன் காணாத ஒரு நெகிழ்வுத் தன்மையை உடனடி கொள்கிறது. அதே நேரம் நிலா வெறும் காண்பொருள் அல்ல. அது நம்மோடு கலந்துவிட்ட இயக்கமாக மாறுகிறது. கவிதையின் குரலான நான் நிலவை அனுமதிப்பதின் வழியே அவன் நித்யமான இயக்கத்திற்கு தன்னை மாற்றிக் கொள்கிறான். இன்னொரு ஜென் கவிதை.

நான் நின்று போகவும் மாட்டேன்
பள்ளத்தாக்கின் சிற்றோடை முன்பாக
என் நிழல்
உலகினுள் பாய்ந்தோடி விடுமோ
என்ற பயத்தில்.

இந்தக் கவிதையில் நிழல் பாய்ந்தோடிச் செல்கிறது என்ற குறிப்பு முன்வைக்கப்படுகிறது. நிழல் குறித்த நமது பொதுபுத்தி அது நம்மைப் பின்தொடர்கிறது என்பது மட்டுமே, இந்தக் கவிதையில் வரும் நிழல் இயற்கையின் ஒரு பகுதி என்று சுட்டப்படுகிறது. அது பள்ளத்தாக்கின் சிற்றோடையைக் கண்டதும் ஒன்றிணைய பாய்கிறது. அன்றாட வாழ்வின் அனுபவங்களால் சலிப்புற்ற மனது இயற்கையை பிளாஸ்டிக் போல நினைத்துப் பழகுகிறது. அதிலிருந்து நம்மை விடுவித்து அருவியின் அடியில் ஒண்டி நிற்கும் தவளையின் வியப்பைப்போல இயற்கையைக் காண அனுமதிக்கிறது ஜென் கவிதைகள். இதற்காகவே அதைப் பலமுறை வாசிக்க வேண்டி யிருக்கிறது.

•••

உலகம் ததும்பும் ஓசை

நோபல் பரிசு பெற்ற ஜப்பானிய எழுத்தாளரான யாசுனாரி கவாபத்தாவின் நோபல் ஏற்புரையில்தான் முதன்முறையாக தோஜென் (Priest Dogen) என்ற மதகுருவைப்பற்றி விரிவாக அறிந்து கொண்டேன். முன்னதாக அவரது ஒன்றிரண்டு ஜென் கவிதைகளைத் தொகுப்பில் வாசித்திருந்தபோதும் அவர் மீது தனித்த கவனம் குவிந்ததில்லை.

பாஷோதான் எனக்கு மிகவும் நெருக்கமான கவி. ஆனால், கவாபத்தாவின் நோபல் உரை அதுவரையான எனது ஜென் கவிதைகள் பற்றிய மதிப்பீட்டினை அப்படியே உருமாற்றுவதாக அமைந்தது. கடந்த இருபத்தைந்து வருசங்களில் நோபல் பரிசு வாங்கிய பலரது ஏற்புரைகளையும் படித்திருக்கிறேன்.

அத்தனையிலும் சிறப்பானது கவாபத்தாவின் உரை. அது ஜப்பானியக் கவிதைமரபை முன்வைத்து தனது நவீன இலக்கியச் செயல்பாட்டைப் பேசிய விரிவான உரை. கவாபத்தா ஒரு கவிஞரில்லை. நாவலாசிரியர். அதிலும் முக்கியமாக சிறந்த சிறுகதை எழுத்தாளர். ஆனால், அவர் தனது எழுத்தின் ஆதாரமாக இருப்பது ஜப்பானியக் கவிதை மரபு என்கிறார். அதுதான் முக்கியமானது.

உரைநடை எழுத்து என்பது சந்தையை வேடிக்கை பார்ப்பது போன்றது. அங்கே காண் உலகம் மிக யதார்த்தமாகத் தெரியும். வாழ்வின் நெருக்கடியும் பண்டமாற்றும் நேரடியாகக் காணமுடியும். மேலும் ஒரே இரைச்சல், இடைவிடாத பேச்சு நிரம்பியிருக்கும்.

ஒரே இடத்தினுள் நூறுவிதமான நிகழ்வுகள். அன்றாடத் தேவைகளுக்கான அலைமோதல்கள் நடைபெறும். சந்தைக்கான பொருளின் விலை பணம். ஏமாற்றம், பிழைப்பிற்கான முட்டல் மோதல்கள் என காலில் மண்ணும் நுரையீரலில் புழுதியும் படியும்படியான இயல்புவாழ்வு கொண்டதாகயிருக்கும்.

கவிதை என்பது நீர்நிலையை நாடி வரும் பறவைகளை வேடிக்கை பார்ப்பதைப் போன்றது. எந்தப் பறவை எப்போது சிறகடித்து மேலே போகும், எது தரைஇறங்கும் என்று தெரியாது. எவ்வழியே

இப்பறவைகள் வந்தன, எதையெல்லாம் தாண்டி வந்திருக்கின்றன என்று புரியாது. எல்லாப் பறவைகளும் ஒரே வானில் பறக்கின்றன என்றாலும் எந்த இரண்டும் ஒன்று போலிருப்பதில்லை. பறவைகள் வானில் பறக்கையில் அதன் நிழல் நீரில் மிதந்து செல்கிறது என்பதுபோல அறிந்த, அறியாத விந்தைகள் கொண்டது கவிதை.

அங்கே சொற்கள் சிறகடிக்கின்றன. கரைந்து போகின்றன. திமிர்ந்து எழுந்து உள்ளார்ந்த இசையைப் பாடுகின்றன. கனவை உருவாக்குகின்றன. சொற்களின் விடுபடலும் தரையிறங்குதலும் புதிராகவே இருக்கிறது.

ஆகவே, கவிதை ரசனை கொண்டவன் தன் அளவில் வாழ்வின் அரூபமான தளங்களின் மீது பரிச்சயம் கொண்டவனாகவே இருக்கிறான். ஜப்பானிய மரபில் பத்தொன்பதாம் நூற்றாண்டுவரை இயற்கை என்பதற்கு தனிச்சொல்லே கிடையாது என்கிறார்கள்.

மேற்கத்திய கருத்தியலின் காரணமாகவே அதற்கான தனிச்சொல் உருவாகி முக்கியமடைந்திருக்கிறது. அது வரை இயற்கை என்பதைத் தனித்துச் சொல்லும் சொல் எதுவும் பயன்படுத்தப்படவில்லை. Kami அதாவது உயிர்த்துவம் என்ற சொல்லே இயற்கையைக் குறிப்பதாக இருந்துள்ளது.

கவிதையை மொழியின் சிறப்பான உயர்வடிவம் என்பதாகயின்றி மொழியின் சூட்சும வடிவம் என்றே கருதுகிறார்கள். ஆகவே, கவிதை என்பது பனித்துளிபோல தன்னளவில் முழுமையாகவும், ஈரமும் வசீகரமும் கொண்டதாகவும், தனக்குள் பெரிய உலகைப் பிரதிபலிப்பதாகவும் இருக்க வேண்டும் என்கிறார்கள் ஜென் கவிஞர்கள்.

ஜென் கவிதையுலகில் சமூகப் பிரச்சினைகள். சகமனித உறவுகள், உளவியல் சிக்கல்கள் எதுவுமில்லை. அது எல்லையற்ற பிரபஞ்சமும் ஒரேயொரு மனிதனும் மட்டுமே இருப்பதைப் போலவே சித்தரிக்கிறது. கவிதைகள் சொற்களால் காட்சிப்படுத்தப்பட்ட சித்திரங்களைப் போலிருக்கின்றன. கவிதையின் மையம் அதன் மனோநிலை, கிளர்ச்சியுற்ற ஒரு நிமிச எழுச்சிபோல அமைகிறது கவிதை. ஜென் கதைகளைப்போல அறவுரைகள், உரையாடல்கள் எதுவும் கவிதைகளில் இல்லை. பௌத்தக் கருத்துக்கள் எழுதப்பட்டாலும் அவை மதம் சார்ந்த கவிதைகளாக அமையவில்லை. காலக்குறிப்புகளுக்கோ, வரலாற்று நினைவுகளுக்கோ அவை முக்கியத்துவம் தருதவதேயில்லை. அதனால் வீழ்ச்சியைப் பாடும் போதும் அவை துயர உணர்ச்சியைப் பீறிடச் செய்வதில்லை. அடங்கிய தொனியை தனது ஆதாரமாகக் கொண்டிருக்கிறது. நுண்மையான ஒரு மனோநிலையை உருவாக்கவும் வெளிப்படுத்தவுமே ஜென் கவிதைகள் எழுதப்பட்டிருக்கின்றன. அந்த மனோநிலையின் வெளிப்பாட்டினை முழுமையாக பாஷோ, லிபே, தூபே. ரியோகான், தோஹன், இஸா போன்ற முக்கியமான

ஜென் கவிஞர்களிடம் காணலாம்.

புனைகதையைப் பற்றிய ஜப்பானிய விளக்கம் இதற்கு மாறானது. அது அருள் வந்த ஒருவன் ஒரே நேரத்தில் இயல்பிலும் மாயத்திலுமாக இரட்டைத்தன்மைகள் கொண்டிருப்பதைப் போலவே யதார்த்த உலகைச் சொல்லும் போதே அது எளிதாக விவரிக்கமுடியாத வாழ்வின் உயர்தன்மைகளை, மாயங்களை உருவாக்கிக் காட்ட வேண்டும் என்கிறார்கள்.

ஆகவே, கவிதைகளைப் பற்றி கவிஞர்கள் பேசுவதற்கும் உரைநடையாசிரியர்கள் பேசுவதற்கும் முக்கியமான வேறுபாடு இருக்கிறது. அதிலும் கவாபத்தா போன்ற ஆளுமைகள் ஜப்பானியக் கவிதை மரபைப்பற்றிப் பேசும்போது அதன் நுட்பமும் வளமையும் தனித்துவமும் பிரகாசமடைகின்றது. தமிழ் புனைகதை எழுத்தாளர்கள் பலருக்கும் தமிழின் நீண்ட கவிதைமரபே ஆதாரமாக இருக்கிறது என்பது என் எண்ணம். நம் கவிதைமரபிலிருந்தே நமக்கான இலக்கியப் பார்வைகளை உருவாக்கிக் கொள்ள முடியும். அதுபோன்ற ஒன்றையே கவாபத்தா முன்வைக்கிறார்.

ஜப்பானிய மரபில் ஜென் தத்துவம் தோன்றிய நாள்தொட்டு இன்றைய செயல்பாடுகள் வரையான ஒரு நீண்ட தொடர்ச்சி இலக்கியத்தில் எப்படிப் பதிவாகி உள்ளது என்பதை அறிய அவரது உரையை அவசியம் வாசிக்க வேண்டும். அந்த உரை ஒரு இலக்கியக் கோட்பாடு போல எவை இலக்கியத்தின் ஆதாரங்கள் என்று தெளிவாகச் சுட்டிக்காட்டுகிறது.

கவாபத்தாவின் வழியாகக் கண்டுணர்ந்த மதகுரு தோஜென்னைப் பற்றி A Study of Dogen: His Philosophy and Religion - Masao BAE, Moon in a Dewdrop: Writings of Zen Master Dogen என்ற இரண்டு முக்கியமான புத்தகங்களின் வழியே விரிவாக அறிந்து கொண்டேன். ஒன்று, அவரது கவிதையுலகம். மற்றது, அவரது ஜென் தத்துவம் சார்ந்தது. தோஜென்னை வாசிப்பது ஒரு பேரனுபவம். அவர் நம்மைப் புகைபோல எடையற்று மிதக்கச் செய்கிறார். இயற்கையை நுண்மையாக அறிவதில் ஆர்வம் உள்ளவர்களாலே தோஜென்னில் மிதக்க முடியும்.

மெய்ஞானம் என்பது தண்ணீரில் மிதக்கும் நிலவைப் போன்றது, நிலா நனைவதுமில்லை, தண்ணீர் உடைபடுவதுமில்லை என்பதுதான் தோஜென்னின் வழிகாட்டுதல். ஜப்பானியர்கள் இயற்கையை அவதானிப்பதற்கும் நமக்கும் பெரிய இடைவெளியிருக்கிறது. நாம் இயற்கையைப் பற்றி பேசுகையில் அதிகம் உதாரணங்களையும் உவமைகளையும் உருவகங்களையும் கையாளுகிறோம். வியப்பே நமது பிரதான உணர்ச்சியாக உள்ளது. ஜப்பானியர்கள் இயற்கையைக் கண்டு வியப்பதில்லை. மாறாக, ஒன்றிப்போக முயற்சிக்கிறார்கள். நேரடியான எளிய சொற்களாலே இயற்கை விவரிக்கப்படுகிறது. எந்த அலங்கார

வார்த்தைகளும், கனத்த சொற்களும் பயன்படுத்தப்படுவதில்லை. ஆனால், வாசிப்பின் வழியே இயற்கை முழுமையாக உணரச் செய்யப்படுகிறது. அது தான் கலையின் உன்னதம். நமது செவ்வியல் கவிதைமரபில் இயற்கையைச் சொல்லும்போது மொழி கவித்துவ நிலையின் உச்சமடைகிறது. ஆனால், ஜப்பானிய கவிதைமரபில் மொழி சொற்களின்மீது படிந்துள்ள அர்த்தச் சுமையைக் கூட உதறியதாகக் கையாளப்படுகிறது. தண்ணீரைப் போல எளிமையாக, ஆனால், ருசிமிக்கதாக மொழி கையாளப் படுகிறது. இயற்கையை எதிர்கொள்ளும் தருணமும் அந்த நிமிடத்தின் மனநிலையுமே அவர்களின் முக்கிய கவனம். நாமோ மனம் லயிக்கும் தருணத்தில் துவங்கி உணர்ச்சிக் கொந்தளிப்பை நோக்கி நகர்ந்துவிடுகிறோம். ஜப்பானியர்கள் மொக்கு மலர்வதைப் போன்ற தன்னியல்பையே தங்களின் கலைவெளிப்பாடாகக் கொண்டிருக்கிறார்கள். பிரயத்தனம் என்பதே இல்லை. ஆகவே, ஜப்பானியக் கவிதைகள் இயற்கையை அறிந்து கொள்வதற்கான தனித்த அறிதல் முறையை உருவாக்குகின்றன.

தோஜென் அதைத்தான் செய்கிறார். அவர் கவிதைகளின் ஊடாக மெல்லிய பரிகாசக்குரல் ஒன்று ஒலிக்கிறது. அது தன்னைக் கேலி செய்யும் சுயபரிகாசம். அந்தக் கேலியே உலகின் பரிகாசமாகவும் ஆகிறது. ஞானத்தின் ஒரு நிலை கேலி. அதை ஜென் கவிஞர்கள் சரியாகவே வெளிப்படுத்துகிறார்கள்.

தோஜென்னின் புகழ்பெற்ற ஒரு கவிதை.

மனம்தான் புத்தன்,
இதைப் பயிற்சி செய்வது கடினம்.
ஆனால், விளக்குவது எளிது.
மனமுமில்லை, புத்தனுமில்லை.
இதை விளக்குவது
கடினம். ஆனால், பயிற்சி செய்வது எளிது.

இதுதான் தோஜென் பாதை, இயற்கையைக் காண்கையில் நாம் கொள்ளும் உணர்ச்சிப் பீறிடல் எதுவும் தோஜென்னிடமில்லை. அவர் இயற்கையை ஒரு நிரந்தரமான, பிரிக்கமுடியாத துணை என்றே அடையாளம் காட்டுகிறார்.

நள்ளிரவு அலைகளில்லை
காற்றுமில்லை வெற்றுப்படகு
மிதந்து கொண்டிருக்கிறது நிலவொளியில்

இப்படித்தானிருக்கிறது தோஜென் தரும் அனுபவம். இங்கே நித்யமான இயற்கையின் சாட்சியைப்போலவே தோஜென் இருக்கிறார். அவரது சுயஅடையாளங்கள் கரைந்து போயிருக்கின்றன. அவருக்கும் நிலவொளிக்கும் இடைவெளியில்லை. அவர்தான் அந்த வெற்றுப்படகு, மிதத்தல் மனதின் அடையாளம். நிலவொளி என்பது பேரன்பின் வெளிப்பாடகவோ, உன்னதமான மெய்ஞானத்தின்

அடையாளமாகவோ கொள்ளலாம். புறஉலகின் இயக்கங்கள் ஒடுங்கிப் போனாலும் ஒரு மிதத்தல் இருந்து கொண்டேதானிருக்கிறது. அந்த மிதத்தல் எளிய அனுபவமில்லை. மாறாக அது ஒரு பேருண்மை. ஒரு தரிசனம்.

நீர்ப்பறவைகள்
வருகின்றன, போகின்றன
அதன் சுவடுகள் அழிந்து போய்விடுகின்றன
ஆனால், அது பாதையை மறப்பதேயில்லை
என்பதும் தோஜென்தான்.

இரவு, நிலவு, மேகம், இருள், ஒளிர்தல், மறைதல் என்று கவிதையில் வரும் சொற்கள் யாவும் நாம் முன்பு அறிந்தவையே. ஆனால், அதன் சூட்சும அனுபவத்தை நாம் முழுமையாக்கி கொள்ளவேயில்லை. அதைத்தான் ஜென் கவிதைகள் கற்றுத் தருகிறது.

ஜென் இயற்கை குறித்த ஒரு விழிப்புணர்வை உருவாக்குகிறது அதை சாத்தியமாக்குவது அறிவால் அல்ல. தன்னியல்பான மனதின் அலைபாய்தல் வழியாக. பனிக்கட்டி தண்ணீரில் கரைவதைப் போல சுய அடையாளமற்றதாக.

ஓடும் தண்ணீரில் நிழல் விழுவதில்லை என்ற ஜென் வரி படிக்க எளிமையானது. ஆனால், அது சுட்டிக்காட்டும் உண்மை மகத்தானது. இதை வாசிக்கையில், ‘அம்பின் சுதந்திரம் வில்லின் தயவால்தான் சாத்தியமாகிறது’ என்ற தாகூரின் வரி ஏனோ நினைவில் வந்து போகிறது. கவாபத்தாவின் உரையில் சின்நுங் என்ற ஓவியரின் ஒரு குறிப்பு வருகிறது. அது நீ கிளையைக் கவனமாக வரைய முடியுமானால் உன்னால் காற்றின் ஒலியைக் கேட்க முடியும் என்கிறது. இதயத்தினுள் என்ன இருக்கிறது என்பதை அறிந்து கொள்வதென்பது ஓவியத்தில் உள்ள பைன் மரத்தில் அடிக்கும் காற்றின் ஒலியைக் கேட்பதைப் போன்றதாகும் என்கிறது இக்கியுவின் கவிதை.

இரண்டும் சொல்லும் ஒரே உண்மை, உலகம் ததும்பும் ஓசை அரூபமானது. அதை நுட்பமாகப் பதிவுசெய்ய சொற்களின் அலங்காரங்கள் எதுவும் தேவையில்லை. எளிமையும் நேரடித்தன்மையும் நுண்மையுமே முதன்மையானது என்பதே.

நிலவைப் பார்க்கும் ஒருவன் தானே நிலவாகிவிடுகிறான் அல்லது அவனால் பார்க்கப்படும் நிலவு அவனாகிவிடுகிறது என்கிறது ஜப்பானிய மரபு. இதுதான் இயற்கையைப் புரிந்து கொள்ள சரியான வழி. நிலவைப்பற்றி ஜப்பானில் அதிகமான கவிதைகள் எழுதப்பட்டிருக்கின்றன. நாம் நிலவை உணர்ச்சியின் வெளி வடிவமாகக் கொண்டு அதில் மனதின் ஏக்கத்தை சந்தோஷத்தை ஏற்றிச் சொல்கிறோம். ஜப்பானியர்கள் அப்படி ஏற்றிச் சொல்வதில்லை. அதை நித்யத்துவத்தின் வெளிச்சமாகவே கருதுகிறார்கள்.

இரவு என்பது அறியாமையின் குறியீடு. நிலவு தோன்றுதல் என்பது விழிப்புணர்வு. ஆகவே, நிலவைப் பற்றிப் பாடுவது என்பது ஒரு மெய்த்தேடலின் பயிற்சி என்கிறார்கள் ஜென்பௌத்தர்கள், சூரியனின் உக்கிரமான ஒளியைத் தனதாக்கிக் கொண்டு நிலவு குளிர்மையான வெளிச்சம் தருகிறது. தனக்கென தனியே எந்த ஒளியையும் அது கொண்டிருக்கவில்லை.

மனிதனின் இயல்பும் அதுவே. ஆனால், நிலவு செய்யும் வேலையை மனிதன் மறந்துவிட்டான். ஆகவே, உலகின் உக்கிரத்தைத் தனது அன்பின் வழியாக பரிசுத்தமான வெளிச்சமாக்க வேண்டியதே மனிதனின் ஆதாரச் செயல் என்கிறது ஜென் கவித்துவம். ஒருவகையில் நிலவு என்பது குளிர்ந்த சூரியன் என்றே கருதப்படுகிறது. ஜென் கவிதைகளில் நிசப்தம் தான் நிலவாகச் சுட்டப்படுகிறது என்றும் ஒரு கருத்தியல் இருக்கிறது.

நிலா பார்த்தல் என்பது ஜப்பானிய இயற்கை அறிதலின் முதற்செயல். ஒவ்வொரு முக்கிய கவியும் நிலா பார்ப்பதைப் பற்றி எழுதியிருக்கிறான். செப்டம்பர் மாதம் 22ம் நாளை ஜப்பானியர்கள் நிலா பார்க்கும் நாளாகக் கொண்டாடுகிறார்கள். அன்று வானில் நிலா காண்பது ஒரு சடங்காகவே நடைபெறுகிறது.

தமிழகத்தின் தென்மாவட்டங்களில் சித்ரா பௌர்ணமிக்கு இன்றும் நிலாபார்த்தல் நடைபெறுகிறது அல்லவா, அது போன்றதே இந்தச் சடங்கும். அந்த நாளில் நிலவின் வெண்மையைக் குறிக்கும்படி வெள்ளை அப்பம் தயாரிக்கப்பட்டு உண்ணப்படுகிறது. ஜப்பானில் நிலா இயற்கையின் அடையாளம் மட்டுமில்லை. அது முடிவற்ற தேடலின் குறியீடு. லிபேயின் (Li Bai) கவிதை ஒன்றில் லிபே குடிப்பதற்குத் துணியில்லாமல் தனியே மலைஉச்சியில் இருக்கிறார். ஆகவே, தனக்குத் குடித்துணையாக நிலவைச் சேர்த்துக் கொள்கிறார் லிபே. நிலாவிற்கு குடிக்கத் தெரியாது. ஆகவே, அது துணைக்கு ஒரு நிழலை உருவாக்கித் தருகிறது.

இப்போது லிபே அவரது நிழல் மற்றும் நிலா மூவரும் ஒன்றாகக் குடிக்கிறார்கள். தனது துணைக்காக நிலவு நிழலை உருவாக்கித் தந்துள்ளது என்று அதன் அன்பை வியந்தபடியே போதையில் லிபே பாடுகிறார். நிலா ரசிக்கிறது. லிபே ஆடுகிறார். நிழலும் சரிந்து சுழல்கிறது. முடிவில் களியாட்டம் முடிந்து அவரவர் இயல்பிற்கு இருப்பிடத்திற்குப் போய்விடுகிறார்கள். இந்தக் கவிதையில் நிலவு ஒரு நிரந்தர நண்பனைப் போலிருக்கிறது. களியாட்டத்துணையாக நிற்கிறது. ஆனால், இது போன்ற துள்ளல் கூட தோஜென்னில் கிடையாது. அவர் நிலவை எதிர் கொள்ளும் ஒரு மலையைப் போல மௌனமாக இருக்கிறார். தொலைவில் உள்ள நிலவைக் காண்கிறார். நிலவோடு மனதை உடன் நடக்கச் செய்கிறார். நிலவு மறைந்த பிறகு பெருமூச்சுவிடுகிறார். அவ்வளவே.

நிலவின் வெளிச்சத்தைக் காணும்போது மனதும் ஒளிரத் துவங்குகிறது. அந்த வெளிச்சத்தை நிலவு தன்னுடையது என்றுதான் நினைத்துக் கொள்ளும் என்று மையோ என்ற கவி சொல்கிறான். எவ்வளவு மகத்தான நிஜமிது.

நிலவைப் பார்க்கும்போது பிரிவுதான் பெரும்பாலும் நினைவிற்கு வருகிறது. அதிலும் நெருக்கமானவர்களைப் பிரிந்து வாழ்கையில் நிலவு அவர்களை உடனே நினைவூட்டிவிடுகிறது. ஒரே நிலவின் கீழ்தான் மொத்த உலகமும் இருக்கிறது என்றாலும் அவரவர்களுக்கான நிலவு தனியாகவே இருக்கிறது அல்லது அவர்களாக நிலவைத் தனதாக்கி கொள்கிறார்கள்.

பிரிவைச் சிறுவர்களாலும் தாங்கிக்கொள்ள முடியாது. வயதானவர் களாலும் தாங்கிக்கொள்ள முடியாது. ஆனால், பதின்வயதில் உள்ளவர்களுக்குப் பிரிவு ஒரு பொருட்டேயில்லை. அந்த வயதைப் பிரிவின் துயர் அறியாத வயது என்கிறார்கள். தூபோ என்ற ஜென்கவி தனது பயணநாள் ஒன்றில் நிலவைக் காண்கிறான்.

தன்னுடைய மனைவி தனிமையில் இதே நிலவைப் பார்த்தபடி யிருப்பாள் என்று தோன்றுகிறது. பிரிந்துபோன மகனையும் மகளையும் வேதனையுடன் நினைவு கொள்கிறான். அவர்களுக்குப் பிரிவை உணரமுடியாத வயது என்று தேற்றிக்கொண்டு வாசனையான இந்த மூடுபனியினுள் மனைவியின் கூந்தல் கூட தளர்ந்து அசைவற்றுப் போயிருக்கும். அவளது வெண்ணிற கைகளும் குளிர்ந்து போயிருக்கும் என துயரம் பற்றிக் கொள்ள, பிரிந்திருக்கும் எங்கள் இருவரின் கண்ணீரையும் நிலவின் கைகள் நெருங்கி வந்து துடைக்குமா என்று கேட்கிறான். மிக எளிமையான கவிதை போல வெளிப்படையாகத் தெரிந்தாலும் மனஉணர்ச்சிகளை இயற்கையோடு ஒன்று கலந்து இயற்கையை முன்உணராத நிலைக்குக் கொண்டு செல்கிறது.

எப்போதுமே இயற்கையின் உன்னதங்கள் நமக்கு விருப்பமான இன்னொருவரைப் பற்றி நினைக்கவே தூண்டுகிறது. இயற்கையின் பேரழகைக் காணும் போதெல்லாம் அதைத் தனியாக அனுபவிப்பதை விடவும் விருப்பமானவர்களுடன் சேர்ந்து அனுபவிக்க வேண்டும் என்றே மனது தவிக்கிறது. அதுதான் இயற்கையின் நோக்கமும் கூட. அது மனிதர்களை ஒன்று சேர்க்கிறது. பின்னிரவில் நிலா பார்க்கும் ஒருவன் நிலவைப் பற்றி நினைக்கும்போதே உறங்கும் மனிதர்களைப் பற்றியும் நினைக்கிறான்.

ஒருவகையில் இயற்கையின் பரவசம்தான் தன்னை நிலவாக, சூரியனாக, பறவைகளாக, ஆகாசமாக, வெளிப்படுத்திக் கொண்டிருக்கிறது என்கிறது ஜப்பானிய மரபு. அதனால்தான் உலகின் ஓசைகளை விட ஒப்பற்ற நிசப்தமே அவர்களைக் கவிதை எழுதத் தூண்டுகிறது. நிசப்தம் போடுகின்ற சப்தம் பற்றி தேவதச்சன் ஒரு கவிதை எழுதியிருக்கிறார்.

துணி துவைத்துக் கொண்டிருந்தேன்
காதில் விழுந்தது குருவிகள் போடுகிற சப்தம்
தொடர்ந்து துவைத்துக் கொண்டிருந்தேன்
காதில் விழுகிறது குருவிகள் போய்விட்ட நிசப்தம்
அடுத்த துணி எடுத்தேன்
காதில் விழுந்தது நிசப்தம் போடுகிற குருவிகள் சப்தம்.

இதுதான் தோஜென் சொல்லும் இயற்கையை அறியும் வழி. தேவதச்சன் கவிதை அவ்வகையில் ஒரு உன்னதமான ஜென் அனுபவத்தைத் தருகிறது.

இயற்கையை அவதானிக்கும் ஒருவன் அதன்வழியாகத் தனது இருப்பையே அறியத்துவங்குகிறான். ஆகவே, தன்னை அறிதலையே ஜென் கவிதைகள் முதன்மைப் படுத்துகின்றன. இது மெய்த்தேடல் கொண்டவர்களுக்கு மட்டுமானதில்லை. மாறாக, எளிய மனிதர்கள் கூட ஒவ்வொரு நிமிசத்தையும் ருசித்து வாழ்வதற்கு உதவி செய்யவே முன்வைக்கப்படுகிறது.

மதகுரு தோஜென் பனிரெண்டாம் நூற்றாண்டில் வாழ்ந்தவர். சிறுவயதிலே பௌத்த இயலில் ஆர்வம் கொண்டு சீனாவிற்குச் சென்று பௌத்தம் பயின்று வந்தவர். ஜென் பௌத்தக் கொள்கைகளை ஜப்பானில் பரப்புவதற்காக நாடெங்கும் அலைந்து திரிந்தவர். ஜென்னை எப்படிப் பயில வேண்டும் என்பதற்கான அடிப்படைகளை உருவாக்கியவர். எளிமையான பேச்சு மொழியில் பௌத்தக் கருத்துக்களை மக்களிட்ம் கொண்டு சென்றவர் தோஜென்.

தோஜெனின் இன்னொரு புகழ்பெற்ற கவிதை.

வசந்தத்தில் செர்ரி பூக்கள்.
கோடையில் குயில்
இலையுதிர்காலத்தில் நிலா,
குளிர்காலத்தில் பனி.
தெளிவாக. ஜில்லென ...

இதைத்தான் நோபல் உரையின் துவக்கமாக கவாபத்தா குறிப்பிடுகிறார். இந்தக் கவிதை மாறும்காலங்களை இடைவெட்டுகிறது. ஒவ்வொன்றுக்கும் ஒரு தேர்வை முன்வைக்கிறது. வசந்தகாலத்தில் செர்ரி பூக்கள் தனித்துவமாக இருக்கிறது. கோடையின் உலர்ந்த பகலைக் குயிலின் குரல் ஈரமாக்கிவிடுகிறது. இலையுதிர்கால வெறுமையை நிலவு தணிக்கிறது. குளிர்காலத்தில் பனி நெருக்கத்தை உருவாக்குகிறது. இந்த நான்கும் தெளிவாக சில்லென தன்னியல்பில் தோன்றி மறைகின்றன. கவிதையின் வழியாக ஒவ்வொரு காலமும் அதற்கான ஒரு தனித்துவத்தையும். சமன் செய்யும் நிலையையும் கொண்டிருப்பதை அறிகிறோம். இது இயற்கையின் முழுமையை அறிந்து கொள்ளும் ஒரு வழிகாட்டல். கடந்து செல்லும் நாட்களை நாம் வெறும்காலக் கணக்காக மட்டுமே எடுத்துக் கொள்கிறோம்.

இக்கவிதையில் ஒவ்வொரு காலத்திலும் இயற்கையின் ஒருநிலை உன்னதமடைவதைக் காட்டுகிறது. இக்கவிதை பனிரெண்டாம் நூற்றாண்டில் எழுதப்பட்டிருக்கிறது, ஆனால், இன்றும் புதிதாகவே இருக்கிறது. காரணம், அது சுட்டிக்காட்டும் இயற்கையைப் பற்றிய உன்னதமான அறிதல்.

இயற்கையை விவரிக்க முயற்சிக்கையில் தோஜென் எந்தவொரு பகட்டான வார்த்தையையும் உருவகத்தையும் பயன்படுத்தவில்லை. மாறாக, அவர் நேரடியான சொற்களையே பயன்படுத்துகிறார், ஹைக்கூ கவிதை மரபில் ஒரேயொரு வினைச்சொல் மட்டுமே பயன்படுத்தப்படுகிறது. நான் என்ற சொல் நேரடியாக இன்றி அனுபவமாகவே எப்போதும் வெளிப்படுத்தப்படுகிறது.

மிக உன்னதமான பௌத்த நீதி நூற்களைப் பயிற்றுவிப்பதன் வழியாக ஒருவனை மேம்படுத்துவதை விடவும் அவனை இயற்கையோடு ஒன்றச்செய்து, அதைப் புரிந்து கொள்ளவும் தன்னை கரைத்துக் கொள்ளவும் செய்தாலே போதுமானது என்பதே தோஜென் காட்டும் வழி. அப்படியான மனநிலை கொண்ட ஒருவனால் எவ்வளவு நேரமும் தன்மனதை அலைபாயவிடாமல் ஒரே இடத்திலிருக்க முடியும். அதுதான் அவர்களின் தியானம், உச்சநிலை. அசையும் மனதை ஆராய்ச்சி செய்வதும், சதா அசைவுற்றபடியே இருக்கும் புறநிகழ்வுகளுக்குள் உள்ள சலனமின்மையைக் கண்டு உணர்வதுமே தனது வேலை என்கிறார் தோஜென். முதலில் கேட்கையில் இது என்னவெனப் புரியாதது போலத் தோன்றும். ஆனால், ஆழ்ந்து பயின்றால் அதன் உண்மையை ருசிக்க முடியும்.

கலை எப்போதுமே நேரடியாக உலகை நகல் எடுப்பதில்லை. மாறாக, அது நம் கண்முன்னுள்ள நிகழ்உலகைப் போன்ற ஒன்றை எழுத்தின் வழியே உருவாக்கிக் காட்டுகிறது. இதுவும் ஒரு யதார்த்தமே. ஆனால், நாம் அறிந்து பழகியுள்ள யதார்த்தமில்லை. ஜப்பானில் ஆயிரம் ஆண்டுகளுக்கு முன்பாக ஓவியர்களுக்கு ஒரு பயிற்சி யிருந்தது. அது தினசரி ஒரு பூவைப் படம் வரைய வேண்டும்.

எப்படி வரைந்தாலும் அந்தப் பூவின் நிறமும் வடிவமும் சாத்தியமாகுமேயன்றி அதன் வாசனையைக் காட்சிபடுத்தவே முடியாது. ஆகவே, சித்திரத்தில் உள்ள பூவில் வாசனை வரும்வரை வரைந்து கொண்டேயிரு என்று ஆசான் கட்டாயப்படுத்துவாராம். அது எப்படிக் கோடுகளின் வழியே வாசனையை உருவாக்க முடியும் என்றதற்கு ஒருவன் பூவைச் சரியாகவும் நுட்பமாகவும் அவதானிப்பதற்கும் புரிந்துகொள்ளவும் ஒரு வாழ்நாள் தேவைப்படும். அவ்வளவு விடாமுயற்சியும் அர்ப்பணிப்பும் நுட்பமும் சாத்தியமானால் ஓவியத்தில் உள்ள பூ நிச்சயம் மணக்கும் என்பாராம்.

இது ஒரு செவிவழிக்கதையே. ஆனால், ஜப்பானில் கலையின் நுட்பம் எவ்வளவு முக்கியமானது என்பதற்கு இக்கதை உதாரணமாகச்

சொல்லப்படுகிறது. இன்றும் பூக்களை அலங்காரம் செய்யும் கலை ஜப்பானில் பிரபலமாகவே இருக்கிறது. அதுவும் ஜென் அனுபவமே. தேநீர் அருந்துவதில் துவங்கி மெய்ஞானத்தேடல் வரை அத்தனையும் இயற்கையோடு ஒன்று சேர்ந்திருக்கிறது ஜப்பானில். அத்தனையிலும் உள்ள எளிமையே உன்னதமாக இருக்கிறது.

காற்றில் வாழ்வைப் போல்
வினோத நடனங்கள் புரியும்
இலைகளைப் பார்த்திருக்கிறேன்.
ஒவ்வொரு முறையும்
இலையைப் பிடிக்கும்போது
நடனம் மட்டும் எங்கோ
ஒளிந்து கொள்கிறது

— தேவதச்சன்

இந்தக் கவிதையில் உள்ள அந்தப் பிடிபடாத நடனத்தை தான் ஜென் கவிதைகள் தன்வசமாக முயற்சிக்கின்றன. நம் காலத்தின் நவீன கொச்சைத்தனங்களை, அற்பங்களை உதறி எறிந்து முந்தைய நூற்றாண்டுகளின் மரபிலும், கவித்துவத்திலும் இருந்து நமக்கான ஒரு அறிதலை. இலக்கியப்பாதையை நாம் உருவாக்கிக் கொள்ள முடியும் என்கிறது கவாபத்தாவின் நோபல் உரை. ஒரு பரிசளிப்பு விழாவிற்கான உரை எப்படியிருக்க வேண்டும் என்பதற்கு இதுவொரு எடுத்துக்காட்டு.

இலக்கியம் எதைக் கைக்கொள்ள வேண்டும், எதைப் பிரதிநிதித்துவப்படுத்த வேண்டும் என்பதற்கும் இது ஒரு கையேடு.

By three methods we may learn wisdom: First, by reflection, which is noblest; Second, by imitation, which is easiest; and third by experience, which is the bitterest.

என்கிறது கன்ப்யூசியஸ் வாசகம். எல்லாக்காலத்திற்கும் பொருந்தக்கூடிய உண்மை இதுவே.

•••

ஜென் கவிதைகளின் நாயகன் பாஷோ
(உரையின் எழுத்துவடிவம்)

எல்லோருக்கும் வணக்கம். இன்றைய இரவு கவிதையினுடைய இரவு. கவிதையைக் கொண்டாடுவதற்காக வந்திருக்கிறேன். கவிதைகள் என்றாலே கொண்டாட்டம்தானே.

ஜென் கவிதைகளின் அடிப்படை இயல்பே அதிகம் பேசக்கூடாது என்பதுதான். ஆகையால் அதைப் பற்றி எவ்வளவு குறைவாகப் பேசவேண்டுமோ அவ்வளவு குறைவாகப் பேசவேண்டுமென நினைக்கிறேன். மாறாக, நிறைய கவிதைகளை வாசித்துகாட்ட விரும்புகிறேன். ஏனென்றால் என்னதான் தேனைப்பற்றிப் பேசினாலும் ஒரு சொட்டாவது ருசிக்கத் தரவேண்டும். அப்போது தான் தேன் ருசி எப்படிப்பட்டதென்று நாமாக அறியமுடியும்.

கடலைக் கண்ணால் பார்த்து உப்பாக இருக்கிறதென்று தெரிந்துகொள்ள முடியாது. ருசித்தால் மட்டுமே கடல் உப்பாக இருக்கிறதென்று தெரியும். அப்படித்தான் நாம் ஜென் கவிதைகளை ருசித்து அறிந்து அதற்குள்ளாகப் பயணித்து ஜென் உலகத்திற்குள்ளே பிரவேசிக்கலாம் என நினைக்கிறேன்.

ஜென் கவிதைகளைப் பேசுவதற்கு முன்னால் ஜென் கவிதைகளை எனக்கு அறிமுகப்படுத்திய தேவதச்சனுக்கு நன்றி தெரிவிக்க விரும்புகிறேன். அவர்தான் என்னை ஜென் கவிதைகளின் உலகிற்கு நெருக்கமாக்கியவர், ஜென்னைப் புரிந்து கொள்ள வைத்தவர். என்னுடைய கல்லூரிப் பருவத்திலிருந்து இன்றுவரை கவிதை குறித்து தீவிரமாக என்னோடு உரையாடியும் விவாதித்தும் கவிதைக்கான என் புரிதல்களை மேம்படுத்தி வரும் ஆசான் அவர். அவருக்கு இந்த சபையில் நன்றி தெரிவிக்க விரும்புகிறேன்.

நானொரு கவிஞனல்ல. கவிதைகள் வாசிக்கப் பிடிக்கும். நல்ல கவிதைகளைத் தேடித் தேடி வாசித்திருக்கிறேன். என்னுடைய படைப்பில் கவித்துவமிருக்கும். அதனால் நான் ஒரு கவிஞனென்று சொல்லமுடியாது. கவிதையின் உலகம் வேறு, கவிஞனாக வாழ்வது வேறு. இன்றைக்கு நான் காட்டப்போவது ஜென் கவிதையின் பிரபஞ் சத்தை. ஜென் கவிதையின் நாயகனாகக் கொண்டாடப்படும் பாஷோ பற்றி நான் பேச இருக்கிறேன். பாஷோவை மையப்புள்ளியாக

வைத்துக்கொண்டு, நிறைய ஜென் கவிதைகள் பற்றிப் பேசலாமென்று நினைக்கிறேன். எங்கிருந்து ஜென் கவிதைகள் குறித்துப் பேசத் துவங்குவது?

பதினைந்து ஆண்டுகளுக்கு முன்பு ஒரு முறை நானும் தேவதச்சனும் பேசிக்கொண்டிருந்தபோது இது நடந்தது. என்து வீட்டில் உள்ள மரமேசையில் ஒரு கண்ணாடிக்கோளத்தை வைத்திருந்தேன். அது ஒரு நீலநிறமான கண்ணாடிக்கோளம். அதற்குள் ஒரு மரம் இருந்தது. மேஜை வெயிட்டாகப் பயன்படுத்துவோமே அப்படியான ஒரு கோளம். அந்த மரத்தினுடைய கிளைகளெல்லாம் நன்றாகத் தெரியக்கூடிய ஒரு கண்ணாடிக்கோளம். அதை அடிக்கடி பார்த்துக்கொண்டே இருப்பேன்.

ஒருநாள் தேவதச்சன் திடீரென்று என்னிடம் கேட்டார். “இந்த மரத்தின் கிளைகள் அசைவதேயில்லை, காற்று எவ்வளவு அடித்தாலும் இம் மரம் அவைசற்று இருப்பதைப் பார்த்தீர்களா?” என்று கேட்டார். அந்தக் கண்ணாடிக் கோளம் திடீரென்று ஒரு ஜென் பிம்பம்போல மாறிவிட்டது எங்களுக்கு. கண்ணாடிக் கோளத்திற்குள் இருக்கக்கூடிய அந்த மரமானது ஒரு போதும் அசைவதே இல்லை. அது எந்தக் காற்றிற்கும் சலனமில்லாமல் இருக்கிறது. பூப்பதும் காய்ப்பதுமில்லை. அது உறைந்து போயிருக்கிறது, ஆனால், வசீகரமாக இருக்கிறது.

குழந்தைகளைப்போல நாங்கள் இருவருமே கண்ணாடிக் கோளத்தை வேடிக்கை பார்த்துக்கொண்டிருந்தோம். அப்போது அந்த உரையாடலில் தோன்றியது. கண்ணாடிக் கோளத்திற்கு உள்ளிருக்கும் பொருள் நமக்குத் தெரிகிறது. ஆனால், அதை நம்மால் தொட முடியாது. அதே நேரத்தில் அந்தப்பொருள் நமக்குத் தெரிகிறது. நம்மை வசீகரிக்கிறது. நாம் இப்படி உலகத்தைப் பார்ப்பதற்கு, அசைவின்மையைப் புரிந்து கொள்வதற்கு, கண் முன்னே தோன்றுவதற்கு ஊடாக இருக்கக் கூடிய காட்சிகளைக் கடந்துபோவதற்கு என்ன செய்ய வேண்டுமெனப் பேச ஆரம்பித்தோம். கிட்டதட்ட இன்றைக்கும் கூட அந்தப் படிமம் என் மனதில் இருந்துகொண்டே இருக்கிறது.

கவிதையைப் பற்றி எப்போது யோசிக்கும்போதும் கண்ணாடிக் கோளத்திற்குள்ளே இருக்கக்கூடிய ஒரு மரம் ஒருபோதும் காற்றால் அசைவதில்லை. அது பூப்பதில்லை. ஆனாலும் அது ஒளியோடும் வசீகரத்தோடும் இருந்துகொண்டே இருக்கிறது என்று தேவதச்சன் சொன்ன வரிகள் எனக்குள் கேட்டபடியேதானிருக்கின்றன. ஜென் கவிதையுலகினைத் தெரிந்துகொள்ள வேண்டு மென்றால், ஜப்பானைத் தெரிந்துகொள்ளாமல் பௌத்த சாரத்தைத் தெரிந்து கொள்ளாமல், ஜென் பௌத்தர்களைத் தெரிந்து கொள்ளாமல் ஜென் கவிதைகளைத் தெரிந்துகொள்ள முடியவே முடியாது. ஜப்பானில் கியாட்டோ என்கிற நகரம் உள்ளது. அதுதான் இன்றுள்ள

டோக்கியோ. கியாட்டோவில் ஒரு பௌத்த ஆலயமிருக்கிறது. இந்தக் கியாட்டோ பௌத்த ஆலயம் எப்படி இருக்குமென்றால் ஒரு பெரிய வாயில். அந்த வாயில் வழியாக நுழைந்தால் ஒரு பெரிய வெட்டவெளிதானிருக்கும். நுழைவாயில் மட்டும்தான் கோவில். கியாட்டோ கோவிலுக்குக் கட்டிடம் கிடையாது. முன்னும் பின்னும் வெளிமட்டும்தான். வெட்டவெளியைத்தான் நடுவில் ஒரு பெரிய வாசலை வைத்துப் பிரித்து இந்தப் பக்கம் அந்தப் பக்கம் என்று பிரித்திருக்கிறார்கள்.

கியாட்டோ கோவில் ஜென் தத்துவத்தினுடைய வெளிப்புறமான ஓர் அடையாளம்போல் தானிருக்கிறது. நீங்கள் வெட்டவெளியை உற்றுப்பார்க்கத் துவங்குகிறீர்கள். அப்போது உங்களுக்கும் வெளிக்குமான உறவென்பது அடையாளப்படுத்தப்படாத ஒன்றாக இருக்கிறது.

ஒரே ஒரு பெரிய வாசலை நீங்கள் உருவாக்கிவிடுங்கள். அதற்குள் நுழையும்போது அந்தப் பக்கம் ஏதோ இருக்கிறதென்று நம் மனம் தானே நினைத்துக்கொள்ள துவங்கிவிடும்.. அந்தப்பக்கமும் முன்னாடி இருந்த அதே வெளிதான் இருக்கிறது. வேறு கட்டிடங்கள் இல்லை. இறைவன் இல்லை. எந்த மத உருவங்களும் இல்லை என்றால் நாம் திகைத்துப் போய்விடுவோம். ஒரு வெற்று, வெளி வெற்று வாசல். அது மொத்த ஜென் தத்துவத்தின் குறியீடுபோல இருக்கிறது.

இதே மாதிரி இன்னொரு கோவில் அங்கிருக்கிறது. மீவா என்கிற இடத்தில் இருக்கிறது. ஒரு ஏரியில் இருக்கிறது. ஏரியின் முன்னால் ஒரு பெரிய வாசலை உருவாக்கியிருக்கிறார்கள். வாசலில் நுழைந்தால் மறுபக்கம் பார்ப்பது தண்ணீர்தான். ஒன்று உலகம் வெளியால் நிரம்பி யிருக்கிறது அல்லது இயற்கையினுடைய ஏதாவது ஒரு மூலகத்தால் நிரம்பியிருக்கிறது. இதுதான் பௌத்த சாரம். இதைத்தான் ஜென் உணர்த்துகிறது.

அந்த ஏரி நுழைவாயிலுக்குப் பக்கத்தில் ஒருவர் தண்ணிரைப் பார்த்து வியப்பதுபோல ஒரு சிற்பம் இருக்கிறது. யாருடைய சிற்பமென்று பார்த்தால் அதுதான் பாஷோவினுடைய சிற்பம். பாஷோ ஒரு வெறுமையின் வாசலினூடாக உள்ளே நுழைந்து அந்தப் பக்கம் இருக்கக்கூடிய தண்ணீரின் அழகைப் பார்த்துக்கொண்டிருக்கிறார். அப்போது நமக்கு நன்றாகத் தெரிகிறது, வெறுமையைச் சந்திப்பதென்பது மகத்தான ஒரு அனுபவம், வெறுமையென்பது ஒன்றுமில்லை என்று நினைக்கிறோம். அது தவறு. வெறுமை என்பது ஒரு இருத்தல் நிலை. ஒரு முடிவில்லாத வெளி. இந்த வெளியைப் பார்த்து தன்னை அதனோடு கலந்து அதற்குள்ளாகவே இருக்க முடியும் என்பதுதான் அது. தேவதச்சனுடைய கவிதையிலே ஒரு வரி வருகிறது. அவர் அவருடைய உரையாடலிலே கூட அதைச் சொன்னார். மழை பெய்து தண்ணீர் தேங்கியிருக்கிற இடத்தில்

ஒரு விளக்குக் கம்பத்தின் நிழல் தண்ணீரில் விழுகிறது. தெரு நாய் ஓடி வந்து அந்தத் தண்ணீரைக் குடிக்கும்போது அந்த நிழலை விலக்கி எப்படித் தண்ணீரைக் குடிக்கிறது. நாய் தண்ணீரை மட்டும் தனியாகக் குடிக்கும் காட்சி விந்தையாக இல்லையா எனக்கேட்டார்.

அதை கேட்டபோது எனது புலன்கள் விழித்துக்கொண்டது போல உணர்ந்தேன். இது தான் ஜென் வழிகாட்டல். நாய் தண்ணீரில் தெரியும் பிம்பத்தை விலக்கிக் குடிப்பது போல நாம் வாழ்க்கையை, அதன் பரபரப்புகளை விலக்கிவிட்டு அறிய முடியாதா என்ற தவிப்பு உருவானது. ஜென் கவிதை அப்படியான ஒரு முயற்சியைத்தான் மேற்கொள்கிறது. ஒரு ஜென் கவிதையைப் பாருங்கள்.

தண்ணீரில் விழுந்த
நிலவு
நனைவதுமில்லை.
கரைவதுமில்லை

பார்க்க இவை எளிமையான வரிகள். ஆனால், அது தரும் அனுபவம் மகத்தானது. நிலவைப் பற்றியும் தண்ணீரைப் பற்றியுமான நமது அகப்பார்வையை அது முற்றிலும் மாற்றிவிடுகிறது. இன்னொரு ஜென் கவிதை சொல்கிறது.

உலகத்திலுள்ள எல்லாக் குளங்களிலும்
ஒரே நிலவுதான்
ஒளிர்ந்து கொண்டிருக்கிறது.
சட்டென ஒற்றை நிலவு பல்வேறு பிம்பங்களாக
உருமாறும் அதிசயம் நமக்கு சுட்டிக்காட்டப்படுகிறது.

இது நிலவைப் பற்றிய கவிதையில்லை. வாழ்க்கை இப்படிப் பட்டதுதான் என்று அறிமுகம் செய்யும் கவிதையிது. நிலவு போலதான் நாமும். கிடைத்த குளத்தில் நம்மை பிரதிபலிப்பு கொள்கிறோம்.

ஒரு பறவையினுடைய நிழல் தண்ணீரினைக் கடந்துபோகும்போது அதன் நிழல் நீரில் விழுகிறது. ஆனால், பறவை நனைவதில்லை. இந்த விந்தையினை அடையாளம் காட்டுவது தான் ஜென் கவிதை. இயல்பு உலகினை அதன் அதிசயங்களுடன் நமக்குக் காட்டுகிறது ஜென்கவிதை. ஜென் கவிதையென்பது எங்கிருந்து தொடங்குகிறது? யார் ஜென்? பௌத்தம் உலகெல்லாம் சென்ற மதம். அது இந்தியாவில் புத்தரால் உருவாக்கப்பட்டது. குறிப்பாக, பௌத்த மதத்தினுடைய மகாயானம் என்கிற பொது மரபில்தான் ஜென் கவிதை வருகிறது.

இந்த ஜென் கவிதையை உலகிற்கு அறிமுகப்படுத்தியவராக, சீனர்கள் போற்றிக் கொண்டாடக்கூடிய தமிழரான போதிதர்மரைச் சொல்கிறார்கள்.ஏழாம் அறிவில் போர்க்கலை வீரனாக அறிமுகம் செய்யப்பட்ட போதிதர்மர் ஒரு கவி. அவர்தான் ஜென் கவிதைக்கு முதல்ஆசானாக இருந்திருக்கிறார். அவர் உருவாக்கியதுதான்

இந்த ஜென் மார்க்கம். அவர் உருவாக்கிய கவிதை முறைதான் இந்த ஜென் கவிதையினுடைய மூலம் என்று சொல்கிறார்கள். உண்மையில் போதிதர்மர் தமிழகத்தில் வசித்தாரா, அவர் எப்படி சீனா சென்றார் என்பதைப்பற்றிப் பேசத் துவங்கினால் அது வேறு திசை சென்றுவிடும் என்பதால் அதை விலக்கிப் போகிறேன்.

ஜென் என்பது ஒரு வழிகாட்டும் முறை, ஒரு அறிதல். ஒரு அகத்தேடல். ஒரு விழிப்புணர்வு, ஒரு பரவசம். இப்படி ஜென்னைப் பற்றி நிறைய சொல்லலாம். ஜென் அறிதல் பற்றி சுலபமாகச் சொல்லலாமென்றால் அது ஒரு மின்னல்வெட்டுபோல. ஒரு கணத்தில் தெறிக்கக்கூடிய அக உணர்ச்சியின் வெளிப்பாடு. ஒரு நிமிடத்தில் உங்கள் இருப்பு இருந்தும் இல்லாது ஆகிவிடுவதுபோல. எப்படி இதை விளக்குவது என யோசிக்கிறேன்.

ஒரு எளிய உதாரணம் சொல்கிறேன். நீங்கள் இப்போது என் கூட்டத்தில் என் முன்னே இருக்கிறீர்கள். உங்களுடைய நண்பர் ஒருவர் உங்களுடைய வீட்டிற்குப் போகிறார். உங்கள் வாசற்கதவைத் தட்டுகிறார். நீங்கள் வீட்டில் இல்லை என்று பதில் வருகிறது. சரி என அவர் கிளம்பிப் போகிறார். நீங்கள இருப்பதைக் கண்டது போல நீங்கள் இல்லாததை அவர் எப்படி உணர்ந்து கொண்டார்? இன்மையை இருப்பைப் போல ஏற்றுக் கொள்வது அவ்வளவு எளிதான ஒன்றா என்ன? வேடிக்கையாக இருக்கிறதில்லையா!

சிலவேளை அதே நண்பர் உங்களுக்கு போன் பண்ணி, கொஞ்ச நேரம் முன்னால் உன் வீட்டிற்குப் போயிருந்தேன். நீங்கள் இல்லியே என்று கேட்பார். என்றால் நம்மால் இருப்பதையும் உணர முடிகிறது. இல்லாததை உணரமுடிகிறது. இல்லாததையும் சுட்டிக்காட்டவும் முடிகிறது. என்றால் நான் என் வீட்டில் மட்டுமா இல்லாமல் இருக்கிறேன். இங்கு இருக்கும்போது நான் என்னுடைய பத்துவய திலில்லை. இருபது வயதிலில்லை. என் கிராமத்தில் இல்லை. என்னுடைய பள்ளிக்கூடத்தில் இல்லை. பேருந்தில் இல்லை. பெற்றோருடன் இல்லை. பிள்ளைகளுடன் இல்லை. அலுவலகத்தில் இல்லை என இப்படி சொல்லிக் கொண்டே போகலாம்.

நான் உலகம் முழுமையிலும் எனது இன்மைகளால் நிரம்பி யிருக்கிறேன். நான் ஓரிடத்தில். இருப்பது எவ்வளவு நிஜமோ அவ்வளவிற்கு என் இன்மையும் நிஜம்தான். எல்லோருக்கும் இன்மையை இருப்போடு சேர்த்து வாழவும் பழகவும் தெரிந்திருக்கிறது. ஆதலால்தான் யாருடைய மரணமும் எந்தப் பெரிய துயரத்தையும் தரவே இல்லை. தந்தால்கூட நாம் அதிலிருந்து நீங்கிவிடுகிறோம். ஏனென்றால் இன்மையும் இருப்பினுடைய ஒரு பகுதிதான். இருப்பை உணரும்போது இன்மையையும் உணர முடியும். ஆதலால்தான் நம்மால் அதைக் கடந்துபோவது எளிமையாக இருக்கிறது.

நாம் அந்த இன்மையை என்ன செய்கிறோமென்றால்

வாழ்க்கையின் ஒரு பகுதியாகப் பார்த்துக்கொள்கிறோம். முன்பு இருந்தார். இப்போது இல்லை. இன்னும் நிறைய வீடுகளில் தெரியும். இறந்துபோன சிறுகுழந்தைகளுக்கு எத்தனை வயதானாலும் புதுஆடை வாங்கிக்கொண்டே இருக்கிறார்கள். என்னவென்றால் அவள் இருந்திருந்தால் இப்போது என்ன வயதாகியிருக்கும் என்று நினைத்துக் கொள்கிறார்கள்.

இன்மையை நம் இந்திய சமூகம் எப்போதும் இருப்பைப்போலவே நேசிக்கிறது. அதனால்தான் நமக்கு இன்மையைப் பற்றி பேசுவதில் ஒரு சிரமமும் இல்லை. ஆனால், மேற்கு லகம் இன்மையைப் பேச தடுமாறுகிறது. இன்மை குறித்து பேசுவதை ஞானம் என வியக்கிறது. ஆனால், இந்தியாவில் இந்த ஞானம் எளிய மனிதர்கள் அத்தனை பேருக்கும் சொந்தமானது பௌத்தம் அதைத்தான் சுட்டிக்காட்டுகிறது. நான் இன்மை குறித்து அதிகம் விழிப்புணர்வு கொள்வதில்லை.இந்த உண்மையை உணரும்போது இன்மையென்பது இருப்பைப்போலவே பிரிக்க முடியாத பகுதி என்பதை நீங்கள் நன்றாக உணர்வீர்கள். இன்மையை அதிசயமாக, கொண்டாட்டமாக, வியப்பாக, உண்மையாக எடுத்துச் சொல்கிறது ஜென் தத்துவம்.

இதன் முதன்மையான கவனம் எதில் குவிகிறது என்றால் இக்கணம் எனும் இந்த விநாடியை முதன்மைப்படுத்துகிறது. இந்தக் கணத்தில் உங்களுடைய இருப்பு எப்படி உள்ளது. எதைப் பற்றியிருக்கிறீர்கள், எதைக் கைவிட்டு உள்ளீர்கள். எதைத் துன்பமாகக் கருதுகிறீர்கள் எது சந்தோஷம் தருகிறது என இக்கணத்தின் வாழ்க்கையை விசாரணை செய்கிறது ஜென்.

ஜென் தத்துவத்திற்கு நான்கு கால்கள் இருப்பதாக வைத்துக்கொள்ளலாம். இந்த நான்கு கால்களில் ஒவ்வொரு காலும் ஒவ்வொரு விதமான வழிமுறைகள். ஜென்மார்க்கமே குருவால் சீடனுக்குப் போதிக்கப்பட்டதுதான்.

பௌத்தம் இரண்டு பிரிவுகளைக் கொண்டது. ஒன்று ஹீனயானம் மற்றது மஹாயானம். அதாவது ஹீனயானம் என்பது துறவின் வழியாக ஒருவன் தன்னை மேம்படுத்தி நிர்வாண நிலையை அடைவது. அதுதான் ஹீனயானம். ஆனால், மஹாயானம் அப்படிப்பட்டது அல்ல. மஹாயானம் ஒருவன் இன்னொருவனைத் துறவு நிலைக்குக் வழிகாட்டி நிர்வாணம் அடைய உதவி செய்வது.

மஹாயானமுறையில்தான் போதிசத்துவர்கள் வருகிறார்கள். புத்தர் அழிவில்லாத ஒருவர். ஒருவன் தன் ஆன்ம விடுதலையை அடைவதற்கான வழியைத் திறந்துவிடுவதுதான் மஹாயானம். அதனால் இந்த மஹாயானத்தில் வரக்கூடிய ஜென் புத்தமதம் என்ன சொல்லுமென்றால் ஒருவனுக்கு ஞானத்தை அடைவதற்கு எளிய பயிற்சிகள் தேவை. இந்தப் பயிற்சியின் வழியாக அவன் உயர்ஞானத்தை அடையலாம் என்கிறார்கள். அதில் ஒரு வழி, ஜென்

கதைகள். நாம் நிறைய ஜென் கதைகள் கேள்விப்பட்டிருப்போம். இன்னும் சொல்லப்போனால் நிறையக் கதைகளை ஜென் கதைகள் என்று தெரியாமலேயே கேட்டும் சொல்லியும் இருப்போம். ஜென்னை அறியும் இரண்டாவது வழி, ஜென் குவான் என்கிற ஜென் புதிர் கதைகள். மூன்றாவது வழி, ஜென் கவிதைகள். நான்காவது, ஜென் தியானமுறைகள். இந்த நான்கில் ஏதாவது ஒருமுறையை ஒருவன் கைக்கொண்டு பழகி அதன் வழியாக ஜென் தரிசனத்தை அகவிழிப்பை, ஜென் தரக்கூடிய அந்த உயர்வான தருணத்தை அடையலாம், என்பதே ஜென்னோட முக்கியமான நோக்கமே.

ஜென் கவிதையின் ஞானமரபை அறிய அதன் தத்துவ பின்புலத்திற்குப் போக வேண்டும். அது இப்படி மேடையில் பத்து நிமிசத்தில் பேசி அறியும் ஒன்றில்லை. நாம் அதற்குள் போகவேண்டாம். அது நீண்டு தனித்துப் பேசக்கூடிய ஒன்று.

எனக்குப் பிடித்தமான ஒரு ஜென் கதை ஒன்று இருக்கிறது. ஒரு சாமுராய் ஒரு தேநீர் கடைக்குப் போகிறான். ஆனால், அங்கு தேநீர் தயாரிப்பதற்கு தாமதமாகிறது. அதனால் அந்தத் தேநீர் கடைக்காரன் மீது அந்த சாமுராய் கோபப்பட்டுவிடுகிறான். கோபப்பட்டுச் சொல்கிறான், நீ தேநீர் தயாரிப்பதில் தாமதப் படுத்தியதால் நீயும் நானும் சண்டையிடலாம் என்று சவால் விடுகிறான்.

அந்த ஊரில் ஒரு பழக்கமுள்ளது. இப்படி ஒருவன் சவாலுக்கு அழைக்கப்பட்டால் ஏற்றுக்கொண்டுதான் ஆகவே,ண்டும். அதுவும் மல்யுத்த வீரர்களான சாமுராய்கள் சண்டைக்கு அழைத்தால் அதை மறுக்க முடியாது. அதனால் நாளைக்குக் காலையில் உனக்கும் எனக்கும் இந்த இடத்தில் சண்டை என்று சொல்லிவிட்டுப் போய்விடுகிறான்.

தேநீர் தயாரிப்பவனுக்கோ சாமுராயுடன் மோதி ஜெயித்துவிடவே முடியாது. என்ன செய்வதென்று தெரியவில்லை. பயம் வருகிறது. அதனால் அவன் ஜென்குருவைத் தேடிப் போய் உதவி கேட்கிறான். அவர் உடனே "உனக்கு எது நன்றாகத் தெரியும்?" எனக்கேட்கிறார்.

"எனக்கு நன்றாகத் தேநீர் போடுவதற்குத்தான் தெரியும்"என்று சொல்கிறான்.

"தேநீர் போடுவதை எவ்வளவு வருடமாக செய்கிறாய்?" எனக் கேட்டார் குரு. "இருபது ஆண்டுகளாய்ச் செய்கிறேன்" என்றான். "எவ்வளவு வேகமாய் தேநீர் தயாரிப்பாய்?" எனக் கேட்டார் குரு. "மிக வேகமாகச் செய்வேன்" என்றான் தேநீர் கடைகாரன்.

"நீ எவ்வளவு வேகமாய்ச் செய்யமுடியுமோ இன்றைக்கு முழுவதும் அவ்வளவு வேகமாய் தேநீரை ஆற்றிக் கொண்டேயிரு. ஓய்வே இருக்கக்கூடாது. இரவு உறக்கமில்லாமலும் கூட தேநீரைத் தயாரித்துக்கொண்டே இரு. ஓயவே ஓயாதே" என்று சொன்னார்.

மல்யுத்தப் போட்டிக்கு உதவி கேட்டால் டீ போடச்சொல்கிறாரே என அவனுக்குப் புரியவில்லை.

"தேநீரைத் தயாரித்துக்கொண்டே இருந்தால் எப்படி மல்யுத்த வீரனை ஜெயிக்க முடியும்?" எனக் கேட்கிறான். "சொன்னதை மட்டும் செய். போ" என அனுப்பி வைக்கிறார் குரு.

அவனுக்கு உயிர் பயம். எப்படியாவது ஜெயிக்கவேண்டுமென்கிற வெறி. வேறு எந்தக் கவனமுமில்லாமல் தேநீர் தயார் செய்துகொண்டே இருந்தான். வேகம் வேகம் வேகம் என அதிகவேகமாகத் தேநீரைப் போட்டுக்கொண்டே இருந்தான்.

அடுத்த நாள் காலை. சாமுராய் சண்டைக்கு வருகிறான். உட்கார்ந்திருக்கிறான். சண்டைக்காக ஒரு பொது நடுவர் வருகிறார். அவர் வந்து அமர்ந்த பின்னால் "இரண்டு பேரும் மோதிக்கொள்வதற்குத் தயாரா" என்று கேட்கிறார். மல்யுத்த வீரன் சொல்கிறான். "நான் சண்டை போடத் தயாராய் இருக்கிறேன்." அதற்கு தேநீர்க் கடைக்காரன் சொல்கிறான், "சண்டை போடலாம். அதற்கு முன்னால் ஒரே ஒரு தேநீர் குடித்துவிட்டு சண்டை போடலாம்தானே" என்று.

"சரி" என்கிறார் நடுவர். அவன் ஊர் முன்னால் நின்றபடியே தேநீர் தயாரிக்கிறான். எப்படியென்றால் கண்மூடிக் கண் திறப்பதற்குள் தேநீர்க் கப்பை எடுத்தான். வாளை உருவுகிற வேகத்தில் தண்ணீரை ஊற்றினான், ஆற்றினான், தேநீர் கொதியலை ஊற்றினான். மாயம் போல தேநீர் தயாராகிவிட்டது. அவனுடைய வேகத்தைப் பார்த்த சாமுராய் ஒரு தேநீர் தயாரிப்பதற்கு இவ்வளவு வேகமாயிருப்பவன் அடித்தால் நாம் காலியாகி விடுவோம் எனப் பயந்து போய் உடனே தோல்வியை ஒத்துக்கொண்டான்.

அதற்கப்புறம் "நண்பா" எப்படி இந்த வேகம் உனக்குக் கிடைத்தது? என்று சாமுராய் கேட்டான். அதற்கு தேநீர் தயாரிப்பவன் சொன்னான்: "எந்த ஒன்றைச் செய்கிறோமோ அந்த ஒன்றில் நூறுசதவிகிதம் கரைந்துபோய்விட வேண்டும். அது தான் வெற்றிக்கான வழி " என்றான்.

நண்பர்களே, இதுதான் ஜென். அது தேநீர் தயாரிப்பதாக இருந்தாலும் சரி, சாமுராய் போல கத்தி வீசுகிறவனாய் இருந்தாலும் சரி, நீங்கள் யாராக இருக்கிறீர்கள் என்பது முக்கியமில்லை. அதை எப்படிச் செய்கிறீர்கள். அதில் உங்கள் ஈடுபாடு எப்படி இருக்கிறது? நூறுசதவிகிதம் நீங்கள் தேநீர் தயாரிப்பதில் ஈடுபாடு காட்டினால்கூட அது முழுமையான ஜென் நிலைதான். ஜென் இதையே சொல்கிறது.

ஜென் மொழியில் சொல்வதாயின் இது ஒரு சட்டோரி அதாவது ஒரு விழிப்புணர்வு. ஒரு அக தரிசனம். மனதிற்குள் திடீரென தோன்றக்கூடிய தனித்திறமை. இது போலவே இன்னொரு ஜென்

கதை நினைவிற்கு வருகிறது. கற்களை உரசி நெருப்பை மூட்டுவது போல, நான் கதைகளை உரசி ஜென்னை அறிமுகம் செய்ய முயற்சிக்கிறேன்.

ஒரு மூத்த துறவியும் ஒரு இளைய துறவியும் ஒரு பௌத்த நூலைப் படித்துக்கொண்டிருக்கிறார்கள். ஒரு தேள் வருகிறது. இளந் துறவி சொல்கிறான் "ஐயா ஒரு தேள் வருகிறது. அது உங்களைக் கொட்டப்போகிறது."

மூத்த துறவி கண்டுகொள்ளாமல் படித்துக்கொண்டே இருக்கிறார். தேள் அருகில் வருகிறது. அவர் அசையாமல் இருக்கிறார். தேள் கைகளில் ஏறுகிறது. அவர் அதைப்பிடித்து அந்தப்பக்கம் விடுகிறார். அப்போது அவரைத் தேள் கொட்டிவிடுகிறது. கொட்டியவுடனேயே தூக்கிவிடப்பட்ட தேள் திரும்பவும் மறுமுறை ஏற ஆரம்பிக்கிறது. "ஐயா, தேள்" என சீடன் மறுபடி எச்சரிக்கை செய்கிறான். முன்பு போலவே குரு அதற்கு உதவி செய்கிறார். தேள் மறுபடி கையில் கொட்டுகிறது.

அதே தேள். "அது கொட்டும் என்று தெரிந்தும் ஏன் இப்படி செய்கிறீர்?" என்று சீடன் கேட்டதும், "கொட்டுவது அதனுடைய இயல்பு. காப்பாற்றுவது என் இயல்பு. அவரவர்கள் அவர்களுடைய இயல்பில்தானே இருக்கவேண்டும். நாங்களிருவரும் எங்களுடைய இயல்பில் இருக்கிறோம். நீதான் ஒரு நேரத்தில் என்னுடைய இயல்பிற்கும், மறுநேரத்தில் தேளுடைய இயல்பிற்கும் மாறிமாறிக் கொண்டிருக்கிறாய்" என்றார் குரு.

நமது இருப்பின் ஆதாரநிலையை ஜென் விளக்கிச் சொல்கிறது. ஜென் கதைகள் வெறும் புனைவுகளில்லை. அவை உண்மையின் உருவக வெளிப்பாடுகள். ஜென் கதைகள் போலவே ஜென் குவான் என்ற ஒன்றிருக்கிறது. குவான் என்றால் ஒரு புதிர் போடுவது. நம்ம ஊரில் அழிப்பான் கதை என்பார்களே, அது போன்றது.

அழிப்பான் கதையென்றால் என்னவென்று இன்றுள்ள இளைஞர்களுக்குத் தெரியாது, நான் ஒரு புதிர்க்கதை சொல்வேன். அதற்கு நீங்கள் பதில் சொல்லவேண்டும். பதில் தெரியவில்லையென்றால் கதை சொன்னவரே பதில் சொல்வார். பல கதைகளைக் கடைசிவரை அவிழ்க்கவே முடியாது. அதுதான் அழிப்பான் கதை. அதே போல சிக்கலான புதிர்க்கதை போடுவதே ஜென் குவான்.

உதராணத்திற்கு ஒரு சீடன் தன் குருவைப்பார்த்து, "இந்த வானம், இந்த பூமி, இங்கிருக்கக்கூடிய மலைகள், அருவி எல்லாம் எங்கிருந்து வந்தது" என்று கேட்கிறார். உடனே குரு "உன் வாயிலிருந்து வந்தது" என்று சொல்கிறார். மறுநிமிடம் அவன் ஒரு விழிப்புநிலையை அடைந்துவிடுகிறான். இதுதான் புதிர்க்கதை. இந்த உலகில் நாம் காணும் எல்லா பொருட்களும் சொற்களாக நமக்கு அறிமுகமாகின்றன.

சொல் வழியே பொருட்களை அறிகிறோம்.. சொற்கள் மனதிலிருந்து வந்துகொண்டிருக்கிறது. இது எப்படி நடக்கிறது என்பதை நீ உணர்ந்திருக்கிறாயா என்று ஒரு தரிசனத்தைக் கொடுத்துவிடுகிறார்.

ஒரு தீக்குச்சியைக் கொளுத்தினால் மொத்த இருட்டும் காணாமல் போய் பிரகாசம் வருகிறது இல்லையா? அப்படி ஒரு உரசலின் வழியாக ஒரு வெளிச்சத்தை உருவாக்கி அதன் வழியாக உலகத்தை அடையாளம் காட்டுவதுதான் ஜென் கவிதைகளின் தனித்துவம்.

ஜென் கவிதைகள் மதம் சாராதவை. அவை பௌத்தத்திற்குள் இருந்தால்கூட அது பௌத்த மதச் சடங்குகளை ஒத்துக்கொள்வதில்லை. பௌத்த சமயநெறிகளைப் பற்றி ஜென் பேசுவதில்லை. ஜென் கவிதைகள் ஞானத்தைக் கூட பகடி செய்யக்கூடியவை. பௌத்த ஞானம் உயரியது என்றாலும் அந்த ஞானத்தையும் உடைத்து நொறுக்கி புத்தனென்பது ஓர் உருவம்தான். ஒரு பொம்மைதான். ஒரு மரம்தான்.

ஒரு புத்தனை எரித்துக் குளிர்காய்வது ஒருவனுக்குத் தேவையென்றால் அவசியம் எரித்துக் குளிர் காயலாம். ஒருவேளை புத்தனை வழியில் எங்காவது சந்தித்தால் கொன்றுவிட வேண்டும். அப்போதுதான் உனக்குள்ளிருக்கும் புத்தனைக் கண்டுபிடிப்பாய். இந்தளவுக்கு வழிகாட்டக்கூடியது இந்த ஜென் மார்க்கம். அப்படி என்றால் ஜென் என்பது ஒரு மறுப்பு முறை, விழிப்புணர்வு தரும் அறிதல். இந்தியாவிலிருந்த புத்தமென்பது தர்க்கத்தைத்தான் தன் மரபாக வைத்திருக்கிறது. அதே பௌத்தம் சீனாவிற்கு போகும்போது அங்கிருந்த தாவோவோடு இணைந்து ஓர் இயற்கையின் ஒன்றிணைந்த வழியாக மாறுகிறது. சீன பௌத்தம் இயற்கையை அறிந்துகொள்ள உதவுகிறது, இயற்கையோடு ஒன்றிணைந்த ஒன்றாக உள்ளது.

இயற்கையை அறிதலே ஜென் கவிதைகளின் முக்கியப் பணி. இயற்கையை எப்படிப் பார்ப்பது? கண்ணால் என எளிதாகச் சொல்லிவிடலாம். கண்ணை, காதைத் தாண்டி இயற்கையை அறியும் வழியை ஜென் கற்றுத்தருகிறது.

சங்கக் கவிதைகளிலிருந்து சமீபகால கவிதைவரை இயற்கையைப் பாடாத கவிஞர்களே இல்லை. தமிழின் தொல்காப்பியம் கவிதை மொழியிலே எழுதப்பட்டிருக்கிறது. ஒரு மொழியினுடைய இலக்கணம் கவிதையாக எழுதப்பட்டிருப்பது தமிழில் மட்டும்தான் இருக்கிறது.

சங்கக் கவிதைகள் இயற்கையைப் பற்றிப் பாடுவதற்கும் ஜென் கவிதை இயற்கையைப் பற்றிப் பாடுவதற்கும் வேறுபாடு இருக்கிறது அதைத் தெரிந்துகொள்வதற்கு முன்னால் இயற்கையை நாம் எப்படிப் பார்க்கிறோம் என்று தெரிந்துகொள்ள வேண்டும்.

இயற்கை என்றால் நாம் இதுவரைக்கும் என்னவென்று நம்பிக்கொண்டிருக்கிறோமென்றால் புறவெளியில் இருக்கக்கூடிய

செடி கொடி மரம் மலை தண்ணீர் இதுவெல்லாம் இயற்கை. மனிதன் இயற்கையை விட்டுப் பிரிந்து வந்தவன். இயற்கை யிலிருந்து துண்டிக்கப்பட்டவன். ஆகவே, இயற்கையோடு ஒன்று சேரவேண்டுமென நினைக்கிறோம். ஆனால், ஜப்பானில் இயற்கையும் மனிதனும் ஒன்றுதான். அவர்கள் இயற்கையைக்கண்டு பயப்படுவதே இல்லை.

சமீபமாக சுனாமி வந்த அன்று ஜப்பானின் தொலைக்காட்சி நிகழ்ச்சியைப் பார்த்தேன். நம் ஊரில் சுனாமி பற்றிய செய்தியைக் கேட்டவுடன் மக்கள் அலறி அடித்துக் கொண்டு தெருவில் ஓடுவார்கள். கலவரம் வரும். பிரச்சினை வரும். அங்கு அப்படி ஒன்றுமே இல்லை. எல்லோரும் ஒரு இடத்தில் ஒன்றுகூடுகிறார்கள். உடனடியாக இங்கிருந்து தப்பி ஓட வேண்டும் என ஒருவரும் நினைக்கவில்லை. யோசித்து ஒன்று சேர்ந்து முடிவு எடுக்கிறார்கள். இயற்கையை எதிரியாக அவர்கள் நினைப்பதேயில்லை. ஏனென்றால் அவர்கள் எரிமலையின் அடிவாரத்தில் வாழ்பவர்கள்.

பூகம்பம் ஜப்பானைத் தாக்கியது போல் வேறு எந்த நாட்டினையும் இத்தனை முறை தாக்கியதில்லை. சுனாமி அங்கு தாக்கினதுபோல் வேறெங்கும் தாக்கியதில்லை. ஆனால், அவர்கள் இயற்கையை வெறுப்பதில்லை. இவ்வளவு ஏன், ஜப்பானிய மரபில் நேச்சர் என்பதற்குத் தனிச் சொல்லே கிடையாது. அங்கு அப்படி ஒரு சொல்லே தேவையில்லை. ஏனென்றால் இயற்கை அவர்களுடைய வாழ்க்கையின் ஒரு பகுதி. அதை அவர்கள் நன்றாக உணர்ந்திருக்கிறார்கள்.

கடலுக்குள் இருக்கக்கூடிய மீன் ஒரு நாள் தன்னுடைய தாய் மீனிடம் கேட்டதாம், “அம்மா நாம் கடலில் இருக்கிறோம். கடலில் இருக்கிறோம் என்று சொல்கிறார்களே கடல் என்றால் என்ன ? “உடனே தாய் மீன் சொன்னதாம், “கடல் என்றால் உன் முன்னால் பின்னால் இருப்பதெல்லாம் கடல்தானே” என்று. குட்டி மீன் திரும்பிப் பார்த்துவிட்டுச் சொன்னது. “இங்கு.. தண்ணீர்தானே இருக்கு இதை ஏன் கடல் என்று சொல்கிறோம்? கடலை எப்படி அறிந்து கொள்வது எனக் கேட்டதாம். அதற்கு தாய் மீன் சொன்னது:

“தண்ணீரில் இருந்து வெளியே போகும்போது தண்ணீர் என்னவென்று தெரிந்து கொள்வாய். ஆனால், அப்போது நீ உயிருடன் இருக்க மாட்டாய்” என்றதாம். இதுதான் பௌத்த அறிதல் நிலையினுடைய துவக்கம். ஜென் குரு சொல்கிறார்:

மீனே ஒரு கடல்தான். தனியாகக் கடலென்று எதுவுமே இல்லை. தண்ணீரைப்போல மீனும் கடலின் பகுதிதான். ஏனென்றால் இயற்கையும் நாமும் பிளவுபட்டு இல்லை. ஒன்றாகத்தான் இருக்கிறோம். நாம்தான் அதைப் பகுத்துப் பிரித்து வைத்திருக்கிறோம். நாம் இயற்கையை நாடிப் போகும்போதெல்லாம் நம்மை அறியாமல் உரத்துக் குரல் கொடுக்கவேண்டுமென்று ஆசை உண்டாகிறது.

இப்போது கூட நாம் வெட்டவெளியில் நின்றால் உடனே பெருங்குரலில் கத்த விரும்புகிறோம். ஏன் இப்படி சப்தமிட விரும்புகிறோம்? ஒரு பெரிய பிரமாண்டத்தை சந்திக்கும்போது அதற்கெதிராக ஓசை எழுப்புவது மனித இயல்பு.

பொங்கி வழியும் அருவியின் முன்னால், பரந்த பசுமையான நிலக்காட்சியின் முன்னால், ஒரு மலையின் முன்னால் மனிதர்கள் தங்களை மறந்து சத்தம் போடுகிறார்கள். ஏனென்றால் அங்கு இருப்பை வெளிப்படுத்திக்கொள்ள வேறெந்த வழியுமில்லை. பிரமாண்டமான மௌனம் மட்டுமேயிருக்கிறது. ஒரு மலையாக இருப்பது மலையல்ல, அது பெரும் மௌனம். இங்கே பாஷோவினுடைய ஒரு வரி நினைவிற்கு வருகிறது. ஒரு வெட்டுக்கிளியின் சப்தம் கேட்கும்போது மலையினுடைய மௌனம் ஒரு முறை அசைந்து திரும்புகிறது என்று பாஷோ சொல்கிறார். அந்த வெட்டுக்கிளியின் சப்தம் வெறும் சப்தமில்லை.

அது அவ்வளவு பெரிய மலையின் மௌனத்தை அசைக்கக்கூடிய ஒன்று. இவ்வளவு நுட்பமாக நாம் ஏன் இயற்கையைப் பார்க்கவில்லை. அவர்கள் மட்டும் எப்படி இயற்கையைப் பார்க்கிறார்களென்றால் இயற்கை நம்மைப் பொருத்தமட்டில் ஒரு இணைப்புப்பொருள். நாம் அடைய வேண்டிய போகம், பயன்பாடு.

இயற்கையும் நாமும் வேறு வேறு. இயற்கையை நாம் புறத்தில் வைத்துக்கொண்டு இயற்கையோடு ஒன்று கலக்கவும் புரிந்துகொள்ளவும் உருவகப்படுத்தவும் பார்க்கிறோம். ஆனால், ஜென் நாமும் இயற்கையும் பிரிக்கமுடியாத ஒன்று என்பதை நினைவுபடுத்துகிறது. ஜென் கவிதைகளின் முக்கிய பணி இயற்கையை மனிதன் எதிர் கொள்ளும் முறையைப் பதிவு செய்வதே. ஜென் கவிதை எதையும் உருவகப்படுத்துவதில்லை. நாமும் இயற்கையும் வேறு வேறில்லை. நமக்குள் இருக்கக்கூடியதுதான் வெளியில் இருக்கிறது. இயற்கை வெளியில் இல்லை. நமக்குள்ளாகவும் இருக்கிறது. அதனால்தான் அவர்களால் ஒவ்வொன்றையும் நுட்பமாகப் பார்க்க முடிகிறது.

நேஷனல் ஜியோகிராபி பார்ப்பவர்களுக்குத் தெரியும். எறும்பிலிருந்து கம்பளி பூச்சி வரை அத்தனையும் பெரியதாக, மைக்ரோ லென்ஸ் உதவியால் பெரிது பெரிதாகப் பெருக்கிக் காட்டுவார்கள். அதைப் பார்க்கும்போது எறும்பினுடைய் கால்கள் இவ்வளவு பெரியதா, பூச்சி இப்படித்தான் சாப்பிடுகிறதா என வியக்கிறோம். நான் அதுமாதிரி நிறைய நிகழ்ச்சிகள் பார்த்திருக்கிறேன். அதைப் பார்க்கும்போது நம் கண்ணில் பட்ட ஒரு சிறுபொருள் மிக பிரமாண்டமாகத் தெரிவது வியப்பாக இருக்கும். ஏன் அந்தப் பிரம்மாண்டம் நம் சாதாரண கண்ணில் தெரியவில்லையென என யோசித்தால் நம்முடைய பார்வைக் குறைபாடு உடையது. எனப் புரிந்து கொள்ள முடியும். அப்படி என்றால் நாம் குறைபாடுள்ள

210 உலக இலக்கிய பேருரைகள்

பார்வை கொண்டவர்கள்தானா? ஆமாம். நமது பார்வை வரம்புகள் கொண்டது. நம்முடைய பார்வைக்கு பேதமே கிடையாது. இப்போது எதிரில் இருக்கக்கூடிய உங்களையும் தூரத்திலிருக்கக்கூடிய நிலவையும் பார்ப்பதற்காக நம்முடைய கண் எந்த சிரமத்தையும் எடுத்துக்கொள்வது கிடையாது. இது பக்கத்தில் இருக்கிறது. அது தூரத்தில் இருக்கிறது என்ற பேதத்தைக் காட்டுவது கிடையாது.

அது ஒரு மலரையும் மலத்தையும் ஒன்றுபோலத்தான் பார்க்கிறது. எது அழகானது என்பதை மனதுதான் முடிவு செய்கிறது. இது அருகிலிருக்கிறது. அது தொலைவிலிருக்கிறதென்று என கண் பேதம் காட்டுவதில்லை. கண் எல்லாவற்றையும் ஒன்றாகவே பார்க்கிறது. ஆனால், கண்ணிற்கு ஒரு தடையிருக்கிறது. எந்தக் குறுக்கீடு இருந்தாலும் அதைப்பார்க்க முடியாது.

இப்போது நான் இங்கு நின்றுகொண்டிருக்கிறேன். இதே அரங்கில் எனக்குப் பின்னால்தான் கொஞ்சத் தொலைவில் கடலிருக்கிறது. ஆனால், இந்தக் கடல் உங்கள் கண்களுக்குத் தெரியாது. கடல் எப்படி நம் கண்ணுக்குத் தெரியாமல் அலையடித்துக்கொண்டும் இருந்துகொண்டுமிருக்கிறதோ அப்படித்தான் இயற்கை நம் கண்களுக்குத் தெரியாமல் இயங்கிக்கொண்டேதானிருக்கிறது. ஒரு வேளை நம் கண்களால் இன்னும் கூர்மையாக இன்னும் தொலைவாக நாம் பார்க்கமுடிந்தால் என்ன செய்வோமென்றால் இங்கிருந்தபடியே பின்னால் இருக்கக்கூடிய கடலை நாம் பார்க்கலாம்.

நமக்கு என்ன தடையாக இருக்கிறதென்றால் குறுக்கீடு. இந்தக் குறுக்கீடு என்ன? எங்கோ இருக்கக்கூடிய நிலா நமக்குத் தெரிகிறது இல்லையா? அதேபோல் தடைகள் இல்லாமலிருந்தால் தொலைவில் இருக்கக்கூடிய இயற்கையும் நாமும் ஒன்றுதான் என்று தெரிந்துகொள்வோம். இதைத்தான் ஜென் சுட்டிக்காட்டுகிறது. இந்தக் குறைகளைத் தாண்டுவது எப்படி? நம் புலன்களெல்லாம் குறைபாடுடையதுதான். அதை முழுமையாக நம்பி விடாதீர்கள் என்று சொல்லிவிட்டு ஜென் ஒரு வழியைச் சொல்லித் தருகிறது.

அந்த ஜென்வழிக்குப் பெயர் என்னவென்றால். Art of Seeing. ஜென் நமக்குப் பார்ப்பதற்குக் கற்றுத்தருகிறது. கேட்பதற்கு வேடிக்கையாக இருக்கிறதில்லையா? பார்ப்பதற்கு நாம் எப்படிக் கற்றுக்கொள்ள முடியும்? உண்மையிலேயே நமக்குப் பார்க்கத் தெரியவில்லையா?

ஆம், நமக்குப் பார்க்கத் தெரியவில்லைதான். நாம் எப்படிப் பார்க்கிறோம்? இப்போது எனக்கும் எதிரே இருக்கக் கூடியவருக்கும் இடையில் நான்கடி இடைவெளி இருக்கிறது. இந்த நான்கடி இடைவெளி என்பது கிடைவெட்டில், குறுக்குவெட்டில் எங்கள் இரண்டுபேருக்குமிடையில் Zero to Infinite இடைவெளி இருக்கிறது. ஒருவேளை கிடைவெட்டில் சுவர் எழுப்புவதற்குப் பதிலாக நீள்வெட்டில் யாராவது சுவரை எழுப்பினால் இருவரும் சந்திக்கவே

முடியாத இடைவெளி கொண்டிருப்போம். ஆகவே, ஒரு நேரத்தில் மிக அருகிலும் மிகப்பெரிய இடைவெளியிலும் ஒன்றாக இருக்கிறோம். இதை நாம் உணர்வதே இல்லையே.

ஜென் பௌத்தம் கற்றுத்தருவது நம் பார்வைகளை நாமே மாற்றிக் கொள்ளலாம் என்பதே. உலகைப் பார்க்கக்கூடிய புதிய கண்ணைத் திறக்க வைக்கலாம் என்பதே ஜென் முயற்சி. தேவதச்சனுடைய ஒரு கவிதை இருக்கிறது. இதை வாசிக்கிறேன். அந்தக் கவிதையின் தலைப்பு "நான் அங்கும் இங்கும்."

நான் அங்குமிங்கும் அலைகையில்
அப்படியும் இப்படியும் மாறுகிறேன்
அனுபவம் சேருகிறது இல்லையா
நான் இங்குமங்கும் அலைகையில்
அங்குமிங்கும் மாறுகின்றன
அனுபவம் சேருவதில்லை, இல்லையா.
அவ்வளவுதான் கவிதை.

அதாவது நான் அங்குமிங்கும் அலைகையில் அப்படியும் இப்படியும் மாறுகிறேன். இந்த அங்குமிங்கும் என்பதை வீட்டிலிருந்து அலுவலகத்திற்கோ அலுவலகத்திலிருந்து வீட்டிற்கோ "உங்கள் வேலையிலிருந்து ஒரு இடத்திற்கோ அல்லது ஒரு ஊரிலிருந்து எங்கேயோ எங்கு வேண்டுமானாலும் வைத்துக் கொள்ளலாம். அப்படி இடம் பெயரும் போது அப்படியும் இப்படியும் மாறுகிறேன். புதிய அனுபவம் சேர்கிறது. அதைத்தான் வாழ்க்கை எனச் சொல்கிறோம்.

கவிதையில் அடுத்த வரி புதிய திடுக்கிடலை ஓர் அனுபவமாக மாற்றித்தருகிறது. அதாவது நான் இங்கும் அங்கும் அலைகையில் அங்குமிங்கும் மாறுகின்றன. அது எப்படி, நான் சென்னையில் இருக்கிறேன். இந்த ஊரிலிருந்து மதுரைக்குப் போனவுடன் சென்னையில் இல்லாதவனாக இருக்கிறேன். இரண்டுமே மாறுகிறதில்லையா? ஆனால், நான் மட்டும் மாறவில்லை. அங்கே அனுபவம் உருவாவதேயில்லை இதுதான் ஜென் கவிதை. அதை தேவதச்சன் எழுதிக்காட்டுகிறார்.

இது அவருடைய கவிதை.

காற்றில் வாழ்வைப்போல
காற்றில் வாழ்வைப்போல
விநோத நடனம்புரியும் இலைகளைப் பார்த்திருக்கிறேன்.
ஒவ்வொரு முறையும் இலையைப் பிடிக்கும்போது
நடனம் மட்டும் எங்கோ ஒளிந்துகொள்கிறது
இந்தக் காட்சியைப் பாருங்கள். காற்றினால்
மரத்தினுடைய இலைகள் அசைந்து நடனமாடிக்
கொண்டே இருக்கின்றன.
நாம் கைகளில் அந்த இலையைப் பிடித்தால்

உலக இலக்கிய பேருரைகள்

இலைதான் நம் கையிலிருக்கிறது.
அந்த நடனம் கைவசமாவதில்லை.

இந்த விந்தையைத் தான் ஜென் கவிதைகள் பேசுகின்றன. தேவதச்சனின் இன்னொரு கவிதையை வாசிக்கிறேன்.

சாய்வாக நான் எறிந்த ஓட்டு சில் நடனமாடுகிறது
அந்த சின்ன விநாடியில்
என்னோடு சேர்ந்து
எல்லாக் காடுகளும்
அதைப் பார்த்துக்கொண்டிருக்கின்றன
தண்ணீரே தண்ணீரே
உன்னைத் தொட்டுப் பறக்கும் கல்பூச்சியின்
கல்லைத்தான் உனக்குப் பிடிக்க முடியும்
அது உன் மேல் தூவிய எழுத்துக்களை
என்ன செய்யமுடியும்
உன்னால் என்ன செய்ய முடியும்

***

சாய்வாக நான் எறிந்த ஓட்டு சில் நடனமாடுகிறது. இது ஒரு காட்சி. நாம் எல்லாரும் சிறுவயதில் விளையாடிய தண்ணீரில் ஒரு ஓட்டுச் சில்லை எறிந்தால் அதன் மீது ஒரு தவளை ஓடும். அது உருவமில்லாத தவளை. நாம் உலகில் பார்த்திராத தவளை. சொல்லப்போனால் நான் உருவாக்கிய தவளை. அந்தத் தவளை உருவமில்லை. ஒரு நிமிடம் தோன்றி தண்ணீருக்குள் விழுந்து மறைகிறது. அந்தக் காட்சியை இந்தக் கவிதைவரி சித்தரிக்கிறது. சித்தரித்துவிட்டு அப்படித் தாவும்போது என்ன நடக்கிறது?

என்னோடு சேர்ந்து எல்லாக் காடுகளும் அதனைப் பார்த்துக் கொண்டிருக்கின்றன? என அடுத்தவரி இடம்பெறுகிறது. வெறுமனே தனியாக வீசி எறிபவன் மட்டும் பார்த்துக்கொண்டிருக்கவில்லை. உலகமும் சேர்ந்துதான் அதைப் பார்த்துக்கொண்டிருக்கிறது. அதுதான் இயற்கையினுடைய பெரிய விசயம். எதனுடைய கண்களிலிருந்தும் ஒளிந்துகொள்ளலாம். ஆனால், இயற்கையின் கண்களிலிருந்து ஒளிந்துகொள்ளவே முடியாது. இயற்கை எல்லா நேரங்களிலும் நம்மைப் பார்த்துக்கொண்டிருக்கிறது. அதற்கு முடிவில்லாத கண்கள் இருக்கிறது. இந்தப் பெரிய பெருவெளி அளவிற்கு அத்தனை பெரிய பிரமாண்டமான கண்களிருக்கிறது. அதனால்தான் ஒரு சிறுவன் சில்லைத் தூக்கி தண்ணீரில் எறியும்போது அவன் மட்டுமல்ல, பின்னாலுள்ள இயற்கையும் அவனுடன் சேர்ந்து பார்த்துக்கொண்டுதானிருக்கிறது. சிறுவன் கல் வீசட்டும், விளையாடட்டும். கைகெட்டிய தூரத்தில் அவனைப் பார்த்துக்கொண்டே இருக்கிறது. இப்படியே அந்தக்கவிதை ஷிப்ட் ஆகுது பாருங்கள். தண்ணீரே தண்ணீரே உன்னைத் தொட்டுத்

தொட்டுப் பறக்கும் கல்பூச்சியின் கல்லைத்தான் உன்னால் பிடிக்க முடியும் என இன்னொரு வரி பேசுகிறது. இப்போது பறந்துபோகிற கல் பூச்சி மாதிரி ஆகி உட்கார்ந்து உட்கார்ந்து போகும் அந்தக் கல்லைத்தானே நீ தொட முடியும். ஆனால், அது தண்ணீரில் எழுதிய எழுத்துக்களை என்ன செய்யமுடியும்? என அடுத்தவரி கேட்கிறது. அப்போது அந்தக் கல் தண்ணீரில் போய் படும் ஒவ்வொரு நிமிடமும் ஒரு எழுத்து உருவாகிறது. அது நீரில் எழுதி அது நீரால் பிடிக்க முடியாத எழுத்து என்று சொல்கிறார். இந்தத் தருணத்தைத்தான் ஜென் கவிதை கொண்டாடுகிறது.

மனிதர்கள் தன்னுடைய செயல்களின் வழியாக இயற்கையுடன் ஒரு விந்தையை, ஒரு நடனத்தை, ஒரு ரகசிய மொழியை உருவாக்குகிறார்கள். இந்த ரகசிய மொழியைத்தான் ஜென் கவிதை தன்னுடைய மொழியாக மாற்றி தன்னுடைய இருப்பாக மாற்றிச் சொல்கிறது. ஜென் கவிதையை எதற்கு ஒப்பிடலாமென்றால் நாம் எப்போதுமே ஒரு உரையாடலுக்கு ஒரு மனிதனுடைய பேச்சுக்கு ஒப்பிடவே மாட்டேன்.

மாறாக, ஜென் கவிதையை ஒப்பிடுவதற்கு எளிமையான ஒன்று இருக்கிறது. என்னவென்றால் அதுதான் சைகை. இரண்டு பேர் பேசிக்கொள்கிறார்கள். அவர்களுக்குள் குரல்கள் தேவைப்படாமல் சைகை, தேவைப்படும்போது சைகை சொல் இல்லாமலேயே தெரியப்படுத்திவிடுகிறதா இல்லையா? சொல் இல்லாமலேயே ஒன்றைப் புரியவைப்பதுதானே கவிதையினுடைய மிகப்பெரிய பலம். சைகையைப் போல மொழியைப் பயன்படுத்துகிறது. சைகை போல சொற்களை ஜென்கவிதை பயன்படுத்துகிறது.

மனுஷ்ய புத்திரனின் ஒரு கவிதை இருக்கிறது. ஒரு சிறுமி இரத்தத்தை சுட்டிக் காட்டுவதென்றால் கழுத்தை அறுத்துக் காட்டுவதாக சைகை காட்டுவதாக ஒரு கவிதையில் எழுதியிருக்கிறார். இந்தக் கவிதையில் ஒரு பாவனை இருக்கிறது. ரத்தம் என்பதைச் சொல்ல சிறுமி தன் கழுத்தை அறுத்துக் காட்டுகிறாள். அந்தக் கவிதையில் வரக்கூடிய அந்தச் சிறுமியின் பாவனை உலகைச் சொல்லில்லாமல் புரிந்துகொள்வது. சொற்களின் தேவையில்லாமல் புரிந்துகொள்வது. சொல்லற்று சொல்லில்லாமலேயே அந்த விசயத்தை இன்னொருவருக்கு உணர்த்துவதையே கவிதை முயற்சிக்கிறது.

ஒரு கவிதையை ஒவ்வொரு வாசகனும் ஒவ்வொரு விதமாகத்தான் புரிந்துகொள்கிறான். கவிதை வாசித்தலுக்கு ஒரு உதாரணம் சொல்கிறார்கள். அதாவது ஒரு கவிதையினுடைய வாசகன் எப்படிக் கவிதையைப் புரிந்துகொள்கிறான் என்று கேட்கும்போது, ஒரு பள்ளத்தாக்கிலிருந்து நீங்கள் குரல் கொடுத்தால் பதிலுக்கு என்ன குரல் கிடைக்கிறதோ அப்படிப்பட்டதே கவிதை வாசித்தல் என்கிறார்கள். ஒவ்வொருவருக்கும் கவிதை வேறு வேறு பள்ளத்தாக்குகளில்

வேறு வேறுவிதமாகக் கேட்கிறது. நீங்கள் யார், உங்களுடைய பள்ளத்தாக்கு எது, நீங்கள் எதற்காகக் குரல் கொடுக்கிறீர்களோ அதற்குத் தக்கவாறுதான் உங்கள் பதிலுக்குக் கேட்கும். அப்போது கவிதையென்பது ஒரு பெரிய பள்ளத்தாக்கு. நீங்கள் மறுபடியும் அதன் வழியாய் உங்கள் குரலைக் கேட்டுக்கொள்கிறீர்கள். அது ஒலிக்கிறது. கேட்டுக்கொள்கிறீர்கள் என்று சொல்கிறார்கள்.

கவிதையைப் பற்றி அதுவும் ஜென் கவிதையைப் பற்றி சீனாவிலிருந்த ஒரு புகழ்பெற்ற கவிஞர். அவர் பெயர் இயான் லிங் லீ என்பார் சொல்கிறார் what is zen poetry? ஜென் பொயட்ரி என்றால் என்ன அது? If u say simply matter of words. அதாவது வெறும் வார்த்தைகள் தானென்றால் I say good poets get rid of words. நல்ல கவிஞன் வார்த்தைகளே வேண்டாமென்று சொல்வான். If u say simply matter of meaning வெறும் அர்த்தம்தான் என்றால் I say good poets get rid off meaning ஒரு நல்ல கவிஞன் அதனுடைய அர்த்தமும் வேண்டாம் என்பான்.

Without words with out meaning where is the poetry நீங்கள் கேட்டால் நான் சொல்வேன், Get rid of words get rid of meaning still there is a poetry. அதாவது நீங்கள் சொற்களைக் கடந்தாலும் அர்த்தத்தைக் கடந்தாலும் கவிதை இருந்துகொண்டேதானிருக்கும். இதுதான் ஜென் கவிதைகளின் எளிய வரையறை.

ஜென் கவிதைகள் ஜப்பானில் சித்திரவடிவில் எழுதப்படுகின்றன, ஜப்பானிய மொழி சித்திர வடிவமுள்ள ஒரு மொழி. அங்கு ஒலிக்கு தனியான ஒலிவடிவமும் சித்திரமும் சேர்ந்தாகத்தானிருக்கும். இப்போது ஒருவர் ஜென் கவிதையை எழுதுகிறாரென்றால் அவர் முதலில் ஒரு சித்திர வடிவத்தை எழுதிவிட்டு அது சித்திரத்தை எப்படி ஒலிக்கவேண்டுமென்று கீழே எழுதுவார்.

இது எப்படியென்றால் ஒரு வீட்டைப் படம்பிடித்து வீடென்று கீழே எழுதுவதுபோலத்தான். நீங்கள் படமும் போவீணும். கீழே அந்தப்படத்தை எப்படி ஒலிக்க வேண்டுமென்றால் வீடென்று ஒலிக்கவேண்டுமென்று கீழே எழுதவும் வேண்டும். ஜென் கவிதை என்பது காட்சியும் குரலும் இணைந்த ஒன்று. ஜப்பானிய எழுத்து நான்கு வடிவமாக இருக்கிறது. அயல் சொற்களைப் பயன்படுத்துவதற்காக அவர்கள் தனியாக கித்கானா என்ற ஒரு வகையை வைத்திருக்கிறார்கள்.

அந்த வகையில் அயல் சொற்களைத்தான் பயன்படுத்துவார்கள். இன்னும் சொல்லப் போனால் அந்த ஊரில் அவர்களுடைய மொழியில் நாம் ஆங்கிலத்தில் எழுதும்போது, ரோமானிய எழுத்துக்களைத் தமிழில் எழுதுகிறதுபோல அவர்களிடம் ரோமாஜி என்ற வடிவமிருக்கிறது.

ஜப்பான் ஒரு சித்திர மொழி. அதில் எல்லாமே காட்சிதான்.

சொற்கள் என்பதே காட்சிவடிவம்தான் அதனுடன் கூடுதலாக ஓசையைச் சேர்க்கிறார்கள். அங்கு ஓசையே இல்லாமல் வெறும் ஒரு காட்சியே ஒன்றைச் சொல்லிவிட முடியுமென்றால் அது சொல்லிவிடும். அப்போது ஓசை தேவையேயில்லை. ஆகவே,தான் ஜென் கவிதை, முழுக்க காட்சிகளை மட்டுமே பிரதானமாக்குகிறது.

பெயரற்ற யாத்ரீகன் என தமிழில் ஒரு நல்ல ஜென் கவிதை தொகுப்பு வந்துள்ளது. இந்தப் புத்தகத்தை யுவன்சந்திரசேகர் மொழிபெயர்த்து தொகுத்திருக்கிறார். உயிர்மை பதிப்பகம்தான் வெளியிட்டுள்ளது.

இந்தப் புத்தகத்தின் கூடுதல் சிறப்பு என்னவெனில் ஜென் கவிதையினுடைய ஆங்கில வடிவமும் அதன் கீழே இருக்கிறது. ஜென் கவிதைகளை மொழிபெயர்த்த யுவன் சந்திரசேகர் நவீன கவிஞர். ஆகவே, மூலத்திற்கு ரொம்ப நெருக்கமாக, கவித்துவம் மாறாமல் மொழிபெயர்த்திருக்கிறார். இந்தக் தொகுப்பில் இருந்து சில ஜென்கவிதைகளைப் படிப்போம். அப்புறம் அதைப் பற்றி அறிந்து கொள்வோம்.

முதல் கவிதை :

பாஷோவின் ஒரு கவிதையைப் பாருங்கள். கவிதையில் நான்கே நான்கு சொற்கள்தானிருக்கிறது. கவிதை இப்படித்தான் உள்ளது.

மட்சுமா
ஆ
மட்சுமா!
மட்சுமா.

இவ்வளவுதான் கவிதை. இதைக் கேட்பவருக்கு ஒன்றுமே புரியாது. என்ன ஒரே வார்த்தையை மூன்று தடவை சொல்கிறார். இடையில் ஆ என்ற ஒரு சொல் இருக்கிறது. அது என்ன மட்சுமா? மட்சுமா என்பது அந்த ஊரிலுள்ள ஒரு பெரிய எரிமலை. அது ஒரு பிரமாண்டமான மலை. இந்த மலையைக் காண பாஷோ போயிருக்கிறார். மலையை வியந்து ஒரு பாடல் எழுதுகிறார். வழக்கமாக கவிதைகளில் மலையை எழுதும் போது உவமைகளை பயன்படுத்துவோம், உருவகப்படுத்துவோம், ஒப்பிட்டுச் சொல்வோம். இந்த மலை அதுபோலிருக்கிறது, இது போலிருக்கிறது, இதைப் பார்க்கும்போது, அப்படித் தோன்றுகிறது இப்படித் தோன்றுகிறது என்று விளக்குவோம்.

பாஷோவிடம் எந்தவிதமான மேலதிகமான ஒப்பீடு/உவமைகள் உருவகங்கள் கிடையாது. இந்தக் கவிதையை ஒரு வாசகன் படிக்கும்போது ஏமாற்றம் அடைவான். இது கவிதையா என யோசிப்பான், கேலி செய்வான். மறுமுறை இதே கவிதையை வாசிக்கிறேன். கேளுங்கள்.

மட்சுமா
ஆ
மட்சுமா!
மட்சுமா

இந்தச் சொற்களுக்கிடையே ஒரு வேறுபாடுமில்லை. ஆனால், இந்தக் கவிதையை ஒருவன் புரிந்துகொள்ள வேண்டுமென்றால் மலையை ஒருவன் மனதில் உருவகிக்கவேண்டும். மலையின் முன்னால் போய் நின்றால் என்ன நடக்கும்? ஒரு கணம் நீங்கள் சிறிய மனிதனாகி மலை பெரியதாகிவிடும் இல்லையா, நீண்ட நாட்களாகப் பார்க்க ஆசைப்பட்ட மலையை முதலில் ஒருவன் பார்க்கிறான். அது தான் மட்சுமா என முதற்சொல். அது பிரம்மாண்டமான தரிசனத்தை தருகிறது. அதன் பிரதிபலிப்பாக வருகிறது "ஆ" என்ற சொல். நான் அந்த மலையைப் பார்த்துக்கொண்டிருக்கிறேன். அந்த மலை என் கண்களுக்குள் அடங்குகிறது. மலையென்பது எவ்வளவு பெரியதாக இருக்கிறதோ? அது எனக்குள்ளாகவும் இருக்கிறது. அப்போது அதை நான் பார்க்கிறேன். "ஆ" என வியப்பு. மூன்றாவது சொல்லில் ஒரு ஆச்சர்யக்குறிதான் சேர்க்கப்பட்டிருக்கிறது. இந்த ஆச்சர்யக்குறி எதற்கு என்றால் ஒருவன் மலையை உள்வாங்கிக்கொண்டான். இப்போது வெளியில் இருக்கக்கூடிய மலை அவனுக்குள்ளுமிருக்கிறது.

மூன்றாவது வரக்கூடிய அதே சொல், அதே மட்சுமா என்கிற சொல். இப்போது எனக்குள்ளும் ஒரு மலை இருக்கிறது, வெளியிலும் ஒரு மலை இருக்கிறது. நான் அதைப் பார்ப்பதின் வழியாக எனக்குள்ளாகவும் அந்த மலை வந்துவிட்டது. இப்போது நானும் அதுவும் வேறு வேறில்லை. இப்போது அவன் எதையும் ஒப்பிடவில்லை. எதற்கும் அடையாளம் காட்டவில்லை. அதுதான் ஜென்.

நிலவைச் சுட்டிக்காட்டுகிற ஒரு விரல். மறுவிரல் உன்னையும் சுட்டிக்காட்டுகிறது என்பதே ஜென் வழி. அதாவது நிலவைப்பார்க்கிற ஒருவன் தானும் நிலவு ஆகிவிடுகிறான். இப்போது இங்கும் அதுதான் நடக்கிறது. ஒரு மலையைப் பார்க்கிற ஒருவன் தானும் அதே மலையாகிவிடுகிறான். அனுபவத்தின்படி பார்த்தால் அனுபவத்தின் முன்னால் அறிவு இல்லாமல் போய்விடுவது. உங்கள் மனம் அற்றுப்போய்விடுவது. மனம் அற்றுப்போய்விட்டால் சொற்களில்லாமல் போய்விடும். சொற்களில்லாமல் போய்விட்டால் பொருளும் நீங்களும் வேறுவேறில்லை. இரண்டும் ஒன்றுதான். ஒன்று கலந்துவிடுவீர்கள்.

அந்தக் கணத்தில் மட்சுமா என்று மூன்றாவதாக இருப்பது பாஷோ என்கிற கவிதையாக இருக்கலாம் அல்லது அதை வாசிப்பவனாக இருக்கலாம் அல்லது அந்தக் காட்சி யாருக்குள் செல்கிறதோ அவனாக இருக்கலாம்.. அப்போது இயற்கை ஒரே

நேரத்தில் பிரமிக்கக்கூடியதாகவும் உங்களுக்குள் போகக்கூடியதாகவும் இருக்கிறது. இப்போது இந்தக் கவிதையை ஒருவன் மொழித்தளத்தில் வைத்துமட்டும் படித்தால் புரியாது. அதுதான் புரியாமல் இருக்கிறது.

இந்தக் கவிதையைப் படிக்கக்கூடிய ஒருவன் என்ன இது, மூன்று சொற்களால்மட்டுமே இருக்கிறது. மூன்று சொல் போட்டிருக்கிறார். கவிதையென்றால் நாம் ஒரு கருத்துச் சொல்லவேண்டுமே.. இவர் கருத்துச் சொல்லமாட்டேன் என்கிறாரே என்று தோன்றும். பாஷோ சொல்வது ஒரு அக தரிசனம். விளக்கைக் கொளுத்திய மறுநிமிஷம் வெளிச்சம் பரவிவிடுகிறது. அவ்வளவுதான். இவர் செய்யக்கூடியது என்னவெனில் ஒரு இருட்டைப் போக்க வெளிச்சத்தைக் காட்டுகிறார்.

இன்னொரு கவிதையைப் படிக்கலாம். இது ரியோக்கான் என்கிற ஜென் மாஸ்டர் எழுதியது. இவரும் ஜென் பொயட்ரியில் மிகப்பெரிய ஆள்தான். இவருடைய தனித்துவம் என்னவெனில் ரியோக்கான் எங்கு குழந்தைகளைப் பார்த்தாலும் உடனே விளையாடப் போய்விடுவார். குழந்தைகளும் அவரை விளையாட்டில் சேர்த்துக்கொள்வார்கள். அதனால் இவருடைய சிறப்பே குழந்தைகளோடு அதிகம் விளையாடியவரென்பதுதான்.

இன்றைக்கும் ஜப்பானில் இருக்கக்கூடிய அதிக பூங்காக்களில் குழந்தைகள் விளையாடுமிடம் இவர் பெயரால் இருக்கிறது. இவர் கவிதைகளில் குழந்தைகள் விளையாடக்கூடிய காட்சிகள் சிற்பமாக வடிக்கப்பட்டுள்ளது.

அவர் ஒரு கவிதையைச் சொல்கிறார், பாருங்கள்.

திருடன் விட்டுச் சென்றிருக்கிறான்
ஜன்னலில்
உள்ள நிலவை.

முதலில் ஒருவர் இந்தக் கவிதையைப் படிக்கும்போது, ஒரு பிளாஷ் மாதிரி, ஒரு மின்னல்வெட்டு மாதிரி ஒரு நிலவு தெரிய ஆரம்பிக்கிறது. முதலில் நமக்கு என்ன தோன்றுகிறது? திருடன் மீது இவ்வளவு ப்ரியமான ஒருவரை இப்போதுதான் பார்க்கிறோம். ஏனெனில் அவனுக்காக முதன்முதலில் ஒருவன் ஆதங்கப்படுகிறானே எனப் புரிந்து கொள்கிறோம். ஐயையோ, நிலவைத் திருடாமல் விட்டுவிட்டுப் போய்விட்டானே என கவி பதைபதைக்கிறார். இன்னொன்றும் உடனே தெரிகிறது, திருடனால் திருட முடியாத ஒன்று அவர் வீட்டில் இருக்கிறது. இயற்கையை எந்தத் திருடனாலும் ஒருபோதும் திருடவே முடியாது.

என்னுடைய எல்லாப் பொருட்களையும் அவன் திருடிவிட்டுப் போய்விட முடியும். ஆனால், என்னுடைய நிலவை அவன் திருடவே முடியாது என கவி சுட்டிக்காட்டுகிறார். என்றால் அவர் இயற்கையின் துணையில் வாழ்கிறார் என்றுதானே பொருள்.

இன்னொன்று இந்த நிலவைத் தவிரவும் என்னிடம் திருடுவதற்கு வேறொன்றுமே இல்லை. அப்போது அவர் வெறுமனாக இருக்கிறார். ரியோக்கான் வீட்டில் திருடுவதற்கு ஒன்றுமே இல்லை. அது அவரது வறுமையின் வெளிப்பாடு.

கவிதையில் நுழைந்த முதல் திருடன் இவன்தான். எனக்குத் தெரிந்து கவிதையில் திருடர்கள் வருகை கம்மிதான். ஆனால், திருடர்களைப் பற்றி நிறைய கதைகள் எழுதப்பட்டிருக்கின்றன. பல எழுத்தாளர்கள் நாவல்கள் எழுதியிருக்கிறார்கள். நானும்கூட திருடர்களைப் பற்றி விதவிதமாய் எழுதியிருக்கிறேன். ஆனால், கவிதையில் எனக்குத் தெரிந்து திருடர்கள் கதாபாத்திரமாக இடம் பெறுவது குறைவுதான். அவர்கள் வருகையைப் புனைக் கதையாசிரியர்கள் விவரிப்பதைப்போல கவிஞர்கள் விரும்பி எழுதவில்லை. ஆனால், இதில் ஒரு திருடன் வருகிறான். இப்போது இந்தத் திருடன் அந்த வீட்டிற்குப் பரிச்சயமானவனாக இருக்கிறானா இல்லையா?

இந்தக் கவிதையைத் திரும்ப திரும்பப் படித்துப்பாருங்கள். திருடன் விட்டுச் சென்றிருக்கிறான், விட்டுச் சென்றிருக்கிறான் என்று முதலில் நான் படித்ததும் தோன்றியது நிலவைப் பார்த்துவிட்டு வேண்டாம் என விட்டுச் சென்றானா, இல்லை பார்க்காமல் விட்டுச்சென்றானா? பார்த்துவிட்டு விட்டுப்போனானென்றால் இந்த ஞானியைவிட இவன் பெரிய ஆளில்லையா? ஏனென்றால் அவனுக்குத் தெரிகிறது, எல்லோர் வீட்டிலும் எல்லாவற்றையும் திருடிவிட முடியாது. எல்லோர் வீட்டிலும் திருடப்படாத ஒன்று இருந்துகொண்டேதானிருக்கும்.

ஜப்பானில் ஒரு கதை சொல்வார்கள். அங்கு ஒரு திருடன் திருடப்போகிறான். திருடிவிட்டுத் திரும்பி வரும்போது திருடிய வீட்டில் குழந்தை தூங்கிக் கொண்டிருக்கிறது. அது தூக்கத்தில் சிரிக்கிறது. திருடன் வருத்தப்படுகிறான். அந்தச் சிரிப்பை என்னால் திருடவே முடியாதே. நான் என்ன திருடன்? என்னை உலகம் பூராவும் பெரிய ஆளாகச் சொல்கிறார்களே என ஆழ்ந்த வருத்தத்துடன் வெளியே போகிறான். அதன் பிறகு அவன் திருடவேயில்லை. இது ஒரு அகதரிசனத்துக்கான திறவுகோல். சிறுவயதில் நாங்களெல்லாம் இரவில் வீதியில் விளையாடுவோம் எப்படியென்றால் நான்கு ஐந்து சிறுவர்கள் தெருவில் விளையாடிக்கொண்டிருப்போம்.

ஒவ்வொரு சிறுவனும் நான் என் வீட்டிற்கு நிலாவை அழைத்துக்கொண்டு போகிறேனென்று சொல்வான். எல்லாச் சிறுவர்களுடன் ஒரே நிலா அவரவர்கள் நிலா உடன் சென்று கொண்டிருக்கும். தன்னோடு மட்டும் தான் நிலா வருகிறதென நம்புவான் சிறுவன். அது ஒரு விந்தை. ஆனால், பெரியவனான பின்னால் நிலாவைப் பற்றிய அறிவுமட்டும்தான் மிஞ்சியிருக்கிறது. நிலவு நமக்கு ஒரு அந்நியமான பொருள். உலகம் எவ்வளவோ முறை

பார்த்திருந்தாலும் நமக்கு நிலவை உணரத் தெரியவில்லை. இங்கே கவிதையில் நிலவு திருடனால் திருடப்பட முடியாத பொருளாக மாறுகிறது. இயற்கையின் துணைகொண்டு வாழ்பவர்களிடம் திருட என்ன இருக்கிறது?

அகிரா குரோசாவின் புகழ்பெற்ற ஒரு படமொன்று இருக்கிறது. மதோதயா என்று பெயர். அதிலொரு பேராசிரியர் வருகிறார். அவர் ஓய்வுபெறுகிற நாளில் மாணவர்கள் ஒன்று சேர்ந்து சொந்த வீடு இல்லாத அவருக்குத் தற்காலிகமாக ஒரு வீட்டை வாடகைக்குப் பிடித்துக் கொடுக்கிறார்கள். அந்த வீட்டில் அவர் என்ன செய்வாரென்றால் அட்டையை எடுத்து ஒவ்வொரு அறை முன்பாக ஒரு வாசகம் எழுதி வைப்பார். என்ன எழுதி வைப்பாரென்றால் இது வரவேற்பறை. இது படுக்கையறை. ஒவ்வொரு அறைக்கு ஒரு அடையாள சீட்டை வைத்துவிட்டு வீடுமுழுக்க வைத்திருப்பார்.

அப்படியே பின்வாசல் வரைக்கும் இருக்கும். அவருடைய மாணவன் ஒருவன் கேட்டான், ஐயா! பின்வாசலில் ஒரு அட்டை வைத்திருக்கிறீகளே?" அது எதற்கு என்றவுடன், "நீ போய் படித்துப் பார்" என்று சொல்வார். படித்துப் பார்த்தால் அது என்னவெனில், "திருடன் உள்ளே வரும் வழி." அந்த வழி திருடர்கள் வருவதற்கான வழி. முன்பக்கம் நாம் வருவதற்கான வழி.

அவர்கள் முன்வழியைப் பயன்படுத்தமாட்டார்கள். சரி, அந்த வழியாய் நடந்து வா என்பார். திருடன் உள்ளே வருகிற வழியில் வந்தால் திருடன் உள்ளே வந்தவுடனேயே ஒரு இடம் இருக்கும். நீ நேராகப் போனால் படுக்கையறைக்கே போய்விடலாம். இப்படிப்போனால் தேவையில்லாமல் சமையற்கட்டிற்குப் போகவேண்டியிருக்கும். அதனால் நீ நேராய் இந்த வழியைத் தேர்ந்தெடுத்துக்கொள். படுக்கையறைக்கு வந்தால் அங்கு ஒரு குறிப்பு வைத்திருப்பார். நண்பனே, மன்னித்துக்கொள். என்னிடம் கொடுப்பதற்கு ஒன்றுமே இல்லை. ஒருவேளை உனக்குத் திருடுவதற்கான பொருள் வீட்டிலிருப்பதாகத் தெரிந்தால் என்னை எழுப்பிவிட்டுச் சொல்லிவிட்டுப் போ. நான் அதை என்னவென்று தெரிந்து கொள்வேன். இதுதான் ஜென் தரும் அனுபவம்.

ஜென் கவிதைகளில் பெரும்பான்மை ஹைக்கூ வடிவத்தில் எழுதப்படுகிறது. அதுக்குப் பதினேழு அட்சரம்தான். இந்தப் பதினேழு அட்சரத்தில் மூன்று நிலை இடம் பெற வேண்டும் என்கிறார்கள். நம் குறளுக்கு இணையான வடிவம் தான் அவர்களுடைய ஹைக்கூ வடிவம். அதற்குள்ளாக அவர்களால் ஒரு அகவிழிப்புணர்வைத் தந்துவிட முடிகிறது.

இன்னொரு கவிதையைப் படிக்கிறேன். இதை பூஸன் என்று சொல்லக்கூடிய ஒரு மகத்தான கவிஞன் எழுதியிருக்கிறார். இவரும் ஜென் கவிதையில் மிக முக்கியமானவர். அவர் கவிதையைப் பாருங்கள்.

கோயில் மணி மேல்
ஓய்வெடுக்கும் வண்ணத்துப்பூச்சிக்கு
நல்ல உறக்கம்
மணி ஒலிக்கும்வரை.

இந்தக் கவிதையில் என்ன நடக்கிறது. அழகான இரண்டு முரண்கள் இருக்கின்றன. ஒன்று மணி மேல் உறங்கிக்கொண்டிருக்கிற வண்ணத்துபூச்சி. நிச்சயமாய்த் தெரியும், வண்ணத்துப்பூச்சி உறங்குவதே இல்லை. அது தன்னை மறந்து கிறங்கிக்கிடந்தாலே ஒழிய அது உறங்காது. அது எதற்காக மணியோசையின் மீது மணியின் மீது கிறங்கி நல்ல உறக்கம் பிடித்ததுபோல் இருக்கிறதென்றால் அது ஏதோ ஒரு இடத்தில் தேன் குடித்துக் குடித்து கிறங்கி எங்கேயோ இருந்து இங்கு ஒரு பௌத்த நிலைக்கு வந்துவிட்டது.

மணியோசை எழும்பினால்தான் அது தூக்கத்திலிருந்து எழுந்திருக்க முடியும். இது இரண்டு நிலைகளில் சொல்லப்படுகிறது. ஒன்று, இந்த மணி இப்போதைக்கு ஓசை எழுப்பப்படவே இல்லை. இந்த மடாலயம் கைவிடப்பட்டிருக்கிறது. மணியோசை நின்றுபோய்விட்டது. கைவிடப்பட்ட ஒரு மடாலயத்தின் மணி இது. ஓசை எழுப்பாத நேரத்தில் அதன் மீது ஒரு வண்ணத்துப்பூச்சி இருக்கிறதென்றும் எடுத்துக்கொள்ளலாம்.

இன்னொன்று, மணி ஒரு உலோகம். ஒரு இரும்புப்பொருள். அதன் மீது ஒரு வண்ணத்துப்பூச்சி அமர்வதால் அதனின் இரும்புத்தன்மை அதனின் உலோகத்தன்மை இல்லாமற்போய்விடுகிறது. அப்படியும் எடுத்துக்கொள்ளலாம். இன்னொரு பக்கமிருக்கிறது. உலகினுடைய எல்லாக் கடினங்களையும் ஒரு எளிமையான கவித்துவமான ஒன்று அமர்ந்து மாற்றிவிடும்.

இன்னும் எல்லா நேரங்களிலும் ஏன், வண்ணத்துப்பூச்சியை ஜென் ஏன் எடுத்துக்கொள்கிறதெனில் அதை ஒரு விழிப்புணர்வோட குறியீடாகத்தான் எடுத்துக்கொள்கிறது. வெறுமனாக இல்லை.

ஜென் கவிதையில் வண்ணத்துப்பூச்சிகளும், மின்மினிபூச்சிகளும் தொடர்ந்து இடம்பெற்றிருக்கிறது. தமிழிலும் நிறைய வண்ணத்துப்பூச்சி கவிதை எழுதியுள்ளார்கள். இப்போதுதான் நாம் அந்த வண்ணத்துப் பூச்சிகளைக் கைவிட்டிருக்கிறோம்.

அதிகமாகத் தமிழில் எழுதப்பட்ட உதாரணங்களில் ஒன்று வண்ணத்துப்பூச்சி. காதலைக் குறிக்கப் பயன்படுத்துகிறோம், ஆனால், ஜென் கவிஞர்கள் விழிப்புணர்வின் உதாரணமாய்ப் பார்க்கிறார்கள். ஏனென்றால் அதனுடைய இறக்கைகள் படபடத்துக்கொண்டே இருக்கிறது. இயங்கிக்கொண்டே இருக்கிறது. தேடித் தேடிப் போய் ஒன்றை அடைகிறது. அதுவும் தேடி அடையக் கூடியதில் அதைத் தேனை மட்டும்தான் எடுத்துக்கொள்கிறது.

எஸ்.ராமகிருஷ்ணன்

இன்னொரு ஜென் கவிதையிருக்கிறது. ஒரு வண்ணத்துப்பூச்சி வரும்போது ஒரு பூ திறந்து கொள்கிறது அல்லது ஒரு பூ திறந்துகொள்ளும்போது ஒரு வண்ணத்துப்பூச்சி வருகிறது.

இது இரண்டும் ஒன்றோடு ஒன்று இணைந்த தருணமே தவிர, பிரிந்த தருணமில்லை. இதைப் பார்த்தால் அது நடக்கும் அல்லது அதைப் பார்த்தால் இது நடக்கும். இப்போது இந்தக் கவிதையைப் படிக்கும்போது எனக்குத் தோன்றுவது, தமிழில் இதே போல வண்ணத்துப்பூச்சியை முதன்மைப்படுத்திய பிரமிளினுடைய ஒரு கவிதை இருக்கிறது.

அது வண்ணத்துப்பூச்சியும் கடலும் என்கிற கவிதை. அதையே ஒரு வண்ணத்துப்பூச்சியை அவர்கள் உதாரணமாகச் சொல்லும்போது எந்த இடத்தில் சொல்கிறார்கள். நாம் எந்த இடத்தில் சொல்கிறோம் என்று பாருங்கள்.

சமுத்திரக் கரையின் பூந்தோட்டத்து மலர்களிலே
தேன் குடிக்க அலைந்தது ஒரு வண்ணத்துப்பூச்சி
வேளை சரிய சிறகின் திசை மீறி
காற்றும் புரண்டோட கரையோர மலர்களை
நீத்து கடல் நோக்கிப் பறந்து
நாளிரவு பாராமல் ஓயாது மலர்கிற
எல்லையற்ற பூ ஒன்றில்
ஓய்ந்து அமர்ந்தது
முதல் கணம் உவர்த்த சமுத்திரம் தேனாய் இனிக்கிறது.

இங்கு முதன்முதலில் ஒரு வண்ணத்துப்பூச்சி ஒரு எல்லையற்ற பூவில் ஓய்ந்து அமர்கிறது. அப்போது உவர்த்த சமுத்திரம் தேனாக இனிக்கிறது. கடலும் தேனும் எதிர் எதிரானவை. வண்ணத்துப்பூச்சியும் கடலுமென்கிற எதிர்நிலையும் அதனூடாக விரியும் அனுபவமும் முற்றிலும் புதிய தரிசனத்தைக் கொடுக்கிறது.

ஒரு பூ அதன் ஐந்து இதழ்களின் வழியாய்த்தான் மலர்கிறது என்று ஜென்னில் ஒரு மேற்கோள் இருக்கிறது. இந்த மேற்கோளிலுள்ள ஐந்து இதழ்களென்பது நம்முடைய ஐந்து புலன்கள். நீங்கள் ஒரு மலர். நீங்கள் உங்களுடைய ஐந்து இதழ்களின் வழியாய் மலர்கிறீர்கள். அப்போது உங்களுடைய மலர்ச்சியைத் தெரிந்துகொள்வதென்றால் நீங்கள் இயற்கையினுடைய ஒரு பகுதிதான். அது முடிவில்லாத கரைகாண முடியாத தொலைவில் இருக்கக்கூடிய எல்லையற்ற பூ என்று சொல்கிறார். மொரிட்டோகோ என்கிறவரின் வண்ணத்துப்பூச்சிக் கவிதை ஒன்று உள்ளது. அதைச் சொல்கிறேன் பாருங்கள்.

உதிர்ந்த மலர் திரும்புகிறதோ
அதன் கிளைக்கு
ஆ... வண்ணத்துப்பூச்சி

இந்த மொரிட்டோகோவினுடைய கவிதையில் என்ன இருக்கிறதென்றால் உதிர்ந்த மலர் கீழேயிருந்து ஒரு மரத்திற்குத் திரும்புகிறதோ என வண்ணத்துப்பூச்சி பறப்பது சுட்டிக்காட்டப்படுகிறது. இந்தக் கவிதையைப் படிக்கிற வாசகனுக்கும் இது எப்படி கவிதை எனத் தோணக்கூடும்.

ஜப்பான் நாட்டில் நூற்றுக்கணக்கான நிறங்களில் வண்ணத்துப்பூச்சி இருக்கிறது. குறிப்பாக, வெள்ளைநிற வண்ணத்துப்பூச்சி இருக்கிறது. நாம் வெள்ளைநிற வண்ணத்துப்பூச்சியை அதிகம் பார்த்ததில்லை. நமக்கு நீலநிறத்திலேயோ மஞ்சள் வண்ணத்திலேயோ சிவப்பு வண்ணத்திலேயோ இருக்கிற வண்ணத்துப்பூச்சியைத் தெரியுமே தவிர வெள்ளை வண்ணத்துப்பூச்சியைத் தெரியாது. அந்த ஊரில் வெள்ளைநிற வண்ணத்துப்பூச்சி இருக்கிறது.

கிரிசந்தாமஸ் மரம் ஜப்பானில் பிரபலம். அது நம்ம ஊரில் பன்னீர் மரம்போல. இந்த மரம் அப்படியே வெள்ளையும் இளம் சிவப்பும் கலந்த ஒன்று. சிலவேளை முற்றிலும் வெள்ளையாகவும் இருக்கும். ஆகவே, வெள்ளை வண்ணத்துப்பூச்சி பறப்பது உதிர்ந்த மலர் கிளைக்குத் திரும்புவது போல இருக்கிறதாம்.

இந்தக் கவிதையைத் தெரிந்துகொள்ள விரும்பும் ஒருவர் வெறுமனே ஒரு கவிதையாக வாசித்தால் மட்டும் பத்தாது. இந்தக் கவிதைக்குப் பின்னால் உள்ள உதிர்ந்த மலர் என்ன நிறமுடையது. எங்கே உதிர்ந்தது, எதன் குறியீடு அது என தேடித் தெரிந்து கொள்ள வேண்டும். இந்தத் தகவல் இல்லாவிட்டாலும்கூட இன்னொரு அனுபவமிருக்கிறது. வண்ணத்துப்பூச்சியும் உதிர்ந்த மலரும் ஒன்றுதான். அதையும் ஜென்தான் சொல்கிறது. பூவென்பது ஒட்டிக் கொண்டிருக்கக் கூடிய ஒரு வண்ணத்துப்பூச்சி. வண்ணத்துப் பூச்சியென்பது அலைந்துகொண்டிருக்கக் கூடிய ஒரு பூ. அப்போது ஜென்னில் இந்த இரண்டு எதிர்நிலைகளுமே தொடர்ந்து சொல்லப்படுகிறது.

இன்னொரு கவிதையை வாசிக்கிறேன்.

இரண்டு குமிழ்கள் இணையும் தருணத்தில்
காணாமல் போகின்றன இரண்டுமே
மலர்கிறது ஒரு தாமரை.

அப்படியென்றால் என்ன? இரண்டு நீர்க்குமிழ்கள் காற்றில் பறந்துகொண்டிருக்கின்றன. இரண்டு குமிழும் ஒன்றாகச் சேர்கிறது. இரண்டுமே ஒன்று சேர்ந்து காணாமல் போகும்போது ஒரு தாமரை மலர்கிறது. தாமரையை எப்பவும் பௌத்தம் ஞானத்தின் உச்சநிலையாக உருவகப்படுத்துகிறது.

இரண்டு குமிழ்கள் ஒன்று சேரும்போது அங்கு ஒரு மலர்ச்சி உருவாகிறது. அந்த மலர்ச்சி என்னவெனில் இரண்டுமே காணாமல்போய் ஒன்று உருவாகிறது. முரண் அகன்ற ஒற்றை

நிலையது. ஒருமித்தலே ஆனந்தம் என்கிறது ஜென். தாமரையென்பது ஒரு ஞானம். ஒரு உன்னதத்தின் அடையாளம். ஒரு விழிப்புணர்வுதான். அதனால்தான் எல்லா பௌத்த கோயில்களிலும் தாமரையைக் கொண்டுபோய் பிரார்த்தனை செய்கிறார்கள். தாமரையைக் கையில் ஏந்திக்கொண்டு புத்தரே இருக்கிறார். அது விழிப்புணர்வினுடைய அடையாளம். அந்த விழிப்புணர்வை அடைந்தவன் தாமரையைத்தான் ஒரு அடையாளமாக வைத்திருக்கிறான். இன்னொரு கவிதை இருக்கிறது.

திமிங்கிலம்
ஆழ ஆழ அது செல்கையில்
உயர உயர எழுகிறது அதன் வால்.

இந்தக் கவிதையைப் படிக்கிறபோது ஒரு திமிங்கிலம் ஆழ ஆழச் செல்கிறது. அது ஒரு காட்சியைத்தான் சித்தரிக்கிறது. அது தண்ணீருக்குள் போகப்போக அதன் வால் மேலே வந்துகொண்டே இருக்கிறது. அப்படியெனில் இது வெறும் காட்சிதானே. இல்லை, ஒன்றை மறைத்தால் ஒன்று மேலிருந்து வந்துகொண்டே இருக்கிறது. இன்னொன்று, நீங்கள் ஆழத்திற்குச் செல்லச் செல்ல மேலே வந்துகொண்டே இருப்பீர்கள். அப்படித்தான் ஒரு மனிதனுடைய சராசரி வாழ்க்கையில் நடந்துகொண்டே இருக்கிறது. நீங்கள் ஒரு துறை சார்ந்தோ ஒரு அறிவு சார்ந்தோ ஆழமாகச் செல்லும்போது உங்களுடைய அறிவுத்திறன் மேலே மேலே உயர்ந்துகொண்டே இருக்கிறது அல்லது உங்கள் வாழ்க்கைத் திறன் மேலே மேலே உயர்ந்துகொண்டே இருக்கிறது. ஆனால், இதை மெனக்கெட்டு செய்வதில்லை. இது தன்னியல்பாக நடக்கிறது. அப்படித் திமிங்கிலம் தன்னிடம் வாலை உயர்த்தவில்லை. அது கீழே போனால் வால் தானாகவே மேலே உயர்கிறது. அப்படி உங்கள் இருப்புக்கு இரண்டு நிலைகள் இருக்கிறது. நீங்கள் உங்கள் இருப்பை ஆழமாக அமிழ்ந்துச் செல்லச்செல்ல உங்கள் தன்னிருப்புடன் ஒரு கதி உயர்ந்து உயர்ந்து மேலே போய்க்கொண்டே இருக்கும். இதை ஒரு வியப்பினுடைய பாடல்களாகத் தான் சொல்வார்கள். நிறைய ஜென் கவிதைகளின் பின்னால் இயங்கக்கூடியது ஒரு வியப்புணர்ச்சி.

இன்னொரு பாடல் சொல்கிறேன்,

காட்டு வாத்துக்களுக்கு
தன் பிம்பத்தைப் பதிய வைக்கும்
உத்தேசமே இல்லை
நீரும் அவற்றின் பிம்பத்தைப் பெற
மனம் கொள்ளவே இல்லை.

இதில் கவித்துவ உச்சத்தைப் பாருங்கள். காட்டு வாத்துக்கள் தண்ணீரில் நீந்திக்கொண்டிருக்கும்போது அதன் பிம்பத்தை நீரில் அதில் பதிய வைக்கும் எண்ணத்தோடு நீந்துவதில்லை. தண்ணீரும்கூட

வாத்துக்களின் பிம்பங்களுக்காக காத்திருப்பதில்லை. அப்போது தன்னியல்பில் வாத்துக்கள் அதன் போக்கிலும் தண்ணீர் அதன் போக்கிலும் இருக்கிறதே தவிர, இரண்டுக்குமிடையில் இருக்கக்கூடிய ஊடாடும் உறவென்பது ஒன்றை ஒன்று எதிர்பார்த்தே இருப்பதில்லை.

நான் வாசித்த எல்லா ஜென் கவிதைகளுக்குப் பின்னாலும் இயங்கக்கூடிய மனமென்பதைப் பார்த்தீர்களெனில் அது ஒரு விழிப்புணர்வுற்ற மனம். விழிப்புணர்வுற்ற மனம் உள்ளவர்களுக்குத்தான் இதுபோன்று காட்சிகள் தோன்றுகிறது.

இவர்களுக்குத்தான் உலகத்தைப் பார்க்கத் தெரிகிறது. இந்த விழிப்புணர்வுற்ற மனதை உருவாக்குவது எது அல்லது சட்டோரி என்கிற தரிசனத்தை எப்படி உருவாக்குகிறோமெனில் அவர்கள் கென்ஜோ என்று சொல்கிறார்கள். கென்ஜோ என்றால் Little Flash. அதாவது ஒரு சின்ன மின்மினி வெளிச்சம்போல வரும். அந்த வெளிச்சத்தின் வழியாகவே ஒரு விழிப்புணர்ச்சி நிலை வந்துவிடும். அந்த விழிப்புணர்வு எப்படி இருக்குமெனில் The Burst of Awakening. உங்கள் அக உணர்ச்சியென்பது தன்னை வெடித்துக்கொண்டு உள்ளே இருக்கக்கூடிய அந்த அக உணர்ச்சியைச் சொல்லும். அதற்கான சாலைதான் ஒரு Pathway.

சாலையைப் பற்றி ஜென் கவிதைகள் நிறைய பாடியிருக்கின்றன. ஜென்னில் பாதை என்பது ஒரு குறியீடு. ஒவ்வொரு சராசரி மனிதனுக்கும் மூன்று நிலைகளில் இந்த உலகத்தோடு உறவு உண்டு. இதை வைத்துதான் ஜென்கவிதை மனிதனைப் பாட ஆரம்பிக்கிறது. முதல்நிலை, மற்றவர்களுக்கும் தனக்குமான உறவுநிலை. இந்த மற்றவர்களென்பது யாரெனில் உங்களுடன் வாழ்பவர்களாக இருக்கலாம். நீங்கள் படித்த புத்தகங்களாக இருக்கலாம். நீங்கள் விரும்புகிற விசயமாக இருக்கலாம். இசையாக இருக்கலாம். எதெல்லாம் வெளியில் இருக்கிறதோ எதோடெல்லாம் உறவு கொள்கிறோமோ அதற்கும் நமக்கும் இருக்கக்கூடிய உறவுதான் நம் முதல்நிலை.

இரண்டாம் நிலை, அது தனக்குத்தானே இருக்கக்கூடிய நிலை. நான் என்னுடனேயே அட்டாச் ஆகியிருக்கிறேன். நான் என்னைக் கவனித்துக் கொள்கிறேன். நான் என்னைப் பற்றியே சிந்திக்கிறேன். என்னுடைய மேம்பாட்டைப் பற்றி யோசித்துக்கொண்டே இருக்கிறேன். என்னுடைய பலம், பலவீனம் இவற்றை ஆராய்ந்துகொண்டே இருக்கிறேன். எனக்கு நானே இருக்கக்கூடிய என்னுடைய உறவு. இது இரண்டாம் நிலை.

மூன்றாம் நிலை, எனக்குத் தெரியவே தெரியாது. அதாவது Unknown. இது பிரபஞ்சத்தினுடைய பெரிய ரகசியமாக இருக்கலாம். தெரியாத பக்கத்து வீட்டுக்காரனாக இருக்கலாம். Anything Unknown. இந்த மூன்றுநிலைகளில் தான் மனிதன் இந்த உலகத்தோடு உறவுகொண்டே இருக்கிறான்.

ஒன்று Other என்று சொல்லக்கூடிய மற்றவர்களுடன் இருக்கக்கூடிய உறவு. இதில் விருப்பு இருக்கும். வெறுப்பும் இருக்கும். ஒரு நேரம் சேர்ந்து இருப்போம். ஒரு நேரம் பிரிந்து வந்திருப்போம். அவர்களுடன் நமக்கு இருக்கும் உறவு, நாம் ஏற்படுத்திக்கொண்ட உறவு. தனக்குத் தானே உறவென்பது பிறந்ததிலிருந்து உங்கள் கடைசி நாள் வரைக்கும் உங்கள் தன்னிலையோடு, உங்கள் தன்னிலையின் வழியாக நடக்கக்கூடிய அத்தனையோடும் ஆராய்ந்துகொண்டே இருக்கப்போறீங்க. மூன்றாவது, தனக்கு அறியாத உறவு. இந்த மூன்றில் முதல் இரண்டைப் பற்றித் தெளிவான நிலை இருக்கு. Unknown என்றால் நாம் அதைவிட்டு விலகிவிடுகிறோம். நமக்கு அது தேவையில்லை. பிரபஞ்சத்தைப் பற்றி எந்தத் தனி மனிதனும் யோசிப்பதில்லை. அது எப்படி யிருந்தாலும் எனக்கென்ன. வேண்டாம், அதெல்லாம் Unknown.

இப்போது இங்கிருக்கிறோம். இந்த இங்கிருக்கக் கூடிய ஒருவர் இந்த அறையில் அவர் முன்னால் நடப்பதை யோசிப்பாரே தவிர, இன்றைக்கு நியூயார்க்கில் என்ன நடக்கிறது, டோக்கியோவில் என்ன நடக்கிறது, இன்னொரு கிரகத்தில் என்ன நடக்கிறது என்று வேறெதைப்பற்றியும் யோசிக்க மாட்டார். இதெல்லாம் Unknown.

Unknownஐப் பொறுத்த மட்டில் அவர் வேண்டாமென்று நினைக்கிறார். எந்த ஒரு Known யும் அவருக்குத் தேவையின்றால் பயன்படுத்திக்கொள்வார். இல்லையென்றால் விட்டுவிடுவார்.

முதல் இரண்டுமே நன்றாகத் தெரிந்திருக்கிறது. மூன்றாவதான தனக்குத் தானே உறவென்பது இருக்கிறது இல்லையா, அதில்தான் குழப்பம் வருகிறது. அது இந்த இரண்டாலும் மாறி மாறி பிரதிபலித்துக்கொண்டே இருக்கிறது.

Unknown என்பது நமக்குத் தெரியாததினால் நாம் நிறைய நேரம் பயப்படுகிறோம். இன்னொன்று, நமக்குத் தெரிந்தவர்களாலேயும் பயப்படுகிறோம். தன்னிலையில் ஒரு மனிதன் அடையக்கூடிய பெரிய நிகழ்ச்சிகள் இரண்டுதான். இந்த இரண்டு உணர்ச்சிகளைத்தான் ஜென் கவிதை முக்கிய கருப்பொருளாக எடுத்துக் கொள்கிறது. ஒன்று Bordem.

அதாவது போரடிப்பது, அலுப்பு. ஒருவன் சதா தன்னைச் சுற்றி ஒரு வெறுமையை உணர்வது. இப்போது உங்களை அறையில் கொண்டு போய் விட்டுவிடுகிறோம். நீங்கள் அந்த அறையில் இருக்கிறீர்கள். உங்களால் ஐந்து நிமிடங்களுக்கு மேல் எதுவும் செய்யாமல் இருக்கமுடியாது. உடனே என்ன செய்வீர்களெனில் தனித்திருக்கும்போதெல்லாம் ஏன் பயப்படுகிறாரென்றால் தனித்திருக்கும்போதெல்லாம் தன்னைப் பற்றி யோசிக்க ஆரம்பிக்கிறார்.

நமக்கு இருக்கிற பெரிய பயமே நம்மைப் பற்றி யோசிப்பதுதான்.

ஐந்து நிமிடம்கூட நம்மைப் பற்றி யோசித்தால் நம்மை அறியாமல் பயம் வந்துவிடும். அதனால் நாம் ஒரு டிவியையோ ரேடியோவையோ போட்டுக் கேட்டு நம்மைப் பற்றி யோசிக்காமல் இருக்க விரும்புகிறோம். முடிந்தவரைக்கும் நம்மை பரிசீலனை செய்வதைத் தவிர்ப்பதற்காக நாம் யாருடனாவது பேசிக்கொண்டே இருப்போம். அப்படியென்றால் நம்மைப் பற்றி யோசிக்கமாட்டோம். நம்மைப்பற்றி இந்த பயம் உண்மையானதில்லை.

அது ஒரு சந்தோஷம். அதைப் பயமாக மாற்றி வைத்திருக்கிறோம். நாம் தனித்துவிடப்படும்போது ஒவ்வொரு சிறு அசைவும் சிறு சிறு விசயங்களும் மிகப்பெரிதாகத் தெரிய ஆரம்பிக்கும். அப்போது நம்மை நாமே உற்று நோக்க ஆரம்பிப்போம். அதுதான் நமக்கு இருக்கிற சலிப்பின் பிரச்சினையே. அதனால்தான் எல்லோரும் சொல்கிறார்கள் போர் அடிக்கிறது, போர் அடிக்கிறதென்று.

ஆனால், போர் அடிக்கவில்லை. உங்களைப் பற்றி நீங்கள் விசாரித்துக்கொள்வதற்குப் பயப்படுகிறீர்கள். நீங்கள் உங்களோடு உறவாடுவதிலிருந்து விலக விரும்புகிறீர்கள். மனசாட்சியோடு பேசப் பயப்படுகிறீர்கள். பலம் எது, பலவீனம் எதுவென யோசிக்க அச்சமாக இருக்கிறது உண்மையில் பார்த்தால் இந்த ஜென் கவிதை இந்த பயத்திலிருந்து நம்மை விடுவிக்கிறது. நம்மை நாமே ஆராயத் துணை செய்கிறது. தனித்திருத்தலின் ஆனந்தத்தை கற்றுத்தருகிறது. நம்மை மனசுத்தி கொள்ள வைக்கிறது. இதையே ஜென் துறவிகள் செய்கிறார்கள். புத்தர் சொல்கிறார், உங்கள் அகத்தை நோக்கிப் போவதற்கு எது தடையாக இருக்கிறதோ அதைத் தூக்கிப்போடுங்கள். நீங்கள் உப்பாக இருந்தால் தண்ணீரில் கரைந்துவிடுவீர்கள். சர்க்கரையாக இருந்தால் ஏதாவது ஒரு பொருளில் கரைந்து யாருடைய உதட்டையாவது போய் சேர்ந்துவிடுவீர்கள். ஆனால், நீங்கள் ஒரு கல்லாக இருக்கிறீர்கள். அப்போது நீங்கள் தண்ணீரில் கரையவேண்டுமென நினைத்தால் கரையவும் முடியாது.

தன்னிருப்பை பற்றிய பயம் எப்படி வருகிறது? இந்த உலகம் என்னைக் கவனிக்கவில்லை என்பதில்தான் துவங்குகிறது. இதை ஜென் என்ன நினைக்கிறதென்றால் இந்த அதிருப்தி ஒரு மனிதனுடைய அகவளர்ச்சியினுடைய முதல் அடையாளம். அதனால் அதிருப்தி இருப்பதனால் தப்பாக எடுத்துக்கொள்ள வேண்டாம். அதிருப்தி இருக்கலாம். ஆனால், அதிருப்தியிலிருந்து என்ன செய்யப் போகிறீர்கள் என்பதுதான் முக்கியம் என்று சொல்கிறது.

சொல்லிவிட்டு இப்படி அகத்தின் வழியாக நாம் எந்த ஒன்றை ஏற்படுத்துகிறோம் எனக் கேட்கிறது. என்னவெனில் எதிர்நிலை. நான் நானாக இருக்கிறேன், நீ நீயாக இருக்கிறாய். எனது வேலை அடுத்தவனைக் கட்டுப்படுத்துவது என நினைக்கிறோம். இதுவே நாம் வாழ்க்கை முழுவதும் செய்யக்கூடிய முயற்சி என்னவெனில்

நம்மைச் சுற்றிய மனிதர்களை, மனைவி பிள்ளைகளைக் கட்டுப்படுத்த முயற்சிக்கிறோம். முடியாதபோது நம்மை வருத்திக் கொள்கிறோம். இந்த சலிப்புணர்வை ஜென் தூக்கிப்போடுகிறது. மிதக்கும் தன்னிலை ஒன்றை அறிமுகம் செய்கிறது. அது என்ன மிதக்கும் தன்னிலை? சொல் அற்று உணர்வது, வாழ்வது. Wordless அப்படியென்று சொல்கிறார்கள். Wordless என்றால் வார்த்தையில்லாமல் இருப்பதா? அதாவது இரண்டுவகை இருக்கிறது. நமக்கே தெரியும்.

பேசாமலிருப்பென்பது வேறு.
மௌனமாக இருப்பதென்பது வேறு.
மௌனமாக இருப்பதென்பதும் பேசாமலிருப்ப
தென்பதும் ஒன்றில்லை.

பேசலிருப்பதென்றால் வார்த்தைகள் வெளிப்படவில்லையே தவிர மனதில் சொற்கள் ஒலித்துக் கொண்டேதானிருக்கிறது. ஆனால், மௌனமாக இருக்கிறதென்றால் சொற்கள் அற்ற ஒரு நிலை. மலை மௌனமாக இருக்கிறது, கல் மௌனமாக இருக்கிறது, ஒரு இடிந்தகோட்டை மௌனமாக இருக்கிறது.. கடல் பலநேரங்களில் அதன் அடித்தளங்களில் மௌனமாக இருக்கிறது. இப்படி ஆழ்ந்த மௌனம் இருக்கிறது. எப்பவுமே வார்த்தைகளால் வெளிப்படாத மௌனம். பேசாமலிருப்பது என்றால் போதாமையாலோ சொற்களால் வெளிப்படுத்த வேண்டாமென்றாலோ பேச்சை நிறுத்திக்கொள்கிறேன். ஆனால், உள்ளே பேச்சு ஓடிக்கொண்டிருக்கிறது. ஜென் கவிதை அந்த Wordless State of Mind-ஐ முதன்மைப்படுத்தி, ஒரு மகா மௌனத்தை அடையாளப்படுத்த முயற்சிக்கிறது.

அப்படி முயற்சிக்கும்போது எல்லா அடையாளங்களும் இல்லாமல் போய்விடுகின்றன. அதனால்தான் நான் ஜென் கவிதை படிக்கும்போதெல்லாம் நமது இருப்பு அதிர்கிறது. ஜென் கவிதைகளை Song of Soul என்று சொல்கிறார்கள். அது ஆன்மாவினுடைய பாடல். இப்போது தமிழில் இருக்கக்கூடிய சங்கக் கவிதைகள் இயற்கையை வியந்து வியந்து பாடினாலும் இயற்கையோடு ஒன்று கலந்தாலும் அந்தப் பாடல்களுக்கு என்ன பெயரென்றால் Song of Emotional, Song of Body.

அது உடலை முதன்மைப்படுத்திய வாழ்க்கையைப் பேசுகிறது. இது ஆன்மாவை முதன்மைப்படுத்திய வாழ்க்கையைப் பேசுகிறது. ஆன்மாவை முதன்மைப்படுத்திப் பேசக்கூடிய கவிதைகளில் ஆண் பெண் பாகுபாடு கிடையாது.

நான் நீ என்கிற வேறுபாடு கிடையாது. சங்ககாலக் கவிதைகளில் அதற்கு தத்துவப் பின்புலம் கிடையாது. ஆனால், இந்த ஜென் கவிதைக்கு ஆழமான தத்துவ பின்புலம் இருக்கிறது. ஒருவர் ஒரு ஜென் கவிதை எழுதுகிறாரென்றால் அவருக்குள் ஒரு ஜென் நிலையிருக்கிறது. அதனால்தான் அந்த ஜென் கவிதையைப் பற்றிச்

சொல்லும்போது ஒன்று சொல்கிறார்கள். என்னவென்றால் Poetry in Zen, Zen in Poetry என்கிற வார்த்தைகளைச் சொல்கிறார்கள். அதாவது கவிதையில் ஜென் இருப்பதுபோல் ஜென்னில் ஒரு கவித்துவமிருக்கிறது. இரண்டும் ஒன்று கலக்கும்போதுதான் அது ஜென் கவிதையாகிறது.

ஜென்னில் இரண்டு மரபிருக்கிறது. ஒன்று, பாஷோவினுடைய மரபு. இதில் பாஷோ, ரியோக்கான், இஸா போன்ற மூத்த கவிஞர்கள் இடம்பெறுகிறார்கள். இவர்கள் 12ஆம் நூற்றாண்டிலிருந்து 16ஆம் நூற்றாண்டுவரை வாழ்ந்தவர்கள். அவர்கள் நாடோடிக் கவிஞர்கள். வாழ்வு அனுபவங்களை ஹைக்கூ கவிதைகளாக எழுதியவர்கள்.

இன்னொரு கவிதை மரபு இருக்கிறது, அது மாடர்ன் மாஸ்டர்ஸ் என்று. அதாவது நம்காலத்தில் வசிக்கக்கூடிய ஜென் கவிஞர்கள். இந்த ஜென் கவிஞர்கள் உலகின் எல்லா மொழியிலும் இருக்கிறார்கள். இப்போது நான் சொன்ன தேவதச்சன் கூட ஒரு ஜென் கவியே. ஜென் கவிதை வெளிச்சம் போல வழிகாட்டுகிறது. ஒரு ஜென் முதன்மைப்படுத்துவது Zen Moment.

Zen Moment அப்படியென்றால் ஜென் குறிப்பிட்ட ஒரு நிலையைச் சொல்கிறது. அந்த நிலை என்னவெனில் ஓர் ஆன்ம தரிசனநிலை. ஒரு கவிதையை அதற்குப் படித்துக் காட்டுகிறேன் பாருங்கள்.

சும்மா அமைதியாய் உட்கார்ந்திருக்கிறது
ஒரு புல்
தானாக வளர்கிறது
வசந்தம்வரும்பொழுது.
வசந்தம் வந்தால் தானாக வளர்ந்துகொண்டே
இருக்கிறது. நம் கண்களுக்குத் தெரிவதில்லை.

அப்படித்தான் நமக்குள் இருக்கிற தன்னிலையும் இருக்கிறது. அது அசைவில்லாமல் ஒரு புல் இருப்பதுபோல் எந்தப் புயலைப்பற்றியும் கவலைப்படாமல் எந்தக் காற்றையும் பற்றிக் கவலைப்படாமல் தன்னியல்பில் அது அமைதியாய் இருந்துகொண்டே இருக்கிறது. ஆனால், தானாக வளர்கிறது. எப்போதென்றால் Changes அதாவது வசந்தம் வரும்போது. இந்தப் பருவகால மாறுதல்களை எப்பவுமே இந்த ஜென் தொடர்ந்து பாடிக்கொண்டேதானிருக்கிறது. பனிக்காலமாக இருக்கலாம், கோடை காலமாக இருக்கலாம். இந்த ஜப்பானிய மக்கள் ஒவ்வொரு காலகட்டத்தையும் கொண்டாடுவார்கள். அங்கு வருடம்தோறும் செப்டம்பர் மாதம் 22ஆம் தேதி நிலா பார்த்தல் என்று ஒரு நாள் வைத்திருக்கிறார்கள்.

நம்மூரில்கூட இருக்கிறது. சித்ரா பௌர்ணமி அன்று ஆற்றுக்குப்போய் நிலா பார்ப்பார்கள். இன்றைக்கு நிலா பார்க்கிறார்களென்றால் எல்லோரும் கம்ப்யூட்டரில்தான் நிலா பார்க்கிறார்கள். வெளியில் போய் நிலா பார்ப்பவர்கள் கம்மி.

பெரும்பாலும் நிலா பார்ப்பதென்றால் பயணம் பண்ணினால்தான் பார்க்கமுடியும்.

வீட்டிலிருந்தோமென்றால் நிலா தெரியாது. ஜப்பானில் இந்த செப்டம்பர் 22ஆம் தேதி ஊரே கூடி நிலா பார்ப்பார்களாம். எப்படியென்றால் ஊரே கூடி ஒரு இடத்தில் ஒன்று திரண்டு கையில் வாத்தியக் கருவிகளோடு சாக்கே என்ற மதுவைக் குடித்துக்கொண்டு இசையமைத்து, நடனமாடி, நிலாவைப் பார்த்துக்கொண்டிருப்பார்களாம்.

அதற்குப் பெயர் நிலா பார்த்தல். அது ஒரு பரவச சடங்கு. இதேபோல வசந்தகாலம் வருகிறது. செர்ரி பூத்துக்குலுங்க ஆரம்பிக்கிறது. செர்ரியைக் கொண்டாடுவதற்காக ஒரு சடங்கு நிகழ்த்துகிறார்கள். அப்பவும் இதேபோல் சாக்கேவுடன் அந்த மலர்கள் பூத்துக்குலுங்கக்கூடிய மரங்களுக்கு அருகில் சென்று அந்த உதிரக்கூடிய மலர்களை வியந்து பாடி கவிதை பாடுவார்கள், கொண்டாடுவார்கள்.

ஜப்பானியக் கவிஞர்கள் இயற்கையினுடைய மாற்றங்களைத் துல்லியமாகப் பதிவு செய்திருக்கிறார்கள். தமிழ்க்கவிதையிலும் இந்தப் பருவமாறுபாடு மிக அழகாகப் பதிவு செய்யப்பட்டிருக்கிறது. இரவில் அது எந்த இரவு, முன்னிரவா பின்னிரவா? அப்போது அங்கு என்ன காற்றடித்தது.

அந்தக் காற்று எப்படியிருந்தது என்பது வரைக்கும் பதிவு செய்திருக்கிறோம். ஆனால், நாம் பதிவு செய்வதற்கும் ஜென் கவிதையில் காலத்தைப் பதிவு செய்வதற்கும் வேறுபாடு இருக்கிறது. என்னவெனில் ஜென் கவிதையில் வரக்கூடிய காலக்குறிப்புகள் எதுவுமே எந்தத் தனிப்பட்ட வருடங்களையும் சார்ந்ததல்ல.

ஒரு மழைத்துளியின் மீது இன்னொரு மழைத்துளி விழுந்துகொண்டே இருக்கிறது என்று ஒரு ஜென் கவிதை இருக்கிறது. அப்படியானால் மழை என்பது துளிகளின் தொடர்நிலை. அதாவது, Raining. துளிமேல் ஒரு துளி விழும்போது அது துளிகளின் தொகுதியாகி விடுகிறது. அப்போது ஒற்றைத் துளி மறைந்து போய் விடுகிறது.

ஜென் இது போன்ற ஒரு அகமாற்றத்தினுடைய அடையாளமாகவே எப்பவுமே இருக்கிறது. இன்னொரு கவிதையைப் படிக்கிறேன்.

எதிரொலியின் சப்தத்தை
பேசுவது யாராம்
கண்ணாடியில் பிம்பத்தைத் தீட்டுவது யாராம்
கனவில் மூக்கு கண்ணாடி இருப்பது எங்கே
எங்குமே இல்லை.
மனதின் இயல்புதான் எல்லாமே

ஆனால், இந்தச் சப்தங்களையெல்லாம் எழுப்புவது ஒரு மர்மம் என்று நினைத்துக்கொண்டிருக்கிறோம். எதிரொலியின் சப்தத்தை எழுப்புவது யாராம் என்பது எளிய கேள்வி. யோசித்துப் பார்த்தால் அதன் ஊடே ஒரு வியப்பு தென்படும்.

நாம் குரல் கொடுக்கிறோம், எங்கிருந்தோ ஒரு எதிர்க்குரல் வருகிறது. சப்தத்தைத் திரும்பிப் பேசுவது யார்? தெரியாது. கண்ணாடியில் பிம்பத்தைத் தீட்டுவது யார்? நாம் பார்க்கிறோம். உள்ளிருந்து ஒரு பிம்பம் தெரிகிறது. அப்போது அது யார்? கனவில் மூக்கு கண்ணாடி இருப்பது எங்கே? கனவில் மூக்கு கண்ணாடி எங்கு இருக்கும்? எங்குமே இல்லை. எல்லாமே மனதின் இயல்புதான். மனதுதான் அப்படியன்று இருப்பதாக உருவகித்துக்கொள்கிறது.

அங்கே ஒரு ஆள் இருக்கிறமாதிரியும் அந்த ஆள் பதிலுக்குக் குரல் கொடுப்பது மாதிரியும் கண்ணாடிக்குள் இருந்துகொண்டு நம் முகத்தை அப்படியே காட்டுவதுபோலவும் இருக்கிறது. தன்னியல்பில் இல்லை. மனம்தான் இப்படி இயங்கி, இயங்கி ஒவ்வொன்றையும் வெளிக்காட்டிக்கொண்டே இருக்கிறது. இந்தக் கவிதைமரபில்தான் பாஷோ வருகிறார். பாஷோதான் ஹைக்கூ வடிவத்தை கச்சிதமான கவிதைமொழியாக்கியவர். நம்ம ஊரில் பாரதியார், நவீன கவிதை மொழியை எப்படி உருவாக்கினாரோ அதைத்தான் ஹைக்கூ வடிவத்திற்கு பாஷோ செய்துள்ளார் பாரதிதான் தமிழில் முதன்முதலில் ஹைக்கூவைப்பற்றிக் கட்டுரை எழுதுகிறார்.

சுதேசமித்திரனில் ஹைக்கூ கவிதைகள் உலகத்தின் ஒப்புயர்வற்ற கவிதைகள் என்ற கட்டுரையை எழுதி தமிழுக்கு ஹைக்கூவை அறிமுகப்படுத்தியவர் பாரதியார். அவருக்கு உலகத்தின் எங்கோ இருக்கக்கூடிய ஹைக்கூவைப்பற்றிக் கூட தெரிந்துள்ளது. பாஷோ சின்னஞ்சிறு வயதிலேயே கவிஞனாகிவிட்டார். அவருடைய அப்பா ஏழ்மையானவர்.

பாஷோ ஒரு நடுத்தர வர்க்கத்தைச் சேர்ந்தவர். அவருடைய அப்பா Low Level Samurai என்று சொல்லக்கூடிய காவல்பணி செய்யும் ஒரு சாமுராயாக இருந்தார். வறுமையினால் குழந்தைகளைக் குருகுலத்தில் யுத்தக்கலை பயில விட்டுவிடுவார்கள். அப்படி ஒரு பிரபுவிடம் யுத்தக்கலை பயின்றார் பாஷோ.

குருவிற்கு விருப்பமான ஆளாக இருந்ததால் இவரை சாமுராயாகத் தேர்ந்த ஒரு போர்வீரனாக உருவாக்கியதோடில்லாமல் அவர் படித்த கவிதைகளையெல்லாம் இவரையும் படிக்க வைத்தார். அப்படித்தான் பாஷோ முதன்முதலில் கவிதைகளைக் கற்றுக் கொள்ள ஆரம்பித்தார். கவிதை எழுதவும் ஆரம்பித்தார்.

பாஷோ என்பது அவருடைய இயற்பெயரில்லை. பாஷோ என்றால் வாழைமரமென்று பெயர். வாழை மரத்தை அவருடைய ஒரு சீடன் ஒரு பரிசாகக் கொடுத்தான். வீட்டு வாசலில் வாழைமரத்தை

வைத்துக்கொண்டார்.

கவிஞருடைய வீடு எங்கு இருக்கிறது என்று கேட்கும்போது அதோ அந்த வாழை மரம் இருக்கின்ற வீடுதான் என்று சொல்லிச் சொல்லி அப்படியே அது அவருடைய பெயராகவும் மாறி விட்டது. அவரே பின்னால் தன்னுடைய பெயரை பாஷோ என்று வைத்துக்கொண்டார்.

ஜப்பானில் காலத்தை எப்படிப் பிரிக்கிறார்களென்று பார்த்தால் கால வரிசைப்படி அல்ல. தலைநகர் மாற்றங்களை வைத்துதான் பிரிக்கிறார்கள். அவர்கள் தலைநகர் எந்த ஊரில் இருந்ததோ அதிலிருந்து ஒரு காலம். அதிலிருந்து பத்தாண்டுக் காலம், இருபதாண்டு காலம். அங்கு தலைநகர் மாற்றத்தை வைத்துதான் காலம் பிரிக்கப்படுகிறது. அப்படி இந்த கியாட்டோவின் காலகட்டத்தில் ஒரு சாமுராயாகத் தன் வாழ்க்கையைத் துவங்கிய பாஷோ தன்னுடைய கவிதைகளின் வழியாக. பௌத்த அறத்தை முன்வைத்திருக்கிறார். நாடோடி போல இலக்கில்லாமல் சுற்றியலைந்த இவர் இயற்கையை நுட்பமாகப் புரிந்து கொண்டார். அதனால் பாஷோ ஒரு பௌத்த ஞானியாகிறார்.

இருபதாவது வயதில் அவருடைய முதல் கவிதைத் தொகுதி வெளிவந்துவிடுகிறது. அந்தக் கவிதைத் தொகுதியின் வாயிலாக அவர் பிரபலமடைகிறார். அவருக்கு சீடர்கள் உருவாக ஆரம்பிக்கிறார்கள். அங்கு கவிதை படிப்பதென்றால் சேர்ந்து ஒன்றுகூடி வாசிப்பது. தனியாக ஒரு கவிஞர் இருக்கமாட்டார். அவரைச் சுற்றி ஒரு கூட்டமே ஒன்றாக இருக்கும். இருபது இருபத்தைந்து நபர்களுடன் ஒரு இடத்திற்குப் பயணம் போவார்கள். கவிதை பாடுவார்கள், கொண்டாடுவார்கள். பிறகு வெளியேறி இன்னொரு நகரத்திற்குப் போய்விடுவார்கள். பாஷோவும் அவரது சீடர்களும் ஒன்றாகச் சுற்றியலைய ஆரம்பித்தார்கள்.

அவர்கள்தான் ஹைக்கூ வடிவத்தைப் புகழ்பெறச் செய்தவர்கள். இதனால் ஹைக்கூ மக்களுடைய கலைவடிவமாக மாறியது. யாரெல்லாம் ஹைக்கூ எழுத வந்தார்கள் என்று பார்த்தால் பெரும்பான்மையானவர் விவசாயிகள், கூலிகள், தொழிலாளிகள், துறவிகள். இவர்கள் ஒன்றுகூடி சந்தையில் கவிதை பாடினார்கள்.

பௌத்தம் ஜப்பானுக்குப் போவதற்கு முன்பு அங்கே இயற்கையை வழிபடும் ஷிண்டோ எனும் வழிபாட்டு முறை இருந்து வந்தது. ஷிண்டோதான் கடவுள் என்று நம்பிக்கொண்டு இருக்கக்கூடிய மதத்திற்குள் பௌத்தம் போய் சேர்ந்து ஒன்று கலந்தது. ஆகவே, இயற்கையும் புத்தனும் ஒரு நிலைப்பட்ட புதிய ஜென் வழி உருவானது.

அந்த ஜென் நிலையைப் பாடியதால் பாஷோவினுடைய கவிதைகளுக்கு ஒரு பெரிய வரவேற்பு கிடைத்தது. ஊர் ஊராகப் போய் பாஷோ கவிதைகள் பாட ஆரம்பித்தார். மலைகளில்,

ஏரிகளில், பனி படர்ந்த வயலில் நடந்துபோய் கவிதை பாடினார். ஒன்று இரண்டல்ல, ஆயிரத்து ஐநூறு மைல் கொண்ட பயணத்தை மூன்று நான்கு முறை நடத்தியிருக்கிறார் பாஷோ.

அதாவது, பாஷோ ஆண்டு முழுக்க நடந்திருக்கிறார். இப்போது அவர் அறிந்த இயற்கை காட்சிகள்தான் அவர் கவிதைகளின் கருப்பொருள். பாஷோ எந்தக் காட்சியைப் பார்த்தாலும் உடனே ஒரு கவிதை சொல்லுவார். சீடர்கள் எழுதிக்கொள்வார்கள். அவர் வசந்தத்தைப் பார்த்துச் சொல்கிறார்...

வசந்தம் போகிறது
மீன்கள் அழுகின்றன

இது மீன்களுடைய அழுகை அல்ல. பிரிவின் துயரம். பாஷோ துறவியாக இருந்தாலும்கூட நண்பர்களைத் தேடித் தேடிப் போய் பார்க்கிறார். நண்பர்களுடன் சேர்ந்து கொண்டாடுகிறார். குடிக்கிறார். இன்னும் சொல்லப்போனால் நிலா பார்த்தலுக்காகப் பல இரவுகள் விழித்திருக்கிறார். ஒரு பயணத்தில் ஏரியின் நடுவிலிருந்து நிலாவைப் பார்க்க விரும்புகிறேன். என்னை அழைத்துக்கொண்டு போவாயா என்று ஒரு மீனவனைக் கேட்கிறார். அவன் சரி போகலாம், அதற்குப் பதிலாக எனக்குக் குடிக்க சாக்கே மது வேண்டுமென்று கூறுகிறான்.

ஒரு கோப்பை சாக்கே. ஒரு குளிர்காலத்தினுடைய நிலவு. கூட துணைக்கிருப்பதற்கு ஒரு மீனவன். இது போதும். இதுவே என் வாழ்க்கையின் உச்சபட்ச சந்தோஷம் என்று பாஷோ சொல்கிறார். அதுதான் பாஷோவின் இயல்பு. பாஷோ தனது பயணத்தில் கண்ட நிகழ்வுகளை முறையாக எழுத்தில் பதிவு செய்திருக்கிறார். அவருடைய பயணக்குறிப்புகளில் ஏரியில் நிலா பார்க்கப்போனதைப் பற்றிய குறிப்பு வருகிறது.

ஏரியின் நடுவில் படகில் இருந்தபடியே நிலாவைப் பார்க்கிறார். இப்போது வானத்தில் ஒரு நிலவும் ஏரியில் ஒரு நிலவும் இருக்கிறது. உடனே பாஷோ சொல்கிறார்:

இந்த நிலவு தன்னுடைய துணைக்காக இன்னொரு நிலவையும் அழைத்து வந்திருக்கிறது. இப்போது நாங்கள் இருவர். இரண்டு நிலா. நான்கு பேருமாகச் சேர்ந்து குடிக்கிறோம். நிலவு குடிப்பதில்லை. ஆனால், அதற்கு நாங்கள் குடிப்பதில் எந்தக் கவலையும் இல்லை. அது தன் போக்கில் கூடவே இருக்கிறது. அப்படிச் சொல்லிவிட்டு ஒரு குளிர்காலத்தில் ஒரு ஏரியில் நிலவை முழுக்கப் பார்த்துக்கொண்டே இருக்கிறார். விடியும்வரை அவரும் அந்த மீனவரும் குடித்துப் படகிலேயே இருக்கிறார்கள். காலையில் சீடர்கள் கூட்டி வருகிறார்கள். அவருக்கு உடல் நலமற்றுப் போகிறது. சிகிச்சை கொடுக்கிறார்கள். மருத்துவரிடம் கூட்டிப் போகிறார்கள். மருத்துவர் கேட்கிறார். கொட்டும் பனியில் ஏரியிலிருந்து யாராவது நிலாவைப் பார்ப்பார்களா? ஏன் அப்படி ஒரு விருப்பம்?

அதற்கு பாஷோ பதில் சொன்னார்: கொட்டும் பனியிலும் முழுதாக விழித்திருந்து நான் கரையாமல்தானே இருக்கிறேன். நிலா கரையாமல்தானே இருக்கிறது. அந்த அனுபவம் எவ்வளவு மகத்தானது தெரியுமா? அதற்காக சாவது கூட பொருட்டில்லை.

பாஷோ ஒவ்வொரு ஊராகத் தேடித் தேடிப்போய் பார்க்கிறார். ஒரு நாள் தான் பிறந்த இடத்தைப் பிறந்த வீட்டைப் பார்க்க விரும்புகிறார். இப்போது அங்கு யாருமில்லை. அவர் கிளம்பி சொந்த ஊருக்குப் போகிறார்.

நண்பர்கள் புடைசூழ பிறந்த இடத்திற்குப் போனபோது, நண்பர்கள் சொல்கிறார்கள்: பாஷோ, எங்களால் நம்பவே முடியவில்லை. நீங்கள் இந்தக் குடிசையில்தானா பிறந்தீர்கள்? பாஷோ சொன்னார், இல்லை. நான் பிறந்தது ஒரு பெரிய பிரபஞ்சத்தில், பூமியில் தான் பிறந்தேன். குடிசை பூமியில் உள்ள ஒரு மரு என்று சொன்னார். ஒருமுறை பாஷோ வசித்த வீட்டிற்கு யாரோ தீ வைத்துவிடுகிறார்கள். தீ வைத்து எரிந்துபோன அந்த வீட்டின் முன் ஒரு கவிதை பாடுகிறார்.

தீயில் வீடு எரிந்துவிட்டது.
ஆனால், அதன் நினைவுகள் ஒன்றுகூட
எரியாமல் அப்படியே என்னிடமிருக்கிறது.

மனம் உடைந்துபோன பாஷோ மீண்டும் பயணம் செய்ய ஆரம்பிக்கிறார். மேற்குத் திசையைநோக்கி நீண்ட பயணம் செய்கிறார். போகிறார். வீடு திரும்புகிறபோது உடல் நலமில்லாமல் போகிறது. சீடர்கள் மறுபடியும் அதே மரவீட்டைக் கட்டிக்கொடுக்கிறார்கள். இப்போது அவருடைய வீடு ஹைக்கூ இயக்கத்தினுடைய பள்ளியாக மாற்றப்படுகிறது.

யார் வேண்டுமானாலும் அங்கு வந்து கவிதை பாடலாம். கவிதை கற்றுக்கொள்ளலாமென்று. அறிவிக்கப்படுகிறது. அவர் செய்த முக்கியமான வேலை, இருபது முப்பது கவிஞர்களுடைய கவிதைகளைத் திரட்டி அவர்களுடைய நூல்களைக் கொண்டு வந்ததே. தலைமுறையின் மூத்த கவிஞன் செய்யவேண்டிய ஒரு பணி என்னவெனில் தன்னுடைய அடுத்த தலைமுறைகளின் கவிதைகளைக் கொண்டாடுவதுதான். அதில் பாஷோ ஒரு முன் உதாரணமாக இருக்கிறார்.

பாஷோவின் மரணமும் புத்தருடைய மரணமும்
ஒன்றுபோலவே இருக்கிறது.

புத்தரும் தன்னுடைய பயணத்தில் ஒரு வீட்டில் சாப்பிட்ட உணவால் வயிற்று உபாதைக்கு உட்பட்டு இறந்துபோகிறார். கிட்டத்தட்ட பாஷோவிற்கு அதுதான் நடக்கிறது. ஆனால், பாஷோ இறக்கப்போகிற தன் கடைசி நிமிடத்தில்கூட ஒரு கவிதை பாடுகிறார். அந்தக் கவிதை என்னவெனில்,

நான் இல்லாமல்போகிறேன்.
ஆனால், வசந்தகாலம்
என்னுடைய நினைவுகளுடன்
இருந்துகொண்டேதானிருக்கும்.

பொதுவாக ஜென் கவிதையின் மீது ஒரு குற்றச்சாட்டு உண்டு. ஜென் கவிதையில் சமகாலமென்ற ஒன்றே கிடையாது. அது எந்தப் பிரச்சினையும் பற்றிப் பேசாது. பேசக்கூடிய விசயமெல்லாம் வெறும் தத்துவம். இன்னும் சொல்லப்போனால் மெய்மார்க்கம், ஞானம், ஆன்மீகத் தேடலுக்குத்தான் பயன்பட்டது. அதற்குமட்டும் பயன்பட்டதல்ல ஜென் கவிதை. அது சமூக மாற்றத்தையும் பாடி யிருக்கிறது. அதிகார மறுப்பை முன்வைத்திருக்கிறது.

ஜென் இயற்கையினுடைய ஒவ்வொரு தருணத்தையும் முதன்மைப்படுத்திக் காட்டுகிறது. ஜென்னில் இருக்கக்கூடிய ஒரு மலராக இருந்தாலும் சரி, ஒரு செடியாக இருந்தாலும் சரி இயற்கையை ஏன் ஜென் கொண்டாடுகிறதெனில் இயற்கை அவ்வளவு மகத்தானது.

உங்கள் சுயநலத்திற்காகப் பலிகொடுக்கக்கூடிய ஒன்றல்ல இயற்கை. இயற்கை பாதுகாக்கவேண்டியது மனிதனுடைய அடிப்படை கடமை.ரூஸோ எமர்ஸன் போன்றவர்களெல்லாம் அந்த இயற்கையை உன்னதமான எளிமையினுடைய அடையாளமாகப் பார்த்தார்கள். இந்தியாவில் இந்த ஹைக்கூ இயக்கம் வந்தபின்னால் நிறைய ஜென் கவிஞர்கள் வந்துவிட்டார்கள். சுஜாதாகூட ஒரு கட்டுரையில் எழுதியிருக்கிறார்.

ஹைகூ வந்துவிட்டதோ இல்லையோ, தமிழில் பொய்க்கூ வந்துவிட்டது. உண்மை நிறைய பேர் ஹைக்கூ என்ற பெயரில் பொய்க்கூ எழுதுகிறார்கள். ஜென் கவிதைகள் இயற்கையைப் புரிந்துகொள்வதற்கான ஒரு வாசல். ஒரு வழிமுறை. நமது விழிப்புணர்ச்சியே நம்மை வழிநடத்தக்கூடியது. ஆகவே, நாம் ஜென் கதைகளை, கவிதைகளை வாசிப்போம். ஜென்னைக் கொண்டாடுவோம் என்று சொல்லி விடைபெறுகிறேன். நன்றி வணக்கம்.

•••

ஆயிரத்தோரு அரேபிய இரவுகள்

6.1. அரேபிய இரவுகள் — 237
6.2. கதைகளின் இரவு — 241
6.3. ஆயிரத்தொரு இரவுகள் — 256
(உரையின் எழுத்துவடிவம்)

அரேபிய இரவுகள்

ஆயிரத்தொரு இரவுகள் என்பது மாபெரும் கதைக்களஞ்சியம். பாரசீக இலக்கியத்தின் வளமையான தொகைநூலிது. இதை ஒருவரே எழுதியிருக்க முடியாது. வேறுவேறு காலங்களில் மக்களிடையே வழங்கிய கதைகள் தொகுக்கப்பட்டு ஒரே நூலாக வெளியாகி உள்ளது.

இந்தக் கதையின் மையம் பாக்தாத். அதை ஆண்ட கலிபா ஆருன் அல் ரசீத். அவரது வம்சாவழியின் ஆட்சியில் நடைபெற்ற சம்பவங்கள். கதைக்குள் கதையாக விரியும் இந்த நூல் உலகின் மிகப் பழமையான கதைத்தொகுப்பாகும்.

ரிச்சர்ட் பர்ட்டன் இதை ஆங்கிலத்தில் மொழியாக்கம் செய்திருக்கிறார். இதற்காக ஒரு குழுவை அமைத்து எடிட் செய்ததோடு தனது ஓரியண்டல் பதிப்பகம் வழியாகவே இந்த நூலை வெளியிட்டிருக்கிறார். ஆயிரத்தொரு அராபிய இரவுகள் நூலில் காமத்தை வெளிப்படையாகச் சித்தரிக்கும் ஓவியங்கள் இடம்பெற்றிருந்தன. இதற்காகப் பலத்த சர்ச்சைகள் எழுந்தன. ஆனால், இதுவே அதன் விற்பனைக்கு முக்கிய காரணமாகவும் அமைந்தது.

இதுபோல Antoine Galland, John Payne, Edward Lane என நாலைந்து ஆங்கில மொழியாக்கங்கள் வெளியாகி உள்ளன. சமீபமாக Malcolm C. Lyons மூலமாகப் புதியதொரு மொழியாக்கம் ஒன்றும் வெளியிடப்பட்டுள்ளது தமிழில் அ.லெ.நடராசன் இந்த கதைத்தொகுப்பை தனித்தனி தொகுதிகளாக மொழியாக்கம் செய்துள்ளார். எஸ்.எஸ்.மாரிச்சாமியின் மொழியாக்கத்தில் தனிநூலாகவும் வெளியாகி உள்ளது.

பெரிய எழுத்தில் அராபிய இரவுக்கதைகள் தனி நூலாக வெளிவந்துமிருக்கிறது. ஆயிரத்தொரு இரவுகள் கதைகளில்தான் சிந்துபாத்தும் அலிபாபாவும் இடம்பெறுகிறார்கள். சிந்துபாத் படக்கதை தினத்தந்தி பேப்பரில் பலகாலமாக வெளியாகிக் கொண்டேயிருக்கிறது. பாரசீக மன்னன் ஷாரியார் தனது மனைவி தனக்கு

நம்பிக்கைத் துரோகம் செய்து அடிமையோடு கள்ளக்காதல் செய்வதை அறிந்து அவளுக்கு மரணதண்டனை விதிக்கிறான். பின்னர் எல்லாப் பெண்களுமே நன்றிகெட்டவர்கள் என அறிவிக்கிறான். ஆகவே தினம் ஒரு பெண்ணை மணந்து மறுநாள் அவளைக் கொன்று விடுகிறான். இந்நிலையில் அரசன் மணம் செய்வதற்கு பெண்தேடும் பொறுப்பைக் கொண்டிருந்த அமைச்சனின் மகள் ஷெஹர்ஜாத் தானே மன்னரைத் திருமணம் செய்து கொள்வதாகக் கூறுகிறாள். தந்தை ஒத்துக் கொள்ள மறுக்கிறார். அவளது பிடிவாதம் காரணமாக அதை ஏற்றுக் கொள்கிறார்.

முதல்இரவில் ஷெஹர்ஜாத் ஒரு கதை சொல்லத் துவங்குகிறாள். பொழுது விடிந்தும் கதை முடியவில்லை. ஆகவே கதை கேட்பதற்காக அவளை உயிரோடு அனுமதிக்கிறான். இப்படி கதை சொல்லிச் சொல்லி மரணத்தை ஒத்திப்போடுகிறாள் ஷெஹர்ஜாத். இதுதான் அராபிய இரவுகளின் எளிய கதைச்சுருக்கம்.

ஆயிரத்தொரு இரவுக்கதைகளை வாசிக்கையில் இந்திய கதை மரபின் தொடர்ச்சியைக் காண முடிகிறது. குறிப்பாக திருடர்களை பற்றிய கதைகள் இந்தியாவில் அதிகம். நாட்டார் கதை மரபில் திருடர்களுக்கு மிகுந்த முக்கியத்துவம் உண்டு. திருடர்கள் வெறும் சாகசக்காரர்கள் மட்டுமில்லை, அவர்கள் நகைச்சுவை உணர்வு நிரம்பியவர்கள். அதிகாரத்திற்கு எதிரானவர்கள்.

தமிழ்க் கதைகளில் வரும் திருடர்கள் மன்னர் காவலைமீறி அரண்மனையில் திருடுவதைத் தான் பெரிதாக நினைக்கிறார்கள். சில நேரங்களில் அரசனையே மயக்கிக் கட்டி திருடி வந்துவிடுகிறார்கள். திருடனை அரசன் பிடிக்க முடிவதேயில்லை. பலநேரம் திருடன் திருடப்போன இடத்தில் விதவிதமாகச் சாப்பிடுகிறான், தூங்குகிறான், காதலிக்கிறான். என்றால் திருடன் நம் எல்லோருக்குள்ளும் உள்ள ஒரு அம்சமே. அராபிய இரவுக் கதைகளில் வரும் ஒரு கதாபாத்திரம் தான் சிந்துபாத். பலமுறை சிந்துபாத்தின் கடற்பயண சாகசங்கள் படமாக்கப் பட்டிருக்கின்றன. தமிழில் இது தனித்துப் படமாக்கப் படவில்லை. அலிபாபா கதை பாக்தாத் நகரில் நடக்கிறது. அராபிய கதைமரபில் இது ஓர் இடைச்செருகல் கதை என்றும் அறியப்படுகிறது.

அராபியக் கதையில் வரும் அலிபாபா ஒரு நாள் திருடர்கள் தாங்கள் திருடிய பொருட்களைப் புதைத்து வைத்துள்ள குகையைக் காண்கிறான். அங்கே 'திறந்திடு சீசேம்' என்றால் கதவு திறக்கும். 'மூடிடு சீசேம்' என்றால் கதவு மூடிவிடும் என்பதை அறிந்து கொள்கிறான். திருடர்களுக்குத் தெரியாமல் பொருட்களைத் திருடி வந்துவிடுகிறான்.

அலிபாபா திருடிய தங்கத்தை நிறுத்து பார்க்க தனது அண்ணியிடம் இருந்து ஒரு தராசை வாங்கி வருகிறான். அவளோ அந்தத் தராசில் கொஞ்சம் அரக்கை ஒட்டி வைத்து அலிபாபா எதை நிறுத்தினான் என்று கண்டுபிடிக்கிறாள். இதை அறிந்த அலிபாபாவின் அண்ணன்

காசிம் தானும் திருடர் குகைக்குப் போய் புதையல் எடுக்க விரும்பி மாட்டிக் கொள்கிறான். அவனைத் திருடர்கள் கொன்றுவிடுகிறார்கள். கொன்ற உடலை யாரும் அறியாமல் எடுத்து வந்து தைத்து உடலை மறைத்துவிடுகிறான் அலிபாபா. செத்துப்போன உடல் காணாமல் போகவே இந்தத் திருட்டில் இன்னொருவனுக்கும் பங்கிருக்கிறது என்று நம்பிய திருடர்கள் அலிபாபாவைத் தேடத் துவங்குகிறார்கள். இதிலிருந்து தந்திரமாக தப்பிக்கிறான் அலிபாபா.

முடிவில் எண்ணெய் வணிகர் போல வந்த திருடர் தலைவன் அலிபாபாவின் அடிமைக் காதலியைக் கண்டுபிடிக்கிறான். அவளைப் பிடித்து வைக்கவே அவளை மீட்கச் சென்ற அலிபாபா திருடனோடு சண்டையிட்டு தனது அடிமைக் காதலியை மீட்டு அவள் மூலம் திருடர்களை ஏமாற்றி மலையில் இருந்து தள்ளிவிடுகிறான்.

இந்தக் கதை சற்று உருமாற்றங்களுடன் பல்வேறு மொழிகளில் வெளியாகி உள்ளது. எம்.ஜி.ஆர். தமிழிலும், என்.டி. ஆர். தெலுங்கிலும், ஹிந்தியில் தர்மேந்திராவும் அலிபாபாவாக நடித்திருக்கிறார்கள் அதுதவிர வீடியோ விளையாட்டாகவும், காமிக்ஸ் புத்தகமாகவும், குழந்தைகள் சினிமாவாகவும் ஹாலிவுட்டிலும் ஜப்பானிலும் வெளியாகி உள்ளது.

எம்.ஜி.ஆர் நடித்த அலிபாபாவும் 40 திருடர்களும் 1956ல் வெளியானது. மாடர்ன் தியேட்டர்ஸ் தயாரிப்பு. டி. ஆர் சுந்தரம் இயக்கம். தமிழின் முதல் கலர்படம் இதுவே. திருச்செங்கோடு ராமலிங்க சுந்தரம் என்பது தான் டி.ஆர். சுந்தரத்தின் பெயர்.

வசதியான நூற்பாலைகள் கொண்ட குடும்பத்தில் பிறந்த அவர் இங்கிலாந்திற்குச் சென்று டெக்ஸ்டைல் தொழிற்நுட்பம் படித்து வந்தவர். எஸ்.எஸ். வேலாயுதம் பிள்ளையுடன் இணைந்து இவர் சேலத்தில் ஏஞ்சல் பிக்சர்ஸ் என்ற விநியோக நிறுவனத்தை துவக்கினார். அதில் கிடைத்த பணத்தில் கல்கத்தா சென்று இரண்டு படங்களைத் தயாரித்தார்கள். அந்த லாபத்தில் சேலத்தில் மாடர்ன் தியேட்டர்ஸ் உருவாக்கப்பட்டது. ‘சதி அகல்யா’ இவர்களது முதல்படம். இவரது படப்பிடிப்பு அரங்கில் 250 பேர் முழுநேர ஊழியர்களாக வேலைபார்த்தனர்.

அலிபாபா அவரது பிரம்மாண்டமான தயாரிப்பு. இந்தப் படத்தில் நடனமாடுகின்ற பெண்களில் ஒருத்தியாக ஹிந்தி சினிமாவின் தாரகை வஹிதா ரஹ்மான் ஆடியிருக்கிறார். வஹிதா ஹிந்தி சினிமாவில் அங்கீகாரம் பெறாத காலமது. எம்.ஜி.ஆருக்காக அராபியக்கதையில் நிறைய மாற்றங்கள் செய்யப்பட்டன. முதல் மாற்றம், அராபியக் கதையில் வரும் அலிபாபா இளைஞன் இல்லை. அவனுக்குத் திருமணமாகி மகன் இருக்கிறான். அவனது அடிமைதான் மார்ஜியானா. இதை எல்லாம் தமிழுக்கு ஏற்ப மாற்றம் செய்திருக்கிறார்கள். எது அலிபாபா படத்தை இன்றும் சுவாரஸ்யமானதாக்குகிறது. முதலில்

திருடர்கள் உலகம். அவர்கள் ஒரு குகையில் வசிப்பது. நாற்பது பேர் ஒன்று சேர்ந்து திருடச் செல்வது. அந்தக் குகையின் உள்ளே கையால் சுற்றும் இயந்திரம். அதை இயக்கும் மனிதர்கள். திருடர் தலைவனின் 'அண்டாஹாஹசம்' என்ற அடித்தொண்டை குரல். அடுத்தது வறுமையில் உள்ள ஒருவனுக்குப் புதையல் கிடைப்பது அதைக் கண்டு பொறாமைப் படுகின்றவன்.

அதில் மாட்டிக் கொண்டு உயிர்விடுவது. இந்தப் படத்தில் தங்கவேலு செருப்புத் தைக்கும் தொழிலாளியாக நடித்திருக்கிறார். அவர் தன் கையில் பச்சை குத்திக் கொண்ட லைலா என்ற பெண் உருவத்துடன் பேசிக் கொண்டேயிருப்பார். ஒருமுறை அவரை இறந்த மனிதன் உடலில் பச்சை குத்த அழைத்துப் போவார்கள். அந்தக் காட்சி இன்றைக்கும் நம்மை மறந்து சிரிக்க வைக்கிறது.

திருடர்கள் அலிபாபாவைக் கண்டுபிடிக்க அவன் வீட்டின் வெளியே சங்கேதக் குறியிடுகிறார்கள். அதை அறிந்த அவன் பலவீடுகளிலும் சங்கேதக் குறியிடுகிறான். அதுபோல மர பீப்பாக்களில் ஒளிந்து கொண்டு திருடர்களை அருவியில் தள்ளிவிடுவது என்று திரைக்கதை அமைப்பில் பல சுவாரஸ்யங்களை இந்தப் படத்தில் காணமுடிகிறது.

உடைகள், ஒப்பனைகள், நகரவீதிகள் யாவும் பாக்தாத்தின் அராபியக் கலாச்சாரம் என்றபோதும் அதைத் தமிழ்மக்கள் வேறுபடுத்திப் பார்க்கவில்லை. காரணம், கதை செல்லும் வேகம், மற்றும் பாடல்கள். மாசிலா உண்மை காதலே ஏ.எம்.ராஜா, பானுமதியின் பாடல் இன்றைக்கும் மெய்மறக்க செய்கிறது.

அலிபாபா போல பாக்தாத் திருடன், பாக்தாத் பேரழகி, குலேபகாவலி என பல தமிழ்ப்படங்கள் அராபிய இரவுக் கதைகளை மையமாகக் கொண்டு வெளியாகி உள்ளன. இன்னுமும பல நூறு கதைகள் ஆயிரத்தொரு அராபிய இரவுகளில் உள்ளது. கதையில்லை என்று அலுத்துக் கொள்ளும் வெகுஜன சினிமா இந்தக் கதை களஞ்சியங்களை மறந்து பல வருசமாகி விட்டது.

• • •

கதைகளின் இரவு

(1001 அராபிய இரவுகள் நூலின் துவக்கப்பகுதி)

மன்னர் ஷாரியரும், ஷாஜமானும் வேட்டைக்குச் சென்றிருந்த நேரம். அவரது மனைவி கள்ளக்காதல் புரிகிறாள் என கேள்விப்பட்ட அரசன் ஷாரியர். உடனே, தனது அரண்மனைக்கு வந்து சேர்ந்தான். தனது உடைவாளை உருவிக்கொண்டு அந்தப்புரத்தை நோக்கி விரைந்தான். அங்கே தன்னுடைய மனைவியைச் சந்தித்து தனது உடைவாளால் அவளுடைய கழுத்தை வெட்டி வீழ்த்தினான். அவளுடன் காதல்புரிந்த நீக்ரோ அடிமையையும் தனது உடைவாளால் வெட்டி வீழ்த்தினான். ஷாரியர் தனது அமைச்சரவையைக் கூட்டினான்.

அமைச்சர்களை நோக்கிப் பின்வருமாறு கூறினான். "அன்பார்ந்த அமைச்சர்களே, பெண் குலத்தையே பழி வாங்கித் தீர்ப்பது என நான் தீர்மானித்திருக்கிறேன். அதற்கென ஒரு நடைமுறையைக் கையாள நினைக்கிறேன். அன்றாடம் நீங்கள் நான் திருமணம் செய்து கொள்வதற்கான ஒரு கன்னிப் பெண்ணைக் கொண்டு வரவேண்டும். முதல் நாள் திருமணம் செய்துகொள்ளும் பெண்ணை மறுநாள் காலையில் வெட்டிக் கொன்று விடுவேன். இதே மாதிரி அன்றாடம் நடக்க வேண்டும். அன்றாடம் ஒரு கன்னிப் பெண்ணை எவ்விதமாவது கொண்டு வரவேண்டிய பொறுப்பு உங்களைச் சார்ந்ததாகும். இந்த என் உத்தரவை நீங்கள் நிறைவேற்றத் தவறினால் உங்களையே சிரச்சேதம் செய்து கொல்ல உத்தரவிடுவேன்" இவ்வாறு ஷாரியர் உத்தரவிட்டான்.

மன்னருடைய அந்த பயங்கரமான கட்டளையைக் கேட்டவர்கள் அதிர்ச்சிக்குள்ளானார்கள். மன்னருடைய உத்தரவை நிறைவேற்றத் தவறினால் அமைச்சர்கள் தங்கள் உயிரை இழக்க வேண்டியதுதான்.

ஆகவே, மன்னனுடைய கட்டளையை வாய் பேசாமல் ஏற்றுக்கொண்டனர். மறு நாளிலிருந்தே ஷாரியர் மன்னன் பெண்களைப் பழிவாங்கும் தன்னுடைய இலட்சியத்தை நிறைவேற்றத் தொடங்கிவிட்டான். ஒவ்வொரு நாளும் ஒவ்வொரு கன்னிப் பெண்ணை அமைச்சர்கள் கொண்டு வருவார்கள். அந்தப் பெண்ணுக்கும், ஷாரியர் மன்னனுக்கும் திருமணம் நடக்கும். மறுநாள்

காலையில் அந்தப் பெண் கொலை செய்யப்படுவாள்.

இதேபோன்று மன்னனுடைய பயங்கர திருவிளையாடல் தொடர்ந்து ஐந்து ஆண்டுகள் நடைபெற்று வந்தன. மன்னனுடைய வெறியாட்டம் குடிமக்களுக்குக் குழப்பத்தையும், பீதியையும் அளித்தன. பெண்ணைப் பெற்ற பெற்றோர்கள் அனைவரும் யாரும் அறியாமல் நாட்டை விட்டு ஓடத் தொடங்கினர். நாட்டில் ஒரு கன்னிப் பெண்கூட இல்லை என்ற நிலை உருவாகிவிட்டது. அமைச்சர்களால் எந்தப் பெண்ணையும் கொண்டுவர முடியவில்லை. ஆதலால் சில நாட்கள் ஷாரியர் மன்னன் திருமணம் செய்துகொள்ள முடியாமலேயே போய்விட்டது.

ஷாரியர் மன்னன் தலைமை அமைச்சரை அழைத்தான். கூடிய விரைவில் திருமணத்திற்கென ஒரு கன்னிப் பெண்ணைக் கொண்டு வராவிட்டால் அவர் சிரச்சேதம் செய்து கொல்லப்படுவார் என்று மன்னன் கடுமையாக எச்சரிக்கை விடுத்தான். தலைமை அமைச்சர் நடுநடுங்கிவிட்டார். இனி தனது உயிர் போன மாதிரிதான் என நினைத்துக் கொண்டார். மன வேதனை தாளமாட்டாதவராக தட்டுத் தடுமாறிக் கொண்டு வீட்டை நோக்கி வந்தார்.

வீட்டை அடைந்ததும் யாரிடமும் ஒன்றும் பேசாமல் படுக்கை அறைக்குச் சென்று விழுந்து அமைச்சர் பைத்தியம் பிடித்தவர் போல வாய் பிதற்றத் தொடங்கினார். முதலமைச்சருக்கு இரண்டு அழகான புதல்வியர் இருந்தனர். மூத்தவள் பெயர் ஷெஹர்ஜாத், மற்றவளுடைய பெயர் துனியாஜாத்.

மூத்த மகளான ஷெஹர்ஜாத் தந்தையினுடைய நிலையைக் கவனித்தாள். அவருக்கு ஏதாவது கடுமையான நோய் வந்திருக்குமோ என்று சந்தேகப்பட்டு தந்தையைச் சந்தித்து அவருடைய முகவாட்டத்திற்கு என்ன காரணம் எனக் கேட்டாள்.

முதலில் மகளிடம் உண்மையைச் சொல்லத் தயங்கிய அமைச்சர் பிறகு மன்னனுடைய உத்தரவு பற்றிக் கூறினார். அதைக் கேட்ட ஷெஹர்ஜாத், "தந்தையே, மன்னரை நான் திருமணம் செய்து கொள்கிறேன். கவலை விடுங்கள். அதனால் ஏற்படக்கூடிய விளைவுகளைச் சமாளித்துக் கொள்கிறேன்" என்று துணிச்சலாகக் கூறினாள்.

அவளுடைய பேச்சைக் கேட்டு அமைச்சர் திகைப்பும், வருத்தமும் அடைந்தார். "குழந்தாய், நீ உயிரோடு விளையாடுகிறாய் என்பதை மறந்துவிட்டாய். மன்னரைத் திருமணம் செய்துகொள்வதன் மூலம் உன்னுடைய உயிரை இழக்க நேரிடும். மன்னருடைய மனத்தை மாற்ற முயலுவதாகக் கூறுவது நடக்கக் கூடிய காரியமல்ல. உன்னுடைய பேச்சைக் கேட்கும்போது ஒரு வியாபாரியின் மனைவிக்கு ஏற்பட்ட கதிதான் எனக்கு நினைவு வருகிறது" என்றார் அமைச்சர்.

“அப்பா! எந்த வியாபாரியினுடைய மனைவியைப் பற்றிக் கூறுகிறீர்கள்? அது என்ன கதை! அதைச் சொல்லுங்கள்” என்று ஷெஹர்ஜாத் கேட்டாள். அமைச்சர் தன்னுடைய மகள் ஷெஹர்ஜாத்துக்கு வியாபாரியின் மனைவியைப் பற்றிய கதையைக் கூறினார்.

மனைவியை அடக்குவது எப்படி? ஓர் ஊரில் ஒரு வியாபாரி இருந்தான். அவனுக்கு விலங்குகள் பேசிக்கொள்ளும் பேச்சைப் புரிந்துகொள்ளும் சக்தி இருந்தது. அந்த வியாபாரியிடம் ஒரு கழுதையும், ஓர் எருதும் இருந்தன. எருது, வயலில் விவசாயப் பணிகளுக்காக நாள் முழுவதும் உழைக்க வேண்டியிருக்கும். கடுமையான வெயிலில் ஓய்வு ஒழிச்சலின்றி உழைத்து மாலையில் வீடு திரும்பும். எருதுக்கு வியாபாரி நல்லவிதமாக தீனி கொடுக்கமாட்டான். கொஞ்சம் வைக்கோலைப் போட்டு சிறிதளவு கழுநீரை குடிக்கக் கொடுப்பதோடு சரி.

வியாபாரி வெளியூருக்குச் செல்லும் சமயத்தில்தான் கழுதைக்கு வேலை இருக்கும். வேலையும் கடுமையாக இருக்காது. லேசான மூட்டைகளையே அது சுமந்து செல்லும். மாதத்தில் இரண்டொரு முறைதான் வியாபாரி வெளியூர் செல்வான். அப்பொழுதுதான் கழுதைக்கு வேலை இருக்கும். மற்ற நாட்கள் முழுவதும் கழுதை சோம்பேறித்தனமாகப் பொழுது போக்கிக் கொண்டிருக்கும். வியாபாரியோ வேலை அதிகமில்லாத கழுதைக்கு நல்ல உணவு கொடுத்து மிகுந்த கவனத்துடன் போஷித்து வந்தான்.

அந்தக் காட்சியைப் பார்க்கும் போதெல்லாம் எருதுக்கு மிக்க வேதனையாக இருக்கும். ஒருநாள் எருது கழுதையைப் பார்த்து, “உன்னைப் போன்ற அதிர்ஷ்டசாலி யாரும் இருக்கமாட்டார்கள். வேலையன்றும் செய்யாமலே வயிறு புடைக்க சாப்பிட்டு உல்லாசமாகப் பொழுது போக்குகிறாய். இது எப்படி சாத்தியப்படுகிறது?” என்று கேட்டது.

கழுதை, எருதைப் பார்த்து உற்சாகமாக சிரித்தவாறு, “சில தந்திரங்களைக் கையாண்டால் என்னைப்போல் நீயும் உண்டு கொழுத்து உல்லாசமாக இருக்கலாம். நாளை எஜமான் உன்னை ஏரில் பூட்டும்போது சண்டித்தனம் செய். கீழே படுத்துக்கொள். என்ன அடித்தாலும் எழுந்திருக்காதே. இரண்டு மூன்று நாட்களுக்குத் தீனியே தின்னாதே. படுத்துக் கொண்டே இரு. எஜமான் உனக்குக் கொஞ்ச நாள் ஓய்வு கொடுப்பான். கடினமான வேலை கொடுக்கமாட்டான். நல்ல ஆகாரமும் கொடுப்பான்” என்று கூறியது.

கழுதை, எருதுக்குச் சொன்ன யோசனைகளை வியாபாரி கேட்டுக் கொண்டிருந்தான். அவனுக்குத் தான் விலங்குகளின் மொழி தெரியுமே? மறுநாள் எருதை ஏரில் பூட்டும்போது அது சண்டித்தனம் செய்தது. படுத்துக்கொண்டு எழ மறுத்தது. அதைக்

கவனித்த வியாபாரி வேலையாட்களைப் பார்த்து, “இன்று எருதை விட்டுவிட்டு கழுதையை ஏரில் பூட்டு” என்று உத்தரவிட்டான்.

சில நாட்கள் கழுதையே வயலை உழுது கடுமையாக உழைக்க வேண்டி இருந்தது. ஒருநாள் எருது கழுதையைப் பார்த்து, “என்ன, சுகமாக இருக்கிறாயோ?” என்று கேட்டது. எருதைப் பார்த்ததும் கழுதைக்கு ஆத்திரம் ஏற்பட்டது. எருதுக்கு யோசனை சொல்லப் போய்த்தானே நமக்கு இத்தகைய கஷ்டம் வந்தது. அதனால் எருதைப் பழைய நிலைக்கு உள்ளாக்க வேண்டும் என்று கழுதை தீர்மானித்துக் கொண்டது.

அது எருதைப் பார்த்து, “எனக்கு வேலை கொஞ்சம் கடுமையாகத்தான் இருக்கிறது. என்றாலும் என் உயிருக்கு ஏதும் ஆபத்தில்லை. உன் நிலையைப் பார்த்தால்தான் எனக்கு மிகவும் வருத்தமாக இருக்கிறது” என்று கழுதை கூறிற்று.

“என் நிலை என்ன ஆகப் போகிறது? தயவுசெய்து சொல்லேன்” என்று எருது கேட்டுக் கொண்டது.

“உன் உடல் நிலை பாதிக்கப்பட்டு இருப்பதாக வியாபாரி கருதிவிட்டதால் உன்னால் ஒரு பிரயோசனமும் இல்லை என்று நினைக்க ஆரம்பித்துவிட்டார். வீணாக உனக்குத் தீனிக்காக செலவழிப்பதைவிட உன்னைக் கொன்று உன் தோலை உரித்து விற்றுவிடப் போவதாக எஜமான் சொல்லிக் கொண்டிருந்தார்” என்றது கழுதை. அதைக் கேட்டு பீதியடைந்த எருது தன் உயிரைக் காப்பதற்கு ஏதாவது யோசனை சொல்லுமாறு கழுதையை வேண்டிக் கொண்டது. “கவலைப்படாதே, உன் உயிரைக் காப்பாற்றிக் கொள்வதற்கு வழி இருக்கிறது. உன் உடல்நலம் சீராகிவிட்டதாக எஜமான் கருதும் விதத்தில் நன்கு குதித்து விளையாடு. எஜமான் உன்னை விட்டுவிடுவான்” என்று கழுதை யோசனை சொன்னது.

எருதும், கழுதையும் பேசிக் கொண்டிருந்ததை வியாபாரி கேட்டுக்கொண்டிருந்தான். மறுநாள் வியாபாரி எருது இடத்திற்குச் சென்றபோது எஜமானைக் கண்ட எருது துள்ளிக் குதித்து விளையாடத் தொடங்கியது. அந்தக் காட்சியைக் கண்டதும் வியாபாரிக்கு சிரிப்பு வந்துவிட்டது. விழுந்து விழுந்து சிரிக்கலானான். அவனுடைய சிரிப்பு சத்தத்தைக் கேட்டு அவனுடைய மனைவி வீட்டுக்குள் இருந்து வெளியே வந்தாள்.

“எதற்காக இப்படிச் சிரிக்கிறீர்கள்?” என்று மனைவி கணவனைக் கேட்டாள். விலங்குகள் பேசிக் கொள்வதைப் புரிந்துகொண்ட ஒருவன் அதை வெளியே சொன்னால் அவனுடைய தலைவெடித்து இறந்துவிடுவான் என்ற நம்பிக்கை அந்தக் காலத்து மக்களிடையே இருந்தது.

“நான் சிரித்த காரணத்தை கேட்காதே, அதை நான் சொன்னால்

என் தலை வெடித்து நான் இறந்துவிடுவேன்" என்றான் வியாபாரி. தன் கணவன் உயிர் இழப்பதைப் பற்றி மனைவி கவலைப்படவில்லை. அவன் சிரித்த காரணத்தைச் சொல்லித்தான் ஆகவேண்டும் என்று வற்புறுத்தினாள். தன்னுடைய மனைவியின் மனப் போக்கைக் கண்டு வியாபாரிக்கு வேதனையாகவும், விரக்தியாகவும் இருந்தது. இத்தகைய மனப்போக்கு படைத்த மனைவியுடன் வாழ்வதைவிட உயிர் விடுவதே மேல் என்று வியாபாரி எண்ணிக் கொண்டான்.

தான் சிரித்ததற்கான காரணத்தைச் சொல்வதற்காக வியாபாரி வாய் திறந்து பேசிய சமயம் அவன் வளர்க்கும் ஒரு நாயும், சேவலும் அந்தப் பக்கமாக வந்தன. நாய் அவசரமாக சேவலை நோக்கி, "மதிகெட்ட நம்முடைய எஜமானியின் அற்பமான ஆசை காரணமாக எஜமானின் உயிர் போகும் நிலை ஏற்பட்டது பார்த்தாயா" என்று கவலையோடு கூறிற்று. அவை பேசுவதை வியாபாரி காது கொடுத்துக் கேட்டான்.

"எஜமான் மனநிலையை நினைக்கும்போது எனக்கும் வேதனையாக இருக்கிறது. தன்னுடைய மனைவியைக் கட்டுப்படுத்தி அடக்கி ஆள எஜமானுக்கு விளங்கவில்லையே" என்று சேவல் பதில் சொல்லிற்று.

"மனைவியை எப்படி அடக்கி ஆள்வது? அதைப் பற்றிக் கொஞ்சம் சொல்லேன்" என்றது நாய். "அது என்ன பிரமாதம்? மனைவி யினுடைய உயிர்போகிற மாதிரி அடித்து நொறுக்கினால் தானாக வழிக்கு வந்து விடுகிறாள். மனைவியின் பிடிவாதத்திற்காக உயிரை விடுவது மிகவும் கேவலமாகும்" இவ்வாறு சேவல் கூறிற்று. சேவலின் பேச்சைக் கேட்டதும் வியாபாரிக்குப் புத்தி வந்தது.

அவன் தன் மனைவியை நோக்கி, "உனக்குச் சிரித்ததற்கான காரணத்தை நான் சொல்லப் போவதில்லை. நீ பிடிவாதம் பிடித்தால் உனக்கு சரியான தண்டனை கிடைக்கும்." என்று கடுமையான குரலில் சொன்னான்.

அவன் மனைவி பிடிவாதமாகச் சொல்லித்தான் ஆகவேண்டுமென்று வற்புறுத்தினாள். வியாபாரி மனைவியை சக்கையாக அடித்து நொறுக்கினான். அதைக் கண்டு பயந்துபோன மனைவி வீட்டுக்குள் ஓடிப் போய்விட்டாள். மேற்கண்ட கதையை அமைச்சர் தன் மகள் ஷெஹர்ஜாத்துக்கு சொல்லி முடித்தார். "மகளே, நான் சொன்ன கதையில் வரும் மனைவியைப் போல காரணம் விளங்கிக் கொள்ளாமலேயே வீண்

பிடிவாதம் பிடிக்காதே. என் கண் முன்னாலேயே நீ கொலையுண்டு சாவதை என்னால் பார்த்து சகிக்க முடியாது. நீ உன் வேலையைப் பார்த்துக் கொண்டு போ. நான் வேறு யாராவது ஒரு கன்னிப் பெண்ணைப் பார்த்து மன்னருக்கு மணம் முடித்து விடுகிறேன்" என்று அமைச்சர் கூறினார்.

எஸ்.ராமகிருஷ்ணன்

“அப்பா! என் உயிரைக் காப்பற்றி விடுவதினாலேயே இந்தப் பிரச்சினை தீர்ந்துவிடப் போவதில்லை. உங்கள் முயற்சியில் மன்னருக்குத் திருமணம் முடிப்பது எந்தக் கன்னிப் பெண்ணானாலும் அந்தப் பாவம் உங்களைத்தான் சேரும். எந்தப் பெண் பலி கொடுக்கப்படுகிறாள் என்பது முக்கியமல்ல. இந்தக் கொடுமையை நான் மாற்றியே தீருவேன். இந்த மாதிரி பயங்கரக் கொடுமை வேறு எந்தப் பெண்ணுக்கும் ஏற்படாதவாறு முற்றுப் புள்ளி வைப்பேன்.” இவ்வாறு ஷெஹர்ஜாத் அழுத்தமான குரலில் கூறினாள்.

“உன்னால் இது சாத்தியமா மகளே?” என்று அமைச்சர் வியப்போடு கேட்டார்.

“என்னை நிச்சயமாக நம்புங்கள் அப்பா. நான் எந்த நிலையிலும் சாகமாட்டேன். அதே சமயம் மற்ற பெண்களும் பலியாகாமல் தடுப்பேன்” என்று மிகவும் உறுதியான குரலில் ஷெஹர்ஜாத் கூறினாள். மகளின் பேச்சைக் கேட்ட அமைச்சருக்கு நம்பிக்கை ஏற்பட்டது.

“அப்படியானால் உன் விருப்பப்படியே நான் செயற்படுகிறேன்” என்று அமைச்சர் கூறினார். மறுநாளே அமைச்சர் அரண்மனைக்குச் சென்று மன்னன் ஷாரியரை சந்தித்தார்.

“என்ன அமைச்சரே, நாளைய திருமணத்திற்கு கன்னிப் பெண் கிடைத்தாளா?” என்று ஷாரியர் கேட்டார்.

“மன்னர் பெருமானே, நாளை என் மகள் ஷெஹர்ஜாத் தங்களுடைய பத்தினியாகக் கரம் பிடிப்பாள்” என்று அமைச்சர் கூறினார். ஷாரியர் அதைக் கேட்டு வியப்பும், திகைப்பும் அடைந்தார்.

“அமைச்சரே! இதனால் ஏற்படக் கூடிய விளைவை நீர் மறந்துவிடவில்லையே?” என்று அமைச்சரின் முகத்தைப் பார்த்தவாறே ஷாரியர் கேட்டார்.

“மன்னவா, விளைவுகளை அறிந்துதான் உங்களிடம் இதைச் சொல்கிறேன்” என்றார் அமைச்சர்.

“உம்முடைய மகளுக்கு இந்த விஷயம் தெரியுமா?” என்று கேட்டார் ஷாரியர்.

“என் மகள் கொடுத்த துணிச்சலின் காரணமாகத்தான் இந்தத் தகவலை நான் தங்களிடம் கூறுகிறேன்” என்று அமைச்சர் மிகவும் பணிவோடு கூறினார்.

“அப்படியானால் திருமணத்திற்கு வேண்டிய எல்லா ஏற்பாடுகளையும் துரிதமாகச் செய்யும்” என்று ஷாரியர் உத்தரவிட்டார்.

அமைச்சர் மன்னரைப் பணிந்து வணங்கிவிட்டு அந்த இடத்தை விட்டுப் புறப்பட்டார். அமைச்சரின் மகள் ஷெஹர்ஜாத் ஷாரியர் மன்னரைத் திருமணம் செய்துகொள்ள ஒப்புக்கொண்டு இருக்கிறாள்

என்ற செய்தி நாடு முழுவதும் காட்டுத் தீ போல பரவியது. அது மக்களுக்குப் பெருத்த மனக் குழப்பத்தையும், வேதனையையும் அளித்தது. ஷெஹர்ஜாத்தின் பேரழகும், அவளிடம் அமைந்திருக்கும் அரிய ஆற்றல்களும், அவளுடைய சிறந்த குண இயல்புகளும் மக்களுக்கு நன்றாகத் தெரியும். இவ்வளவு சிறப்பு வாய்ந்த அந்தக் கன்னிப் பெண்ணின் வாழ்க்கை முடிந்துவிடப் போகிறதே என்று எண்ணி மிகுந்த கவலைப்பட்டனர்.

ஷெஹர்ஜாத்தின் தங்கை துனியாஜாத் தன் அக்காளைக் கட்டிக்கொண்டு அழுதாள். "அக்கா! உனக்கு ஏன் இப்படியரு புத்தி ஏற்பட்டது? மரணம் என்றால் உனக்கு அவ்வளவு இனிப்பாக இருக்கிறதா? எங்களையெல்லாம் விட்டு செத்துப் போவதில் உனக்கென்ன அவ்வளவு ஆர்வம்?" என்று கேட்டுவிட்டு துனியாஜாத் தேம்பித் தேம்பி அழுதாள்.

தங்கை துனியாஜாத்தின் முகத்தை அன்பு தோன்றப் பார்த்தவாறு ஷெஹர்ஜாத், "தங்கையே, கவலைப்படாதே. நான் சாகமாட்டேன். இது மட்டுமல்ல, எதிர்காலத்தில் நமது நாட்டில் வேறு எந்தக் கன்னிப் பெண்ணும் கொலையுண்டு சாகாமல் தடுப்பேன்" என்று கூறினாள்.

"அது எப்படி சாத்தியம்? தன்னைத் திருமணம் செய்து கொண்டவளை மறுநாள் காலையில் கொன்றுவிடுவது தானே ஷாரியர் மன்னரின் வழக்கமாக இருக்கிறது" என்றாள் துனியாஜாத்.

"அந்த வழக்கத்தை நான் அடியோடு வென்று வருவேன். நீ வேண்டுமானால் பார்த்துக்கொண்டிரு."

"இது எப்படி சாத்தியமென்று எனக்கு விளங்கவில்லை. எபபடியோ நீ உயிர் பிழைத்தால் சரிதான்" என்று கூறினாள் துனியாஜாத்.

"அன்புத் தங்கையே, திருமணம் முடிந்த அன்றிரவு உன்னைப் பார்க்க விரும்புவதாக மன்னரிடம் கூறுவேன். மன்னர் உன்னை அழைத்துவர ஏற்பாடு செய்வார். நீ வந்ததும் ஒரு கதை சொல்லுமாறு நீ என்னைக் கேட்டுக்கொள். அதன் பிறகு என்ன நடக்கிறது என்று நீ பார்" என்று கூறினாள் ஷெஹர்ஜாத்.

குறிப்பிட்ட நேரத்தில் ஷாரியர் மன்னனுக்கும் ஷெஹர்ஜாத்துக்கும் திருமணம் சிறப்பாக நடைபெற்றது. அன்று இரவு அலங்கரிக்கப்பட்ட படுக்கை அறையில் ஷெஹர்ஜாத்தும், ஷாரியர் மன்னனும் தனியாக இருந்தனர்.

ஷெஹர்ஜாத்தின் முகத்தில் கலக்கமும், கவலையும் பிரதிபலிப்பதை ஷாரியர் கவனித்தார். "ஏன் ஒரு மாதிரியாக இருக்கிறாய்?" என்று கேட்டார்.

"அரசே! எனக்கு இளைய சகோதரி ஒருத்தி இருக்கிறாள்.

நான் இங்குவரப் புறப்பட்டபோது என் தங்கையிடம் விடைபெற்றுக்கொள்ளாமல் வந்துவிட்டேன். நாளை இந்த உலகில் நான் இருப்பேனோ மாட்டேனோ! கடைசித் தடவையாக என் தங்கையை சந்தித்து அளவளாவ விருப்பம் ஏற்படுகிறது" என்று ஷெஹர்ஜாத் கேட்டுக்கொண்டாள்.

ஷாரியர் மன்னர் துனியாஜாத்தை அழைத்து வருமாறு தனது பணியாளர்களுக்கு உத்தரவிட்டார். சற்று நேரத்திற்கெல்லாம் துனியாஜாத் வந்து சேர்ந்தாள். சகோதரிகள் இருவரும் ஒருவரையருவர் கட்டித் தழுவிக் கொண்டு அழுதனர். பிறகு துனியாஜாத் ஷாரியரை நோக்கி, "மன்னர் அவர்களே! நான் கொஞ்ச நேரம் எனது சகோதரியுடன் தங்கி இருக்க அனுமதி தருவீர்களா?" என்று கேட்டாள்.

"நீ எவ்வளவு நேரமானாலும் இருந்துவிட்டு போ, எனக்கு ஆட்சேபணை இல்லை" என்று மன்னன் அனுமதி அளித்தான். துனியாஜாத் தனது தமக்கையை நோக்கி, "அக்கா, ஒவ்வொரு நாள் இரவிலும் படுக்கைக்குச் செல்வதற்கு முன் நீ சுவையான கதைகள் கூறுவாய். அவைகளை நான் கேட்டு மகிழ்வேன். இனி எனக்கு அந்த வாய்ப்பு கிட்டப்போவதில்லை. ஆகையால் கடைசித் தடவையாக நீ எனக்கு ஒரு கதை சொல்லு. கதை முடிந்ததும் நான் புறப்பட்டுச் சென்று விடுகிறேன்" என்று கேட்டுக் கொண்டாள்.

"தங்கையே, முன்பு நான் இருந்த நிலை வேறு. இப்போது நான் மன்னரின் அடிமை. மன்னர் உத்தரவிட்டால்தான் கதை சொல்ல முடியும்" என்றாள் ஷெஹர்ஜாத். ஷாரியர் மன்னனுக்கும் கதை கேட்க வேண்டுமென்ற ஆர்வம் ஏற்பட்டது. என்ன கதை சொல்கிறாள் என்பதைப் பார்க்க விரும்பினார். ஆகவே, ஷெஹர்ஜாத் கதை சொல்லுவதற்கு ஷாரியர் அனுமதியளித்தார். ஷெஹர்ஜாத் கதை சொல்லத் தொடங்கினாள்.

அந்தக் கதை இது: ஒரு காலத்தில் மிகவும் பிரபலமான வணிகன் ஒருவன் இருந்தான். பல்வேறு நாடுகளுக்கும் சென்று பெரிய அளவில் வியாபாரம் செய்து பொருள் ஈட்டுவது அவனுடைய வழக்கம். தன்னுடைய வழக்கப்படி வணிகன் தனது தொழில் விஷயமாக வெளியூருக்குப் புறப்பட்டான். நடுப்பகல் நேரத்தில் வெயில் கடுமையாக இருந்ததால் சற்று நேரம் இளைப்பாறிச் செல்ல நினைத்தான்.

அடர்த்தியான பெரிய ஆலமரம் ஒன்று அவன் கண்களில் பட்டது. வெயிலுக்கு மிகவும் பாதுகாப்பாக இருந்த ஆலமரத்தின் நிழலிலே தங்கினான். அவனுக்குப் பசியாகவும் இருந்தது. தன்னுடன் அவன் நிறைய பேரீச்சம் பழங்களைக் கொண்டு வந்திருந்தான். பேரீச்சம் பழங்களைத் தின்றுவிட்டு அவற்றின் கொட்டைகளைத் தனக்கு அருகே அவன் துப்பியபோது சற்றும் எதிர்பாராத

அதிசயம் ஒன்று நடந்தது. உலகமே அதிர்ச்சியடையும் விதத்தில் ஒரு பேரிரைச்சல் உண்டாயிறுற்று. தரையில் இருந்து வானத்தை நோக்கிப் புகைப்படலம் ஒன்று எழுந்தது. அந்தப் புகைப்படலம் கலைந்ததும் பிரம்மாண்டமான தோற்றமுடைய ஒரு பூதம் அவன் கண்முன்னே காட்சி தந்தது. அதன் கையில் பெரிய வாள் ஒன்று காணப்பட்டது.

தன்னை நோக்கி வாளை ஓங்கியவாறு வந்த பூதத்தைக் கண்டு திகிலும், நடுக்கமும் கொண்ட வணிகன், “என்னை ஏன் கொல்ல வருகிறாய், உனக்கு நான் என்ன தீங்கு செய்தேன்?” என்று கேட்டான்.

“எனது அருமை மகனை நீ கொன்றுவிட்டாய். அதனால் உன்னை நான் கொன்று பழிவாங்கப் போகிறேன்” என்று பூதம் அட்டகாசமாக முழக்கம் செய்தது.

“உன்னுடைய மகனை நான் கண்களால் காணவும் இல்லை. அவனைக் கொல்லவும் இல்லை. வீணாக எதற்குப் பழி சுமத்துகிறாய்?” என்று நடுங்கும் குரலில் வணிகன் கூறினான்.

“எனது மகனை உன்னால் பார்க்க முடியாது. நீ பேரீச்சம் பழக்கொட்டைகளை துப்பியபோது அவன் மீது பட்டு அந்த அதிர்ச்சி காரணமாக அவன் இறந்துவிட்டான். ஆகவே என் மகனை நீதான் கொன்றாய். உன்னைக் கொல்லாமல் விடப் போவதில்லை” என்று பூதம் கூறிற்று.

பிறகு பூதம் வணிகனைக் கீழே தள்ளிவிட்டு அவனைக் கொல்லுவதற்காக கத்தியை ஓங்கிற்று. விதிர் விதிர்த்துப்போய் வணிகன் பூதத்தின் காலடியில் மண்டியிட்டு, “கொஞ்சம் நில். நீ என்னைக் கொல்வது என்று தீர்மானித்த பிறகு என்னால் அதைத் தடுக்க முடியப் போவதில்லை. என் உயிர் பிரிவதற்கு முன்னால் எனது கடமைகள் சிலவற்றை நான் நிறைவேற்றியாக வேண்டும். எனக்கு ஓர் ஆண்டு காலம் அவகாசம் கொடு. நான் என்னுடைய ஊருக்குச் சென்று கொடுக்க வேண்டிய கடன்களை எல்லாம் கொடுத்துவிட்டு மனைவி மக்களின் வாழ்க்கைக்கும் ஏதாவது ஏற்பாடு செய்துவிட்டு உடனே திரும்பி வந்துவிடுகிறேன்” என்று வேண்டிக்கொண்டான்.

“நீ ஓராண்டு காலம் உயிர் வாழ அனுமதி அளிக்கிறேன். நீ எங்கிருந்தாலும் இந்த இடத்திற்குத் திரும்பி வந்துவிட வேண்டும். நீ வரத் தவறினால், நீ எங்கு மறைந்து கொண்டாலும் நான் அங்கு வந்து உன் உயிரை வாங்குவேன்” என்று பூதம் மிரட்டியது. பூதத்திற்கு வாக்குறுதி அளித்துவிட்டு வணிகன் சொந்த ஊர் சென்றான்.

அங்கு தன் கடமைகள் அனைத்தையும் பூர்த்தி செய்துவிட்டு, வணிகன் பூதத்தைச் சந்தித்த இடத்திற்கு திரும்பி வந்துசேர்ந்தான். இன்னும் சற்று நேரத்தில் பூதம் தன் உயிரை வாங்கிவிடப் போகிறதே

என்ற கவலையுடன் சோர்ந்து போய் ஒரு பெரிய மரத்தடியில் வணிகன் அமர்ந்தான். அந்தச் சமயம் ஒரு மான் குட்டியைப் பிடித்துக்கொண்டு அந்த இடத்திற்கு வந்தான் ஒரு முதியவன். கவலை தோய்ந்த முகத்துடன் அமர்ந்திருந்த வணிகனை நோக்கி, “ஏதோ தாங்க இயலாத மன வோதனையோடு அமர்ந்திருக்கிறாய் போலத் தோன்றுகிறது. உனக்கு ஏற்பட்ட கஷ்டம் என்ன? என்னிடம் சொல்லக் கூடுமானால் சொல்லு” என்று முதியவன் கேட்டான்.

வணிகன் தனக்கும், பூதத்திற்கும் இடையே ஏற்பட்ட சச்சரவு பற்றி விளக்கிக் கூறினான். “ஒரு பூதத்திற்குக் கொடுத்த வாக்குறுதியைக் காப்பதற்காக நீ திரும்பி வந்திருப்பது பாராட்டக்கூடிய விஷயந்தான். அந்தப் பூதம் உன்னை என்ன செய்கிறது என்று பார்த்துவிட்டுச் செல்கிறேன்” என்று கூறியவாறு மான் குட்டியுடன்

வந்த முதியவன் வணிகனுக்கு அருகே உட்கார்ந்தான். சற்று நேரத்திற்கெல்லாம் இரண்டு நாய்களுடன் ஒருவனும், கோவேறுக் கழுதையன்றைக் கையிலே பிடித்தவாறு ஒருவனும் அங்கே வந்து சேர்ந்தார்கள். அவர்களும் வணிகன் தொடர்பான விஷயங்களைக் கேள்விப்பட்டு ஆச்சரியமடைந்தனர். அவர்களும் பூதம் வணிகனை என்ன செய்கிறது என்று பார்ப்பதற்காக அங்கே தங்கினர்.

சற்று நேரத்திற்கெல்லாம் அந்த இடத்தில் ஒரு புழுதிப் படலம் கிளம்பியது. அந்தப் புழுதிப் படலம் அடங்கியபோது, அங்கே பயங்கரமான கோர உருவத்துடன் கையில் ஒரு பெரிய வாளை ஏந்தியவாறு, அட்டகாச முழக்கத்துடன் பூதம் நின்றிருந்தது. வணிகனைக் கண்டதும் பூதம் அந்த வட்டாரமே அதிரும் வகையில் கலகலவென சிரித்தவாறு, “வந்து விட்டாயா? வராமல் ஏமாற்றி விடுவாயோ என நினைத்தேன்!” என்று கூறியவாறு வணிகன் மீது பாய்ந்து வாளை ஓங்கி வெட்ட முற்பட்டது.

மரண பயத்தால் கிடுகிடுவென நடுங்கியவாறு வணிகன் ‘ஓ’வெனச் கதறி அழுதான். அந்தக் காட்சியைக் கண்டு துடிதுடித்துப் போன மானுடன் வந்த முதியவன், பரபரப்புடன் பூதத்தின் முன்னால் வந்து, “பூத மகராஜனே, தயவு செய்து நான் சொல்வதைக் கேளும். என்னைப் பற்றியும், இந்த மானைப் பற்றியும் ருசிகரமான தகவல் ஒன்று உள்ளது. அதை நான் உமக்குச் சொல்லுகிறேன். அந்த வரலாறு வியப்பளிக்கக் கூடிய ஒன்று என்று நீர் கருதினால், அருள்கூர்ந்து இந்த வணிகருக்குக் கொடுக்க நினைக்கும் தண்டனையை மூன்றில் ஒரு பாகம் குறைத்துக் கொள்ள வேண்டும்” என்று வேண்டிக் கொண்டான்.

“சரி, சொல். நீ சொல்லும் வரலாறு எனக்கு உண்மையாகவே வியப்பளிக்கக் கூடியதாக இருந்தால், நீ கேட்டுக் கொண்டவாறே இவன் தண்டனையில் மூன்றில் ஒரு பாகத்தைக் குறைத்துக் கொள்கிறேன்” என பூதம் ஒப்புக் கொண்டது.

முதியவன் தன் வாழ்க்கை தொடர்புடைய அந்த வரலாற்றைச் சொல்லத் தொடங்கினான். "இதோ இந்த மான் குட்டி உண்மையில் ஒரு பெண். இவள் என் மனைவி. ஒரு காரணத்திற்காக பின்னர், இவள் மான் குட்டியாக மாற நேர்ந்தது. அந்தக் கதையைத்தான் இப்போது கூறவிருக்கிறேன். எனக்கு மனைவியாக இருந்த இந்தப் பெண்ணும், நானும் முப்பதாண்டு காலம் குடும்பம் நடத்தினோம். இவள் மூலம் எனக்கு மகப்பேறு கிட்டவே இல்லை. மகப்பேறு இல்லையே என்ற ஏக்கம் எனக்கு அதிகமாகவே, நான் ஓர் அடிமைப் பெண்ணுடன் உறவு வைத்துக் கொண்டேன். அவள் மூலம் ஓர் ஆண் குழந்தை எனக்குப் பிறந்தது. நான் அடைந்த மகிழ்ச்சிக்கு அளவே இல்லை. என் மகன் பதினைந்து வயது இளைஞனாக ஆன சமயம், நான் வணிகத் தொழில் நிமித்தம் அயல்நாடு செல்ல வேண்டி நேரிட்டது.

என் மனைவி, என் ஆசைநாயகி மீதும், அவள் பெற்றெடுத்த மகன் மீதும் அளவற்ற பொறாமையும், வெறுப்பும் கொண்டிருந்தாள். அவர்கள் இருவரையும் ஏதாவது ஒரு வகையில், என் பிடியிலிருந்து விலக்கி விரட்டி விட வேண்டும் என நெடுநாளாக நினைத்து வந்திருந்தாள்.

என் மனைவிக்குக் கொஞ்சம் மந்திரம் தெரியும். நான் அயல்நாடு சென்ற உடனே, அவள் தனது மந்திர சக்தியினால் என் ஆசைநாயகியை ஒரு பசுவாகவும், மகனை ஒரு கன்றாகவும் மாற்றி இடையர்களிடம் விற்றுவிட்டாள்.

சில காலம் கழித்து நான் வீடு திரும்பினேன். வீட்டிலே ஆசைநாயகியையும், மகனையும் காணாததால், திகைப்புற்று அவர்கள் எங்கே என்று விசாரித்தேன். ஆசைநாயகி இறந்துவிட்டதாகவும், மகன் சொல்லிக் கொள்ளாமல் வீட்டை விட்டு ஓடிவிட்டதாகவும் என் மனைவி பொய்த் தகவல் கூறினாள். அவள் சொன்ன தகவலை உண்மையென நம்பி நான் பெருந்துயரமடைந்தேன். ஓராண்டுக் காலம் ஆசை நாயகிக்காகவும், மகனுக்காகவும் துக்கம் கொண்டாடினேன்.

ஆசைநாயகியின் மறைவு நாள் வந்தது. அன்றைய தினம் பலி கொடுப்பதற்காக ஒரு பசுவைக் கொண்டு வருமாறு இடையர்களிடம் கேட்டுக் கொண்டேன். இடையர்கள் ஒரு பசுமாட்டை என் முன் கொண்டு வந்து நிறுத்தினார்கள். என்னைக் கண்டதும் அந்தப் பசு என்னைச் சுற்றி வந்து கண்ணீர் விட்டுக் கதறி அழுதது. அந்தப் பசுவைப் பார்க்க எனக்குப் பரிதாபமாக இருந்தது.

"இந்தப் பசுவைப் பலி கொடுக்க என் மனம் விரும்பவில்லை. வேறு ஏதாவது ஒரு பசுங்கன்று இருந்தால் கொண்டு வாருங்கள். அதைப் பலி கொடுத்து விடுகிறேன்" என்று இடையர்களிடம் கூறினேன். அவர்கள் ஒரு பசுங்கன்றுக்குட்டியைக் கொண்டு வந்து என்முன் நிறுத்தினார்கள்.

அந்தக் கன்றுக்குட்டி என்னைக் கண்டதும் ஒரு குழந்தையைப் போல துள்ளிக் குதித்து என்னிடம் ஓடிவந்து என் மடியில் தலை வைத்துப் படுத்துக்கொண்டு அழுதது. அந்தக் கன்றுக்குட்டியின் செயலைக் கண்டதும் எனக்கு என் மகனின் நினைவு மனதில் மேலாடியது. என் மனம் சஞ்சலமுற்றது. கன்றுக்குட்டியையும் பலி கொடுக்காமல் விட்டுவிட தீர்மானித்தேன். அந்த நிகழ்ச்சிகளின் போதெல்லாம் என் மனைவி என் அருகே இருந்தாள். முதலில் நான் பசுவை வெட்டாமல் விட்டது அவளுக்குப் பிடிக்கவில்லை. என்றாலும் வாய் திறந்து தன் அதிருப்தியைத் தெரிவிக்கவில்லை. ஆனால் கன்றுக்குட்டியை உயிருடன் விட்டுவிட நான் எண்ணியதை உணர்ந்துகொண்ட அவள் அதற்கு எதிர்ப்புத் தெரிவித்தாள்.

"இப்படியே விட்டுக்கொண்டு போனால் பலி கொடுக்கும் விஷயமே நடக்காமல் போய்விடும். இந்தக் கன்றுக்குட்டியை வெட்டிப் பலி கொடுத்து விடுங்கள்" என வற்புறுத்தினாள்.

அவள் வற்புறுத்தலுக்கு நான் இணங்கவில்லை. கன்றுக்குட்டியை உயிருடன் விட்டுவிட்டு வேறு ஒரு பசுவை என்னிடம் கொண்டு வராமல் என் பெயரால் பலி கொடுக்குமாறு இடையர்களுக்கு உத்தரவிட்டேன்.

'இந்தக் கதையை ஷெஹர்ஜாத் சொல்லிக் கொண்டிருக்கும் சமயம் பொழுது புலரத் தொடங்கியது. ஷெஹர்ஜாத் கதையைப் பாதியிலேயே நிறுத்திவிட்டாள். அதைக் கண்ட ஷெஹர்ஜாத்தின் சகோதரி துன்யாஜாத், "அக்கா, கதையைப் பாதியில் நிறுத்திவிட்டாயே, மீதிக் கதையையும் சொல்லேன்" எனக் கேட்டுக் கொண்டாள்.

"என் அன்புத் தங்கையே, கதையைத் தொடர்ந்து சொல்லத்தான் எனக்கும் விருப்பம். ஆனால் என் வாழ்க்கை ஒரு தொடர்கதை அல்ல. பொழுது விடிந்துவிட்டது. இன்னும் சற்று நேரத்திற்கெல்லாம் மன்னர் பெருமான் தமது வழக்கப்படி என்னைக் கொன்று என் வாழ்க்கையை முடித்துவிட இருக்கிறார். ஆகவே, நான் சொன்ன கதையும், என் வாழ்க்கைக் கதையும் சேர்ந்து முடிந்துவிட்டதாக எண்ணி உன் மனத்தைத் தேற்றிக் கொள்" என் ஷெஹர்ஜாத் தன் கண்களில் தேங்கியிருந்த நீரைத் துடைத்துவிட்ட வண்ணம் கூறினாள்.

"ஐயோ அக்கா, உன் கதி இப்படியா ஆகவேண்டும்?" என்று துன்யாஜாத் தன் தமக்கையைக் கட்டிக்கொண்டு அழுதாள். ஷாரியர் மன்னர் சற்று நேரம் யோசித்தான். பிறகு துன்யாஜாத்தை நோக்கி, "துன்யாஜாத், உன்னைப் போன்றே நானும் ஷெஹர்ஜாத் சொன்ன கதையை மிகவும் ரசித்துக் கேட்டு வந்தேன். கதை பாதியில் நிறுத்தப்படுவதை நானும் விரும்பவில்லை. அதனால் இன்று உன் தமக்கையைக் கொல்லாமல் விட்டு வைக்கிறேன். நாளை இரவு இவள் தொடர்ந்து கதை சொல்லட்டுமே. கதை முடிந்தவுடன் நாளைக் காலை இவளது மரண தண்டனை நிறைவேற்றப்படும்"

என்று கூறிவிட்டு ஷாரியர் மன்னன் எழுந்தான்.

ஷெஹர்ஜாத்தும், துன்யாஜாத்தும் ஒருவரை ஒருவர் கட்டித் தழுவிக் கொண்டு ஆனந்தக் கண்ணீர் வடித்தனர். ஷெஹர்ஜாத் ஒவ்வொரு இரவும் கதை சொல்ல, அதைக் கேட்டு ரசித்து வந்த ஷாரியர் மன்னன், ஒவ்வொரு இரவும் கதை முற்றுப் பெறாததால் கதை முடியும்வரை அவளுடைய மரண தண்டனையைத் தள்ளி வைத்துக்கொண்டே வந்தான். மறுநாள் இரவு ஷாரியர் மன்னன் பள்ளியறைக்குச் சென்றான். கதையின் பிற்பகுதியைத் தெரிந்துகொள்ள வேண்டும் என்ற ஆவல் அவன் மனத்தில் மேலாடியிருந்தது. பள்ளியறையில் காத்துக் கொண்டிருந்த ஷெஹர்ஜாத் மன்னனை வரவேற்று உபசரித்துப் படுக்கையில் அமரச் செய்தாள்.

“ஷெஹர்ஜாத், நேற்றைய கதையை விட்ட இடத்திலிருந்து தொடங்கிச் சொல்” என்று கேட்டுக் கொண்டான்.

“மன்னாதி மன்னவா, என் ஆயுட்காலம் மிகக் குறுகியதாக இருந்தாலும், இந்தக் குறுகிய காலத்தில் கதை சொல்வதன் மூலம் தங்கள் மனத்தை மகிழ்விக்க முடிகிறதே என்ற எண்ணம் எனக்குப் பேரானந்தத்தை அளிக்கிறது. ஆகவே கதையைத் தொடர்ந்து சொல்லுகிறேன்” என்று கூறிவிட்டு ஷெஹர்ஜாத் கதையை விட்ட இடத்திலிருந்து தொடர்ந்தாள்.

பூதத்திடம் தனது வாழ்க்கைக் கதையை முதியவன் தொடர்ந்து சொல்லிக் கொண்டிருந்தான். “பூத மகாராஜனே, கன்றுக்குட்டியை உயிருடன் விட்டு விடுமாறு இடையனுக்கு உத்தரவிட்டு அனுப்பினேன் அல்லவா? மறுநாள் அந்த இடையன் என்னிடம் வந்து, வியப்பும், திகைப்பும் அளிக்கக் கூடிய தகவல் ஒன்றைச் சொன்னான்.

‘எஜமானே, தாங்கள் உயிரோடு விட்டு விடுமாறு கூறிய கன்றுக்குட்டியை என் வீட்டிலேயே வைத்து வளர்க்கலாம் என்று எண்ணி என் வீட்டுக்குக் கொண்டுசென்றேன். கன்றுக்குட்டியைக் கண்டதும் பருவமடைந்த என் மகள் மிகவும் நாணப்பட்டவளாக வீட்டுக்குள் ஓடிவிட்டாள். ‘என்னம்மா, எதற்காக வீட்டுக்குள் ஓடுகிறாய்?’ என்று ஆச்சரியத்துடன் கேட்டேன்.

“அந்நிய ஆண்பிள்ளையை திடீரென வீட்டுக்குள் அழைத்து வந்திருக்கும்போது எனக்கு வெட்கமாக இருக்காதா?’ என்றாள் என் மகள்.

‘அந்நிய ஆண் மகனா?’ அவன் எங்கிருந்தம்மா வந்தான்? நான் இந்தக் கன்றுக்குட்டியைத்தானே வீட்டுக்குக்கொண்டு வந்தேன்’ என்று திகைப்புடன் கேட்டேன்.

“அப்பா, இந்தக் கன்றுக்குட்டிதான் அந்த அந்நிய ஆடவர். இவர் நமது எஜமானரின் மகன்’ என்றாள் என் மகள்.

'என்னம்மா இப்படிச் சொல்லுகிறாய்?' என்று கேட்டேன்.

'அப்பா, நான் மந்திரசக்தி பெற்றவள் என்பதுதான் தங்களுக்குத் தெரியுமே. இந்தக் கன்றுக்குட்டியைக் கண்ட உடனே, இது தொடர்பான எல்லா விஷயங்களும் என் மனதில் தோன்றித் தெரிந்தன. இதன் தாயும் பசுவாக இருந்தது. இந்தக் கன்றுக்குட்டிக்கு முன்னர், அந்தப் பசுவைத்தான் எஜமானருக்காகப் பலி கொடுக்க வாங்கிச் சென்றீர்கள். எஜமானர் அதைக் கொல்ல வேண்டாம் என்று சொன்னதும், அதை வேறு ஒருவருக்கு விற்றுவிட்டீர்கள். அதை வாங்கியவர் இறைச்சிக்காக அதைக் கொன்றுவிட்டார். முதலில் பசுவை நான் என் கண்களால் பார்க்காததால் அது தொடர்பான விவரம் என் சிந்தனைக்கு எட்டவில்லை. கன்றுக்குட்டியை என் கண்களால் பார்த்ததால், இது தொடர்பான முழு விவரமும் எனக்குத் தெரியவந்தது என்று என் மகள் விளக்கம் கூறினாள்.

அந்த விவரங்களைத் தங்களுக்குத் தெரிவிக்கலாம் என்று தான் ஓடோடியும் வந்தேன்' என்று இடையன் கூறினான். நான் இடையனுடன் அவன் வீட்டுக்கு விரைந்தேன். அவன் மகளைச் சந்தித்து அவள் கூறியதாக இடையன் சொன்ன விஷயம் பற்றி விசாரித்தேன்.

அந்தக் கன்றுக்குட்டியை என்னுடைய மகன்தான் என அவள் தீர்மானமாகக் கூறினாள். 'உன்னுடைய மந்திர சக்தியினால் என் மகன் மீண்டும் மனித உருப்பெறச் செய்ய முடியுமா?' என ஆவலுடன் கேட்டேன்.

"எஜமான் அவர்களே, நிச்சயமாக என்னால் அதைச் செய்ய முடியும்! ஆனால் அதற்கு இரண்டு நிபந்தனைகள் உண்டு" என்றாள் அந்த இடைப்பெண். "அம்மா, நீ என்ன நிபந்தனை விதித்தாலும் அதை நிறைவேற்றத் தயாராக இருக்கிறேன். என் மகன் மீண்டும் மனித உரு பெற்றால் போதும்' என நான் வாக்குறுதி கொடுத்தேன்.

"உங்கள் மகனை நான் மனித உருவாக மாற்றிய பிறகு, நான் அவரைத் திருமணம் செய்துகொள்ளத் தாங்கள் சம்மதிக்க வேண்டும். பெருஞ் செல்வந்தரான தங்களுக்கு ஓர் ஏழை இடைக்குலப் பெண்ணை மருமகளாக ஏற்க விருப்பமிருக்குமோ என்னவோ' என்று கேட்டாள் இடைக்குலப் பெண்.

'சந்தேகமே வேண்டாம். உன்னை என் மருமகளாக முழுத் திருப்தியுடன் ஏற்றுக்கொள்கிறேன். உன் அடுத்த நிபந்தனை என்ன?' என நான் கேட்டேன்.

"தங்களுடைய துணைவியாரும் மந்திரசக்தி வாய்ந்தவராக இருக்கிறார். நான் தங்கள் மகனை மீண்டும் மனித உருவுக்கு மாற்றியதைச் சகித்துக்கொள்ள அவரால் முடியாது. எந்த நேரத்திலும் அவர் எனக்கும், தங்கள் மகனுக்கும் தனது மந்திரசக்தியினால்

தொல்லை கொடுக்கக் கூடும். அதனால் அவரை என் விருப்பத்துக்கு உருமாற்றம் செய்துவிட எனக்கு அனுமதியளிக்க வேண்டும்' என்று இடைப்பெண் கேட்டுக் கொண்டாள்.

என் மனைவிக்கு ஏதாவது ஒரு தண்டனை கொடுக்க வேண்டும் என்பது ஏற்கனவே என் எண்ணமாக இருந்ததால் அந்தப் பெண்ணின் கோரிக்கையை நான் ஏற்றுக்கொண்டேன். அந்த இடைக்குலப் பெண் உடனே தன் மந்திரசக்தியால் என் மகனை மனித உரு பெறச் செய்தாள். புனர் ஜென்மமெடுத்த என் மகனை நான் கட்டித் தழுவி ஆனந்தக் கண்ணீர் விட்டேன். பிறகு அந்தப் பெண்ணை என் வீட்டுக்கு அழைத்துச் சென்றேன். அவள் என் மனைவியைத் தன் மந்திர சக்தியினால் ஒரு மானாக மாற்றிவிட்டாள். அன்று முதல் நான் எங்கு சென்றாலும் மானாக மாறிய என் மனைவியை உடன் அழைத்துச் செல்வது வழக்கம். வழக்கப்படி இவளை அழைத்துக்கொண்டு வந்தபோது, இந்த வணிகனுடைய நிலையை அறிந்து தங்கினேன்." இவ்வாறு மானுடன் வந்த முதியவன் தன் கதையைச் சொல்லி முடித்தான்.

"உன்னுடைய கதை உண்மையிலேயே விசித்திரமாகவும், வியப்பு தருவதாகவும் உள்ளது. உனது வேண்டுகோளின்படி இந்த வணிகனுக்கு நான் அளிக்க இருந்த தண்டனையை மூன்றில் ஒரு பங்காகக் குறைத்து விடுகிறேன்" என பூதம் கூறிற்று.

அப்போது இரண்டு நாய்களுடன் வந்த வழிப்போக்கன், பூதத்தை நோக்கி, "பூதப் பெரியவரே, என்னுடைய வரலாற்றையும் உமக்குக் கூறுகிறேன்." அது உமக்கு வியப்பளிக்கக் கூடியதாக இருப்பின் இந்த வணிகருடைய தண்டனையில் மேலும் மூன்றில் ஒரு பங்கு குறைத்து விடுமாறு கேட்டுக்கொள்கிறேன்" என கேட்டுக் கொண்டான்.

"உனது கதையைக் கூறு. உண்மையிலேயே அது எனக்கு ஆச்சரியம் தருவதாக இருந்தால் உனது கோரிக்கையை ஏற்றுக் கொள்கிறேன்" என பூதம் வாக்குறுதி அளித்தது. வழிப்போக்கன் தனது கதையைக் கூறத் தொடங்கினான்:

நன்றி : 1001 அராபிய இரவுகள்,
மொழியாக்கம் : ஜனார்தனன்.

• • •

ஆயிரத்தொரு இரவுகள்
(உரையின் எழுத்துவடிவம்)

எல்லோருக்கும் வணக்கம்.

இது ஆறாவது இரவு. ஆறு நாட்களாகத் தொடர்ந்து எனது உரைகளைக் கேட்டுக் கொண்டேயிருக்கும் உங்களுக்கு எனது மனம் நிறைந்த நன்றியைத் தெரிவித்துக் கொள்கிறேன். ஜென் கவிதையினுடைய இரவைக் கொண்டாடியதைப் போல இன்றைக்கு நாம் கதைகளைக் கொண்டாடப் போகிறோம். இந்த உரையை நான் முழுக்க கதைகளால்தான் நிகழ்த்தவேண்டும் என்று முடிவு செய்திருக்கிறேன். ஏனென்றால் நானொரு கதைசொல்லி.

நமது மரபே கதை சொல்வதுதான். நான் கதை கேட்டு வளர்ந்தவன். ஆகவே கதை சொல்வதை எனது விருப்பமாக எப்போதும் வைத்திருக்கிறேன். உங்களின் சிறுவயதில் யாரிடமெல்லாம் கதைகேட்டீர்களோ அந்த கதைகேட்ட நினைவுகளோடு கண்களை மூடிக்கொண்டு இந்த உரையைக் கேட்கலாம். நான் இப்பொழுது சொல்லக்கூடிய கதைகள் உலகின் தொன்மையான கதைகள்.

ஆயிரத்தொரு அராபிய இரவுகள் என்று சொல்லப்படக்கூடிய அரபுதேசத்தின் மகத்தான இலக்கியத்தைப் பற்றி நான் இன்றைக்குப் பேசப்போகிறேன். ஆயிரத்தொரு இரவுகள் என்ற அந்த சொல்லைக் குறிப்பிடும் போது அதை ஆயிரம் இரவுகள் மற்றும் ஒரு இரவு எனக் கூற வேண்டும் என்பார்கள். அதாவது, ஒரு இரவிலேயே ஆயிரம் இரவுகள் இருக்கிறது என்று அர்த்தம். இன்னொரு விதமாகச் சொன்னால் ஆயிரம் இரவுகள் கடந்தாலும் இன்னொரு இரவு தேவைப்படவே செய்கிறது.

உண்மையிலேயே ஒவ்வொரு இரவிலும் ஓராயிரம் இரவுகள் இருக்கின்றன. விழித்திருப்பவன் அதை உணர்கிறான். பகலைக் கொண்டாடுவதைப் போல நாம் இரவைக் கொண்டாடுவதில்லை. ஆனால் நான் ஒரு இரவுப்பாடகன். இரவில் சுற்றி அலைபவன், பலநேரம் விடிகாலை வரை விழித்திருந்து ஊர் சுற்றியவன். விழித்திருப்பவனுக்கு இரவு நீண்டது என்பார்கள். அப்படியான நீண்ட இரவுகளில் நான் சுற்றி அலைந்து திரிந்திருக்கிறேன். இரவு

காட்டித் தரும் அற்புதங்கள் ஏராளம். உலகம் இரவில் மொத்தமாக மாறிவிடுகிறது. மனிதர்கள் நடமாடாத தெருக்களுக்கு விசேச அழகு உருவாகிவிடுகிறது. இரவைத் துளித்துளியாக ரசித்து அனுபவிக்க வேண்டும், கோடையின் இரவு ஒருவிதம், குளிர்காலத்தின் இரவு இன்னொரு விதம். பயணத்தில் கடந்த இரவுகளோ ஒவ்வொன்றும் ஒரு ரகம்.

ஒவ்வொரு நகரத்திற்கும் ஒரு இரவு இருக்கிறது. இக்கதைகள் பாக்தாத்தின் இரவைக் கொண்டாடுகின்றன. பாக்தாத் கலைகளின் நகரம். இசையும் நடனமும் வணிகமும் ஒன்று சேர்ந்த நகரம். பாக்தாத்தின் இரவுகள் ஒவ்வொன்றும் ஒரு விதம். ஆயிரத்து ஒரு இரவுகள் என்று சொல்வது ஒரு குறியீடு. முடிவேயில்லாத இரவுகள் என்று சொல்வதற்குக் குறியீடாக ஆயிரம் என்ற எண்ணிக்கையைச் சொல்வார்கள். ஆயிரத்து ஒன்று அதனினும் கூடியது.

அதாவது வாழ்க்கை முடிவில்லாதது. அது போலவே கதைகளும் முடிவேயில்லாமல் நீண்டு கொண்டேயிருக்கின்றன என்பதைக் குறிப்பதற்காகத்தான் ஆயிரத்தொரு இரவுகள் கதைகள் சொல்லப்பட்டுக் கொண்டிருக்கிறது. உலகிலுள்ள பழமையான கதைக் களஞ்சியம், கதைக்கடல் என்றும் இதைச் சொல்லலாம்.

திருமறையான திருக்குரான் உலகின் ஒப்பற்ற நூல். அதன் கவித்துவ அழகை சொல்லிக் கொண்டேயிருக்கலாம் சொல் எண்ணிப் படிக்க வேண்டிய நூலது. அது புனித நூல். மகத்தான உலக ஞானம். அரபு மக்களின் வாழ்வியல் கதைகளைத் தொகுத்து உருவாக்கியது ஆயிரத்தொரு இரவுகள். இதன் எழுத்தாளர் யார்? இத்தனைநாளும் எழுத்தாளர்களைப் பற்றித்தானே பேசினோம். ஆயிரத்தொரு இரவுகளுக்கு யார் எழுத்தாளர் என்றால் மக்கள்தான் இதனெழுத்தாளர்கள். உலகில் யாரெல்லாம் கதை சொல்கிறார்களோ அவர்கள் எல்லோரும் வாய்மொழி படைப்பாளிகள்தான்.

ஆயிரத்தொரு இரவுகள் ஒரு நினைவுத்திரட்டு. மக்களின் வாழ்வியல் அனுபவங்கள். பயம், சந்தோஷம், காமம், பேராசை, வெறி, வன்முறை என சகல விஷயங்களும் அதன் சாதகபாதகங்களும் இந்த நூலில் பேசப்பட்டிருக்கின்றன. ஆகவே இதை நான் மக்கள் இலக்கியத்தின் பெரும்பிரதி என்பேன்.

இந்நூல் 'அலீஃப் லைலா' என்கிற பெயரில் பத்தாம் நூற்றாண்டில் வெளியாகி உலகின் பல்வேறு மொழிகளில் மொழிபெயர்க்கப் பட்டிருக்கிறதே, தவிர, இக்கதைகளை எல்லாம் உருவாக்கியவர்கள் சாதாரண மக்கள். சந்தையில் இருந்தவர்கள், அடிமையாக வேலை பார்த்தவர்கள், இந்தியாவிலிருந்து பெர்சியாவுக்குப் போனவர்கள், பெர்சியாவிலிருந்து உலகெங்கும் சென்ற வணிகர்கள், கப்பலில் வேலைசெய்தவர்கள், குதிரையை ஓட்டியவர்கள் என்று இப்படி சொல்லிக்கொண்டே போகலாம். இவர்களெல்லாம் சொன்ன

கதைகள்தான் ஆயிரத்து ஒரு இரவுகள் என்கிற மிகப்பெரிய கதைக்களஞ்சியம். ஒவ்வொரு இரவும் ஒரு கதை சொல்லப்படுகிறது. ஒவ்வொரு கதையும் ஒரு விந்தை.

தமிழ் மக்களுக்கு ஆயிரத்தொரு இரவுக் கதைகள் சினிமா வழியாகவும், படக்கதை வழியாகவும் அறிமுகமாகியிருக்கிறது. தினத்தந்தி பேப்பரில் வரும் கன்னித்தீவு அராபியக்கதைதான். அது சிந்துபாத்தின் கதையைச் சொல்கிறது. கன்னித்தீவு கதையைத் தமிழ்நாட்டில் படிக்காத மக்களே கிடையாது. அந்தக் கதையைப் படித்தவர்களுக்கு சிந்துபாத்தை நன்றாக ஞாபகமிருக்கும். அவனது கடற்பயணங்களை முன்வைத்து எழுதப்படுவதுதான் கன்னித்தீவு கதை.

அது தலைமுறை தலைமுறையாக வந்துகொண்டே இருக்கிறது. நான் பத்துவயதில் இருந்து அதைப் படித்துவருகிறேன். ஒவ்வொரு காலத்திலும் அதன் ஓவியங்கள் மாறிக் கொண்டேயிருக்கின்றன. யார் அதற்கு ஓவியம் வரைகிறார்கள், யார் அதை எழுதுகிறார்கள் என்று தெரியாது. ஆனால் அது ஒரு கின்னஸ் சாதனை. உங்கள் கண்களை மூடிக்கொண்டு ஒரு ஆயிரம் ஆண்டுகளுக்குப் பின்னால் செல்லுங்கள். பின்னால் பின்னால் சென்றால் மகத்தான ஒரு பெரிய நகரம் உங்கள் முன்னால் தெரிவதைப் பார்ப்பீர்கள். அந்த நகரத்தினுடைய பெயர் பாக்தாத்.

பாக்தாத் என்பது ஈராக் நாட்டின் தலைநகரமாகும். இதன் பொருள், இறைவனின் பூங்கா என்பதாகும். இது தென்மேற்கு ஆசியாவில் தெஹ்ரானுக்கு அடுத்த இரண்டாவது பெரிய நகரமாகும். அரபு உலகத்திலும் எகிப்திலுள்ள கெய்ரோவுக்கு அடுத்த இரண்டாவது பெரிய நகரம் இதுவாகும். டைகிரிஸ் நதிக்கரையில் அமைந்துள்ள பாக்தாத் என்கிற அந்தப் பழம்பெருமையான நகரம் ஒரு வட்ட வடிவிலான நகரம். கச்சிதமாக உருவாக்கப்பட்ட ஒரு நகரம். பெரிய சந்தையும் நடுவில் தங்கத்தாலான அரண்மனையும் கொண்ட பாக்தாத் நகரத்தை நீங்கள் பார்க்கிறீர்கள்.

பதினான்கு மைல் சுற்றளவு கொண்ட அந்த நகரத்திற்கு நான்கு சுற்றுக் கோட்டைகள் இருக்கிறது. ஒவ்வொரு கோட்டையிலும் ஒவ்வொரு வாசற்கதவு இருக்கிறது. ஒரு கதவு கிழக்குப் பக்கம், ஒரு கதவு மேற்குப் பக்கம் என்று ஒவ்வொரு நுழைவாயிலும் ஒவ்வொரு திசையைப் பார்த்துக் கொண்டிருக்கிற மாபெரும் நகரம்தான் பாக்தாத். நகரத்தில் ஒரு லட்சம் மக்கள் வசித்தார்கள். பல்வேறு இனக்குழுக்கள் வசிக்கிற ஒரு பெரிய நகரம். அந்த நகரத்தின் சந்தை புகழ்பெற்றது.

அந்த சந்தையில்தான் வாசனைத் திரவியங்களும் மிளகும் அகிலும் கிராம்பும் குதிரைகளும் பொன்னும் வெள்ளியும் அலங்கார ஆடைகளும் விற்பனையாகின. அதை வாங்குவதற்காக உலகத்தின்

எல்லா நாடுகளிலிருந்தும் வணிகர்கள் வந்து கூடுவார்கள். இந்த நகரத்தைச் சுற்றிச் சுற்றி பெரிய பெரிய நகரங்கள் இருக்கின்றன. இப்படியாக செல்வம் கொழிக்கக்கூடிய பாக்தாத் நகரத்திற்கு ஆயிரமாயிரம் கதைகள் இருக்கிறது.

அந்த நகரத்தில் வாழ்ந்த மக்களின் வாழ்க்கையைச் சொல்வதுதான் ஆயிரத்தொரு இரவுகள்.தமிழ்நாட்டில் பாக்தாத் திருடன் என்ற படம் வெளியானதே, அதன் துவக்க காட்சியில் பாங்கு ஓசையுடன் பாக்தாத் நகரம் அழகாகக் காட்டப்படும் 1960இல் வெளிவந்த படம் பாக்தாத் திருடன். வைஜெயந்தி மாலா ஜரீனாவாகவும், எம்.ஜி.ஆர்., அபுவாகவும் இணைந்து நடித்துள்ளனர். பிரதான வில்லனாக டி.எஸ்.பாலையா.

அசோகனுடன் இணைந்து கொண்டு சதி செய்து பாலையா ஆட்சியைப் பிடிக்கிறார், அரசனும் அரசியும் கொல்லப்படுகிறார்கள். உண்மை இளவரசன் 'அபு' தப்பிக்கிறான். அவனை ஒரு திருடர் கூட்டம் கண்டெடுத்து வளர்க்கிறது. வளர்ந்து பெரியவனான அபு 'சர்வாதிகாரத்தை அகற்றும்வரை திருமணமோ காதலோ செய்யமாட்டேன்' என்று சத்தியம் செய்கிறான்.

ஒருநாள் அடிமைப் பெண் வைஜெயந்தி மாலாவை அபு காப்பாற்றுகிறான். சந்தர்ப்பச் சூழலால் அவளைத் திருமணமும் முடிக்கிறார். தனது நண்பர்களுடன் இணைந்து போராடி கொடூர ஆட்சியை அகற்றுகிறார். 'அநீதியைச் செய்வது மிருகத்தனம்; அதைக் கண்டு ஒதுங்குவது கோழைத்தனம்; எதிர்த்து ஒழிப்பதுதான் மனிதத்தனம்' என்ற வாசகம் புகழ்பெற்ற ஒன்று.

இந்தப் படத்தில் எனக்குப் பிடித்த ஒரு வசனமிருக்கிறது. 'அது நீரில் விளைந்த உப்பு நீரிலே கரைகிறது.' எளிமையும் கவித்துவமும் மிக்க அற்புதமான வசனமிது. ஆயிரத்தொரு இரவுக் கதைகள் எப்படி துவங்குகிறது. ஒரு நிமிடம் கண்ணை மூடி அந்த மாயக்கம்பளத்தில் ஏறிச்சென்று பார்த்தால் தெரியும், பாக்தாத் நகரம் எவ்வளவு பிரம்மாண்டமானது என்று.

பாக்தாத் நகரத்திற்கு நீண்ட வரலாறு இருக்கிறது. இந்த நகரத்தை ஆண்டவர்கள் கலீபாக்கள். நாம் மன்னன் என்று சொல்வதைப் போலத்தான் அவர்கள் கலீபாக்கள் என்கிறார்கள். விசுவாசிகளின் தலைவர் என்பதே கலீபா எனப்படும். இறைத்தூதர் அண்ணல் முகம்மது நபிக்குப் பிறகு, இஸ்லாமிய அரசை ஆட்சி செலுத்திய தலைவர்கள் ஆவர். அவர்கள்தான் இந்த நகரத்தை ஆண்டு வந்தார்கள். ஹாரூன் அல் ரஷீத் அதன் புகழ்பெற்ற கலீபா.

இவருடைய காலகட்டத்தில் பாக்தாத் நகரத்து மக்களின் வாழ்க்கையில் என்னென்ன நடந்தது என்பதைச் சொல்வதுதான் இந்த ஆயிரத்தொரு இரவுக் கதைகள். ஹாரூன் அல் ரஷீத் காவிய நாயகனைப்போலக் கொண்டாடப்படுகிறார். ஒரு நேர்மையான

மன்னர். ஹாரூன் House of Wisdom என்று சொல்லப்படக் கூடிய அறிவுத்தேடலுக்கான ஒரு பெரிய மாபெரும் நூலகத்தை உருவாக்கியிருக்கிறார். இந்த நூலகம் எப்படிப்பட்டது என்றால் அறிவியலிலிருந்து வானசாஸ்திரத்திலிருந்து கணிதத்திலிருந்து அத்தனை துறை விஞ்ஞானிகளும் அத்தனை துறை அறிஞர்களும் சேர்ந்து அந்த நூலகத்தை உருவாக்கியிருக்கிறார்கள்.

உலகினுடைய மிகப் பெரிய அறிவு சேகரம் அந்த நூலகம். கலீபா ஹாரூன் அல் ரஷீதின் ஆலோசனையின் பேரில் பௌத்த நூல்கள் சிலவற்றை அரபியில் மொழிபெயர்ப்பதற்கு சில பௌத்த அறிஞர்களை வரவழைத்தார்.

இப்னு நதீம் அவரது 'கிதாபுல் பிஹ்ரிஸ்த்' என்னும் நூலில் மொழிபெயர்க்கப்பட்ட சில பௌத்த நூல்களைப் பட்டியல் படுத்தியுள்ளார். அதில் முக்கியமான ஒரு நூல் 'கிதாபுல் பூத்' என்பதாகும். இது 'ஜாதக மாலா', 'புத்த சரிதம்' ஆகிய இரண்டு நூல்களை அடிப்படையாகக் கொண்டது.

அப்பாஸிட் வம்சம் கி.பி. 766இல் மத்திய கிழக்கில் ஆட்சியைத் தொடங்குகிறது. அதன் அரசரான கலீபா அல் மன்சூர் பாக்தாதை தலைமை இடமாக கொண்டு அதிகாரத்தைத் தொடங்கினார். இன்றைய கணிதத்தின் முக்கிய கிளையான Algebra என்ற இயற்கணிதமும், Algoritham என்ற ஒழுங்கணிதமும் அப்பாஸிட் காலகட்டத்தின் மிகப்பெரும் கொடையாகும். Algebra என்பது மாமூன் காலத்தவரான ஜாபர் முஹம்மது அல்கவாரிஸ்மி உருவாக்கியதாகும்.

கவாரிஸ்மி கி.பி.780இல் பாக்தாதில் பிறந்தவர். ஹாரூன் அல் ரஷீத் பாக்தாத்தில் பல்வேறு துறைகள் தொடர்பான ஆய்வுமையங்களைத் தொடங்கி கணிதம், வானவியல், வேதியல், மருத்துவம் போன்ற பல்வேறு துறைகள் தொடர்பான ஆய்வுகளை மேற்கொள்ள வழி ஏற்படுத்தினார்.

ஆல்கஹால் என்ற ஆங்கில வார்த்தை அரபு மொழியிலிருந்து எடுக்கப்பட்டது. அபு யூசுப் யாக்கூப் இப்னு இஸ்ஹாக் அல் கிந்தி இதன் தன்மையை ஆராய்ந்தார்.ஒயினில் எந்த வேதிப் பொருள் போதை தருகிறது என்பதைக் கண்டறிய காய்ச்சி வடித்தலின் மூலம் ஆல்கஹாலை தூய்மைப் படுத்தும் முறையை முதலில் கண்டறிந்தார். மேலும் மலரிலிருந்து பல்வேறு முறைகளில் அத்தர் தயாரிப்பு முறையும் கண்டுபிடித்தார். இன்று அராபிய எண்கள் என்று சொல்லப்படும் இந்திய எண்களை உலகுக்கு அறிமுகப்படுத்தியதிலும் வானவியல் கணிதத்திலும் இவரது பங்கு மகத்தானது.

House of wisdom நூலகத்தைக் கைப்பற்றி அந்த நூலகத்தின் சொத்தை அள்ளிப்போகவே செங்கிஸ்கான் வருகிறான். அந்த நகரத்தைப் பிடிக்கிறான். அந்த நகரத்தை அழிக்கிறான். அந்த நூலகத்தை முழுக்கச் சூறையாடிக் கொண்டுப் போகிறான்.

ஆனால் அந்த நகரத்தை சூறையாடிக் கொண்டு போகும்போது அந்த நகரத்தில் இருந்த ஒரு நாடோடிப் பாடகன் பாடுகிறான். 'செங்கிஸ்கானே, உன்னால் இங்கிருக்கிற புத்தகங்களை அழிக்கமுடியும், கொள்ளையிட முடியும். ஆனால், இதைப் படித்தவர் மனதில் உள்ள கவிதைகளை உன்னால் என்ன செய்ய முடியும்? ஒவ்வொரு பாக்தாத்வாசியினுடைய மனதிலும் அந்தப் புத்தகங்கள் இருக்கின்றன. அந்தக் கவிதைகள் இருக்கின்றன. எங்களால் அந்த நூலகத்தினை மறுபடி உருவாக்கிவிட முடியும்' என்கிறான். அதுதான் பாக்தாத் வாசிகளின் இயல்பு.

ஹாரூன் அல் ரஷீத் தினசரி இரவு மாறுவேடத்தில் மக்கள் குறைகளை அறிந்துகொள்ள பயணம் செய்வார். சாதாரண மக்களுடன் ஒன்று சேர்ந்து பழகுவார். பொது சந்தைக்கு பகல் நேரத்திலேயே ஹாரூன் அல் ரஷீத் முகத்தை மூடிக்கொண்டு ஒரு வணிகரைப் போல் வந்து அந்தப் பொருளை வாங்கிப் பார்ப்பாராம். எதற்கென்றால், நேர்மையான முறையில்தான் பொருள் கிடைக்கிறதா என்று.

இவர் காலத்தில்தான் முதன் முதலில் கடிகாரம் அறிமுகப் படுத்தப்படுகிறது. நேரத்திற்கு வேலை செய்ய வேண்டும் என்பதற்காக கடிகாரத்தை அவர்தான் அறிமுகப்படுத்துகிறார். தராசு முள் இருக்கிறது இல்லையா, அந்த முள்ளிற்கு வணிகர்கள் ஒவ்வொருவரும் அரசாங்கத்தில் முத்திரை வாங்க வேண்டும். இல்லாவிட்டால் கள்ளத்தராசு வந்துவிடும், வணிகம் சரியாக நடக்காது என்று சொன்னவரும் அவர்தான்.

ஆயிரத்தொரு இரவுக் கதைகளை ஆராய்ச்சி செய்யக் கூடியவர்கள் பலரும் இக்கதைகள் இந்தியாவிலிருந்து அரபு நாடுகளுக்குப் போனவை என்று கருதுகிறார்கள். யுவான்சுவாங், வாஸ்கோடகாமா, கொலம்பஸ் போல கதைகளும் முடிவில்லாத பயணியாக ஊர்விட்டு ஊர் போய்க்கொண்டேதான் இருக்கிறது. ஆகவே, இந்தக் கதைகளில் பலவற்றை நாம் இந்தியாவில் கேட்டிருக்கிறோம்.

நான் கதைகளை ஆய்வு செய்தவன். அந்தவகையில் இந்தக் கதைகளின் சாயலில் இந்தியாவில் எத்தனையோ கதைகள் இருப்பதை அறிந்திருக்கிறேன். பாக்தாத் நகரத்தினை ஷாரியர் மன்னன் ஆண்ட காலத்தில்தான் இக்கதை துவங்குகிறது. தன்னுடைய அண்ணனான அரசர் ஷாரியரின் அழைப்பை ஏற்று தம்பி ஷாஜமான் அவருடைய நாட்டிற்குச் செல்ல ஆயத்தமாகிறான்.

அண்ணனுக்குப் பரிசுப் பொருளாக வைரம் கொண்டு செல்ல மறந்துபோனதை அறிந்து அரசியைப் பார்த்துச் செல்ல ஆசைப்பட்டு அரண்மனைக்குச் செல்கிறான். அங்கு அரசி அரண்மனை அடிமையுடன் சல்லாபத்தில் இருக்கிறாள். அதைக்கண்ட ஷாஜமான் ஆத்திரப்பட்டு இருவரையும் அதே இடத்தில் வெட்டிக்

கொன்றுவிடுகிறான். மிகுந்த மன வேதனையுடன் அங்கிருந்து சென்றுவிடுகிறான்.

அவனுக்குத் தனது மனைவி சோரம் போவாள் என்பதைத் தாங்கவேமுடியவில்லை மனச்சோர்வோடு அண்ணனுடைய நாட்டிற்குப் பயணமாகிறான். போகும் வழியெல்லாம் தன்னுடைய அரசி தனக்குச் செய்த துரோகத்தை நினைத்து நினைத்து மனவேதனைப்படுகிறான் ஷாஜமான்.

பலவருஷங்களுக்குப் பிறகு தம்பியைக் காணும் அண்ணனான ஷாரியர் ஷாஜமானுக்கு நல்ல வரவேற்பு கொடுக்கிறான். ஆனால் எதுவுமே தம்பியை சந்தோஷப்படுத்தவில்லை. மன வருத்தத்திற்கான காரணத்தை எவ்வளவு கேட்டும் ஷாஜமான் சொல்லவே இல்லை. தனது மனைவி தனக்குத் துரோகம் இழைத்துவிட்ட அவலத்தை அவனால் வெளியே பகிர்ந்து கொள்ளவே முடியவில்லை. ஆகவே, மனம் உடைந்து போயிருந்தான்.

தம்பியின் மன வருத்தத்தை திசை திருப்ப கானக வேட்டைக்குச் செல்ல ஏற்பாடு செய்தான். தம்பி தான் வரவில்லையென மறுத்துவிடுகிறான். ஆனால், அண்ணன் விடவில்லை. வற்புறுத்தி வேட்டைக்கு அழைக்கிறான். தம்பி வரமறுக்கவே அண்ணன் மட்டும் வேட்டைக்குச் செல்கிறான். அன்றிரவு அண்ணனுடைய மனைவியும் மசூத் என்ற அடிமையுடன் சல்லாபிக்கிறாள்.

இதைக் கண்ட ஷாஜமான் பெண்களே இப்படித்தான் போலும் என மனதைத் தேற்றிக்கொள்கிறான். மறுநாள் தம்பி முழுவதுமாக மாறியிருப்பதைக் கண்டு அண்ணனுக்கு மிக்க மகிழ்ச்சி. இந்த திடீர் மாற்றத்திற்கான காரணத்தை அண்ணன் வற்புறுத்தி தம்பியிடம் கேட்கிறான். வேண்டாமண்ணா, நீங்கள் உண்மையை அறிந்தால் மிகவும் மனக்கஷ்டப்படுவீர்கள் என எவ்வளவு சொல்லியும் ஷாரியர் கேட்கவில்லை. எனவே, ஷாஜமான் நடந்த அனைத்தையும் அண்ணனிடம் சொல்லுகிறான். சே, நம்மை நம்வீட்டுப் பெண்களே ஏமாற்றிவிட்டார்களே என அவர்களைக் கையும் களவுமாகப் பிடித்து வெட்டிக் கொல்கிறான் ஷாரியார்.

அதன்பிறகு இருவரும் மனசாந்தி தேடி ஒரு பயணம் மேற்கொள்கிறார்கள். நீண்ட தூரம் பயணம் செய்து ஒரு கடல் பிரதேசத்தை அடைகிறார்கள். திடீரென கடல் பொங்குவது போல் தோன்றவே பெரிய மரத்தின் மேல் ஏறி அமர்ந்துகொள்கிறார்கள். கடலிலிருந்து பூதம் பெட்டியுடன் வெளிப்படுகிறது. பெட்டியிலிருந்து அழகான ஒரு பெண்ணை வெளியில் எடுக்கிறது பூதம். பின், பெண்ணின் மடியில் தலை வைத்து தூங்குகிறது. இவர்களைப் பார்த்துவிட்ட பெண் மரத்தின் மேலுள்ள இருவரையும் தன்னுடன் உறவு கொள்ள அழைககிறாள். அவர்கள் மறுக்கவே, பூதத்தை விட்டுக் கொன்றுவிடுவேன் என்று மிரட்டுகிறாள். வேறு வழியில்லாத

சகோதரர்கள் அவளுடன் உறவு கொள்கின்றனர். பின் பூதத்தை இது போல் பழி வாங்குவதற்கான காரணத்தை அவர்களுக்குச் சொல்கிறாள். பூதம் எழுந்தவுடன் பெண்ணை மறுபடியும் பெட்டியில் வைத்துப் பூட்டி எடுத்துக்கொண்டு கடலுக்குள் சென்றுவிடுகிறது. பின்னர்தான் சகோதரர்கள் உணர்கிறார்கள். நாம் நாட்டைவிட்டு வந்தது தவறு. அங்கேயே இருந்து அவர்களைப் பழிவாங்கி இருக்க வேண்டும் என நினைத்து மீண்டும் தங்களது சொந்த நாட்டிற்குப் பயணமாகிறார்கள். பின் துரோகம் இழைத்த பெண்கள் அனைவருக்கும் மரண தண்டனை விதிக்கிறார்கள்.

அதிலிருந்து தினம் ஒரு பெண்ணை மணந்து, விடிகாலையில் மரண தண்டனை விதித்துவிடுகிறான் அண்ணன் ஷாரியர். மந்திரி தினம் ஒரு பெண்ணைத் தேடிவந்து அவருக்கு மணமுடிப்பான். மறுநாளே அவருக்கு மரண தண்டனை. சில நாட்களில் மந்திரிக்குப் பெண்ணே கிடைக்கவில்லை. மந்திரியின் கவலை தோய்ந்த முகத்தைப் பார்த்த அவருடைய மகள் ஷெகர்ஜாத் மன்னரைத் தானே மணப்பதாகக் கூறுகிறாள். மந்திரி ஒத்துக்கொள்ள மறுக்கிறார். ஷெகர்ஜாத் பிடிவாதமாக தானே மணந்து கொள்வதாகக் கூறுகிறாள்.

மந்திரியும் வேறு வழியில்லாமல் தனது மகளை அரசருக்கு மணமுடிக்க சம்மதிக்கிறான்.அரசருக்கு மந்திரியின் இந்த செயல் மகிழ்ச்சியை அளிக்கிறது. ஷெகர்ஜாத் திருமணம் நடைபெறுகிறது. விடிந்தால் அவளுக்கு மரண தண்டனை. அதைக் கண்ட அவளது தங்கை துன்யாஜாத்தும், மந்திரியும் அழுகிறார்கள்.

ஷெகர்ஜாத் துன்யாவைத் தேற்றி “நீ மனது வைத்தால் இதிலிருந்து என்னைக் காப்பாற்ற முடியும்” என்கிறாள். தங்கை துன்யாவும் அதற்கு ஒப்புக்கொண்டாள். அதன்படி சாவதற்கு முன் உன்னைப் பார்க்கவேண்டும் என்று அழைக்கிறேன். உன்னைக் கூப்பிட அரசவைக் காவலர்கள் வருவார்கள். தயங்காமல் அவர்களுடன் வா. சிறிது நேரம் பேசிக்கொண்டு இருந்துவிட்டுக் கதை சொல்லுமாறு நீ கேட்க வேண்டும். பிறகு நான் பார்த்துக் கொள்கிறேன். நீ தூங்காமல் விழித்துக்கொண்டு இருக்க வேண்டும். நீ தூங்கினாயோ நான் செத்தேன்’ என்று சொல்லி முடிக்கிறாள் ஷெஹர்ஜாத்.

அதன்படி துன்யாஜாத்தை அழைத்துச்செல்ல வீரர்கள் வருகிறார்கள். அக்கா சொல்லியபடியே துன்யாவும் நடந்துகொண்டாள். அன்றிரவு ஒரு கதைசொல்லி அரசருக்கும், தங்கைக்கும் ஆர்வத்தைத் தூண்டிவிட்டாள். கதை முடிவதற்குள் பொழுது விடிந்துவிட்டது. கதை கேட்கும் ஆர்வத்தில் மன்னரும் மரண தண்டனையைத் தள்ளிப்போட்டார். எனவே, ஷெஹர்ஜாத் உயிர் தப்பித்தாள்.

ஒவ்வொரு நாளும் விடியும்போது ஒரு முடிச்சோடு கதையை நிறுத்திவிடுகிறாள். “நாளைக்குக் கதையின் முடிவைக் கேட்டுவிட்டு, இவளைக் கொல்வோம்” என்று நினைத்து அரசன் அவளைக்

கொல்வதைத் தள்ளிப் போடுகிறான். அதே உத்தியைக் கையாண்டு தினமும் கதையை முடிக்காமல் இழுத்துக்கொண்டே ஆயிரத்தொரு இரவுகளைக் கடத்திவிடுகிறாள். அடுத்த கதை இதைவிட நன்றாக இருக்குமென சொல்லி ஒவ்வொரு கதையாகச் சொல்லி ஷாரியர் பெண்களைப் பற்றி நினைத்துக்கொண்டு இருப்பது தவறு என அரசனின் மனதை மாற்றுகிறாள்.

இக்கதைகள் பெரும்பாலும் மத்திய கிழக்கு நாடுகள், எகிப்து, பாரசீகம், இந்தியா போன்ற இடங்களைச் சுற்றியே சொல்லப்படுகிறது. உலகத்தில் உள்ள கதைகளில் வரக்கூடிய கதாபாத்திரங்களில் மிக அழகான பெண் யாரென்று ஒரு பட்டியல் போட்டிருக்கிறார்கள். ஒன்றாவது இடத்தில் இருப்பவள் சிண்ட்ரெல்லா; மூன்றாவது இடத்தில் இருப்பவள் ஷெஹர்ஜாத்.

ஆயிரத்தொரு இரவுக்கதைகளின் கதை சொல்லும் முறை அபாரமானது. ஒரு கதை துவங்கி, அது கிளைவிட்டு இன்னொரு கதையாக மாறி, அதிலிருந்து மூன்றாவது கதை கிளைத்துச் செல்லும். இப்படி முடிவில்லாத முடிச்சுகளின் வழியே கதைகள் ஒன்று சேருகின்றன. கதையில் அமானுஷ்ய நிகழ்வுகள் இடம்பெறுகின்றன. மிருகங்கள் பேசுகின்றன. ஒருவகையில் நமது பஞ்சதந்திரக் கதைகள் போல இவை இருக்கின்றன.

இன்னொரு தளத்தில் வாழ்க்கையில் அனைத்து தளங்களிலும் வசிப்பவர்கள் இக்கதைக் கோர்வையில் இடம்பெறுகிறார்கள். அதாவது சாதாரண கூலி முதல் கலீபா வரை அனைவரது கதைகளும் இதிலிருக்கின்றன. மீனவனைப் பற்றிய கதைகள், திருடர்களைப் பற்றிய கதைகள், மருத்துவர் பற்றிய கதைகள், வணிகர் பற்றிய கதைகள் என துறைதோறும் கதைகள் இதில் இணைந்திருக்கின்றன.

ஒவ்வொரு நாளும் ஒரு கதை சொல்லும் ஷெஹர்ஜாத் முடிவில் மன்னனுடன் உறவுகொண்டு குழந்தையும் பெற்றுவிடுகிறாள். அதுதானே வாழ்க்கை. எல்லா துயரங்களுக்கும் சோதனைகளுக்கும் நடுவில் இல்லறம் நடந்துகொண்டுதானே இருக்கும். கதைகளை ஏன் சேகரிக்கிறார்கள், ஏன் இப்படி தொகை நூல்களைப் போல மாற்றுகிறார்கள். காரணம், கதைகள் மனிதவாழ்வின் நினைவுத்திரட்டுகள்.

மறதி மனித நினைவுகளை அழித்து ஒழிப்பதற்கு முன்பு அவற்றைக் காப்பாற்ற அவை கதைவடிவம் கொள்கின்றன. ஒரு மனிதன் இறக்கும்போது அவனது அனுபவங்கள் அவனோடு சேர்ந்து இறந்து போய்விடுகின்றன. அதில் நல்லதைத் தேடி எடுத்து சேகரித்து அடுத்த மனிதனுக்கு உதவி செய்வதும் கதையின் வேலையே. கதை ஒரு கூட்டு செயல்பாடு. கதையின் வழியே சமூகம் தனது கடந்து வந்த பாதையைத் திரும்பிப் பார்த்துக் கொள்கிறது.

திருடர்களைப் பற்றிய கதைகள் இல்லாத நாடுகளேயில்லை.

கதைகளுக்கு உயிர் தருபவர்கள் திருடர்களே. நம் ஊரில் கூட அரைத்திருடன், முக்கால் திருடன், முழுத்திருடன் என்றொரு கதையுண்டு. என் சிறுவயதில் கேட்ட அக்கதை நன்றாக இன்னும் நினைவிலிருக்கிறது. ஒரு ஊரில் ஒரு பக்கா திருடன் ஒருவனிருந்தான். அவனுக்கு நான்கு பிள்ளைகள் இருந்தார்கள். அவர்களை முழுத்திருடன், முக்காத்திருடன், அரைத்திருடன், கால் திருடன் என்று அழைத்தார்கள்.

ஒருநாள் திருடன் நான்கு மகன்களின் திறமையை சோதிக்கவிரும்பி முதலில் கால் திருடனை அழைத்து, "மகனே! இன்றைய தினம் உன் திருட்டு சாமர்த்தியத்தை சோதித்துப் பார்க்க போகிறேன். நீ எந்த அளவில் தேர்ச்சி அடைந்திருக்கிறாய் என்பதைக் காட்ட வேண்டும். நீ பட்டப்பகலில் ஒரு பொருளைத் திருடிக்கொண்டு சூரியன் மறைவதற்கு முன்பாக திரும்பி வந்துவிட வேண்டும்" என்றான்.

கால்திருடனும் தன் சாமார்த்தியத்தைக் காட்டக் கிளம்பினான். வழியில் ஓர் உடைந்த ஓட்டுத் துண்டை ஒரு ரூபாய் போல வட்ட வடிவமாய் உடைத்து துணியில் முடித்து தோளில் போட்டுக் கொண்டு சென்றான். அவன் ஒரு ஊருக்குப் போனான். அங்கேயிருந்த ஒரு நாவிதனிடம் சென்றான். அவனிடம் கால் திருடன், "நான் அவசரமாய் போகவேண்டும். எனக்கு முதலில் முகச்சவரம் செய்து விடு! உனக்குக் காலணா தருகிறேன்!" என்றான்.

ஓரணா வேலைக்கு கால் பணம் கிடைக்கபோவதை கண்டு நாவிதன் உடனே கால் திருடனுக்கு முகச்சவரம் செய்து விட்டான். அப்போது கால் திருடன் தன் துணியில் முடித்து வைத்திருந்த ஓட்டாஞ்சல்லியைக் காட்டி "என்னிடம் சில்லறையில்லை. முழுப்பணமாக இருக்கிறது. உன் பையனை அனுப்பி வை. பணத்தை தருகிறேன்" என்றான்.

நாவிதனும் தனது மகனைக் கால் திருடனுடன் அனுப்பி வைத்தான். கால் திருடன் அந்தப் பையனுடன் ஒரு ஜவுளிக் கடைக்குச் சென்றான். அவனுடைய பளபளப்பான முகத்தைக் கண்ட துணி வியாபாரி யாரோ பெரிய மனிதர் தம்முடைய கடைக்கு வந்திருப்பதாக எண்ணி உள்ளே அழைத்துச் சென்று தன்னுடைய கடையில் இருந்த விலை உயர்ந்த பட்டு ஜவுளிகளை எல்லாம் எடுத்துக் காண்பித்தார்.

கால் திருடனோ பல்லாயிரக்கணக்கான ரூபாய் மதிப்புள்ள ஜவுளிகளை எடுத்து மூட்டையாகக் கட்டிக் கொண்டு, 'செட்டியாரே! என் மனைவி குடும்பத்தாரெல்லாம் வண்டியில் உட்கார்ந்திருக்கிறார்கள். அவர்களுக்குப் பிடித்தமான துணியை எடுத்துக் கொண்டு பிடிக்காததைத் திருப்பிக் கொடுத்துவிடுகிறேன். அதுவரை இந்தக் குழந்தை உன் வசம் இருக்கட்டும். சிறிது நேரத்தில் பணத்துடன் வந்து விடுகிறேன்"என்று நாவிதன் மகனைக் கடையில்

உட்கார வைத்துவிட்டு துணி மூட்டையுடன் கிளம்பி விட்டான். செட்டியாரும் திருடனை அனுப்பிவிட்டார்.

கால்திருடன் துணிமூட்டையுடன் வீட்டிற்குப் போய் தனது திறமையைச் சொல்லி சிரித்தான். இதைக் கேட்ட பக்காத்திருடன் 'சபாஷ் மகனே' என்று பாராட்டினான். அதே சமயம் செட்டியாரோ, வெகு நேரமாகியும் ஆள் வரவில்லையே என சிறுவனிடம், 'உன் அப்பா எங்கே?" என்று கேட்க, அவன் குளக்கரையில் சவரம் செய்கிறார் என்று உண்மையைச் சொல்லவே தான் ஏமாந்துபோனதை எண்ணிப் புலம்பினார் செட்டியார்.

இந்தவிஷயத்தில் செட்டியாருக்கும் நாவிதனுக்கும் தகராறு ஏற்பட்டு அடிதடி சண்டையாகியது. விபரம் அறிந்த மந்திரி பட்டப்பகலில் இப்படி திருட்டு நடப்பது நாட்டிற்கு நல்லதில்லை என அவனைப் பிடிக்க உத்தரவு போட்டார்.

அன்றிரவு பக்காத்திருடன் தனது இரண்டாவது மகனான அரைத்திருடனிடம், 'இன்றிரவு நீ அபாரமான திருட்டு ஒன்றைச் செய்து வரவேண்டும்" என்று கூறினான். அரைத்திருடனும் புறப்பட்டான். ஊருக்குள் திருடனைப் பிடிக்க தலையாரி ஏற்பாடுகள் செய்திருப்பதாகவும் மக்கள் பேசிக் கொண்டார்கள். அந்தத் தலையாரியைப் பற்றி அரைத்திருடன் விசாரித்தான். அந்தத் தலையாரி மாப்பிள்ளை கோபித்துக் கொண்டு போனவன் ஊர் திரும்பவேயில்லை என அறிந்துகொண்டான்.

உடனே அரைத்திருடன் ஒரு ஜவுளிக் கடைக்குச் சென்று தன்னிடமிருந்த பணத்தைக் கொடுத்து பட்டு வேஷ்டி சட்டை வாங்கி அணிந்துகொண்டு வெளிநாட்டில் வியாபாரம் செய்து வருபவன் போல தன்னை ஜோடித்துக் கொண்டு தன்னை தலையாரியின் மாப்பிள்ளையென்று சொல்லிக்கொண்டு தலையாரியின் வீட்டை அடைந்தான். அப்போது தலையாரி இன்றிரவுத் திருடனைப் பிடித்துவிட வேண்டும் என்ற யோசனையில் ஆழ்ந்திருந்தான்.

பலவருசத்திற்கு முன்பு கோபித்துக் கொண்டு போன மருமகன் வந்துவிட்டானே என தலையாரி வரவேற்று உபசாரம் செய்தார். அவனும் விருந்தைச் சாப்பிட்டுவிட்டு, "மாமா ஏன் கவலையாக இருக்கிறீர்கள்?" எனக் கேட்டான். அதற்கு தலையாரி பட்டப்பகல் திருடனைப் பற்றிச் சொல்லவே "மாமா! நானும் தங்களுடன் வருகிறேன்! உதவியாகவும் இருக்கும்" என்றான். தலையாரியும் சம்மதித்துக் கூட்டிச் சென்றான்.

தலையாரி ஓவ்வொரு இடமாகத் திருடனுக்குக் காட்டிக்கொண்டு வரும் வழியிலே கோட்டை வாசலுக்கு அருகில் இருந்த இயந்திரபொறியைப் பார்த்து 'இது எதற்கு?' என கேட்கத் 'திருடனைப் பிடித்து மாட்டுவதற்கு' என்றார் மாமனார். அது எப்படி வேலை செய்கிறது என பார்க்க, தலையாரியை அதற்குள் மாட்டி விட்டுப்

பூட்டிவிடுகிறான் அரைத்திருடன். பிறகு உதவி செய்வதற்கு ஆள்கூட்டிவருவதாக வீட்டிற்குப் போய் அத்தையிடம் மாமா நகை பணத்தை எல்லாம் மூட்டை கட்டி கொண்டுவரச் சொன்னதாகச் சொல்லி, மொத்த செல்வத்தையும் கொள்ளை அடித்துவிட்டுப் போய்விடுகிறான்.

அரைத்திருடனின் திறமையை கண்டு பக்காத்திருடன் மகிழ்ந்து 'நீ என்பேரைக் காப்பாற்றி விட்டாய்" என்று சந்தோஷப்பட்டான். நடந்த விஷயங்களைக் கேள்விப்பட்ட மந்திரி, "இன்றிரவு அந்தத் திருடனை நானே முன் நின்று பிடிக்கப் போகிறேன். அப்படிச் செய்யாவிட்டால் நான் மந்திரியே அல்ல!" என்று சபதம் செய்தான்.

முதல் இரு மகன்களின் திறமையைப் பாராட்டிய பக்காத்திருடன் அன்றிரவு முக்கால்திருடனை அழைத்து 'உன் தம்பிகள் சாமர்த்தியத்தை நிரூபித்து விட்டார்கள். இன்றிரவு நீ திருடி வர வேண்டும்" என்று கூறினான். முக்கால்திருடனும் ஊருக்குப் போய் நிலவரத்தை அறிந்து கொண்டான். அந்த ஊரில் மந்திரிக்கு ஒரு தாசியிடம் பழக்கம் உண்டு என்றும் அறிந்து கொண்டான். உடனே அவன் உடம்பெல்லாம் மெழுகு பூசிக் கொண்டு தாசி வீட்டிற்குப் போய் கதவைத் தட்டினான். இருட்டில் இருந்த தாசி 'ஏன் வெகு சீக்கிரமே வந்து விட்டீர்கள்" என்று கேட்டாள். அதற்கு திருடன், "இது திருடனைப் பிடிக்க ஏற்பாடு. நான் மாறுவேஷமிட்டிருக்கிறேன். திருடன் மந்திரி வேஷம் போட்டுக் கொண்டு உன் வீட்டிற்கு வரக்கூடும். ஆகவே, அப்படி வந்தால் அவனை மடக்கிப் பிடித்துக் கட்டிவிடவேண்டும்' என்கிறான்.

அவன் பேச்சைக் கேட்ட தாசி உண்மையான மந்திரி வரும்போது அவரை மடக்கிப் பிடித்துக் கட்டிவிடுகிறாள். பின் மந்திரியின் நகைகள் மோதிரத்தை அவிழ்த்து எடுத்துக்கொண்டு தப்பி ஓடிவிட்டான். மந்திரியிடமே திருடி வந்துவிட்டான் என வாய்நிறைய பாராட்டினான் பக்கா திருடன்.

தம்பிகளின் சாதுர்யத்தைப் போல தன்னுடைய பெயரை நிலை நாட்ட முழுத்திருடன் அடுத்த நாள் நகரம் வந்தான். அங்கு மாடு மேய்த்துக் கொண்டிருக்கும் சிறுவர்களைப் பார்த்து தம்பிகளா, இந்த ஊரில் என்ன விசேஷம்?" என்று கேட்டான்.

மாடுமேய்த்த சிறுவர்கள் நடந்த கதையைச் சொல்லவே, மன்னர் அன்று திருடனைப் பிடிக்க முயற்சிப்பதை அறிந்து கொள்கிறான் முழுத்திருடன். இதைக்கேட்ட முழுத்திருடன் பாக்கு, புகையிலை, உப்பு, இனிப்பு போன்ற சாமான்களை வாங்கிக் கட்டிக்கொண்டு சிறிய சிம்னி விளக்கு ஒன்றும் கொஞ்சம் விளக்கெண்ணையும் ஓலைப்பாய்கள் இரண்டும் வாங்கிக் கொண்டு வியாபாரிபோல மாறுவேடமணிந்து ஒதுக்குப்புறமான பாதையில் விளக்கேற்றி வைத்துக் கொண்டு ஓலைப்பாய்களை விரித்து வெற்றிலை பாக்கு

புகையிலை முதலானவைகளைப் பரப்பி வைத்து வியாபாரிபோல அமர்ந்து இருந்தான்.

திருடனைப் பிடிப்பதற்காக மாறுவேஷத்தில் வந்த மன்னர் ஆள் இல்லாத இடத்தில் சிறுவெளிச்சம் வருவதைக் கண்டு யார் எவர் என விசாரிக்கவே, தான் திருடர்களுக்கு வியாபாரம் செய்கிறவன். நடு இரவில் இங்கே திருடர்கள் ஒன்று கூடுவார்கள் என்று சொல்கிறான். உடனே மன்னர் இவனைப் பயன்படுத்தி திருடனைப் பிடித்துவிடலாம் என உதவி கேட்கிறான், அப்படியானால் ஒரு கோணிப்பைக்குள் மறைந்து கொள்ளுங்கள் என அவரை ஒரு சாக்குமூட்டையில் கட்டிப் போட்டுவிட்டு அவரது நகைகள் முத்திரை மோதிரத்தை வாங்கிக் கொண்டு, திருடன் திருடன் பிடிபட்டுவிட்டான் என கத்தவே, காவலர்கள் ஓடிவந்து மூட்டையில் இருந்த மன்னனை அடி வெளுத்து விடுகிறார்கள்.

மன்னரிடமிருந்து நகைகளைத் திருடிக் கொண்டு போய் தானே முழுத்திருடன் என்று ஜெயம் கொண்டாடுகிறான். இப்படியாக நான்கு திருடர்களும் திறமைசாலிகள் என்று தந்தைக்குப் புரியவைத்தார்கள் என்று கதை முடிகிறது.

திருட்டைக் கொண்டாட வேண்டும் என்பதல்ல, இக்கதைகளின் நோக்கம். பேராசை பிடித்தவர்கள், அதிக செல்வம் படைத்தவர்களிடம் உள்ளதை எடுத்துப் பகிர்ந்து தர வேண்டும் என்பதே இக்கதையின் நோக்கம். அதே நேரம் திருடர்கள் எந்தப் பாதுகாப்பையும் மீறி திருடிவிடுவார்கள் என்ற ஜாக்கிரதை உணர்ச்சியும் கதைகளில் சொல்லப்படுகிறது. திருடர்கள் பிறப்பதில்லை. உருவாக்கப்படுகிறார்கள். வறுமையும், ஏழ்மையும் பலரைத் திருடராக்கியிருக்கிறது.

இக்கதையை ஒத்த திருடர்கள் கதைகள் உலகமெல்லாம் இருக்கின்றன, அதில் ஒரு கதை தான் அலிபாபாவின் கதை. இதில் நாற்பது திருடர்கள் ஒன்று சேர்த்த செல்வத்தை அபகரித்து வருகிறான் அலிபாபா. அவனைத் தேடி வந்து பழிவாங்க முயற்சிக்கிறார்கள் திருடர்கள். ஆனால் தனது காதலி மார்ஜியானாவின் உதவியோடு அவர்களை எப்படித் தீர்த்துக் கட்டுகிறான் என்பதை அராபிய இரவுகள் விவரிக்கின்றன.

பாக்தாத் நகரில் இருந்த திருடர்களைப் பற்றியும் அவற்றை கலீபா ஒடுக்கியதைப் பற்றியும் நிறைய வரலாற்றுக் குறிப்புகள் காணப்படுகின்றன. இதற்குக் காரணம் பாக்தாத் நகரம் செல்வத்தில் மேலோங்கி இருந்ததே. அத்தோடு வணிகர்கள் பல்வேறு பொருட்களை சந்தைக்குக் கொண்டுவந்து விற்றுவிட்டு பெரும் பணத்தோடு பயணம் செய்த காரணத்தால் வழிப்பறி அதிகமிருந்தது.

அப்படிப்பட்ட திருடர்களின் கூட்டமே அலிபாபாவில் வரும் நாற்பது திருடர்கள். இந்தக் கதை வெறுமனே பார்த்தால் அலிபாபாவினுடைய சாகசம். இன்னொரு விதமாக

யோசித்தால் அங்குள்ள எண்ணெய் வளத்தைக் கொள்ளையடிக்க கொள்ளைக்காரர்கள் பாக்தாத்தை நோக்கி வரப்போகிறார்கள் என்பதை முன்கூட்டியே சொல்லிவிட்டதைப் போலிருக்கிறது. கதையில் எண்ணெய் வாங்க தான் திருடர்களின் தலைவன் வருகிறான். பாக்தாத் எண்ணெய்க்காகக் கொள்ளைடிக்கப்பட்டதும், எரிக்கப்பட்டதும் சமகால வரலாறு. அமெரிக்கா ராணுவத்தை அனுப்பிக் கொள்ளை அடித்தது. ஊரையே எரித்துச் சுடுகாடாக்கியது. அலிபாபா காலத்தில் நாற்பது திருடர்கள்தான்.

நம் காலத்தில் பன்னாட்டு எண்ணெய் கம்பெனிகள் அத்தனை பேரும் திருடர்களே. அலிபாபா இப்போது ஒன்றும் செய்யமுடியாதவன். அவனது கையிருப்பைக் கூட திருடர்கள் கொள்ளை அடித்துப் போகிறார்கள். அரபு தேசத்தின் எண்ணெய்வளம் அமெரிக்க கம்பெனிகளால் கொள்ளையடிக்கப் படுகிறது. ஈராக் பகடைக்காயாக உருட்டபடுகிறது. இன்றைய அரசியல் நெருக்கடியின் போது பாக்தாத்தின் கடந்த கால வரலாற்றை உலகிற்குச் சொல்கிறது ஆயிரத்தொரு அராபிய இரவுகள்.

தமிழில் இரண்டு அலிபாபா படம் வந்திருக்கிறது. ஒன்று எம்.ஜி.ஆர் நடித்த அலிபாபா. அது முதல்கலர்படம் மாடர்ன் தியேட்டர்ஸ் எடுத்தார்கள். இன்னொரு அலிபாபா வெளியாகி உள்ளது. அது, 1941இல் என்.எஸ்.கிருஷ்ணன் நடித்த அலிபாபா. கோயம்புத்தூரில் இருக்கக்கூடிய பட்சி ராஜா பிலிம்ஸ்காக என்.எஸ். கிருஷ்ணன் அலிபாபாவும் நாற்பது திருடர்களும் எடுத்தார். இந்தப் படத்தில் அவர்தான் அலிபாபா மதுரம்தான் அவரது காதலி மார்ஜியானா.

அலிபாபாவைப் போல அராபிய இரவுகளின் இன்னொரு முக்கிய கதாபாத்திரம் அலாவுதீன். அற்புத விளக்கின் உதவியால் பூதத்தை வரவழைப்பானே, அந்த அலாவுதீன் அராபிய கதைகளில் தான் வருகிறான். புதையல் தேடிப்போன இடத்தில் கிடைத்த மாயவிளக்கில் இருந்து வரும் பூதம் அவன் விரும்பியதைத் தருகிறது. இந்தக் கதையின் நவீன வடிவம்தான் பட்டணத்தில் பூதம்.

அரேபியா என்ற நாட்டில் ஒரு சிறுவன் வாழ்ந்து வந்தான். அவனது பெயர் அலாவுதீன். அவனும் அவனுடைய தாயும் புறநகரில் ஒரு சிறிய வீட்டில் வாழ்ந்துவந்தனர். ஒரு நாள் மந்திரவாதி ஒருவன் அலாவுதீனின் வீட்டிற்குச் சென்று தான் அலாவுதீனுக்கு மாமா என்றும் தான் தொலைதூரத்தில் இருந்து வருவதாகவும் அலாவுதீனை நம்பவைத்தான்.

அலாவுதீன் மிகவும் சந்தோஷம் அடைந்தான். அவனுக்குப் புதிய மாமாவை மிகவும் பிடித்தது. அன்று இரவு அலாவுதீனுடன் அவன் வீட்டிலேயே தங்கினான். மந்திரவாதி அலாவுதீனின் அம்மாவிடம் அலாவுதீனைத் தன் வீட்டிற்க்கு அழைத்துச்செல்வதாகவும் கூறினான்.

அவள் அரைமனதோடு தன் மகன் அலாவுதீனை அனுப்பிவைத்தாள். மந்திரவாதியும் அலாவுதீனும் வெகுதூரம் சென்று கடைசியில் ஒரு பெரிய மலைப்பகுதியின் வாயிலைச் சென்றடைந்தனர்.

அங்கு மிகவும் இருட்டாக இருந்ததால் மந்திரவாதி அலாவுதீனிடம் விறகுகளைக் கொண்டுவந்து நெருப்பை உண்டாக்கச் சொன்னான். மந்திரவாதி சில மந்திரங்களை உச்சாடனம் செய்தான். திடீரென்று மலையில் குகையும் தோன்றியது. அதற்குள் இறங்கி அங்குள்ள மாய விளக்கை எடுத்து வந்து என்னிடம் கொடு என்றான் மந்திரவாதி.

அலாவுதீன் நிலவறைக்குச் சென்று அந்த விளக்கை எடுத்துக்கொண்டான். திடீரென்று அலாவுதீனுக்கு சந்தேகம் வந்தது. ஒருவேளை விளக்கைக் கொடுத்தால் தன்னைக் கொன்று விடுவானோ என்று எண்ணினான். அது மாயவிளக்கோ என்று எண்ணித் தன் சட்டைப் பையில் வைத்துக்கொண்டான்.

மந்திரவாதியிடம், விளக்கு வேண்டும் என்றால் முதலில் தன்னைக் குகையில் இருந்து வெளிவர உதவுமாறு கேட்டான். கோபத்தில் மந்திரவாதி குகையின் வாயிலை மூடிவிட்டுச் சென்றான். அலாவுதீன் தான் எடுத்த அற்புதவிளக்கைத் தடவிப்பார்த்து அதிலிருந்த தூசியைத் துடைத்தான். அப்போது திடீரென்று ஒரு புகைமண்டலம் தோன்றி அதிலிருந்து பூதம் ஒன்று தென்பட்டது. அலாவுதீன் அதைக்கண்டு பயத்தில் தடுமாறினான். ஆனால், பூதம் அலாவுதீனிடம் 'நான் உங்களுடைய சேவகன்' என்று கூறி அவன் பயத்தைப் போக்கியது. இதைக் கேட்ட அலாவுதீன் மிகவும் சந்தோஷம் அடைந்து, அவனை வீட்டிற்குக் கொண்டு செல்லுமாறு கூறினான். உடனே, அவன் கூறியதை பூதம் நிறைவேற்றியது.

அந்த விளக்கைக்கொண்டு பெரிய வீடு கட்டி அதில் தன் தாயுடன் மகிழ்ச்சியாக வாழ்ந்தான். 'அலாவுதீனும் அற்புதவிளக்கும்' என்றே தமிழில் ஒரு படம் வெளியாகி இருக்கிறது. அலாவுதீனின் கதை சுவாரஸ்யமானது. இன்றைக்கும் குழந்தைகள் அதை விரும்பிப் படிக்கிறார்கள். கார்ட்டூனாகப் பார்க்கிறார்கள். அதில் வரும் ஜீனி என்ற பூதம் இன்றும் குழந்தைகளால் விரும்பிப் பார்க்கப்படுகிறது. நேசிக்கப்படுகிறது. வலிமை மிக்க பூதம் ஒரு விளக்கில் அடைப்பட்டு கிடக்கிறது. அதைத் தேய்த்தால் பூதம் வெளிப்படுகிறது.

நம்முடைய மனம்தான் உண்மையான அலாவுதீனின் அற்புதவிளக்கு. அதைத் தூய்மையாக, முறையாகப் பிரயோகம் செய்தால் எதையும் சாதிக்க முடியும் என்பதைச் சொல்வதற்கே மாயவிளக்கு என்ற படிமம் உபயோகப்பட்டுள்ளது என்று கூறுகிறார்கள்.

ஆயிரத்தொரு இரவுகளின் முக்கிய கதாநாயகன் சிந்துபாத். அவனுடைய ஏழு கடற்பயணங்களை இந்த நூல் விவரிக்கிறது. ஒவ்வொரு கடற்பயணமும் ஒரு குறியீடு. இதில் ஒரு கதையில் இரண்டு சிந்துபாத் இடம் பெறுகிறார்கள். ஒருவன் கூலியாள்.

மற்றொருவன் கடலோடி. ஒன்று போல தோற்றம் கொண்டாலும் ஒரே பெயரில் இருந்தாலும் ஒரே வாழ்க்கை கிடைத்துவிடாது என்கிறது அராபிய இரவுகள்.

முதல் பயணத்தில் கப்பல் புயலில் சிக்கிச் சிதைந்து போகிறது. உயிர்பிழைக்கத் தப்பி சிந்துபாத் ஒரு தீவுக்குப் போகிறான். அங்கே ஒரு பெரிய பாறையின் மீது ஓய்வெடுக்கிறார்கள். குளிர்தாங்கமுடியாமல் கணப்பு எரிக்கும்போது பாறை நகரத் துவங்குகிறது. அப்போது தான் தெரிகிறது அது ஒரு பெரிய கடல் ஆமை. நிலையற்ற பொருளை நம்பி நிலையானது வாழ்க்கை என நினைக்காதே என்கிறான் சிந்துபாத்.

சில மாதங்களின் பிறகு இரண்டாவது பயணம் போகிறான். இம்முறை அண்டரண்டா பட்சிகளைச் சந்திக்கிறான். அவை யானையை தூக்கிக்கொண்டு பறக்குமாம். அதன் காலில் ஒட்டிக் கொண்டு பறந்து வைரமலையை அடைகிறான். கொட்டிக் கிடக்கும் வைரங்களைச் சேகரிக்கிறான். திரும்பி வரும்போது, பறவைகள் எல்லாம் அவனைப் பார்த்துவிடுகிறது. துரத்த ஆரம்பிக்கின்றன. அதனிடமிருந்து தப்பிப் பிழைத்து வருகிறான்.

இதுவும் ஒரு குறியீடே. ஆசைகளின் வடிவம்தான் அண்டரண்டாபட்சிகள். அவற்றை இறுகப்பற்றிக் கொண்டால் நம்மை ஒரு விநோத உலகிற்குக் கொண்டுபோய்விடும். ஆனால் அங்கிருந்து தப்புவது எளிதில்லை என்கிறான் சிந்துபாத். இரண்டு பயணத்தை தாண்டி மூன்றாவது பயணம் கிளம்புகிறான் சிந்துபாத். இதில் நரமாமிசம் சாப்பிடுபவர்கள் உள்ள தீவில் மாட்டிக் கொள்கிறான். அவர்கள் சிந்துபாத்தைக் கொன்று தின்பதற்காகத் துரத்தினார்கள்.

அவர்களிடம் தப்பி வெளியே வந்தால், அங்கு ஒரு பெரிய மலைப்பாம்பு துரத்த ஆரம்பிக்கிறது. அதிலிருந்து தப்பி வருகிறான். இது வணிகம் என்பது மனிதனை மனிதன் சாப்பிடுவது தான் என்பதன் அடையாளம். மலைப்பாம்பு என்பது நீங்கள் செய்த தவறுகள், அது உங்களை துரத்தி விழுங்கவே செய்யும் சிந்துபாத்தின் ஏழு பயணமும் வாழ்க்கையினுடைய ஏழு நிலைகளை அடையாளம் காட்டுகின்றன.

சிந்துபாத்தின் நான்காவது பயணம் துவங்குகிறது. இதில் அவன் அறிவை மழுங்க செய்யும் மூலிகைகளை உட்கொள்ளும் தீவுக்குப் போகிறான். அங்கே உள்ள இலைகளைத் தின்றுவிட்டால் அறிவு மழுங்கி பிரம்மைகள் தோன்றத் துவங்கும்.

இது சூது, குடி, பெண் என ஒருவனைத் திசைமாற்றம் செய்ய போதை வஸ்துகள் நிறைய இருக்கின்றன. இவை நமது வாழ்க்கையை முடக்கிவிடக்கூடியவை என்கிறான் சிந்துபாத். அவனது ஐந்தாவது பயணத்தில் குரங்கும் மனிதனும் அல்லாத உருவம் ஒன்றிடம் மாட்டிக் கொள்கிறான். அது அவனை சித்ரவதை செய்கிறது. அதிகாரம் பண்ணுகிஷீது. அதை ஏமாற்றி எப்படித் தப்பித்து வருவது

என்று தெரியாமல் அதற்கு அடிமையாக மாறி உழன்று கடைசியாக ஒருநாள் அது உறங்கும் நேரத்தில் அதைக் கொன்று அங்கிருந்து திரும்பி வருகிறான்.

அதிகாரம்தான் அந்த உருவம். அது ஒருவனை எளிதாக அடக்கி ஒடுக்கிவிடுகிறது. ஏதோ ஒரு முரட்டு அதிகாரத்திற்குப் பயந்து நாம் அடிமை போல வாழ்கிறோம் என்கிறான் சிந்துபாத். பயணம் என்றாலே மோசமானது. போகிற இடத்தில் எல்லாம் புயல், பிரச்சினைகள். ஒரு மனிதன் பயணத்தால் சந்தோசப்படவே முடியாதா? நல்ல விசயமே நடக்காதா என்று கேட்டதற்கு, சிந்துபாத் தனது ஆறாவது பயணத்தை சான்றாகக் கூறுகிறான்.

அது சந்தோஷமான பயணம். மரகதமும் பொன்னும் மணியும் கொட்டிக்கிடக்கிற ஒரு தீவில் மக்கள் சந்தோசமாக வாழ்கிறார்கள். அது சொர்க்கபூமிபோல இருக்கிறது. அதன் பெயர் இலங்கை என்று கூறப்படுகிறது.

அதன் அரசன் சிந்துபாத்தை வரவேற்றுக் கொண்டாடி தங்கத்தையும் வைரத்தையும் அள்ளி அள்ளி பரிசாக கொடுக்கிறான். இக்கதை எதைக் காட்டுகிறது என்றால் எல்லா இடங்களிலும் மனிதர்கள் மோசமானவர்கள் இல்லை. நம்மைக் கௌரவிக்கவும், நாம் எங்கிருந்து வந்திருக்கிறோம் என்று தெரிந்தால் அதைக் கொண்டாடுவதற்கும் மனிதர்கள் இருக்கத்தான் செய்கிறார்கள். அவர்கள் நம்மை போற்றுவார்கள்.

சிந்துபாத்தின் ஏழாவது பயணம் தீவின் மன்னருக்குத் தேவையான பொருட்களை எல்லாம் ஏற்றிக்கொண்டு போவதில் துவங்குகிறது. மன்னர் பரிசுகளை ஏற்றுக் கொண்டு யானை வேட்டைக்கு அழைத்துப் போகிறார். நூறாயிரம் தந்தங்களை பரிசாக அனுப்பி வைப்பதாக சொல்கிறார். ஏழாவது பயணத்தில் செல்வச் செழிப்போடு திரும்பி வந்து, இந்தியாவிலும் இலங்கையிலும் செல்வம் கொட்டிக்கிடக்கிறது என்கிறான், .

பணம் சம்பாதிக்க வெளிநாடு செல்லும் ஒவ்வொரு மனிதனும் ஒரு சிந்துபாத்தான். வீட்டில் காத்திருப்பவள் சிந்துபாத்தின் மனைவிதான். சிந்துபாத் இன்றுள்ள நவீன மனிதனின் குறியீடு. அவன் பொருள் தேடி செல்பவன். அதற்காகப் பல கஷ்டங்களை அனுபவிப்பவன். சொந்த வாழ்க்கையை மறந்து போனவன். பயணமே அவனது வாழ்க்கை.

ஆயிரத்தொரு இரவுகளில் ஷெஹர்ஜாத் உயிர் வாழ்வதற்காகக் கதை சொல்கிறாள். அது ஒரு குறியீடு. உங்கள் வாழ்க்கையை மேம்படுத்திக் கொள்வதற்காக நீங்கள் கதை சொல்லுங்கள். உங்கள் அனுபவங்களைக் கதையாகச் சொல்லுங்கள். உங்கள் பிள்ளைகளை வளர்க்கும்போது கதை சொல்லி வளருங்கள். கதைகளை அவர்களுக்கு அறிமுகப்படுத்துங்கள்.

வீட்டை விட்டு வெளியேபோய் புறஉலகம் அறிந்திராத ஷெஹர்ஜாத் எப்படி இவ்வளவு கதைகளைத் தெரிந்து கொண்டிருக்கிறாள். யார் அவளுக்கு கதைகளை சொல்லிக் கொடுத்தது? வீட்டில் உள்ள வேலையாட்கள், அடிமைகள் அவர்கள்தான் உண்மையான கதைசொல்லிகள், ஏழை எளிய மக்களிடம் கதைகள் கொட்டிக்கிடக்கின்றன. கதை சொல்லு அல்லது செத்துமடி என்பதுதான் ஆயிரத்தொரு இரவுகள் சொல்லும் மந்திரம். சூஃபிகள் ஆயிரத்தோரு அராபிய இரவுகள் கதைகளைத் தங்கள் ரகசிய ஞானங்களை மறைத்துச் சொல்வதற்கான குறியீட்டுக் கருவிகளாகப் பயன்படுத்தி வந்துள்ளனர் என்றும் சொல்லப்படுகிறது.

ஆயிரத்தொரு அராபிய இரவுகள் நூலின் மூல ஏடு பாக்தாத்தில் உள்ள ஒரு நூலகத்திலிருக்கிறது. பாக்தாத் நகரம் 2002ஆம் ஆண்டு ராணுவத்தால் சூறையாடப்பட்டது. தீ வைத்து எரிக்கப்பட்டது. அதில் இந்த நூலும் எரிந்து போய்விட்டதாகத் தகவல்கேட்டு உலகமே பதறி அழுதது. ஆனால் நல்லவேளை, அந்த நூலை ஒரு பெண் திருடி தனது சொந்தப் பொறுப்பில் கடத்திக் கொண்டுபோய்விட்டாள் என்ற செய்தி வெளியானது.

ஆயிரத்தொரு இரவுகளை எப்போதுமே ஒரு பெண்தான் காப்பாற்றுகிறாள். அவள்தான் உண்மையான இரவின் நாயகி. உலகெங்கும் நாடு இழந்து உறவை இழந்து அகதிகளாக வாழ்பவர்களில் ஒருத்தியாக இன்று ஷெஹர்ஜாத் இருக்கிறாள். ஒவ்வொரு அகதியும் ஒரு கதையை சுமந்துகொண்டு அலைகிறார்கள், அக்கதை மனித துயரங்களின் கதை.

இன்றும் கதைகளைக் காப்பாற்றி வருபவர்கள் பெண்களே. பற்றி எரியும் எண்ணெய்க் கிணறுகளின் புகைநடுவில் நின்றபடி தன் ஊரைத் திரும்பி பார்த்துக்கொண்டிருக்கிறாள் ஷெஹர்ஜாத். ஆயிரத்து ஒரு கதை சொல்லியபிறகும் தீராத பாக்தாத் நகரின் புராதன தெருக்களை ஏவுகணைகள் இன்று தரைமட்டமாக்கி விட்டன.

தொல்சுவடுகளும் ஓவியங்களும் சித்திர எழுத்துகளும் அராபியக்கதைகளும் நிறைந்திருந்த பாக்தாத் மியூசியம் குண்டு வீச்சில் எரிகிறது. வார்த்தைகளின் மீது நெருப்பு பற்றி எரியும்போது எலும்பு முறிவது போன்று சப்தம் எழுகிறது. ஆயிரம் ஆண்டுகளாகச் சேகரிக்கப்பட்ட நினைவுகள் ஒரு நாளில் அழித்தொழிக்கப்பட்டு விட்டன. உலகம் ஒரு வதையின் கூடம் என்ற வாசகம் நகரின் மீது பெரிதாகப் புகையால் எழுதப்படுகிறது.

எந்த பூதத்தாலும் காப்பாற்றப்பட முடியாததாகிவிட்டது பாக்தாத். மாயக்கம்பளங்கள் தோற்றுப் போயின. அலாவுதீனின் அற்புத விளக்கும் அணைந்து போனது. எங்கும் இறந்து கிடக்கும் மனிதர்கள், குற்றுயிராக வேதனைப்படும் குழந்தைகள், பதுங்கு குழியினுள்ளே

இறந்து கிடந்த வீரர்கள்.

ஒரு நகரம் பிடிபடும்போது அதன் அத்தனை உயிர்களும் அழிக்கப்படுமென்ற ஆதிவேட்டை இன்றைக்கும் நடைமுறைப் படுத்தப்பட்டு விட்டது. நாம் சுதந்திரமான காலத்தில் வாழ்கிறோம்; சுதந்திரமான காற்றைச் சுவாசிக்கிறோம். சுதந்திரத்தின் பேரால் நடைபெறும் கொலைகளுக்கு கை தட்டுகிறோம். தேசத்தை விட்டு வெளியேறிக்கொண்டிருக்கும் மனிதர்களுடன் தலை கவிழ்ந்தபடி வெளியேறுகிறாள் ஷெஹர்ஜாத்.

இனி கதை சொல்வதற்குத் தேவையில்லை. சாவை சந்தித்தபடியே ஆயிரம் கதை சொன்ன அவளது நாவு துண்டிக்கப்பட்டுவிட்டது. இப்போது கதை துயரத்திற்கும் மறுவாழ்விற்குமிடையில் ஊசலாடிக் கொண்டிருக்கிறது. உடலில் பாய்ந்து அகற்றப்படாத துப்பாக்கிக் குண்டுபோல ரணமாக உள்ளது. இரண்டு தேசப்படை வீரர்களின் டிரக்குகளும் ஊர்ந்து சென்றபடியிருக்கின்றன. அசைவற்ற முகங்கள் தொலைக்காட்சி சாவு எண்ணிக்கையை அதிகப்படுத்திக்கொண்டே யிருக்கிறது.

உலகம் தன் களியாட்டத்திலும் கேளிக்கையிலும் புரண்டு கிடக்கிறது. போதும். அணைத்து விடப்போகிறேன் எனது தொலைக்காட்சியை. இனி அந்தப் புராதன பாக்தாத் வரைபடத்தில் இல்லை. நம் நினைவில் மட்டுமே மிஞ்சியிருக்கப்போகிறது.

அரேபியக் கதைக்குள்ளாக பாக்தாத் நகரம் பதுங்கித் தன் வாழ்வை நீடித்துக் கொள்கிறது. கதைகளும் அகதியைப்போல தேசம் விட்டு வெளியேறுகின்றன. அதோ ஷெஹர்ஜாத் சொல்லாத கதையன்று தனக்குத்தானே சொல்லியபடி ஒரு இறந்து கிடந்த மனிதனின் அருகே உட்கார்ந்திருக்கிறது.

நீங்கள் கவனிக்காத அதன் வார்த்தைகள் உறைந்து கிடக்கின்ற குருதியில், ராணுவ வாகனங்கள் கடந்து செல்கின்றன. தொலைவில் நகரில் குண்டுகள் முழங்குகின்றன. வார்த்தைகளின் சாம்பல் காற்றில் பறக்கிறது. யாரோ துக்கத்தை அடக்கிக்கொண்டு பிரார்த்தனை செய்கிறார்கள் என நான் பாக்தாத் யுத்தம் நடந்து கொண்டிருக்கும்போது எழுதினேன். ஷெஹர்ஜாத் ஓய்ந்து போகிறவளில்லை. அவளது நாவு ஒடுங்கவில்லை.

அது வதையின் கதையை, இழந்த நாட்டின் கதையை உலகிற்குச் சொல்லிக் கொண்டேயிருக்கிறது. ஆம் நண்பர்களே, ஷெஹர்ஜாத் இன்றும் கதை சொல்லிக் கொண்டுதானிருக்கிறாள். எந்த அதிகாரமும் கதைகளை ஒடுக்கிவிட முடியாது. கதைகள் உலகின் நினைவுகள், கதைகள் உயிருள்ளவை.

கதைகள் நமது ஆன்மாவை விழிக்கச் செய்பவை. கதைகள் நமது வாழ்க்கைத் துணைவன். ஆகவே, கதைகளுக்கு முடிவே

கிடையாது. ஆயிரம் இரவுகள் கடந்து போனாலும் இன்னும ஒரு இரவு பிறக்கத்தானே செய்கிறது.

இந்தப் பிரபஞ்சம் எத்தனையோ இரவுகளை கண்டிருக்கிறது. எத்தனையோ கதைகளைக் கண்டிருக்கிறது, கதைகளும் இரவுகளும் மனிதவாழ்க்கையை சந்தோஷப்படுத்திக் கொண்டேயிருக்கின்றன. ஆயிரத்தொரு அராபிய இரவுகளின் கதைகளைச் சொல்லிக் கொண்டேயிருக்கலாம். நீங்களே அதை வாங்கி வாசியுங்கள். உங்கள் பிள்ளைகளுக்குச் சொல்லுங்கள்.

உங்கள் நண்பர்களிடம் பகிர்ந்து கொள்ளுங்கள், இந்த உரை அந்த உந்துதலுக்கான எளிய காரணி மட்டுமே. கதைகளோடு நாம் கலைந்து செல்வோம். நன்றி நண்பர்களே!

வணக்கம்.

•••

தஸ்தாயெவ்ஸ்கியின்

குற்றமும் தண்டனையும்

7.1. தாஸ்தாயெவ்ஸ்கி ஓர் அறிமுகம் 277

7.2 கரமசோவைப் பின்தொடரும்போது 301

7.3. தஸ்தாயெவ்ஸ்கியின் குற்றமும் தண்டனையும் 314

(உரையின் எழுத்து வடிவம்)

தஸ்தாயெவ்ஸ்கி ஓர் அறிமுகம்

எல்லா புனைவுகளையும் விடவும் விசித்திரமானது தஸ்தாயெவ்ஸ்கியின் வாழ்க்கை. துயரத்தின் சாற்றை மட்டுமே பருகி வாழ்ந்த அவரது வாழ்வின் ஊடாகவே அவரது படைப்புகள் உருக்கொண்டிருக்கின்றன. எழுதுவதைத் தவிர வேறு எந்த வழியிலும் தன்னை ஆறுதல்படுத்திக் கொள்ள முடியாத ஒரு மனிதனின் வெளிப்பாடுகள்தான் தஸ்தாயெவ்ஸ்கியின் எழுத்துக்கள்.

தஸ்தாயெவ்ஸ்கியின் எழுத்தைப் புரிந்துகொள்வதற்கு முன்பாக அவரைப் புரிந்துகொள்வது மிக அவசியம். தான் வாழ்ந்த காலம் முழுவதும் தொடர்ந்து துவேஷிக்கப்பட்டும் கடுமையான வசைகளுக்கும் ஏளனத்திற்கும் நெருக்கடிக்கும் உள்ளான ஓர் எழுத்தாளன் அவர். நெருக்கமான மனிதர்களின் மரணமும் வறுமையும் நோயும் நிழலைப்போல அவரது வாழ்வில் பின்தொடர்ந்தன.

வாழ்வு ஒரு கொடை என்று அவரது உலர்ந்த உதடுகள் முணுமுணுக்கும்போது கைகள் பயத்தில் நடுங்கிக் கொண்டுதானிருந்தன. காற்றில் மிதந்து செல்லும் உதிர்ந்த இலையைப் போல காலம் அவரைத் தன் இஷ்டம் போல வீசியடித்து விளையாடியது. ஆனால், இவை யாவும் மீறி எல்லா துயரங்களையும் எழுத்தாக்கிவிடும் விந்தை தஸ்தாயெவ்ஸ்கிக்குக் கை கூடியிருந்தது.

பல நூற்றாண்டுகளாக இருள் மூடிக்கிடந்த மனித மனத்தின் இருட்டறைகளுக்குள் பிரவேசித்த முதல் நபர் தஸ்தாயெவ்ஸ்கிதான். அவரது எழுத்தின் வழியாக மட்டுமே அது வரை ரகசியம், ஆபாசம், அவமானம் என்று பூட்டி வைக்கப்பட்டு துருவேறியிருந்த மனக்குகையின் தாழ்ப்பாள்கள் திறக்கப்பட்டன.

தஸ்தாயெவ்ஸ்கியைப் போல தனிமையும் துயரும் பீடிக்கப்பட்ட மனிதனை இலக்கிய உலகம் இன்று வரை காணவேயில்லை. அவர் வாழ்வின்மீதான நம்பிக்கையை மட்டுமே கையில் ஏந்தியபடியே உலகின் இருண்ட தாழ்வாரங்களில் எதையோ புலம்பியபடியே நடந்து திரிந்திருக்கிறார். தனிமை சாவோடு முடிந்து விடக்கூடியதில்லை எனும் தஸ்தாயெவ்ஸ்கி, கரமசோவ் சகோதரர்கள் நாவலில் அல்யூஷா தான் இறந்து போய் புதைக்கப்படும்போது புதைமேட்டில் ஒரு ரொட்டித்துண்டை வைக்குமாறு கேட்டுக் கொள்கிறான். அதற்குக்

காரணம், அந்த ரொட்டித்துண்டைத் தின்பதற்காக குருவிகள் வந்து சேரும். அவை இரைச்சலிட்டபடியே அந்த ரொட்டித்துண்டைக் கொத்தி தின்னும் சப்தத்தை நான் புதைகுழியிலிருந்தபடியே கேட்பேன்.

சாவிற்குப் பிறகான எனது தனிமைக்கு அது ஒன்றே ஆறுதல் என்கிறான். தனிமையின் உக்கிரம் பீடித்த கண்களுடன் வாழ்ந்து பழகிய மனிதனைத் தவிர வேறு யாரால் இந்த வாசகங்களை எழுதிவிட முடியும்.

தஸ்தாயெவ்ஸ்கியின் படைப்புகளைத் தனக்குத்தானே பேசிக்கொள்ளும் பழக்கம் கொண்ட ஒரு மனிதனின் பகல்கனவுகள் அல்லது நிறைவேறாத ஏக்கங்கள் கொண்ட ஒருவரின் நாட்குறிப்புகள் என்று கூட வகைப்படுத்தி விடலாம்.

ஆனால், தனக்குத்தானே பேசிக் கொள்வது எவ்வளவு துயரமான நிலை என்று நம்மால் புரிந்துகொள்ள முடியுமானால் அது கடவுளுக்கு மட்டுமே சாத்தியமான ஒரு நிலை என்று உணரமுடியும்.

தஸ்தாயெவ்ஸ்கி கதைகளின் வழியாக ஒரு தேடலை மேற்கொள்கிறார். இந்தத் தேடல் ஒரே நேரத்தில் மெய்த்தேடலாகவும் மறுபக்கம் மனித துயரத்திற்கான ஆதார விதைகளைத் தேடுவதாகவும் அமைந்திருக்கிறது.

நூற்றாண்டுகளாக மனிதர்கள் திகைத்து நின்ற சில அடிப்படை கேள்விகளுக்கு கதைகளின் வழியாகப் பதில் சொல்ல முயன்றிருக்கிறார்.

இந்த கேள்விகளுக்கு மதமும் தத்துவமும் தந்த பதில்கள் திருப்பதியற்றுப்போன ஒரு மனத்திற்கு தஸ்தாயெவ்ஸ்கியின் பதில்கள் மிக நெருக்கமாக உள்ளன. குறிப்பாக, அறம் மற்றும் பொது ஒழுக்கம், வறுமை சார்ந்து தஸ்தாயெவ்ஸ்கி எழுப்பிய கேள்விகளும் அதற்கான அவரது மறுமொழியும் ஒரு தீர்க்கதரிசியின் செயல்பாடுகளுக்கு நிகரானது.

தஸ்தாயெவ்ஸ்கியின் மனிதவாழ்வு குறித்த கேள்விகளை வினவும்போது அதைத் தனித்த ஒரு நிகழ்வாக ஒருபோதும் கருதுவதில்லை. மாறாக, அதை உலகின் பிரிக்கமுடியாத மாபெரும் நிகழ்வின் ஒரு சிறிய பகுதியாகவே கருதுகிறார். ஒரு மனிதனின் இருப்பு ஒரு நட்சத்திரத்தின் ஒளிர்தலோடு ஏதோ ஒரு மர்மமான வகையில் தொடர்பு கொண்டுள்ளது.

மனிதர்கள் தாங்கள் வாழ்வதன் வழியாகத் தங்களது சுயவிருப்பு வெறுப்புகளை மட்டுமே நிறைவேற்றிக் கொள்வதில்லை. மாறாக, மாபெரும் இயக்கம் ஒன்றின் பகுதியாக அதன் நித்யகடமைகளையும் நிறைவேற்றுகிறார்கள். அந்த செயல்கள் குறித்த தேடுதல்களும் தன்னறிதலும் மிகக் குறுகிய அளவே மனிதனால் கண்டுபிடிக்கப்பட்டுள்ளது. வேதனைகளைக் கணக்கிடும் மனிதன் சந்தோஷங்களை ஒருபோதும் கணக்கிடுவதேயில்லை. ஒருவேளை

சந்தோஷங்களை ஒருபக்கமும் வேதனைகளை மறுபக்கமும் பட்டியல் இடுவோமாயின் அந்தப் பட்டியலில் எப்போதும் சந்தோஷத்தின் எண்ணிக்கைகளே அதிகமாக இருக்கும். இந்த முடிவைத் தன் எழுத்தில் தீவிரமாக நம்பி செயல்பட்டவர் தஸ்தாயெவ்ஸ்கி.

தஸ்தாயெவ்ஸ்கியை எனக்குப் பிடித்திருப்பதற்கான காரணம், அவரது படைப்புகளை அணுகும்போது ஒரு சரித்திர ஆசிரியரிடம் காணப்படும் உண்மை குறித்த தீவிரமும் விஞ்ஞானியிடம் காணப்படும் பகுத்தாயும் தன்மையும், கணிதவியலாளரிடம் காணப்படும் அடிப்படை அறியும் முனைப்பும், தத்துவவாதியிடம் உள்ள தர்க்கமும், குழந்தையிடம் உள்ள கற்பனையும், கடவுளிடம் உள்ள கருணையும் ஒருங்கே காணமுடிகிறது என்பதே.

தஸ்தாயெவ்ஸ்கியை அறிதல் என்பது ஒரு தொடர் இயக்கம் அல்லது ஒரு முடிவற்ற செயல்பாடு. அது அவரது படைப்புகளில் இருந்து துவங்குகிறது. ஆனால், அதன் எல்லைகள் படைப்புகளுக்குள் முடிந்துவிடுவதில்லை. மாறாக, அது நம்மை சுற்றிய உலகை, மனிதர்களை, கடந்த காலத்தை, கடவுளைப் புரிந்துகொள்வதற்கான சாத்தியங்களைத் திரும்பத் திரும்ப உருவாக்குகின்றன.

தஸ்தாயெவ்ஸ்கியின் படைப்புகள் திரும்பத் திரும்ப வாசகனிடம் யாசிப்பது, வாழ்வினை அதன் சகல அபத்தங்களோடும் கொண்டாட வேண்டும் என்பதே. வாழ்வின் நெருக்கடிகள் ஏற்படுத்திய வலியில் இருந்து எழுத்து பிறந்தபோதும், படைப்பெங்கும் கருணையும், நேசமும் எல்லையில்லாத மனித அக்கறையும் தஸ்தாயெவ்ஸ்கியிடம் நிரம்பியிருக்கிறது.

தஸ்தாயெவ்ஸ்கியின் நாவல்களில் மிகச் சிறந்ததாக நான் கருதுவது,

1) Crime and Punishment
2) The Idiot
3) The Brothers Karamazov

அது போலவே அவரது சிறுகதைகளில் மிகச் சிறப்பானது,

1) White Nights,
2) A Weak Heart,
3) The Dream of a Ridiculous Man
4) The Eternal Husband
5) An Honest Thief.

***

குற்றமும் தண்டனையும் (Crime and Punishment) நாவல் 1866ஆம் ஆண்டு 'ரஷ்யன் மெசஞ்சர்' என்ற இதழில் தொடர்கதையாக

பனிரெண்டு பகுதிகளில் வெளியிடப்பட்டது. தஸ்தாயெவ்ஸ்கி இதற்கு முன்னதாகவே ருஷ்ய இலக்கியத்தில் தனித்துவமான எழுத்தாளராக இலக்கிய உலகில் அறியப்பட்டிருந்தார். இந்த நாவல் அவரது ஐரோப்பிய பயணத்திற்குப் பிறகு எழுதப்பட்டதோடு சமகால வாழ்வின் நெருக்கடியைப் பிரதிபலித்தது என்பதற்காக மிக சிறப்பான வரவேற்பைப் பெற்றது. நூற்றாண்டுகளைக் கடந்த பிறகு இன்றும் இந்த நாவல் தன்னளவில் முழுமையானதாகவும் விவாதத்திற்கு உரியதாகவுமே இருக்கிறது.

குற்றமும் தண்டனையும் நாவலைப் பெரும்பான்மையினர் கொலை மற்றும் அதுசார்ந்த விசாரணை குறித்த நாவல் என்றே பொதுவில் வகைப்படுத்துகிறார்கள். இது அந்த நாவலுக்கு செய்யும் மாபெரும் துரோகம் என்றே தோன்றுகிறது. இந்த நாவலில் ஒரு கொலை நடக்கிறது. கொலை செய்கின்றவன் நாவலின் கதாநாயகன் ரஸ்கோல்நிகோவ். ஆனால், கொலை மட்டுமே நாவலின் மையமல்ல. நாவலின் போக்கினைத் திசைமாற்றம் செய்யும் ஒரு முக்கிய நிகழ்வாகவே குற்றம் நிகழ்கிறது. இன்னும் சொல்வதாகயிருந்தால் குற்றம் ஒரு மனிதனின் அக செயல்பாடுகளை ஆராய்வதற்கான சாதனமாக அமைந்து விடுகிறது.

புனித நூற்களாக வகைப்படுத்தப்படும் பைபிள் மற்றும் இந்திய வேதங்கள் யாவும் கூட கொலை மற்றும் அது சார்ந்து எதிர்வினைகளால் நிரம்பியே இருக்கின்றன. குரூர மரணம் இல்லாத புனித நூற்களே இல்லை என்று கூட சொல்லலாம். ஆனால், இந்த மரணம் மீட்பிற்கான வழியை நோக்கிய விசாரணையை முன்னெடுத்துச் செல்கின்றதே அன்றி குற்றத்தை ஒரு கேளிக்கையாக ஒருபோதும் முன்வைப்பதில்லை.

பொதுவான குற்றவகை நாவல்கள் கொலை மற்றும் திருட்டை கேளிக்கை சார்ந்த சாகசமாகவே முன்வைக்கின்றன. குற்றவாளியின் மனவுலகை அது ஆராய்வதில்லை. மாறாக, குற்றம் சார்ந்து உருவாகும் புதிரை இறுக்குவதிலும் அவிழ்ப்பதிலுமே தன்னைப் பெரிதாக ஈடுபடுத்திக் கொள்கிறது. இந்த வகையைச் சாராமல் குற்றத்தினை ஆராய முடியும் என்பதையே தீவிர இலக்கியவாதிகள் நெடும்காலமாக முயற்சி செய்து வருகிறார்கள். இந்த வகை இலக்கியத்திற்கு முன்னோடி ஷேக்ஸ்பியர்.

அவரது ஹாம்லெட், மேக்பத், ஒத்தல்லோ போன்ற சாகச நாயகர்கள் யாவரும் குற்றத்தின் வழியாகவே தங்களை அடையாளப்படுத்திக் கொள்கிறார்கள். ஷேக்ஸ்பியர் குற்றத்தை ஆசையின் குழந்தையாகவே கருதுகிறார். எல்லா குற்றங்களும் அடிப்படையில் ஏதோவொரு நிறைவேறாத ஆசையின் வெளிப்பாடாகவே இருக்கின்றன என்பது ஷேக்ஸ்பியரை வாசிக்கும் எவராலும் அறிந்துகொள்ள முடியும். ஷேக்ஸ்பியரில் துவங்கிய இந்த மரபு தொன்றுதொட்டு நாட்டார்

மரபிலும் உலகம் எங்கும் காணப்படுகிறது. இதன் தொடர்ச்சி பத்தொன்பதாம் நூற்றாண்டின் பிரெஞ்சு இலக்கியத்தில் தீவிரமாக எதிரொலித்தது. பால்சாக்கில் துவங்கி மாப்பசான், பிளாபெர்ட், க்யூகோ என்று பிரெஞ்சு இலக்கியவாதிகளின் முக்கிய கருப்பொருளாக குற்றமும் அதன் பின்உள்ள கதையுமே அமைந்திருந்தன.

தஸ்தாயெவ்ஸ்கியின் நாவல்களில் இடம்பெற்றுள்ள குற்றங்கள் பெரும்பாலும் சலிப்பில் உருவானவையே. குற்றமும் தண்டனை நாவலில் அடகுக்கடை நடத்தும் பெண்ணைக் கொலை செய்யும் ரஸ்கோல்நிகோவ் அதற்குக் காரணமாகக் கூறுவது சாதாரண மனிதர்கள் தாண்டப்பயப்படும் எல்லைகளைக் கடக்க தன்னால் முடியும் என்பதை நிரூபிப்பதற்காகவே கொலையை தேர்வு செய்ததாகச் சொல்கிறான். இந்த சலிப்பிற்குக் காரணம் வாழ்வில் தனக்கென தனியான எந்த அடையாளமும் இல்லாமல் போயிருப்பதேயாகும்.

உண்மையில் தஸ்தாயெவ்ஸ்கியின் கதாநாயகர்கள் யாவரும் தங்களது சுய அடையாளம் குறித்தே பேச விரும்புகிறார்கள். அதை நேரடியாகப் பேசிக் கொள்ளத் துணிவுன்றி அதற்கு ஒரு ஊடு திரை போல குற்றத்தை முன்வைக்கிறார்கள். குற்றமும் தண்டனை நாவலும் கூட இது போல கொலைக்கு முன்பு உள்ள ரஸ்கோல்நிகோவின் உலகமும், கொலைக்குப் பிறகான ரஸ்கோல்நிகோவின் உலகமுமாக இரண்டாகவே பிரிந்திருக்கிறது.

எல்லா குற்றங்களுக்கும் அடிப்படை காரணமாக இருப்பது மனிதன் நேசிக்கப்படாமல் போனதே என்று ஓர் இடத்தில் தஸ்தாயெவ்ஸ்கி தெரியப்படுத்துகிறார். அதுதான் அவரது கண்டுபிடிப்பின் முக்கிய செய்தி. கடவுளைத் தவிர வேறு எவரையும் எல்லா நேரத்திலும் நேசிக்க முடியவில்லை அதுதான் மனிதனின் மகத்தான பலவீனம் என்று சொல்லும் தஸ்தாயெவ்ஸ்கி, கடவுளின் முதுகிற்குப் பின்னால் நடக்கும் காரியங்களுக்குக் கடவுள் எவ்விதமான மறுப்பும் தெரிவிப்பதேயில்லை. அந்த செயல்களின் ஊடாகப் பிரவேசித்து உண்மையை அறிவதே ஒரு எழுத்தாளனாகத் தன்னுடைய வேலை என்று கூறுகிறார். அவரது குற்றமும் தண்டனையும் நாவலும் இத்தகைய முயற்சியே.

***

குற்றமும் தண்டனையும் நாவல் பீட்டர்ஸ்பெர்க்கில் நகரில் ஒரு தனியறையில் வசிக்கும் ரஸ்கோல்நிகோவ் என்ற மாணவனின் வாழ்வில் நடந்த ஒன்பது தினங்களைப் பற்றியது. (பின் இணைப்பாக உள்ள ஒரு அத்தியாயத்தை தவிர்த்து) இந்த ஒன்பது நாட்களில் அவன் வாழ்வில் ஒரு சூறாவளி வீசுகிறது. அவன் அந்த சூழிக்காற்றுக்குத் தெரிந்தே தன்னை ஒப்புக் கொடுக்கிறான்.

நாவல் துவங்கும்போது, பீட்டர்ஸ்பெர்க் நகரின் நெருக்கடியான வாழ்வும் அங்கு காணப்படும் வறுமையும், நோயும், மிதமிஞ்சிய

குடியும் இருளும் வர்ணிக்கப்படுகின்றன. ஒரு கொலை செய்ய வேண்டும் என்ற எண்ணத்துடன் ரஸ்கோல்நிகோவ் என்ற இளைஞன் தனது அறையில் இருந்து வெளியே வருகிறான். அந்த எண்ணம் தவறு என்று அவனுக்கு நன்றாகத் தெரிகிறது.

இந்த எண்ணத்தை எப்படியாவது மனதை விட்டுத் துரத்த வேண்டும் என்று நிஜமாகவே அவன் விரும்புகிறான். ஆனால், அவன் உள்மனது குற்றத்தின் மீது ருசி கொள்ளத் துவங்கியிருக்கிறது. ஆகவே, அவன் கால்கள் நேரடியாக அவன் யாரைக் கொல்ல நினைக்கிறானோ அந்த அடகுக்கடை நடத்தும் அல்யோனா இவானோவா என்ற பெண்ணின் இருப்பிடத்தை நோக்கிச் செல்கிறான்.

ரஸ்கோல்நிகோவ் வறுமையில் பீடிக்கப்பட்டிருக்கிறான். அவனது படிப்பு இதனால் பாதியில் ஊசலாடுகிறது. சகமாணவன் ஒருவனால் அறிமுகம் செய்துவைக்கப்பட்ட அடகுக்கடை நடத்தும் பெண்ணிடம் முன்னதாக அவன் மோதிரம் மற்றும் வெள்ளிப் பொருட்களை அடமானம் வைத்து அந்தப் பணத்தில் வாழ்ந்து கொண்டிருக்கிறான். சில மாதங்களாகவே வீட்டுவாடகை கொடுக்க முடியவில்லை. ஆகவே, வீட்டுக்காரப் பெண் அவன் மீது போலீசில் புகார் கொடுக்கப் போவதாகச் சொல்லிக் கொண்டிருக்கிறாள்.

ரஸ்கோல்நிகோவின் தாயும் தங்கையும் வேறு ஊரில் வசிக்கிறார்கள். அங்கே தங்கை சிறிய வேலையில் இருக்கிறாள். அவள் தன் அண்ணனின் நலனிற்காக ஒரு வசதியான ஆளைத் திருமணம் செய்து கொள்வதற்கு சம்மதிக்கிறாள். ஆனால், அந்தத் திருமணம் நடக்கக் கூடாது, அதை எப்படியாவது தான் தடுத்துவிட வேண்டும் என்று ரஸ்கோல்நிகோவ் கருதுகிறான்.

இன்னொரு பக்கம் அடகுக்கடை நடத்தும் பெண் அநியாயமான வட்டி வாங்கிக் கொண்டு மாணவர்களை ஏமாற்றுகிறாள். அவளிடம் மாட்டிக் கொண்டு ஏழைகளும் மாணவர்களும் அவதிப்படுகிறார்கள். அவளை யாராவது கொன்று அவளது வீட்டில் உள்ள செல்வத்தை ஆயிரம் பேர் நன்றாக வாழ்வதற்கு உபயோகப்படுத்தலாம் என்று வெளிப்படையாகவே மாணவர்கள் பேசிக் கொள்கிறார்கள்.

ரஸ்கோல்நிகோவ் அவளைக் கொலை செய்வதாக முடிவு செய்கிறான். அந்தக் கொலையின் வழியாக அவன் தனது கடனை அடைத்துவிட முடியும் என்பதோடு, தான் மற்றவர்கள் செய்ய முடியாத ஒரு செயலைச் செய்து காட்ட முடியும்தான் நெப்போலியனைப் போல சாகசக்காரன் என்ற எண்ணம் அவனுக்கு இருக்கிறது. ஆகவே, கொலை செய்வதற்கான முன்னேற்பாடுகளை உருவாக்குகிறான். இதற்காக அடகுக்கடை நடத்தும் பெண்ணின் வீட்டினை நோட்டம் விடுகிறான்.

அந்த வீட்டில் அல்யோனாவுடன் அவளது சகோதரி லிசாவெதா வசிப்பதை அறிகிறான். லிசாவெதா உயரமான அழகான பெண்.

ஆனால், அக்காவிற்கு பயந்தவள். அக்கா அவளை ஒரு வேலைக்காரி போலவே நடத்தகிறாள். கோபம் வந்தால் அடித்து உதைக்கிறாள். யாவையும் தாங்கிக்கொண்டு அக்காவைச் சார்ந்தே வாழ்கிறாள்.

எந்த நேரத்தில் அல்யோனா தனியாக இருப்பாள் என்பதை அறிந்து கொண்டு, சரியாக அந்த நேரத்தில் அவளது வீட்டிற்குள் பிரவேசிக்கிறான். அடகுக்கடைக்காரி முதல் பார்வையிலே அவனது நோக்கத்தைப் புரிந்துகொண்டவளைப் போல ஏறிட்டுப் பார்க்கிறாள். வியர்த்து வழிகிறது. கைகள் நடுங்குகின்றன. தனக்குக் காய்ச்சல் கண்டிருப்பதாக சொல்லியபடியே தான் அடமானம் வைக்க வந்ததாகச் சொல்கிறான். அறையில் ஜன்னல் கதவுகள் மூடப்பட்டிருக்கின்றன. அவள் அடமானம் வைக்க வந்த பொருளைப் பார்வையிடுகிறாள்.

அதற்குள் தன் ஆடைக்குள் மறைத்து வைத்து, எடுத்து வந்திருந்த கட்டாரியால் அவளை வீழ்த்துகிறான். ஒரே வெட்டில் மண்டை பிளக்கிறது. அவள் சரிந்து விழுகிறாள். ஓடிப்போய் பணப்பெட்டியைத் திறக்கிறான். ஒருவேளை அவள் சாகாமல் வந்துவிட்டால் என்ன செய்வது என்று சந்தேகம் வந்துவிடுகிறது. ஓடிப்போய் மறுமுறையும் வெட்டுகிறான். அவள் இறந்து கிடக்கிறாள். கையில் கிடைத்த தங்கம் வெள்ளிப் பொருட்களை எடுத்துக் கொண்டிருக்கும் போது வெளியே யாரோ வரும் சப்தம் கேட்கிறது. அறைக்குள் லிசாவெதா வருகிறாள்.

கண் இமைக்கும் நேரத்திற்குள் அவளையும் கொலை செய்கிறான் ரஸ்கோல்நிகோவ். பிறகு அடமானம் வைக்கப்பட்டிருந்த தங்கம் மற்றும் வெள்ளி பொருட்களை அள்ளி எடுத்துக் கொண்டு தனது வீட்டிற்குப் போய்விடுகிறான். தனது குற்றத்திற்கு எந்த சாட்சியுமில்லை என்றபடியே நிம்மதியாக உறங்குகிறான்.

ஆனால், மறுநாள் காலை அவனைக் காவல்நிலையத்திற்கு அழைத்துவரும்படியாக ஒரு போலீஸ்காரன் வந்து நிற்கிறான். தனது குற்றம் கண்டுபிடிக்கப்பட்டு விட்டதோ என்ற பயப்படுகிறான் ரஸ்கோல். காவல் நிலையம் செல்கிறான். அங்கே வாடகை கொடுக்காமல் ஏன் ஏமாற்றுகிறான் என்று விசாரிக்கப்படுகிறான். தான் வாடகை பணத்தைத் தருவதாகப் பத்திரத்தில் எழுதிக் கையப்பம் இட்டு வெளியேறுகிறான்.

அப்போது அடகுக்கடைக்காரியின் கொலையை பற்றி காவலர்கள் பேசிக் கொண்டிருக்கிறார்கள். அங்கிருந்த அவன் தன்னைக் குற்றவாளி என்று பலரும் கருதுகிறார்கள் என்று தானாகக் கற்பனை செய்து கொள்கிறான். அதனால் உறக்கமின்றி அவதிப்படுகிறான். பயம் அவனை ஆட்டி வைக்கிறது. குழப்பமும் பதட்டமும் கொள்கிறான். கொலை நடந்த விசயம் தொடர்பாக அவன் தன் நண்பர்களோடு விவாதிக்கிறான். கொலைக்குக் காரணமாக அந்தக் கட்டிடத்தில்

வேலை செய்த ஒரு பெயிண்டர் கைது செய்யப்பட்டிருக்கிறான் என்று தெரிய வந்தவுடன் அவன் கொலை செய்ததற்கு என்ன சாட்சி இருக்கிறது என்று ஆதங்கப்படுகிறான். ஒருநாள் அவனே போலீஸ் இன்ஸ்பெக்டரைத் தேடிச்சென்று அந்தக் கொலை பற்றி விசாரிக்கிறான். அதை ஏன் தான் செய்திருக்கக்கூடாது என்று கேட்கிறான். இன்ஸ்பெக்டர் அவனைத் துரத்துகிறார். ஆனால், அவனால் குற்றவுணர்ச்சியில் இருந்து தப்ப முடியவில்லை.

அடகுக்கடைக்காரியை கொன்றதை விடவும் அவளது சகோதரியைக் கொன்றது மாபெரும் குற்றம் என்று அவன் மனது வாட்டி வதைக்கிறது. தனக்குத் தானே பிதற்றுகிறான். தன்னை யாரோ உற்று நோக்குவதாகக் கற்பனை செய்துகொள்கிறான். குற்றம் திரும்பத் திரும்ப அவன் மனதில் நிகழ்த்தப்பட்டுக் கொண்டே யிருக்கிறது. அவனால் அந்த அக நெருக்கடியில் இருந்து விடுபட முடியவேயில்லை.

ஆகவே, அதில் இருந்து விடுபடுவதற்காகத் தற்கொலை செய்துகொள்வது என்று முயற்சிக்கிறான். அப்போது குடிகாரனான மர்மிலேதவ்வைச் சந்திக்கிறான். முன்னதாகவே ஒருமுறை அவனைச் சந்தித்து பண உதவி செய்திருக்கிறான். இப்போது மர்மிலேதவ் மிதமிஞ்சிக் குடித்துவிட்டு வீட்டிற்குப்போக முடியாமல் தடுமாறிச் சாலையில் விழுந்துகிடப்பதைக் காண்கிறான். அவனை வீட்டிற்குத் தூக்கிச் செல்கிறான். வீட்டில் மர்மிலேதவ் இறந்து போய்விடவே, வறுமையில் வாடும் அந்த குடும்பத்திற்கு தன்னிடம் உள்ள பொருட்களை எல்லாம் தந்து விடுகிறான்.

மர்மிலேதவ்வின் மகள் சோனியா வறுமையின் காரணமாக விபச்சாரத்தில் ஈடுபடுகிறாள். அவளோடு ரஸ்கோல்நிகோவிற்கு நட்பு உருவாகிறது. இதற்கிடையில் ஊரில் இருந்து தன்னைத் தேடி வந்த அம்மா மற்றும் சகோதரியைத் தன் நண்பனிடம் ஒப்படைக்கிறான். துனியா மீது நண்பன் ரஸ்மிஹினுக்கு முதல்பார்வையிலே ஈர்ப்பு உருவாகிறது. அவன் அவர்களைப் பராமரிக்கிறான்.

மனவேதனை தாங்க முடியாத ஒருநாளில் சோனியாவிடம் தனது குற்றத்தை ஒப்புக் கொள்கிறான். அவளிடம் மண்டியிட்டு தான் அவள் முன்பாக அல்ல, மனித சமூகத்தின் அத்தனை வேதனைகளின் முன்பாகவும் மண்டியிட்டுத் தனது குற்றத்தை ஒப்புக்கொள்வதாகக் சொல்கிறான்.

அவள் காவல்நிலையத்தில் சென்று குற்றத்தை ஒத்துக் கொள்ளுமாறு வலியுறுத்துகிறாள். முடிவில் தானே அந்தக் கொலையைச் செய்ததாக ஒப்புக்கொண்டு சைபீரிய சிறைச்சாலைக்கு அனுப்பப்படுகிறான். சோனியா தானும் சைபீரியாவிற்கு பயணம் செய்து சிறைக்கைதிக்கு சேவை செய்கிறாள். சிறையில் ரஸ்கோல் தொடர்ந்து பைபிளை வாசிக்கிறான். அவன் மனம் மாறுகிறது. முடிவில் சோனியாவின்

அன்பால் மனம் திருந்தி சிறையில் இருந்து புத்துயிர்ப்பு பெற்றவனாக விடுதலையாகிறான் ரஸ்கோல்நிகோவ்.

நாவல் என்ற அளவில் ஒற்றைக் கதையாடலைக் கொண்டிராமல் இந்த நாவல் நான்கைந்து சரடுகளின் வழியாகப் பின்னப்பட்டிருக்கிறது. கதாநாயகனே கதையைச் சொல்கிறான். அவனது மனக்குரலின் வழியாக கதை முன்பின்னாக நகர்கிறது. ரஸ்கோல்நிகோவ் என்ற கதாபாத்திரம் இன்றளவும் இலக்கியத்தில் சாகாவரம் பெற்ற ஒரு பாத்திரப்படைப்பாகும்.

ரஸ்கோல்நிகோவ் மிகவும் உணர்ச்சிவசப்பட்டவன். அவனது பிரச்சினை வறுமையும் தனிமையுமே. இந்த உலகில் தன்னை நேசிக்கக்கூடியவர்கள் எவருமில்லை என்று அவன் நம்புகிறான். தனக்காகத் தாயும் சகோதரியும் கஷ்டப்படுவது அவனுக்கு குற்றவுணர்ச்சியை ஏற்படுத்துகிறது. ஆனால், தான் மற்றவர்களை விட வேறுபட்டவன். நெப்போலியனை போல உலகை வெல்லப் புறப்பட்டவன் என்று அவனது உள்மனது திரும்பத் திரும்பச் சொல்லிக் கொண்டேயிருக்கிறது. அவன் தன் இருப்பை வெளிப்படுத்திக் கொள்வதற்காகவே அந்தக் கொலையை மேற்கொள்கிறான்.

தஸ்தாயெவ்ஸ்கியின் நாவல்களை பற்றி ஆராய்ந்த மிகையில் பக்தின் என்ற விமர்சகர் தஸ்தாயெவ்ஸ்கியின் நாவல்கள் பாலிபோனி என்ற பல்குரல் தன்மை கொண்டது என்று குறிப்பிடுகிறார். அப்படிப்பட்ட பல்குரல் தன்மைக்கு சரியான எடுத்துக்காட்டு குற்றமும் தண்டனையும். இந்த நாவல் கதையை வளர்த்து செல்வதில் மட்டும் முக்கியத்துவம் காட்டவில்லை. மாறாக, சமகால பிரச்சினைகளாகக் கருதும் பல விசயங்கள் குறித்து தீவிரமான கேள்வியும் விவாதத்தையும் முன்வைக்கிறது.

நாவலின் ஊடாகவே அடித்தட்டு மக்கள் படும் கஷ்டமும் மாணவர்கள் படிப்பதற்காக எந்த அளவு கஷ்டப்படுகிறார்கள் என்பதும் பெண்கள் குடும்பத்தின் வறுமை காரணமாக வேசை தொழிலில் ஈடுபடுகிறார்கள் என்பதும் அப்பட்டமாக வெளிப்படுத்தப்பட்டுள்ளது.

மாலேர் என்ற மாபெரும் இசைக்கலைஞரின் சிம்பனிக்கு நிகரானது குற்றமும் தண்டனையும் நாவல் என்று குறிப்பிடும் காப்கா, இந்த நாவலில் வரும் கதாபாத்திரங்கள் அதீத மனநிலையில் இருப்பதைப் போன்று தோன்றினாலும் உண்மையில் அவர்கள் இயல்பானவர்களே. அதீதமான நிலை என்பது அவர்கள் தங்களது அகசிக்கல்களை வெளிப்படுத்தும் தருணங்கள் மட்டுமே என்று கூறுகிறார்.

இருபத்தொரு மொழிகளில் மொழியாக்கம் செய்யப்பட்டு, லட்சக்கணக்கான பிரதிகள் விற்று தீர்ந்துள்ள குற்றமும் தண்டனையும் நாவலின் பாதிப்பு உலக இலக்கியம் முழுவதுமே காணப்படுகிறது. பதினாறு முறை படமாக்கப்பட்ட இந்த நாவல்

தொலைக்காட்சி தொடராகவும், காமிக்ஸ் புத்தகமாகவும் கூட வெளியிடப்பட்டிருக்கிறது. இதில் 1935ல் Peter Lorre நடித்து, Josef von Sternberg இயக்கிய படமும் 1969 ருஷ்ய மொழியில் Lev Kulidzhanov இயக்கிய Crime And Punishment திரைப்படமும் மிகச் சிறப்பானவை. ரஸ்கோல்நிகோவினைக் குற்றத்திற்கு தூண்டுவது எது? முதற்காரணமாக இருப்பது பீட்டர்ஸ்பெர்க் நகரம்தான். நாவலின் முக்கிய கதாபாத்திரம் போலவே எங்கும் இழையோடி யிருக்கிறது இந்த நகரம். பீட்டர்ஸ்பெர்க், சக்கரவர்த்தி பீட்டரால் உண்டாக்கப்பட்ட நகரம். ஆகவே, அந்த நகரம் ஐரோப்பியக் கலாச்சாரத்தோடு நெருக்கமான தொடர்பு கொண்டது. அந்த நகரின் வறுமையும் நோயும் பீடிக்க அடித்தட்டு மக்கள் நெருக்கடியான வாழ்வை மேற்கொள்கிறார்கள். இன்னொரு பக்கம் செல்வமும் கேளிக்கையும் நிரம்பிய பணம் படைத்தவர்கள் வாழ்கிறார்கள். நகரம் ரஸ்கோல்நிகோவைக் கேலி செய்கிறது. நகரின் இருள் அவனுக்குப் பயத்தை உருவாக்குகிறது. இந்த நகரம் ஒருபோதும் தூக்கத்திற்குத் தன்னை முழுமையாக ஒப்புக் கொடுப்பதில்லை என்று ரஸ்கோல்நிகோவ் உணர்கிறான். வெயிலின் பாதம் படாத தெருக்கள், கசடுகளும், குப்பைகளும் நிரம்பிய தெருவோரக் குடியிருப்புகள், மலிவான வேசைகள், ரொட்டித்துண்டிற்காகக் கொலை செய்பவர்கள், பெண் தரகர்கள் என்று அந்த நகரின் உள்தோற்றமே அவனைக் கொலை வெறி கொள்ளச் செய்கிறது.

மற்றொரு காரணம் கடவுள். ரஸ்கோல்நிகோவ் தனது சொந்த வாழ்வின் நெருக்கடிகள் யாவிற்கும் கடவுளுக்கும் உள்ள தொடர்பை ஆராய்கிறான். அவனுக்கு ஒரு கடவுள் தேவைப்படுகிறார். ஆனால், அவர் நம்பும்படியாக இல்லை. ஆகவே, அவன் தனது கடவுள் குறித்த சந்தேகங்களைத் திரும்பத் திரும்பத் தனக்குத்தானே கேட்டுக் கொள்கிறார். அவனுக்குக் டவுள் தேவைப்படுவது அன்பு செலுத்துவதற்கு மட்டுமே. காரணம், உலகில் அன்பு மிகவும் மலினமான சொல்லாக மட்டுமே நின்று போய்விட்டது. எல்லா குற்றங்களும் அன்பின் வழியாகக் களைந்து எறியப்பட்டுவிட முடியும் என்று நம்புகிறான்.

இந்த இரண்டு காரணங்களோடு அவன் கொண்டிருந்த லட்சியவாதமும் அறிவாளி என்ற பிம்பமும் அவனைக் கொலைக்குத் தூண்டுகின்றன. கொலை அவனுக்குள் ஏற்படுத்தும் மாறுதல்கள் கொஞ்சம் கொஞ்சமாக அவனை அவனுக்கே புரிய வைக்கின்றன. மண்பாண்டம் உடைந்து சிதறுவதுபோல அவனது லட்சிய உலகம் கொஞ்சம் கொஞ்சமாக உடைந்து சிதறுகிறது.

ஏதோவொரு நிமிசத்தில் எல்லையில்லாத கருணையும் அன்பும் மட்டுமே வாழ்வின் ஆதாரங்கள். ஒரு மரம் சாலையோரம் நிற்பதைக் காணும்போது மனிதன் உள்ளுக்குள் ஆனந்தம் கொள்கிறான். அந்த

ஆனந்தம்போல வாழ்வில் சிறியதும் பெரியதுமான ஆனந்தங்கள் எல்லையற்று சிதறிக்கிடக்கின்றன. அதை நாம் லட்சியம் செய்வதே யில்லை என்று கூறுகிறான். இத்தனை வலிமையாகவும் திரும்பத் திரும்பவும் அன்பை தஸ்தாயெவ்ஸ்கி யாசிப்பதற்குக் காரணம் அவரது சொந்த வாழ்வு அதன் துயரம் மிக்க நாட்களுமே. 1821ம் ஆண்டு அக்டோபர் மாதம் 30 ம் தேதி மாஸ்கோவில் உள்ள ஏழைகளுக்கான இலவச மருத்துவனையில் தஸ்தாயெவ்ஸ்கி பிறந்தார். இவரது அப்பா ஒரு மருத்துவர். இவரோடு பிறந்தவர்கள் ஏழு பேர். அப்பா ராணுவத்தில் பணியாற்றியவர். முன்கோபி மற்றும் குடிகாரர். அம்மாவை அவர் எப்போதுமே சந்தேகப்பட்டு அடித்து உதைக்கிறார். நோயாளியான அம்மா கணவனின் அன்பிற்காக ஏங்குவதை உடன் இருந்து காண்கிறார் தஸ்தாயெவ்ஸ்கி. ஆனால், அம்மாவை அப்பா கடைசிவரை புரிந்து கொள்ளவேயில்லை.

1837ல் அம்மா இறந்து போனதும் உலகில் தாங்கள் அநாதைகளாக்கப்பட்டதாகவே அவரும் சகோதரர்களும் நினைக்கிறார்கள். அப்பா அவர்கள் மீது அதிக அக்கறை காட்டவே யில்லை. சிறிய தேவைகளைக்கூட புறம் ஒதுக்குகிறார். 1838ல் தஸ்தாயெவ்ஸ்கி பொறியியல் படிப்பிற்காக ராணுவப் பயிற்சியகத்தில் சேர்க்கப்படுகிறார். அங்கே முறையான காலணி கூட இன்றிப் படிக்கிறார். புத்தகங்களைப் பாதுகாப்பாக வைத்துக் கொள்ள ஒரு டிரங்க் பெட்டி தேவை என்று அப்பாவிற்குக் கடிதம் எழுதுகிறார். அப்பா அதற்கு கூட பணம் அனுப்பவேயில்லை. வறுமையும் கண்ணீரும் பயமும் மட்டுமே துணையாக உள்ளன.

இந்நிலையில் 1839ல் தஸ்தாயெவ்ஸ்கியின் அப்பாவை சில கிராமத்து ஆட்கள் பச்சை சாராயத்தை வாயில் ஊற்றிக் கொலை செய்துவிடுகிறார்கள். அப்பாவின் மரணச் செய்தி அறிந்தவுடன் தஸ்தாயெவ்ஸ்கிக்கு காக்காய்வலிப்பு வருகிறது. அன்றிலிருந்து அவர் தன் வாழ்நாள் முழுவதுமே வலிப்பு நோய்க்கு உள்ளாகிப் பெரும் அவஸ்தைப்பட்டு வந்தார்.

அப்பா வீட்டில் புத்தகம் படிக்கும் பழக்கம் உள்ளவராக இருந்த காரணத்தால் இலக்கியத்தின் அறிமுகம் சிறுவயதிலே ஏற்பட்டிருந்தது. ஆகவே, பொறியியல் படிப்பு முடிந்தவுடன் அவர் சிறிய மொழிபெயர்ப்பு பணிகளில் ஈடுபடத் துவங்கினார். பால்சாக்கின் நாவலையும் எட்கர் ஆஷன் போவையும் மொழியாக்கம் செய்தார். இதன் தொடர்ச்சியாக இவர் 1844ல் தனது முதல்நாவலை வெளியிட்டார். 1949ல் பெலின் ஸ்கி என்ற அரசியல் வழிகாட்டியை ஆதரித்துக் கட்டுரை வெளி யிட்டதற்காக தஸ்தாயெவ்ஸ்கி ராஜதுரோகக் குற்றம் சாட்டப்பட்டு மரணதண்டனை அறிவிக்கப்படுகிறது. அதற்கான நாளும் குறிக்கப்படுகிறது. கழுத்தில் கறுப்புத் துணி அணிந்து துப்பாக்கியால் சுடப்படுவதற்காக வரிசையில் நிறுத்தப்படுகிறார். கடைசி நிமிசத்தில் மன்னர் அவர்களுக்குக் கருணையளித்து மரணதண்டனையில் இருந்து

விடுவிக்கப்பட்டு சைபீரியாவிற்கு கைதியாக அனுப்பப்படுவதாக தகவல் கிடைக்கிறது. சாவின் உதட்டைக் கவ்வியிருந்த தஸ்தாயெவ்ஸ்கியின் உதடுகள் விடுதலையாகின்றன. பயமும் சந்தோஷமும் ஒரே நேரத்தில் உடலில் கொப்பளிக்கின்றது. இந்தத் தகவலைக் கேட்டு சில கைதிகள் செய்வது அறியாமல் பிதற்றுகிறார்கள். வாழ்வது ஒரு கொடை என்று அந்த நிமிசத்தில் தஸ்தாயெவ்ஸ்கிக்குத் தோன்றுகிறது. இதயம் நடுங்க பிரார்த்தனை செய்கிறார். இனி வாழ்வை அப்படியே ஏற்றுக்கொள்ளப் போவதாக கடவுளுக்கு நன்றி தெரிவித்தபடியே அவர் சைபீரிய சிறைக்குச் செல்கிறார்.

அங்கே நான்கு ஆண்டுகள் குற்றவாளிகளுடன் சிறையில் வாழ்கிறார். பைபிள் ஒன்றே துணை. சிறைச்சாலை நினைவுகளை ஒரு நூலாகப் பதிவு செய்கிறார். சிறையில் இருந்து விடுவிக்கப்பட்டு வந்தவுடன் மரியா என்ற விதவைத் திருமணம் செய்து கொள்கிறார். ஆனால், அந்தத் திருமணம் மிகுந்த ஏமாற்றமளிக்கிறது. கடனும் வறுமையும் அதிகமாகிறது. கடன் கொடுத்தவர்கள் தந்த நெருக்கடிக்காக தனது எழுத்தைப் பணயம் வைக்கிறார்.

இந்த நேரத்தில் சகோதரனும் மனைவியும் ஒரே ஆண்டில் அடுத்தடுத்து இறந்து போகிறார்கள். துயரத்தில் இருந்து மீள முடியாமல் வீட்டிற்குள்ளாகவே ஒடுங்கிக் கிடக்கிறார். அப்போது கடனை அடைக்க வேண்டும் என்பதற்காக 26 நாட்களில் ஒரு நாவலை எழுதிமுடிக்க வேண்டிய கட்டாயம் ஏற்படுகிறது. அதற்காக ஒரு பெண் உதவியாளரை ஏற்பாடு செய்கிறார். அப்படி அவர் வாழ்நாளில் வந்த அன்னா கிரிகோரிவ்னா, பின்னாளில் அவரது மனைவியாகிறாள். (ஆச்சரியப்படத்தக்க ஒற்றுமை என்னவென்றால் அவளது பிறந்தநாள் தஸ்தாயெவ்ஸ்கியின் பிறந்தநாளான அதே அக்டோபர் 30. ஆனால், தஸ்தாயெவ்ஸ்கியை விட 25 வயது சிறியவள்.) அவளது காதல் தஸ்தாயெவ்ஸ்கியின் துயரத்தை மட்டுப்படுத்துகிறது. அவர் குற்றமும் தண்டனையும் நாவலை வெளியிடுகிறார். அது மிக சிறப்பான வரவேற்பைப் பெறுகிறது. அதன் பிறகு தன் மனைவியோடு அவர் ஐரோப்பியப் பயணம் மேற்கொள்கிறார். அங்கே நான்கு வருடங்கள் வாழ்கிறார். அந்த நாட்களில் சூதாடி பணத்தை இழக்கிறார். குழந்தைகள் பிறந்து இறந்து போகிறார்கள்.

கர்ப்பிணியான மனைவியோடு கையில் அறுபது ரூபிள் பணத்தோடு ருஷ்ய வந்து சேர்கிறார். திரும்பவும் கடன்காரர்கள் சுற்றிக் கொள்கிறார்கள். தனது சகோதரன் வாங்கிய கடனுக்காக அவர் பிரச்சினைக்கு உள்ளாகிறார். வாழ்நாளில் அவர் முழுமையாக சந்தோஷ மனத்தை ஒரு போதும் அனுபவிக்கவேயில்லை. கரமசோவ் சகோதரர்கள் என்ற நாவல் அவரது தகப்பனின் தோற்றத்தை நினைவுபடுத்தும், கரமசோவ் என்ற மனிதனை முன்வைத்தது. அதில் தஸ்தாயெவ்ஸ்கியின் சகோதரர்கள் மூவர் இடம் பெற்றிருந்தார்கள்.

அந்த நாவல் மகத்தான வெற்றி பெற்றது. இளைஞர்கள் தஸ்தாயெவ்ஸ்கியைக் கொண்டாடினார்கள்.

தனது 57வயதில் நுரையீரல் பாதிப்பின் காரணமாக தஸ்தாயெவ்ஸ்கி மரணம் அடைந்தார். அவரது இறுதி ஊர்வலத்தில் முப்பதாயிரம் பேர் கலந்து கொண்டார்கள். புஷ்கினுக்குப் பிறகு, தஸ்தாயெவ்ஸ்கியை ருஷ்ய இலக்கிய உலகம் தங்களது சக்கரவர்த்தியாகக் கொண்டாடத் துவங்கியது.

டால்ஸ்டாய், லெர்மன்தேவ் போன்றவர்கள் ருஷ்ய இலக்கியத்தில் மிக உன்னத இடம்பெற்றபோதும் அடிநிலை மக்கள் தங்களது எழுத்தாளனாக எப்போதுமே தஸ்தாயெவ்ஸ்கியை அடையாளம் கண்டுகொண்டார்கள்.

டால்ஸ்டாய் வசதி படைத்த பிரபுவாக, திடகாத்திரமான மனிதராக, செல்வத்தோடு வாழ்ந்தபடியே கதைகள் எழுதினார். ஒரு நாவலை ஆறு முறை திருத்தி எழுதியிருக்கிறார். ஆனால், தஸ்தாயெவ்ஸ்கியோ வறுமையும் வலிப்பு நோயும் சாவும் துயரமும் பீடிக்க, தனது எழுதப்படாத நாவல்களுக்குக் கூட முன்பணம் வாங்கிக்கொண்டு, கிடைத்த நேரத்தில் எவ்விதமான திருத்தங்களுக்கும் இடமின்றிக் கதைகளை எழுதியிருக்கிறார்.

டால்ஸ்டாயிடம் உள்ள அமைதியும் பிரார்த்தனையும் தஸ்தாயெவ்ஸ்கியிடம் இல்லை. தஸ்தாயெவ்ஸ்கியின் ரத்தம் எப்போதும் சூடேறியது. கொதிப்பு மிக்கது. அவரது இதயம் பயத்தாலும் துயரத்தாலும் பீடிக்கப்பட்டது. அது எளிமையானது. பனியைப் போல சுத்தமானது.

தஸ்தாயெவ்ஸ்கி ஷேக்ஸ்பியரைப் போல இருள் உலகினையும், பித்தேறிய ரத்த வேகத்தையும் தனது சொந்தமாக்கிக் கொண்டவர். சந்தோஷத்தைப் போலவே வேதனையும் மனிதனை சுத்தப்படுத்துகிறது என்று நம்பியவர். இதனால்தானோ என்னவோ, சார்பியல் தத்துவத்தை ஆராய்ந்த ஐன்ஸ்டீன், தஸ்தாயெவ்ஸ்கி என்ற மகத்தான கலைஞர் ஒருவரிடம் மட்டுமே தனக்குக் கற்றுக்கொள்ள நிறைய இருப்பதாக தெரிவிக்கிறார். அவர் மட்டுமின்றி காப்கா, நீட்ஷே, கேப்ரியல் கார்சியா மார்க்வெஸ், போர்ஹே, அகிரா குரசோவா, விஸ்கான்டி, மணிகௌல், கூட்ஸி என உலகின் சிறந்த திரைப்பட இயக்குனர்கள், இலக்கியவாதிகள், விஞ்ஞானிகள், கவிஞர்கள் பலரும் தஸ்தாயெவ்ஸ்கியைக் கொண்டாடுகிறார்கள்.

தஸ்தாயெவ்ஸ்கியின் மரணவீட்டின் குறிப்புகளில் பலகாலமாகத் தனிமைச் சிறையில் அடைக்கப்பட்ட ஒருவன் தனது அன்றாட நிகழ்வுகளை சிறைச்சாலை சுவரில் இருக்கும் ஒரு சிலந்தியோடு பகிர்ந்து கொள்கிறான். அந்த சிலந்தி ஒரு கடவுளைப்போல எல்லா கோரிக்கைககளையும் மௌனமாக கேட்டுக் கொண்டிருக்கிறது. தான் தனியாக இல்லை, தன்னோடு ஒரு சிலந்தி கூட இருக்கிறது

என்ற உறவு மட்டுமே தன்னை வாழ வைத்துக் கொண்டிருப்பதாகக் கூறுகிறான். இப்படித்தான் இருக்கிறது நமது சமகாலத்தைய வாழ்வும். மனிதனிடம் உள்ள விலைமதிப்பில்லாத பொருள் சுதந்திரம் மட்டுமே. அதை இழக்கத் துவங்கும்போதுதான் எல்லா துயரங்களும் ஆரம்பிக்கின்றன என்று தஸ்தாயெவ்ஸ்கி குறிப்பிடுகிறார். இது தான் எல்லா காலத்திலும் இலக்கியத்திற்கான ஆதாரப்புள்ளி.

வீழ்ச்சிதான் தஸ்தாவெஸ்கியின் எல்லா நாவல்களின் மையப்படிமம். எதிர்பாராமையும் குற்றவுணர்ச்சியுமே அவரது முக்கிய கதைநரம்புகள், வாழ்வின் துயரம் மனிதனை எந்த இழிநிலைகளுக்குக் கொண்டு போய்விடும் என்பதையே கதைப் போக்காகக் கொள்கிறார். நாவல் என்பது ஒரு நீண்ட கதையாடல் என்பதைத் தாண்டி நாவலின் வழியே சமகால சமூகச் சூழல், ஆன்மவிடுதலை, மதத்திற்கும் மனிதனுக்குமான உறவு, கடவுளின் இருப்பு, அடித்தட்டு மக்களின் இருண்ட வாழ்வு என்று நிறைய வாதங்களை முன்வைக்கிறார். ஆகவே, இவரது நாவல்கள் தர்க்கங்களும். தத்துவார்த்தப் பின்புலமும் கொண்டவை. வாழ்வனுபவங்களின் வழியே அவை புதிய உண்மைகளை அடையாளம் காட்டுகின்றன.

முக்கிய கதாபாத்திரங்களுக்கு இணையாக உப கதாபாத்திரங்களை உருவாக்குவது தஸ்தாயெவ்ஸ்கியின் தனிச்சிறப்பு. கரமசோவ் சகோதரர்கள் நாவல் இதற்கு சிறந்த உதாரணம். இடியட்டிலும் அதைக் காண முடிகிறது. உலகை முழுமையாக நேசிப்பவன் அசடனாகவே கருதப்படுவான் என்று சொல்லும் தஸ்தாயெவ் ஸ்கி, தன்னை அறிந்தவன் மற்றவர்களின் பரிகாசத்தை ஒருபோதும் கண்டுகொள்வதில்லை என்றும் விளக்கிக்காட்டுகிறார்,

இந்த நாவலில் வரும் இரண்டு பெண் கதாபாத்திரங்களும் முக்கியமானவர்கள். அதிலும் நடாஷ்யா கதாபாத்திரம் பைபிளில் வரும் மரியா மக்தலேனாவை நினைவுபடுத்துவது போலவே உருவாக்கப்பட்டிருக்கிறது. இந்த நாவலை தஸ்தாயெவ்ஸ்கி மூன்று ஆண்டுகாலம் ஓர் இதழில் தொடர்கதையாக எழுதியிருக்கிறார். இடியட் நாவல் நான்கு பகுதிகளாக உள்ளது. இந்நாவலை பிரெஞ்சு எழுத்தாளர் மார்சல் புருஸீன் Remembrance Of Things Past உடன் ஒப்பிடலாம்.

இரண்டும் எழுத்தாளரின் சொந்த வாழ்வும் புனைவும் இணைந்து உருவான நாவல்கள். இடியட் நாவலின் நாயகன் மிஷ்கின் இயேசுவின் மாற்று உருவம் போலவே உருவாக்கப் பட்டிருக்கிறான். ஆனால், இவன் ஒரு தோற்றுப்போன கிறிஸ்து. உலகின் மீதான அன்பையும் மனித உறவுகளின் நெருக்கடிகளையும் இந்நாவலெங்கும் தஸ்தாயெவ்ஸ்கி சிறப்பாக விவரிக்கிறார். மிஷ்கின் தஸ்தாயெவ் ஸ்கியின் நிழல் போலவே காட்சி தருகிறான். நான்கு ஆண்டுகாலம் சுவிட்சர்லாந்தின் சானிடோரியத்தில் தங்கி வலிப்பு நோய்க்கு

சிகிச்சை எடுத்துக் கொண்டு பீட்டர்ஸ்பெர்க் திரும்புகிறான் மிஷ்கின். அவன் அதிகம் படித்தவனில்லை. உடல் வலிமையற்ற ஒரு நோயாளி. ஆனால், அவன் மனதில் நேசமும் அன்பும் நிரம்பி யிருக்கிறது. அவனது ஒரே உறவினரான ஜெனரலைச் சந்திப்பதே அவனதுநோக்கம். அதற்காகவே பீட்டர்ஸ்பெர்க் வருகிறான். அவருக்கு மூன்று மகளிருக்கிறார்கள். அதில் ஒருத்தி அழகி. இவர்களுடன் தங்கி நட்பு கொள்ளத் துவங்குகிறான். மிஷ்கினுக்கு எதிர்நிலை அவன் ரயிலில் சந்திக்கும் ரோகோஜீன். அவன் தீமையின் உருவம் போலவே அடையாளப்படுத்தப்படுகிறான். ஆனால், அவனோடும் மிஷ்கின் நட்பாகவே இருக்கிறான். அவனுக்காக கண்ணீர் விடுகிறான். மிஷ்கின் சந்திக்கும் மனிதர்களும் அவர்களோடு உள்ள நட்பும் என உபகதைகளோடு நாவல் நீள்கிறது.

தஸ்தாயெவ்ஸ்கி தான் மரணதண்டனைக்காக காத்திருந்த நிமிசத்தை இந்த நாவலில் அற்புதமாகப் பதிவு செய்திருக்கிறார். சாவின் முன்னால் நிற்பவன் தனக்குக் கிடைத்துள்ள கடைசி ஐந்து நிமிசத்தை எப்படித் துளித்துளியாகப் பகிர்ந்து கொள்கிறான் என்ற விவரணை இலக்கியத்தின் மிக உயர்ந்த பதிவு. அதுபோலவே கில்லட்டின் எனப்படும் தலைவெட்டப்படும் தண்டனையின் குரூரம் பற்றி மிஷ்கின் வேதனைப்படுகிறான். Torture is better than Instantaneous Death because one still has hope if Tortured என்பதே அவனது எண்ணம்.

சிறையில் சிலந்தியோடு பேசும் ஒரு குற்றவாளி ஒரு இடத்தில் அறிமுகப்படுத்தப்படுகிறான். தனிமை எவ்வளவு பெரிய தண்டனை என்பதை அது சுட்டிக்காட்டுகிறது. மிஷ்கினுக்காக நடைபெறும் விருந்தில் அவன் பணியாளரைப் போல நடந்து கொள்கிறான். தன்னை நேசிக்கும் பெண்ணிற்காக அவமானங்களை எதிர்கொள்வதில் தவறில்லை என்று ஒரு இடத்தில் சொல்கிறான். வலிப்பு நோய் அவனை வாட்டுகிறது. அது துயருற்ற அவனது ஆன்மாவின் குறியீடு போலவே இருக்கிறது.

அபத்தமான சூழலும் போலித்தனமும், பகட்டும், பொய்மையும், வணிக தந்திரங்களும் நிரம்பிய ருஷ்ய மேல்தட்டு வர்க்க சமூகத்தின் மீது வைக்கப்பட்ட கறாரான விமர்சனமாக இந்த நாவலைக் குறிப்பிடலாம். ஏன் இடியட் என்ற தலைப்பு இந்த நாவலுக்கு வைக்கப்பட்டிருக்கிறது என்ற வாதப்பிரதிவாதங்கள் இன்றும் இருக்கின்றன. அப்பாவி என்பதே சரியான சொல் என்று ஒரு தரப்பு இன்றும் வாதிடுகிறது. ஆனால், வெளியில் பார்க்க முட்டாள்தனமாகத் தோன்றும் ஒருவன் உள்மனதில் தெய்வாம்சம் கொண்டிருக்கிறான் என்பதே இந்த தலைப்பின் அர்த்தம் என்று இன்னொரு தரப்பு வாதிடுகிறது.

இந்த நாவல் எழுதியதைப் பற்றிய தஸ்தாயெவ்ஸ்கியின் குறிப்பு

இப்படித்தானிருக்கிறது.

My primary hero [Prince Myshkin]-is extraordinarily weak. Perhaps he does not sit weakly in my heart, but he is terribly difficult.' And in the same letter he complains that sanctity is not a natural literary theme. 'In order to create the image of a saint, one has to be a saint oneself. Sanctity is a miracle; the writer cannot be a miracle-worker.'

நாவலின் பெரிய பலம் உரையாடல்கள். கவித்துவமான, ஆழ்ந்த உண்மைகளை எளிமையாக வெளிப்படுத்தும் உரையாடல்கள் அவை. தனது எண்ணங்கள். கடந்தகால வாழ்வு என அத்தனையும் உரையாடல் வழியாகவே மிஷ்கின் வெளிப்படுத்துகிறான். ஜெனரலின் மகள்களோடு மிஷ்கின் உரையாடும் பகுதி அற்புதமாக எழுதப்பட்டிருக்கிறது. அது தான் நாவலின் மையப்புள்ளி.

நான்குமுறை இந்த நாவல் படமாக்கப்பட்டுள்ளது. ஜப்பானிய இயக்குனர் அகிரா குரசேவா அவரது பார்வையில் இதைப் படமாக்கியிருக்கிறார். இந்தியாவின் மிக முக்கிய இயக்குனரான மணிக்கௌல் இதை இந்தியில் தொலைக்காட்சிக்கான குறும்படமாக உருவாக்கியிருக்கிறார். ஆங்கிலத்தில் பனிரெண்டு வேறுபட்ட மொழிபெயர்ப்புகள் இந்த நாவலுக்கு உள்ளன. அதில் சமீபத்தில் வெளியான David McDuff-ன் மொழிபெயர்ப்பு மிகச்சிறந்த ஒன்று. இந்த நாவலைப்பற்றி ஹெர்மன் ஹெஸ்ஸேயின் கட்டுரை முக்கியமான ஒன்று. அதில் அவர் மிஷ்கினைப் பற்றி சரியாகக் குறிப்பிடுகிறார்:

Why does no one understand myshkin, even though almost all love him in some fashion, almost everyone finds his gentleness sympathetic, indeed often exemplary? What distinguishes him, the man of magic, from the others, the ordinary people? It is because the 'idiot's' way of thinking is different from that of the others. Not that he thinks less logically or in a more childlike and associative way than they - that is not it.

His way of thought is what I call 'magical'. This gentle 'idiot' completely denies the life, the way of thought and feeling, the world and the reality of other people. His reality is something quite different from theirs. Their reality in his eyes is no more than a shadow, and it is by seeing and demanding a completely new reality that he becomes their enemy. For Myshkin the highest reality, however, is the magical experience of the reversibility of all fixed rules, of the equal justification for the existence of both poles. (Hermann Hesse - Thoughts on The Idiot)

தஸ்தாயெவ்ஸ்கி நாவல்களில் எனக்கு மிகவும் பிடித்த நாவல் இது. கரமசோவ் சகோதரர்கள் நாவலில் மனித மனதின் இருண்மையைப் பேசிய தஸ்தாயெவ்ஸ்கி இந்த நாவலில் மீட்சியைப் பேசுகிறார். எந்த

எதிர்பார்ப்பும் இல்லாமல் ஒரு மனிதன் அனைவரோடும் அன்பு செலுத்தி வாழ்வதற்கு ஏன் அனுமதிக்கப்பட மறுக்கிறான் என்ற தஸ்தாயெவ்ஸ்கியின் கேள்வி இன்றும் பதிலற்றே இருக்கிறது. இடியட் நாவல் அன்பின் பிரகாசத்தை ஒளிரச்செய்யும் அற்புதப் படைப்பு. இதிகாசத்தைப் போல வாழ்வின் மேன்மைகளைச் சொல்லும் ஒரு உயர்ந்த நாவல்.

***

தஸ்தாயெவ்ஸ்கியின் புதினங்களில் வரும் ஆண்கள் விசித்திரமானவர்கள். அவர்களை எனக்கு மிகவும் பிடிக்கும். அடிக்கடி அவர்களைப் பற்றி நினைத்துக் கொள்கிறேன். இயேசுநாதரின் சாயல் கொண்ட இளவரசன் மிஷ்கினில் இருந்து கலிகுலாவின் சாயல்கொண்ட கரமசோவ் வரையான எத்தனை வேறுபட்ட ஆண்கள். குறிப்பாக, அவரது கடைநிலை பாத்திரங்கள், அவர்களது மனஅழுத்தங்கள் அற்புதமானவை. அவர்கள் சிக்கலான மனப்பிரச்சினைகள் கொண்டவர்கள். அதாவது தங்கள் மனதைத் தாங்களாகவே ஆழ்ந்து கவனித்து ஆய்வு செய்பவர்கள். தனக்குத் தானே பேசிக் கொள்ளக்கூடியவர்கள். தன் மீது எவருக்கும் நேசமில்லை என்று மௌனமாக அழுபவர்கள். ஆனால், உலகத்தை நேசிப்பவர்கள். தன்னால் மற்றவர்கள் சந்தோஷப்பட முடியும் என்றால் அதற்காக அவமானத்தை ஏற்றுக் கொள்ளத் தயங்காதவர்கள்.

அவர்களின் தோற்றமும் மனதும் ஒன்றிலிருந்து மாறுபட்டது. புறத்தோற்றத்தை அவர்கள் பெரிதாகக் கவனம் கொள்வதில்லை. செயல்களே அவர்களது இயல்பை முடிவு செய்கின்றன. பெரும்பான்மையான சூழல்களில் காய்ச்சல் கண்ட மனிதன் தன்னை அறியாமல் சுரவேகத்தில் எதையெதையோ பேசுவதைப்போல இவர்கள் விழித்தபடியே தன்னுணர்வுள்ள நிலையில் பேசிக் கொள்கிறார்கள்.

எது அவர்களை இப்படி நடக்கச் செய்கிறது? ஏன் இந்த பதற்றம், நடுக்கம், குழப்பமான தடுமாற்றம். கடந்த காலத்தின் துயரம் அவர்களை மறுபடி உள்ளே இழுத்துக்கொண்டுவிடுமோ என்ற பயம் ஒரு காரணம். மற்றொரு காரணம், தன்னை எவருக்கும் பிடிக்காது. தான் தனித்து விடப்பட்டவன், கனவுகளில் மட்டுமே வாழ்ந்து முடியப்போகிறவன் என்ற காரணமற்ற நம்பிக்கை. இந்த இரண்டோடு அடுத்தவர்கள் தன்னைச் சரியாகப் புரிந்து கொள்ளாமல் போய்விட்டால், வெறுக்கத் துவங்கிவிட்டால் என்னாவது என்ற தீராத சந்தேகம். இவை தான் தஸ்தாயெவ்ஸ்கியின் கதாநாயகனை உருவாக்குகிறது.

ஒரு மனிதன் எப்படி வளர்க்கப்படுகிறான், எந்தச் சூழல் அவனை உருவாக்குகிறது, பதினைந்து வயதிற்குள் அவன் என்ன துயரங்களை, நெருக்கடிகளைச் சந்திக்கிறான், எதற்காக ஏங்குகிறான் என்பது அவன் வாழ்நாள் முழுவதும் தொடர்ந்து வரக்கூடியது.

அதைப்பற்றி சாதனையாளர்கள் பலரும் தங்கள் சுயசரிதையில் மறக்காமல் குறிப்பிடுகிறார்கள். தஸ்தாயெவ்ஸ்கியின் வாழ்வும் இப்படியானதுதான்.

கடவுள் கருணையற்றவர் என்று பல நாட்கள் தஸ்தாயெவ்ஸ்கி புலம்பி அழுதிருக்கிறார். சாவு குறித்த பயமும், கைவிடப்படுவோம் என்ற அச்சமும் அவருக்கு சிறுவயதிலே துவங்கியிருக்கிறது. வளர்ந்து பெரியவனாகி அவர் சந்தித்த சிறைச்சூழல் மற்றும் நெருக்கடியான பொருளாதார நிலை அவரை மேலும் பலவீனமாகவே ஆக்கியது. பெருங்காற்றில் அலைபடும் புற்களின் நிலை கொள்ளாமை போன்றதே அவரது வாழ்க்கை.

அவரது கதையில் வரும் எல்லா கதாபாத்திரங்களுக்கும் தஸ்தாயெவ்ஸ்கியின் இயல்பும் குழப்பங்களும் ஒளிந்து கொண்டுதானிருக்கின்றன. அவரது படைப்பில் வரும் பெண்கள் ஆண்களை விட வலிமையானவர்கள். அவர்களால்தான் ஆண் தன்னைத் திருத்திக் கொள்கிறான். உருமாற்ற துவங்குகிறான். காதலை உணர்கிறான். காதலை மனது ஒரு நிமிசம் முழுமையாக உணர்ந்து கொண்டால், அதுவே வாழ்நாள் முழுமைக்கும் போதுமானது என்று ஒரு வரி தஸ்தாயெவ்ஸ்கியிடம் இடம் பெறுகிறது.

அவரது புகழ்பெற்ற காதல்கதை வெண்ணிற இரவுகள். தலைப்பே மிகக்கவித்துவமானது. ஆறு முறை வேறுவேறு இயக்குனர்கள் இதைப் படமாக்கியிருக்கிறார்கள். இதே கதையைத் தழுவி இரண்டு படங்கள் வெளியாகி உள்ளன. வெண்ணிற இரவுகள் என்பதற்கு இரண்டு அர்த்தங்கள் உள்ளன. ஒன்று, உறக்கமில்லாத இரவு. மற்றது, இரவிலும் சூரியன் ஒளிரக்கூடிய இரவு. கோடை காலத்தில் பனிப் பிரதேசங்களில் இதுபோல நிகழ்வதுண்டு. இரவு பத்து மணி வரை சூரியன் இருக்கும். அதுபோலவே சூரியன் உதயமாவதும் விடிகாலை மூன்று மணிக்கே துவங்கிவிடும். அது போன்ற நாட்களில் முழுஇரவும் புலர்வெளிச்சம் போன்றதொரு ஒளி இருந்து கொண்டேயிருக்கும். மிகச் சிறிய இரவு கொண்ட நாட்கள் அவை.

மிட் சம்மர் என்று சொல்லக்கூடிய ஜூன் மாதத்தில் ரஷ்யாவில் இப்படியான நீண்ட பகல்கள் ஏற்படுவதுண்டு. இதை பீட்டர்ஸ்பெர்க் நகரில் விழாவாகக் கொண்டாடுகிறார்கள். தஸ்தாயெவ்ஸ்கி பீட்டர்ஸ்பெர்க்கில் வசித்தவர். அவரது இளமை பருவத்தில் வெண்ணிற இரவு கொண்டாட்டங்களில் கலந்து கொண்டிருக்கிறார். அந்த நினைவுகளில் இருந்தே இந்தத் தலைப்பை உருவாக்கியிருக்க வேண்டும்.

பீட்டர்ஸ்பெர்க் நகரின் சூரியன் ஒளிரும் இரவைப்பற்றி தஸ்தாயெவ் ஸ்கி விரிவாக எழுதுகிறார். அந்த சூரியன் நாம் அறிந்த சூரியன் இல்லை. அந்த வெளிச்சமும் வேறானது என்றே குறிப்பிடுகிறார். பகல் வெளிச்சத்தில் இருந்து பதுங்கிக் கொள்பவர்கள் இரவில்தான்

சற்று ஆசுவாசத்துடன் நடமாடுகிறார்கள். நான் அது போன்ற ஒருவன் என்றே கதையின் நாயகன் தன்னை அறிமுகப்படுத்திக் கொள்கிறான். இந்த நீள்கதையின் உபதலைப்பு கனவுலகவாசியின் குறிப்புகள். அதாவது கனவு காண்பதில் மட்டுமே வாழ்வை அறிந்த ஒருவன் சந்தித்த நிகழ்வுகள்.

தஸ்தாயெவ்ஸ்கியின் ஆரம்ப கால படைப்புகளில் ஒன்று வெண்ணிற இரவுகள். 1848ஆம் ஆண்டு வெளியாகி உள்ளது. 162ஆண்டுகள் கடந்த போதும் இன்று வாசிக்கையிலும் கதாபாத்திரங்களின் அடங்காத இதயத்துடிப்பும் காதலின் பித்தேறிய மொழிகளும் புத்தம் புதியதாகவே இருக்கிறது. உலகில் தொடர்ந்து வாசிக்கப்பட்டுக் கொண்டாடப்பட்டு வரும் அரிய காதல்கதை இது.

இரண்டு ஆண்கள், ஒரு இளம் பெண். மூன்றே முக்கிய கதாபாத்திரங்கள். நான்கு இரவுகள் ஒரு பகலில் கதை முடிந்துவிடுகிறது. கதை முழுவதும் ஒரே இடத்தில் ஒரு சீனும் பெண்ணும் சந்தித்துக் கொள்கிறார்கள். பேசிக் கொள்கிறார்கள். முடிவில் பிரிந்து போய்விடுகிறார்கள். இதில் எங்கேயிருக்கிறது காதல் என்ற யோசனை உருவாக்கக்கூடும். சந்திப்பு என்பதை இயல்பான ஒன்று என்ற தளத்திலிருந்து அபூர்வமானது என்ற தளத்திற்கு உயர்த்தி கொண்டு செல்வதன் வழியே தஸ்தாயெவ்ஸ்கி காதல்கதையைத் துவக்குகிறார்.

ஆற்றங்கரையோரம் உள்ள ஒரு வீதியைக் கடந்து செல்லும் கதாநாயகன். அங்கே உள்ள ஒரு வீட்டினைக் கடந்து செல்கிறான் . அவனால் ஒருபோதும் மறக்கமுடியாத பெண் வசித்த வீடது. அந்த வீடு இப்போது உருமாறத் துவங்கியிருக்கிறது. அதைப் பற்றிய தனது கடந்தகால நினைவுகளில் மூழ்கத் துவங்குகிறான். நீண்ட பகல்தான் கதையின் ஆதார காரணம். அது இரவின் ஊடாக மறைந்திருக்கிறது. தஸ்தாயெவ்ஸ்கியின் பெரும்பான்மை கதைகள் போல கதை தன்மையில் துவங்குகிறது. கதையைச் சொல்பவனுக்குப் பெயர் கிடையாது. வயது இருபத்தியாறு நடக்கிறது என்று ஓர் இடத்தில் குறிப்பிடுகிறான்.

அவன் அதுவரை எந்தப் பெண்ணோடும் பேசிப்பழகியது கிடையாது. அவன் கனவில் வந்த ஒன்றிரண்டு பெண்களைத் தவிர வேறு பெண்களை அவனுக்குத் தெரியாது. பெண்களை கண்டாலே கூச்சத்தில் ஒதுங்கிவிடுவான். பேச்சு தடுமாற ஆரம்பித்துவிடும். அவன் பீட்டர்ஸ்பெர்க்கின் விசித்திரமான சந்து ஒன்றில் குடியிருக்கிறான். அது பகலில் கூட சூரியன் வராத வீதி.

அங்கே உண்மையில் வேறு ஒரு சூரியன் ஒளிர்கிறது. அதன் விசித்திரமான வெளிச்சத்தில் அவர்கள் ஒளிந்து கொண்டிருக்கிறார்கள். எது அந்த பீட்டர்ஸ்பெர்க்கின் இரண்டாம் சூரியன். தோற்றுப் போன, அடையாளமற்றுப்போன, கைவிட்டுப் போன பலரின்

நிறைவேறாத ஆசைகள்தான் அங்கே இன்னொரு சூரியனாக ஒளிர்ந்துகொண்டிருக்கின்றன. அவை இரவிலும் மறைவதேயில்லை. அவர்கள் இயலாமையால், வறுமையால் யாரும் தங்களை நேசிக்க மாட்டார்கள் என்ற துயரத்தால் பீடிக்கப்பட்டவர்கள். அதனால் கனவு காண்பதையே வாழ்க்கையாகக் கொண்டிருக்கிறார்கள். கனவுகள் அவர்களது நெருக்கடியிலிருந்து விடுபட்டு சந்தோஷம் கொள்ள வைக்கின்றன. பெயரில்லாத கனவுலகவாசிகளில் ஒருவன் இக்கதையை விவரிக்கிறான்.

சில வருடங்களுக்கு முன்பாக ஓர் இரவில் தான் சந்தித்த பெண்ணைப் பற்றி விவரிக்கிறான். அவள் குழப்பமானவள். செய்வதறியாமல் தடுமாறுகின்றவள். யாரோ ஒருவன் அவளை அழைக்க அவனை விலக்கிக் கத்துகின்றவள். இதுவரை எந்தப் பெண்ணிடமும் பேசியிராத அவனை அந்தப் பெண்ணின் துயரநிலை பேசவைக்கிறது. தன்னை மீறி அவளிடம் அறிமுகப்படுத்திக் கொள்கிறான். எதை எதையோ பேசுகிறான். தன்னால் கோர்வையாகப் பேசமுடியாது என்பதை பற்றி விரிவாகப் பேசுகிறான். மனம் தடுமாறுகிறான். அவளோ அவனிடம் எந்த வேறுபாடும் காட்டாமல் மிக இயல்பாகப் பேசுகிறாள். மறுநாள் சந்திக்கலாம் என்று விடைபெற்றுப் போகிறாள்.

அந்த இரவு முடியும்போது, அந்தப் பெண்ணின் பெயர்கூட அவனுக்குத் தெரியாது. இரண்டாம் இரவில் அவளுக்காகக் காத்திருக்கிறான். தன்னோடும் ஒரு பெண் பேசுகிறாள் என்பதே அவனை சந்தோஷம் கொள்ள வைக்கிறது. அவள் வருகிறாள். தயக்கம் குறைந்து அவளிடமே, என்றாவது ஒருநாள் தன்னோடும் ஒரு பெண் பேசுவாள் என்று கனவு கண்டுகொண்டிருந்தேன். அது நிஜமாகிவிட்டது என்று பிதற்றுகிறான். அவள் ஏன் இவ்வளவு பதற்றம் கொள்கிறான் என்று வியப்படைகிறாள்.

உண்மையில் பெண்கள் விசித்திரமானவர்கள். அவர்கள் என்ன நினைக்கிறார்கள், என்ன பிடிக்கிறது, எதற்காக அழுகிறார்கள் என்று எளிதாகப் புரிந்துகொள்ளவே முடியாது.

ஒருவேளை அது ஆண்களின் தவறாகவும் இருக்கலாம் அல்லது பெண்களின் இயல்பே அப்படியானதாகவும் இருக்கலாம் என்று அவனது தெளிவற்ற எண்ணங்களையும் அதற்கு அவள் சொல்ல வேண்டிய பதில்களையும் அவனே பேசுகிறான். அது அவளை வசீகரிக்கிறது. நீ மிகவும் நல்லவன், பெண்ணோடு பேசுவது பெரிய விசயமில்லை என்று ஆறுதல் சொல்கிறாள்.

அவனோ நான் எதிர்பாராமல் அறைக்கு வரும் நண்பனுடன் பேசுவதற்கே தயங்கக் கூடியவன். என்னிடம் இப்படியான சூழலில் ஒரு பெண் பேசுகிறாள் என்பது இயல்பானதில்லை என்று துடிக்கிறான். அப்படியில்லை, எந்தப் பெண்ணும் தன்னோடு ஒரு ஆண் சில நிமிசங்கள் பேசுவதை வேண்டாம் என்று பிடிவாதமாக

விலக்கிப் போகிறவள் இல்லை. நீ பேசத் தயங்கியிருக்கிறாய். உன்னை வெளிப்படுத்திக் கொள்வதுதான் உனது பிரச்சினை என்கிறாள். சந்தித்த மறுநிமிடம் தனது மனதைப் படித்துவிட்டவள்போல சொல்கிறாளே என்று வியந்த அவன் ஆச்சரியமாக இருக்கிறது. சாமர்த்தியமும் அழகும் ஒன்று சேர்வது அபூர்வம். நீ இரண்டும் ஒன்றாகக் கொண்டிருக்கிறாய் என்கிறான்.

அவள் புன்னகையுடன், 'நீ பிரமாதமாக பேசுகிறாய். உண்மையில் கூச்சப்படும் ஆண்களைப் பெண்களுக்குப் பிடிக்கும்' என்கிறாள். அவன் உடனே என்னிடம் உள்ள ஒரே கவசம், கூச்சம் தான். அதை இழந்துவிட்டு என்னசெய்வது என்று அப்பாவி போல கேட்கிறான். மறுநிமிடமே அய்யோ, உன்னிடம் நான் இப்படிப் பேசியிருக்கக்கூடாது. என் மனதில் உள்ளதை மறைக்காமல் சொல்லிவிட்டேன் என்று வெட்கத்துடன் புலம்புகிறான்.

இப்படியாக கடிகாரத்தின் பெண்டுலம் செல்வதுபோல அவனது தடுமாற்றம் ஊசலாடிக் கொண்டேயிருக்கிறது. அவளைப் பிரிந்து போனால் தன்னால் மறுபடி சந்திக்கவே முடியாமல் போய்விடும் என்று வேதனை கொள்கிறான். அவள் யாருக்கோ காத்திருக்கிறாள். ஏதோ துயரம் அவளை வீட்டிலிருந்து துரத்தி வெளியே அனுப்புகிறது என்பதைப் புரிந்து கொள்கிறான். இவ்வளவு அழகான தூய்மையான பெண்ணைக்கூட கஷ்டப்படுத்தி வேதனை கொள்ள வைப்பது யார் என்று தெரியாமல் குழம்பிப் போகிறான்.

கண்ணாடியில் பட்டு ஒளி பிரதிபலிப்பதைப்போல அவள் முன்னால் அவனது எண்ணங்கள் ஒவ்வொன்றாகப் பிரதிபலிப்பாகின்றன. அதுவரை மனதில் ஊறிக்கிடந்ததை அவளது வருகையே வெளிப்படுத்த வைக்கிறது. எது அவனை இப்படி நிலை கொள்ளாமல் தள்ளாடச் செய்கிறது. உண்மையில் தனது தனிமையைக் கண்டே நடுங்குகிறான்.

நண்பர்களும் கைவிட்டு போனார்கள் என்ற சூழலில் தனிமையை எதில் கரைத்துக் கொள்வது என்று அவனுக்கு தெரியவில்லை. அவன் மனது வெறுமையால் எதைஎதையோ கற்பனை செய்கிறது. அந்தக் கற்பனை அவனை மேலும் உலகை நோக்கி ஆசையுடன் உந்தித் தள்ளுகிறது. ஆனால், புறஉலகை நேர்கொள்ளும் தைரியம் அவனிடமில்லை. அவன் பகலில் ஒளிந்து கொள்கிறான். இரவில் மட்டுமே வெளியே வருகிறான்.

இரவில் உறக்கமற்று நடமாடுபவர்கள் நிம்மதியற்றவர்கள். வீடு அவர்களை சாந்தம் கொள்ள செய்ய முடியவில்லை, என்று கூறுகிறான். இயற்கையின் மாறுபாடு போன்றதே அவன் மனப்போக்கும். இரவில் ஒளிரும் சூரியனால் என்ன பயனிருக்கிறது. பகல் ஏன் நீண்டு போகிறது. பகல் அடங்காமல் இரவு வருவதில்லை. ஆனால், கோடைகால இரவு ஏன் சிறியதாக இருக்கிறது. தனது மனதின்

நிறைவேறாத காதலைப் போன்றதே இத்தகைய இரவுகள் என்று நம்புகிறான் அவன்.

அவனது இரண்டாவது இரவில் அவள் பெயர் நாஸ்தென்கா என்று அறிந்துகொள்கிறான். அந்த பெயரைச் சொல்வதிலே தித்திப்பு கொள்கிறான். திரும்பத் திரும்பச் சொல்லி களிப்புறுகிறான்.

திடீரென அவளது பெயர் சுவைக்கப்படும் இனிப்பு மிட்டாய் போலாகிறது. அந்தச் சொல்லைத் தன் நாவில் கரைந்துபோகச் செய்கிறான். நாஸ்தென்கா அவனது மிதமிஞ்சிய உணர்ச்சிப் பீறிடலை புரிந்து கொள்கிறாள். தனது கதையை அவனிடம் பகிர்ந்து கொள்கிறாள்.

நாஸ்தென்காவிற்கு வயது பதினேழாகிறது. அவள் பாட்டியுடன் ஒரு வீட்டில் வசிக்கிறாள். பாட்டிக்குக் கண்தெரியாது. அவர்கள் வீட்டின் ஒரு அறையை வாடகைக்கு விட்டிருக்கிறார்கள். அங்கே ஓர் இளைஞன் குடி வருகிறான். பாட்டி அவனோடு பேசக்கூடாது, பழகக்கூடாது என்று கண்டிப்பாக இருக்கிறாள். எங்கே தன்னை மீறி பேத்தி போய்விடுவாளோ என்று அவளது பாவாடையைத் தன்னோடு ஊக்குபோட்டுக் குத்திக் கொள்கிறாள். அதனால் நாஸ்தென்காவால் எழுந்துபோக முடியாது. அப்படியிருந்தும் நாஸ்தென்கா அந்த இளைஞனால் வசீகரிக்கப்படுகிறாள்.

அவன் அவளுக்காகப் படிக்க புத்தகங்கள் தருகிறான். அந்தப் புத்தகங்கள் அவளை மாற்றத் துவங்குகின்றன. உலகம் வெளியில் எப்படி இயங்கிக் கொண்டிருக்கிறது என்பதை புத்தகங்களே உணர்த்துகின்றன. புத்தகங்கள் இல்லாமல் வாழ முடியாது என்ற நிலைக்கு வந்துவிடுகிறாள். அதைப் பயன்படுத்தியே அவளைக் காதலிக்கத் துவங்குகிறான். அவளையும் பாட்டியையும் அழைத்து கொண்டு ஒபரா பார்க்க செல்கிறான். அவன் மீது தீராத காதல் கொள்கிறாள் நாஸ்தென்கா. அவன் ஊருக்குக் கிளம்பும் நாளில் தானும் கூட வருவதாக பெட்டியோடு கிளம்புகிறாள். அதை எதிர்பாராத அவன், திரும்பிவந்து அவளை அழைத்துப்போவதாக வாக்குறுதி தந்து விடைபெறுகிறான்.

அன்றிலிருந்து அவனுக்காகவே நாஸ்தென்கா காதலுடன் காத்திருக்கிறாள். நாஸ்தென்காவின் காதலையும் தனிமையே உந்தித் தள்ளுகிறது. அவள் பாட்டியோடு பிணைக்கப்பட்டு இருப்பதில் இருந்து விடுபட விரும்புகிறாள். அதுவே ஒருவனைக் காதலிக்கும்படியாகச் செய்கிறது. அந்தக் காதலை அவன் உணர்வதேயில்லை. அவள் தீவிரமாக காதலை நம்பத் துவங்குகிறாள். காத்திருப்பதன் வழியேதான் காதல் உறுதியாகிறது என்று சொல்கிறாள்.

நாஸ்தென்காவின் பாட்டி அற்புதமான கதாபாத்திரம். அவளுக்குப் பார்வை மங்கிவிட்டிருக்கிறது. ஆனால், கடந்த காலம் நினைவில் பசுமையாக இருக்கிறது. அவளது இளம்பருவத்தில் அடித்த வெயில்

அழகாக இருந்தது. அது போல இப்போது இல்லை என்று அடிக்கடி குறிப்பிடுகிறாள். இயலாமைதான் அவளது குருட்டுத்தனம். அடுத்த அறையில் உள்ள ஆண் தன் பேத்தியை வசீகரிப்பது அறியாத முட்டாள் இல்லை. மாறாக, அது தான் தனக்கிருக்கும் ஒரே சாத்தியம். வேறு வழியில் தன் பேத்திக்கு உரிய மாப்பிள்ளையைத் தன்னால் தேடித் தர இயலாது என்று அவள் அறிந்திருக்கிறாள்.

நாஸ்தென்காவை காதலிப்பவன் The Barber of Seville என்ற ஒபராவை காண அழைக்கும் போது அவளிடம் துளிர்ப்பது அவளது கடந்த கால காதலே. அது சொல்லபடாமல் கடந்து போகிறது. இந்த ஒபராவின் கதாநாயகி காதலுக்காக ஏங்குபவள். Gioachino Rossini ஒபராவும் நாஸ்தென்காவின் வாழ்க்கையும் ஒரு தளத்தில் ஒன்று போலவே உள்ளது. அதை சுட்டிக் காட்டுவதற்காகவே இதை பயன்படுத்தினாரோ என்னவோ.

ருஷ்ய கலாச்சாரத்தின் மீது பிரெஞ்சு கலாச்சாரம் ஏற்படுத்திய பாதிப்பு குறித்து செகாவ், டால்ஸ்டாய் போன்றவர்கள் நிறைய எழுதியிருக்கிறார்கள். இக்கதையிலும் நாஸ்தென்கா பிரெஞ்சு புத்தகங்களை தான் படிக்கிறாள். பிரெஞ்ச் கலாச்சாரம் தங்களை விட உயர்வானது என்று மனப்பாங்கு ரஷ்யாவில் மேலோங்கி யிருந்திருக்கிறது.

வெண்ணிற இரவுகளில் வரும் ஆணும் பெண்ணும் காதலின் மீது அதீத நம்பிக்கை கொண்டிருக்கிறார்கள். காதல் மட்டுமே தங்களுக்கான விடுதலை என்று உணர்கிறார்கள். நாஸ்தென்கா தன்னை காதலித்து கைவிட்டவன் மீது கோபம் கொள்ளவில்லை. தன்னை அவன் புரிந்து கொள்ளவில்லையே என்றே வருத்தபடுகிறாள். அதே மனநிலை தான் கனவுலகவாசிக்கும் ஏற்படுகிறது.

அவர்களுக்கு வார்த்தைகள் போதுமானதாகயில்லை. பேசி களைத்து போகிறார்கள். ஆனால் இருவருமே உடலை பெரிதாக எண்ணவில்லை. உடல் இல்லாமல் வார்த்தை வழியாகவே ஒருவரையொருவர் கட்டிக் கொள்ளவும் அரவணைக்கும் விரும்புகிறார்கள். தனது உருவத்தை கண்ணாடியில் பார்ப்பது போலவே நாஸ்தென்கா வழியாக தனது ஆசைகளை காண்கிறான். காதல் அவர்களை பித்தேற்றுகிறது.

அந்த பெண்ணிற்கு உதவுவதற்காக அவள் காதலனை தேடி போகிறான். அவளது கடிதத்தை தருகிறான். ஆனால் காதலன் நாஸ்தென்காவை பிடிக்கவில்லை என்று விலக்கவே அவளுக்காக துயரம் கொள்கிறான். முடிவில் நாஸ்தென்கா காதலன் உடன் ஒன்று சேர்ந்துவிடுகிறாள்.

அப்போது திடீரென காதலன் முன்பாகவே நாஸ்தென்கா ஓடிவந்து கனவுலகவாசியை கட்டிக் கொள்கிறாள். அந்த அரவணைப்பு பிரிவின் வலியை அவனுக்குள் நிரப்புகிறது. நிமிச நேரம் அந்த அணைப்பு

நீள்கிறது. பின்பு அவள் காதலன் உடன் போய்விடுகிறாள். இந்த ஒரு நிமிசம் போதும் வாழ்வதற்கு என்று பெருமூச்சுவிடுகிறான் கனவுலகவாசி.

வெண்ணிற இரவுகள் இரவின் ஊடாக அலைவுறும் மனித ஆசைகளையே வெளிப்படுத்துகிறது. கதாபாத்திரங்கள் வழியாக மனதின் இருண்ட கதவுகள் திறக்கபடுகின்றன. இரவினுள் அடங்க மறுக்கும் பகல் போல தான் காதலும். அது மனிதர்களை நிம்மதியற்று செய்கிறது. ஆனால் அந்த அலைக்கழிப்பும் வலியும் காதலுக்கு அவசியம் என்றே தோன்றுகிறது. வலியில் இருந்தே காதல் வளர்கிறது. பிரிவே காதலை உணர செய்கிறது. அவ்வகையில் எப்போது வாசிக்கையிலும் வெண்ணிற இரவுகள் நிராசையின் முடிவில்லாத பாடலை எப்போதும் முணுமுணுத்துக் கொண்டேயிருக்கின்றன.

• • •

கரமசோவைப் பின்தொடரும்போது

தஸ்தாயெவ்ஸ்கியின் கரமசோவ் சகோதரர்கள் நாவல் வெளியாகி ஒரு ஆண்டிற்கும் மேலாகிவிட்டது. ஒரு மொழிபெயர்ப்பாளர் எவ்வளவு சிரத்தையுடன், அக்கறையுடன் செயல்படவேண்டும் என்பதற்கு புவியரசுவின் இந்த மொழியாக்கம் ஒரு எடுத்துக்காட்டு. ஆறு வேறுபட்ட ஆங்கில மொழியாக்கப் பிரதிகளை ஒப்பிட்டு இதனைத் தமிழில் மொழியாக்கம் செய்திருக்கிறார். இதில் இவரது முக்கிய கண்டுபிடிப்பாக நான் கருதுவது நாவலை தஸ்தாயெவ் ஸ்கி அன்றைய பேச்சுவழக்கில் எழுதியிருக்கிறார். அது ஆங்கில மொழியாக்கங்களில் பின்பற்றப் படவில்லை என்பதே. அத்துடன் இந்த நாவலில் வரும் கரமசோவைப் பின்தொடரும்போது, கதைசொல்லியின் குரல் தஸ்தாயெவ்ஸ்கியுடையதில்லை. அது ஸ்கோட்டோ பிரிகொன்யேவ்ஸ்க் என்ற உள்ளூர்க்காரர் என்று அடையாளம் கண்டது மிக முக்கியமானதாகும். இந்தக் கண்டுபிடித்தல் காரணமாகத் தனது புனைவெழுத்தை தஸ்தாயெவ்ஸ்கி எவ்வளவு கவனமாக கட்டமைப்பு செய்திருக்கிறார் என்பதை புவியரசு ஆழ்ந்து புரிந்துகொண்டிருக்கிறார் என்பதை உணர முடிகிறது.

தஸ்தாயெவ்ஸ்கியின் எழுத்துகளை நேரடியாக ரஷ்ய மொழியில் இருந்து தமிழில் மொழியாக்கம் செய்துள்ள கிருஷ்ணையா, தர்மராஜன் போன்ற முன்னோடிகளின் பணி மிகுந்த பாராட்டிற்குரியது. அந்த வரிசையில் தமிழுக்குக் கிடைத்திருக்கும் அரிய மொழிபெயர்ப்பு இது.

கரமசோவ் நாவல் வெறும் கதையை மட்டும் சொல்வதில்லை. அது ஆழமான கருத்தியல் விவாதங்களை, மதம் மற்றும் சமூக மாற்றம் குறித்த எண்ணங்களை, விஞ்ஞான மனோபாவத்தை வெளிப்படுத்தக் கூடியது. ஆகவே கரமசோவை வாசிப்பது என்பது ரஷ்ய சமூகத்தின ஆன்மாவை அறிந்து கொள்வதைப் போன்றது.

கரமசோவ் சகோதரர்கள் நாவல் அல்யோஷாவின் வாழ்க்கை வரலாற்றைக் கூறுவதற்காகவே எழுதப்படுவதாக முகப்பில் காணப்படுகிறது. அல்யோஷா, மகத்தானவனில்லை. ஆனால், முக்கியமானவன், புறச்சூழலின் பாதிப்பினால் தனது சுயஅடையாளம் இழந்து போகாமல், வித்தியாசமான நடத்தைகளுடன் உள்ளவன்

அவன் வாழ்க்கையை இரண்டு பகுதியாகப் பிரித்து அதன் முதற்பகுதியை இந்த நூலில் எழுதியிருப்பதாகவும், இவனைப்பற்றி இன்னொரு நாவலை எழுதத் திட்டமிட்டிருப்பதையும் தஸ்தாயெவ்ஸ்கி குறிப்பிடுகிறார். ஆனால் அந்த நாவல் எழுதப்படவேயில்லை. Above all, don't lie to yourself. The man who lies to himself and listens to his own lie comes to a point that he cannot distinguish the truth within him, or around him, and so loses all respect for himself and for others. And having no respect he ceases to love என்ற எண்ணத்தின் புறவடிவம்தான் தகப்பன் கரமசோவ். அவரை நாவலின் மையக் கதாபாத்திரம் என்று கதைசொல்லி தயக்கத்துடன்தான் அறிமுகம் செய்கிறான். காரணம், தந்தையிடம் மகத்துவமான பண்புகள் எதுவுமில்லை. அவரது கதையைச் சொல்ல தேர்வு செய்யும்போதே தஸ்தாயெவ்ஸ்கி, சுயநலத்தில் ஊறிப்போன ஒரு இழிநிலை மனிதனின் இருப்பு எப்படி மற்றவர்களை பாதிக்கிறது, மனிதர்கள் இயல்பிலே நல்லவர்களில்லை, அவர்கள் நல்லவர்களாக உருமாற வேண்டியிருக்கிறது என்பதையே அடையாளம் காட்ட விரும்புகிறார்.

அதேநேரம் கரமசோவ் என்ற அந்த தகப்பன் முழுமையாக தீமைகளின் உருவமல்ல. கறுப்பிற்கும் வெள்ளைக்கும் இடைப்பட்டவன். அவன் தீமைகளை விரும்பி செய்கிறான். அதற்குத் தன்னை அடிமையாக்கிக் கொள்கிறான். பல நேரங்களில் அறிந்தே தீவினைகளில் ஈடுபடுகிறான்.

கரமசோவ் குடும்பப் பொறுப்புகளை ஏற்றுக்கொள்ள மறுக்கிறவன். தன்னைச் சார்ந்து எவரையும் வாழ அனுமதிப்பதில்லை. முதுமையில் கூட தான் சம்பாதித்துதானே ஆண்டு அனுபவிக்க வேண்டும் என்று நினைக்கிறான். அதே நேரம் தனது சுயநலத்திற்காக எவரையும் உறிஞ்சி வாழ்கிறான். தன்னை சமூகம் இப்படி மாற்றி வைத்திருப்பதாக பொய்யாகப் புலம்புகின்றவன். உண்மையில் ஒரு சாக்கடை புழுவைப் போல அவன் தனது சகல கீழ்மைகளையும் தானே தேடி கொள்கிறான்.

மனிதர்கள் இயல்பிலே குற்றத்தின்மீது, விலக்கப்பட்ட விஷயங்களின் மீது ஈடுபாடு கொண்டவர்கள். அவர்களைத் தீமையில் இருந்து தடுத்து நிறுத்தியிருப்பது கடவுள் நம்பிக்கையே. கடவுள் என ஒருவர் இந்த உலகில் இல்லாமல் போயிருந்தால் சகல குற்றங்களும் அனுமதிக்கப்பட்டுவிடும் என்ற தஸ்தாயெவ்ஸ்கியின் மேற்கோளை இங்கே நினைவுகொள்ள வேண்டியிருக்கிறது.

கரமசோவ் கடவுளுக்குப் பயப்படாதவன், கடவுளைக் கேலி செய்கின்றவன், கடவுள் தேவைப்படாதவன், அதேநேரம் அவனுக்கு மதம் தேவைப்படுகிறது. அதை ஒரு நிறுவனமாக மட்டுமே அவன் கருதுகிறான். அதற்கு நன்கொடைகள் தருகிறான். மத ஈடுபாடும்கூட அவனுக்கு ஒரு கேளிக்கையான நிகழ்வே.

அதனால்தான் அவனால் ஜோஷிமா போன்ற புனிதருடன் பேசும் போதுகூட அத்தனை போலித்தனமாகவும், பொய்க் கதைகளுடன், மிகை நடிப்புடன் செயல்பட முடிகிறது.

தனது செய்கைகள் மற்றவர்களைத் துன்புறுத்துகின்றன என்பதை தகப்பன் கரமசோவ் நன்றாக அறிந்து வைத்திருக்கிறான். அவன் ஒரு நிலப்பிரபு என அடையாளம் சூட்டப்படும்போதும் கூட அவன் பண்ணை வீட்டில் வசித்தவனில்லை. அவனது சுபாவம் எவரது வீட்டிற்குள்ளும் புகுந்து உணவைச் சாப்பிடக்கூடியவன். காசு பணத்திற்காக எவரையும் ஏமாற்றக்கூடியவன். அவன் இறந்தபோது ஒரு லட்சம் ரூபிள்கள் பணமாகக் கண்டுபிடிக்கப்படுகிறது. அவனை சுயநலமிக்க தந்திரசாலி என்றே கதை சொல்லி வாசகர்களுக்கு அறிமுகம் செய்கிறார்.

தகப்பன் கரமசோவ் இரண்டு முறை திருமணம் செய்துகொள்கிறான். முதன்முறை அடியெல்டாவை கௌரவமான ஆள்போல நடித்து அவளது சொத்திற்காகத் திருமணம் செய்து கொள்கிறான். கொஞ்சம் கொஞ்சமாக அவளது சொத்தைப் பறித்துவிட்டு அடித்து அவமதித்து சித்ரவதை செய்கிறான். கரமசோவின் நெருக்கடியைத் தாளமுடியாமல் அடியெல்டா தனது மூன்று வயது மகன் மித்யாவை கரமசோவிடம் விட்டுவிட்டு ஒரு வாத்தியாருடன் பீட்டர்ஸ்பெர்க் ஓடிவிடுகிறாள்.

மனைவி ஓடிப்போனதைக் காரணமாகச் சொல்லி தன் பெயரில் இரக்கம் தேடிக்கொள்கிறான் கரமசோவ். ஓடிப்போனவள் எப்படி வாழ்கிறாள் என்பதைத் தேடிப்போய் பார்க்கவும் ஆசைப்படுகிறான். மனைவி தன்னை ஏமாற்றிவிட்டதாகச் சொல்லி வேசைகளுடன் கூத்தடிக்கிறான். அடியெல்டா ஜன்னிக் காய்ச்சல் கண்டு இறந்து போய் விட்டாள் என்பதை அறிந்துகொள்ளும்போது உணர்ச்சி வசப்பட்டவனாக வீட்டில் இருந்து தெருவிற்கு ஓடி கைகள் இரண்டினையும் வானுக்கு உயர்த்தி "உன்அடிமை நிம்மதியாக இருக்க அருள் செய்வாயாக" என கூவுகிறான். அவளுக்காக அழவும் செய்கிறான்.

பெரும்பான்மையான கயவர்கள் நாம் நினைப்பதுபோல இல்லாமல் சாதாரணமான எளியவர்களாகவும் இருக்கிறார்கள் என்ற வாசகமே அவனது அறிமுகமாக அத்தியாய முடிவில் சொல்லப்படுகிறது.

மனிதனின் சகல செய்கைகளுக்குப் பின்னும் ஏதோவொரு காரணமிருக்கிறது என்பதை ஆராய்வதே கரமசோவ் நாவலின் முக்கிய நோக்கம். அதற்கு ஒரு கருஞ்சுழல் தேவைப்படுகிறது. இந்தக் கறுப்பு வட்டமாக கரமசோவ் உருவாக்கப்படுகிறார். ஒரு ஆக்டோபஸைப் போல இந்தச் சுழல் தன்னை சுற்றியவர்களைத் தனக்குள் இழுத்துக்கொண்டு தனது கீழ்மையை அவர்கள் மீது உமிழ்கிறது. கரமசோவ் என்பது ஒரு நோய்க்கூறு போலவும், அந்த நோய் உடன் பழகும் மனிதர்களைப் பற்றிக் கொண்டுவிடக்கூடியது

எனவும் தஸ்தாயெவ்ஸ்கி விவரித்துக் கொண்டுபோகிறார்.

தகப்பன் கரமசோவை இயக்குவது பயம். அவனது பயம் எதுவென அவன் அடையாளம் கண்டுகொண்டிருக்கிறான். ஆனால், அதைப்பற்றிப் பகிரங்கமாகப் பேசுவதில்லை. தனது மோசமான செயல்களுக்காகத் தான் நிச்சயம் தண்டிக்கப்படுவோம் என்பதை உணர்ந்திருக்கிறான். அப்படி இருந்தும் அந்த குற்றவுணர்ச்சிக்காக அவன் திருந்தி வாழ்வதற்கு முன்வருவதில்லை.

அவனை நம்பி தனது பெற்றோரை விட்டு ஓடிவரும் அடிலெய்டா அவனை மாறும் யுகத்தின் மனிதன் என நம்புகிறாள். உண்மையில் கரமசோவ் மாறும் யுகத்தின் மனிதன்தானா என்பதே நாவலின் முக்கிய கேள்வி.

மாறும் யுகம் என தஸ்தாயெவ்ஸ்கி குறிப்பிடுவது, மரபுகளும் நம்பிக்கைகளும் கைவிடப்பட்டு, போலியான பிரெஞ்சுக் கலாச்சாரத்தை உயர்த்திப் பிடித்த பத்தொன்பதாம் நூற்றாண்டு ரஷ்யாவின் புறச்சூழலையே. அதன் நாயகனே கரமசோவ். தகப்பன் கரமசோவினை வாசிக்கையில் நமக்கு நினைவிற்கு வரும் இன்னொரு கதாபாத்திரம், செல்மா லாகெர்லாவின் நாவலில் வரும் கெஸ்டா பெர்லிங். இவன் ஒரு பாதிரி. ஆனால் குடிகாரப்பாதிரி. பெண்களுடன் சல்லாபம் செய்கின்றவன். அதே நேரம் மனம் தோய்ந்து பிரசங்கம் செய்கின்றவன். இவன் ஏக்பி சீமாட்டியின் காதலன்களில் ஒருவனாகிறான். அவனது வீழ்ச்சியின் கதையைச் சொல்கிறது மதகுரு நாவல்.

கெஸ்டாபெர்லிங், கரமசோவில் இருந்து பெரிதும் மாறுபட்டவன். ஆனால் இருவரும் ஒரே விதமான களிமண்ணால் செய்யப்பட்டால் இரண்டு பொம்மைகள் என்று எளிதாக வகைப்படுத்தலாம். கெஸ்டாபெர்லிங் ஒரு சிறுமியை ஏமாற்றி அவளது கோதுமை மூடைகளை வண்டியோடு விற்றுக் குடித்துவிடக்கூடியவன். அதே செயலின் இன்னொரு பக்கம்தான் அடியெல்டாவைக் காதலிப்பதாக நடித்து ஏமாற்றும் தகப்பன் கரமசோவ்.

கரமசோவ் நாவல் முழுவதும் தனது முடிவற்ற பொய்களின் வழியே தகப்பன் கரமசோவ் நமக்குள் நிரம்பத் துவங்குகிறான். நாவல் தூய்மையான அன்பின் வலிமையைப் பற்றிப் பேச முற்படுகிறது. அதற்குப் பரிசோதனைக் களமாக இப்படியொரு தீமையின் உருவம் தேவைப்படுகிறது. இவனிடமிருந்தே அன்பும் கருணையும் கொண்ட அல்யோஷா உருவாகிறான். இவான், மித்யா இருவரும் தகப்பன் கரமசோவின் இயல்பான குணத்தில் பாதியைக் கொண்டிருக்கிறார்கள். அல்யோஷாவிடம் மட்டுமே கரமசோவின் அடையாளம் காணப்படுவதில்லை. அதற்குக் காரணம் அல்யோஷா மட்டுமே மாற்றத்தினை தானே உருவாக்கிக்கொள்ள விழைகிறான். தனது இருப்பின் கதியைத் தனது செயல்களின் வழியே அர்த்தமாக்கிக்

கொள்ள விரும்புகிறான். அவன் ஒருவகையான கிறிஸ்து.

நாவலின் முதல் அத்தியாயத்தில் தகப்பன் கரமசோவின் வாழ்வினை மட்டுமின்றி, அவன் அவமானகரமான முறையில் கொல்லப்பட்டதும் கோடி காட்டப்படுகிறது. வீழ்ச்சியுற்ற ஒரு மனிதனின் கதை என்ற அளவில் தான் இதன் முக்கியத்துவம் அறிமுகமாகிறது.

அல்யோஷாவின் கதையை கூறுவதற்கு எதற்காக தகப்பன் கரமசோவ் கதையை முதன்மையாகத் துவக்குகிறார் நாவலாசிரியர் என்ற கேள்வி நமக்குள் எழவே செய்கிறது. தந்தையைப் புரிந்து கொள்வது, தந்தையின் புறக்கணிப்பை, அவமதிப்பை அடையாளம் காண்பது என்பது தஸ்தாயெவ்ஸ்கியடம் தொடர்ந்து வரும் ஒரு செயல். ஒருவகையில் அவரே நாவலின் அல்யோஷா.

தகப்பன் கரமசோவ் தஸ்தாயெவ்ஸ்கியின் சொந்த தகப்பனின் சாயலில் உருவானவரே. தனது சுயவாழ்க்கையைப் பரிசீலனை செய்துகொள்ளவே தஸ்தாயெவ்ஸ்கி முயன்றிருக்கிறார். அதற்குக் களமாக நாவலைத் தேர்வுசெய்து கொண்டிருக்கிறார். ஏனென்றால் புனைவெழுத்தை தவிர அவர் ஆறுதல் அடைவதற்கு வேறு உறவுகள் எதுவும் அவருக்கு வாழ்வில் கிடைக்கவேயில்லை.

தனது கடந்தகால துயரங்களைப் பகிர்ந்து கொள்ளாதவரை மனவலியில் இருந்து தன்னை மீட்க முடியாது என்பதை தஸ்தாயெவ்ஸ்கி உணர்ந்திருக்கிறார். அதன் வெளிப்பாடே இந்த நாவல். இதில் தகப்பன் கரமசோவ் படுகொலை செய்யப்படுவதைப் போன்றே தஸ்தாயெவ்ஸ்கியின் சொந்த தகப்பனும் கிராமத்து விவசாயிகளால் படுகொலை செய்யப்படுகிறார். அதைத் கேள்வியுற்ற தஸ்தாயெவ்ஸ்கி வலிப்பு நோய்க்கு உள்ளாகிறார். வலிப்புநோய் நாவலிலும் இடம்பெற்றிருப்பது குறிப்பிடப்பட வேண்டிய ஒன்று.

கரமசோவ் நாவலைப் புரிந்து கொள்ள விரும்பும் ஒருவன் பைபிளை வாசித்திருக்க வேண்டியது அவசியம். ஒரு வகையில் இந்த நாவல் தஸ்தாயெவ்ஸ்கியின் பைபிள், பிள்ளைகளைப் பெற்றவர்களே வளர்க்காமல் யார் வீட்டிலோ வளர்க்க விடுவது என்பது நாவலில் தொடர்ச்சியாக வரும் பிரச்சினை. அடுத்த வீட்டினை நம்பி வாழும் பால்யகாலம் அவமானத்தாலும் பசியாலும் நிரம்பியது என்பதை நாவலில் பலமுறை தஸ்தாயெவ்ஸ்கி வலியுறுத்திக் கூறுகிறார்.

பால்யகாலத்தில் ஒருவன் அடையும் கசப்புணர்ச்சிகள் அவன் வாழ்க்கை முழுவதும் பின்தொடரக்கூடியவை. அவனது ஆளுமையின் ஒரு பகுதியாகவே இந்த வலி உருமாறிவிடுகிறது. அந்தக் கசப்பைப் போக்கி கொண்டவன் அல்யோஷா ஒருவன் மட்டுமே.

நாவல் முழுவதும் முட்டாளைப் போல தகப்பன் கரமசோவ் நடிக்கிறான். உண்மையில் அவன் முட்டாள் இல்லை. முட்டாளாக

நடிப்பது ஒரு தந்திரம். அதை சகலரும் விரும்புகிறார்கள் அல்லது மக்களை ஏமாற்றுவதற்கு அது எளிதான வழியாக இருக்கிறது. ஒருவனது பலவீனங்களைப் பயன்படுத்திக் கொள்ளப் பழகிவிட்டால் போதும் எவரையும் வீழ்ச்சி அடைய செய்ய முடியும் என்பதையே மித்யாவின் வழியாக தஸ்தாயெவ்ஸ்கி அடையாளம் காட்டுகிறார்.

மித்யாவைத் தனது கட்டுக்குள் வைத்திருக்க அவன் கேட்கும் நேரங்களில் எல்லாம் பணம் தருகிறான். தகப்பன் கரமசோவ், பிறகொரு நாள் உனக்கு என் சொத்தில் எதுவும் கிடையாது. நீ கடன்காரன் என துரத்தியும் விடுகிறான். மித்யாவை தகப்பன் கரமசோவின் நிழல் என்றே சொல்ல வேண்டும். அவர்கள் இருவரும் பிரிக்க முடியாதவர்கள். ஆனால் நிழல் தேய்வதும் வளர்வதும்போல மித்யா தனது ஆளுமையை ஒடுக்கவும் வளர்க்கவும் செய்பவனாக நாவலில் இடம் பெறுகிறான். இதன் உச்சபட்சமே அவன் தகப்பனைத் தாக்கி காயமடையச் செய்வது.

தகப்பன் கரமசோவ் ஒரு மோசமான காதலன். அவனால் பெண்களை எளிதாகப் பேசி வசியப்படுத்திவிட முடிகிறது. பதினாறு வயது சோபியாவை வணிக ஒப்பந்தம் செய்யப்போன ஊரில் கண்டுபிடிக்கிறான். அவள் மாதாகோவில் குருக்களின் மகள். பெற்றோரை இழந்தவள். வொரோகவ் என்பவரின் வீட்டில் பணிப்பெண்ணாக வளர்ந்தவள். சித்ரவதையான சூழலில் வளர்ந்த அவள் ஒருநாள் தற்கொலை செய்ய முயன்று தோற்று போகிறாள். அவளை நைச்சியம் பேசி மயக்கி தன்னோடு ஓடி வந்துவிடும்படி செய்கிறார் தகப்பன் கரமசோவ். தனது காமப்பசிக்கு அவள் ஒரு விருந்து என்று மட்டுமே கரமசோவ் கருதுகிறான். அவளுக்கு நரம்புத் தளர்ச்சி ஏற்படுகிறது. பேய் பிடித்துவிட்டது என அவளை பேயோட்டுகிறவர்களிடம் அழைத்துப் போகிறார்கள். அவள் பணிப்பெண்ணாக வாழ்ந்த நெருக்கடியில் இருந்து தப்பி அதை விட மோசமான கரமசோவிடம் சிக்கிக்கொள்கிறாள். இவான், அல்யோஷா என்ற இரண்டு பிள்ளைகளைப் பெற்றுத்தந்துவிட்டு சோபியா இறந்து போய்விடுகிறாள். இரண்டு பிள்ளைகளையும் வழக்கம் போலவே கைவிட்டுவிடுகிறார் கரமசோவ். அவர்களைப் பராமரித்து வளர்ப்பவன் கிரிகோரி எனும் வேலைக்காரன்.

சோபியா இறந்த மூன்று மாதங்களுக்குப் பிறகு அவளது வளர்ப்பு தாய் விபரம் அறிந்து கரமசோவை சந்திக்க வருகிறாள். அவரை நேரில் கண்டு அவன் கன்னத்தில் ஓங்கி ஒரு அறை கொடுக்கிறாள். பிறகு சோபியாவின் பிள்ளைகளைத் தானே வளர்ப்பதாக கூட்டிப் போய்விடுகிறாள். அடிவாங்கிய விபரத்தை கரமசோவ் மறைக்கவில்லை. அதை வெட்கமேயில்லாமல் ஊர் முழுவதும் சொல்லிக்கொண்டு அலைகிறான். தனது அவமானங்களைப் பெருமையாகக் கருதும் மனிதர்கள் இருக்கிறார்கள் என்பதையே தகப்பன் கரமசோவின் வழியே நாம் உணர முடிகிறது.

துர்வினையின் சூழிக்காற்று ஒன்றே கரமசோவ் நாவலின் சகல நிகழ்வுகளை இயக்குகிறது. அந்த சூழிக்காற்றில் சிக்கிக்கொண்டு தன்னை இழப்பவர்களும், மீட்சிக்காகப் போராடுபவர்களும், சூழிக்காற்றில் காணாமல் போய் விட்டவர்களையும் நாவல் அடையாளம் காட்டுகிறது.

படித்து வளர்ந்த இளைஞனாக இவான் தனது தந்தையை சந்திக்கச் செல்கிறான். அவனுக்கும் தந்தையின் மீது பகையில்லை, கசப்புணர்வு இல்லை. அவனுக்குத் தந்தை என்ற உறவு தேவையாக இருக்கிறது. அவன் மித்யாவிற்கும் தந்தைக்கும் இடையில் ஒரு பாலத்தைப் போல உருமாறுகிறான். ஒரு கவிஞனின் நிலையற்ற தடுமாற்றங்களே அவனை முன்நகர்த்திப் போகின்றன.

சதுரங்க கட்டங்களில் நகரும் காய்கள் ஒவ்வொன்றும் புதிரான விதியின் ஒரு நகர்வு தான் என்பது போலவே நாவலில் வரும் கதாபாத்திரங்கள் செயல்படுகிறார்கள். இருளும் கீழ்மையும், அகம்பாவமும் முட்டாள்தனமும் சூழ்ந்த உலகில் தூய வெளிச்சம் ஒளிர்வதை போலவே பாதர் ஜோசிமா அடையாளம் காட்டப்படுகிறார்.

ஜோசிமா மடாலயத்தின் மூத்த துறவி மட்டுமில்லை. அவர் ஒரு முன்மாதிரி மனிதர். பிறரது துக்கத்தைக் கேட்டு ஆறுதல் சொல்பவர். சாந்தியும் சமாதானமும் வாழ்வின் ஆதாரங்கள் என நம்புகிறவர், அன்பின் வழியாக மட்டுமே மனிதர்கள் கடைத்தேற முடியும் என உறுதியாக நம்புகிறவர் ஜோசிமா.

தகப்பன் கரமசோவ் கதாபாத்திரம் தீமையைப் பிரதி பலிக்கிறது என்பதால் அதற்கு மாற்றாக அதே முதுமையி ன் அன்பின் வடிவமாக ஜோசிமா உருவாக்கப்பட்டிருக்கிறார். ஆகவே ஜோசிமா, கரமசோவின் மாற்றுவடிவம். ஜோசிமாவை சந்திக்கும் போது தகப்பன் கரமசோவ் தன்னை அறியாமல் தடுமாற்றம் அடைகிறான். மிகையாக நடித்து உளறுகிறான். தனது தவறுகளை அவர் மன்னிக்க வேண்டும் என நாடகம் ஆடுகிறான். ஜோசிமாவோ அமைதியாக, துளியும் கோபம் அடையாமல் அவனை அன்போடு நடத்துகிறார். தன்னைப் போல கீழான மனிதன் மீது ஏன் ஜோசிமா கோபம் கொள்ளவில்லை என்பது தகப்பன் கரமசோவை உறுத்துகிறது.

ஜோசிமாவே கரமசோவ் குடும்பத்தில் தப்பிப் பிறந்த அல்யோஷாவை வழிகாட்டுகிறார். அல்யோஷாவின் மீதுதான் நாவலின் கதை சொல்லி அதிக விருப்பம் கொண்டிருக்கிறார் என்பதற்கு அவனைப் பற்றிய நுட்ப மான விபரங்களே சாட்சி.

அல்யோஷாவின் முக்கியப் பிரச்சினை அவனால் தீய சொற்களை சகித்துக் கொள்ள முடிவதில்லை என்பதே. அவன் மனிதர்களின் துர்செயல்களைக்கூட சகித்துக்கொள்கிறான். ஆனால் வசைச்சொற்களைத் தாங்கிக் கொள்ள முடியவில்லை, சொல்தான்

அவனது பலவீனம். அதனால் அல்யோஷா அதிகம் பேசுவதில்லை. அவனை இலட்சக்கணக்கான மக்கள் உள்ள நகரில் தனியாக கொண்டு போய்விட்டாலும் பசியாலும் குளிராலும் வாடமாட்டான். அவனுக்கு அவை எப்படியாவது கிடைத்துவிடும். அவனுக்கு உதவி செய்ய முன்வருபவர்கள் சந்தோஷத்துடன் அதைச் செய்வார்கள் என்று நாவலின் கதைசொல்லி கூறுகிறான். அது தான் அல்யோஷாவின் தனித்துவம்.

வளர்ந்து பெரியவனாகி ஊருக்கு வரும் அல்யோஷா முதலில் செய்கிற காரியம், இறந்து போன தனது தாயின் கல்லறையை பார்வையிடுவது. அதற்காகவே ஊருக்குத்திரும்பி வந்திருக்கிறான். முகம் காணாத தாயின் அன்பிற் காக அவன் ஏங்குகிறான். அந்த அன்பைத்தான் பாதர் ஜோசிமா அவனுடன் பகிர்ந்து கொள்கிறார்.

மகனைச் சந்தித்த தகப்பன் கரமசோவ் அவனிடம் "நீ உன் தாயைப் போலவே இருக்கிறாய்!" என்று கூறுவது நினைவு கொள்ளப்பட வேண்டிய ஒன்று. அல்யோஷா தனது தாயின் கல்லறையைக்கூட தகப்பன் பராமரிக்கவில்லை என்பதைக் காண்கிறான். ஆனால் இதுகுறித்து தகப்பனிடம் குற்றம்சாட்டி பேசுவதில்லை, மௌனமாக இருந்து விடுகிறான். அல்யோஷாவின் நடத்தை தகப்பன் கரமசோவிற்குள் ஆழமான குற்றவுணர்ச்சியை உண்டு பண்ணுகிறது. அவன் உடனே ஆயிரம் ரூபிள் பணத்தை பிரார்த்தனை நடத்த மடாலயத்திற்கு நன்கொடை அனுப்பி வைக்கிறான். அல்யோஷா மனிதர்கள் தங்களின் குற்றத்தை தானே உணர்ந்து திருத்திக் கொள்வதற்குத் தூண்டுதலாக இருக்கிறான் என்பதன் அடையாளமே இந்த சம்பவம்.

துறவிகள் மடத்தில் தான் சேரப்போவதாகத் தந்தையிடம் அல்யோஷா கூறும்போது அதைக் கேட்ட தகப்பன் தனது மீட்சிக்கான வழி அது என்றே உள்ளூற உணர்கிறான். ஆனால் வெளிக்காட்டிக் கொள்வதில்லை. தன்னை நரகத்திற்கு இழுத்துச் செல்லும் கொக்கிகள்பற்றிச் சொல்வதுடன் நரகம் என்பது ஒரு திறந்த வெளி என்று உறுதியாக கூறுகிறான். மானங்கெட்ட காரியங்களைச் செய்த தான் நிச்சயம் தண்டிக்கப்படுவோம் என்று நினைக்கும் தகப்பன் கரமசோவ் அதைப் பரிகாசத்துடனே வெளிப்படுத்துகிறான். அந்த உரையாடலின் முடிவில் கரமசோவ் தனது மகன் அல்யோஷாவிடம், "இந்த உலகில் என்னை பழிக்காத ஒரே ஆள் நீ மட்டும் தான்" என்று கூறுகிறான். அதுதான் அல்யோஷாவின் சிறப்பம்சம்.

"தவறு செய்வதில் ஒரு ஆனந்தமிருக்கிறது. அவமானப்படுவதிலும் ஒரு ஆனந்தமிருக்கிறது" என்று பாதர் ஜோசிமா முன்பாக தகப்பன் கரமசோவ் சொல்கிற வாசகம் மிகமுக்கியமானது. மனித மனதின் இயல்பு பற்றிய ஆதாரக் கண்டுபிடிப்புகளில் ஒன்று இது என்றே சொல்வேன்.

கிறிஸ்துவ மத அமைப்புகளின் கையில் முற்றான அதிகாரத்தைத் தந்துவிடுவதன் வழியே மாற்று அரசாங்கமும், புதிய நீதி வழங்குதலும் கிடைக்கக்கூடும் என்ற எண்ணத்தை தஸ்தாயெவ்ஸ்கி காரசாரமாக நாவலில் விவாதம் செய்கிறார். மதம் எப்படி திருச்சபை என்ற நிறுவனமானது, அந்த நிறுவனம் எப்படி வானாளவிய அதிகாரத்திற்கு ஆசைப்படுகிறது. ஒருவேளை அந்த நிறுவனம் முழுமையாகத் தனது அதிகாரத்தைச் செயல்படுத்த முடிந்தால் அது மனித வாழ்க்கையின் மீட்சிக்கு உதவியாக இருக்குமா என்ற கேள்விகளை எழுப்பி அதன் சாதகபாதகங்களை வெளிச்சமிட்டுக் காட்டுகிறார் தஸ்தாயெவ்ஸ்கி.

சகமனிதனை நேசிக்க வைக்கும் சக்தி எதுவும் இந்த பூமியில் இல்லை. இயற்கை விதியும் இங்கே இல்லை. இந்த பூமியில் அன்பு இருக்குமானால் அது இயற்கை விதியில் இருந்து உண்டானதில்லை. மாறாக, மனிதர்களின் அமரத்துவ நம்பிக்கையில் இருந்தே உண்டானது என்கிறார் தஸ்தாயெவ்ஸ்கி.

அன்பு என்பது மனிதர்களின் கண்டுபிடிப்பு, சகஉயிர்களை நேசிக்க வேண்டும் என்ற எண்ணம் இயற்கையில் உண்டானதில்லை. அது மனிதர்கள் தாங்களே உருவாக்கிக்கொண்ட ஒன்று என்பதே அவரது எண்ணம். அதனால் அன்பை வலியுறுத்தவும், கடைபிடித்து வாழ்ந்து சக மனிதர் மீதான நேசத்தை முன்னெடுத்துச் செல்லவும் வேண்டி யிருக்கிறது என்பதையே தஸ்தாயெவ்ஸ்கி சுட்டிக்காட்டுகிறார்.

தஸ்தாயெவ்ஸ்கியும் டால்ஸ்டாயும் மனிதமீட்சி குறித்தே பேசுகிறார்கள். ஆனால் டால்ஸ்டாய் ஒரு மனிதன் தன்னை ஒப்புக் கொடுப்பதன் வழியே மீட்சியுற முடியும் எனறு நம்புகிறார். அவருக்குள் ஒரு கிறிஸ்துவ துறவியின் மனநிலையே செயல்படுகிறது.

ஆனால், தஸ்தாயெவ்ஸ்கி துறவிகளாலும்கூட தூய அன்பைத் தந்துவிட முடியாது. மனிதமீட்சி என்பது பெரும்போராட்டம், இந்த நெருக்கடி வாழ்நாள் முழுவதும் எதிர்கொண்டு சிக்கி அவதியுற்றே அதைக் கடந்து போக வேண்டும். மனிதனின் கற்பனையே அவனது மீட்சிக்கான முதற்படி. எளிய அன்பை மனிதர்கள் புரிந்துகொள்ளும்போது மீட்சியை நோக்கி நகரத் துவங்குகிறார்கள்.

சாத்தான் என்று எதுவும் கிடையாது என்ற காரணத்தால் மனிதர்கள் தன்னைப் போலவே ஒரு சாத்தனை உருவாக்கிக்கொண்டார்கள் என்கிறார் தஸ்தாயெவ்ஸ்கி. மனிதர்கள் அற்ப பூச்சிகள். அவர்களால் தங்களின் சுதந்திரத்தை முழுமையாக அனுபவிக்க இயலாது. அவர்கள் தீமையின் புதைகுழிக்குள் வாழ விரும்புகிறவர்கள்.

உண்மையில் இந்த உலகம் ஒரு பெரிய சிறைக்கூடம், பல்வேறு குற்றங்களுக்காகப் பல்வேறு விதமான தண்டனை பெற்று இங்கே வந்திருக்கிறார்கள். ஆனால் இவர்களில் எவரும் இது ஒரு தண்டனை என்று உணர்வதேயில்லை, நெருக்கடியை ஏற்றுக் கொண்டு வாழப் பழகிவிட்டார்கள். இதையே சுகமானதாக நினைக்கவும் செய்கிறார்கள்.

அதுவே மனித பலவீனங்களில் உச்சமானது. வன்முறை என்பது கொலை செய்வதில்லை. படுகொலைகளைக்கூட சாதாரண செய்தியாகப் படித்துக் கடந்து போய்விடும் பொதுமக்களின் செயலே கொடூரமான வன்முறை என்கிறார் தஸ்தாயெவ்ஸ்கி.

மனிதமீட்சி என்பது முனைந்து செயல்பட வேண்டிய ஒன்று. அதற்கு இதயசுத்தியும், சகமனிதன் மீதான அளப்பரிய அன்பும் கருணையும் தேவை. இந்த போராட்டத்தில் ஒரு சில மனிதர்களே வெற்றி அடைகிறார்கள், மற்றவர்கள் தோற்றுப்போய் நரக குழிக்குள் தங்கள் வாழ்க்கையை முடித்துக்கொண்டுவிடுகிறார்கள்.

நாவலில் வரும் துணைக் கதாபாத்திரங்கள்கூட மிக கவனமாக உருவாக்கப் பட்டிருக்கிறார்கள். அதற்கு ஒரு உதாரணம், வேலைக்காரன் கிரிகோரி. அவன் கரமசோவின் கூடவே வசிக்கிறான். ஆனாலும் அவன் அவரது வீட்டிற்குள் வாழ அனுமதிக்கப்படவில்லை. தனித்து ஒதுங்கி வசிக்கிறான். கரமசோவின் மோசமான நடத்தைகளை அவன் முற்றிலும் அறிந்தபோதும் அவருக்கு உதவுவது தனது கடமை என்று நினைக்கிறான். அவனுக்கு கரமசோவ் மீது அதிருப்தி, விமர்சனம் உண்டு. ஆனால், அதற்காக அவரை விட்டு ஓடிவிட மாட்டான். அவனே உண்மையில் கரமசோவை விசுவாசத்துடன் பின்தொடர் கிறவன். அவன்தான் கரமசோவின் கள்ளக்குழந்தையை வளர்க்கிறான், கரமசோவிற்கு எதிராக உருவாக்குகிறான்.

அதே கிரிகோரி தனக்கு ஆறுவிரல் கொண்ட குழந்தை பிறந்துவிட்டதை இயற்கைக்கு முரணானது என்று நினைத்து நேசிக்க மறுக்கிறான். குழந்தை இறந்துபோன போது அதை முத்தமிடக் கூட அவன் விரும்பவில்லை. அந்தக் குழந்தை அவனது பாவத்தின் அடையாளம் என்று கருதுகிறான். கிரிகோரியின் மனைவியோ, இறந்த குழந்தையின் குரல் தொடர்ந்து கேட்டுக் கொண்டிருப்பதாகப் புலம்புகிறாள். கரமசோவின் தீவினை அவர்களையும் பற்றிக் கொண்டுவிட்டதைப் போலவே இந்த நிகழ்வுகள் புலப்படுத்துகின்றன.

ஸ்மெர்டியாகோவ் என்ற கரமசோவின் கள்ளக்குழந்தை. புறக்கணிப்பின் உச்சமாக அவன் வளர்கிறான். அவனை ஓர் ஆயுதம் போலவே தஸ்தாயெவ்ஸ்கி உருவாக்கியிருக்கிறார். உண்மையில் அவன் ஒரு கொடுவாள். அது தனக்கான சந்தர்ப்பத்திற்காகக் காத்திருக்கிறது. சமயம் கிடைத்தவுடன் அது கொல்ல வேண்டியவனை கொன்று விடுகிறது.

நாவலில் வரும் கத்ரீனா மற்றும் குருசென்கா இரண்டு பெண்களும் அழகானவர்கள். இருவருமே இரண்டு மெழுகுவர்த்திகளைப் போலவே தோன்றுகிறார்கள். அவர்கள் தரும் ஒளி மற்றவர்களுக்கு வசீகரமாக இருக்கிறது. ஆனால் நெருங்கி வந்து ஒன்று கலக்க முற்படும்போது அந்த நெருப்பு சுடத் துவங்கிவிடுகிறது. இரண்டு பெண்களும் சந்தித்துக் கொள்ளும் அத்தியாயம் மிக முக்கியமான ஒன்று.

அதில் கத்ரீனாவின் கையை குருசென்கா முத்தமிட மறுக்கிறாள். இவ்வளவிற்கும் கத்ரீனா குருசென்காவைத் திறந்த மனதுடன் நேசிக்கிறாள், குருசென்கா முத்தமிட மறுத்ததை கத்ரீனாவால் தாங்கிக் கொள்ள முடியவில்லை. அவளைத் திட்டி அனுப்பி வைக்கிறாள். குருசென்கா முத்தமிட மறுத்ததற்குக் காரணம், அவள் கத்ரீனாவின் நேசத்தை மறுக்க விரும்புகிறாள். அதற்குத் தகுதியான பெண் தானில்லை என்பதை அடையாளப்படுத்துகிறாள்.

கரமசோவ் நாவலின் விவாதத்திற்குரிய மையங்களில் ஒன்று, இயேசு மறு உயிர்ப்பு பெற்றுத் திரும்பி வரும் மாபெரும் விசாரணை அதிகாரி என்ற அத்தியாயம். இயேசுவோ, அன்னை மரியாளோ உயிர்பெற்று மறுபடி பூமிக்கு வந்து மனிதர்களின் பாவச்செயல்களுக்கு மீட்சி அளிப்பதைப் பற்றி திருச்சபை நாடகங்கள் ஒரு மரபாகவே நிகழ்த்தி வந்திருக்கின்றன. அந்த மரபின் தொடர்ச்சியாக, அதே நேரம் மாறுபட்ட சிந்தனையில் தான் ஒரு கவிதையை எழுதியிருப்பதாக இவான் அல்யோஷாவிடம் கூறுகிறான். அதன் சாரம் என்னவென்று கேட்டபோது, இயேசு மறுஉயிர்ப்பு பெற்றுத் திரும்பி வந்த நிகழ்வை விவரித்துக் கூறுகிறான்.

அதில் கருணையும் புன்முறுவலும் கொண்ட எளிய மனிதராக இயேசு மறுஉயிர்ப்பு கொண்டு திரும்ப வருகிறார். முன்பு போலவே சில அற்புதங்கள் நிகழ்த்துகிறார். ஆனால், இந்த அற்புதங்களைச் சகித்துக் கொள்ள முடியாத கார்டினல் எனும் விசாரணை அதிகாரி அவரைப் பிடித்து இருட்சிறையில் அடைக்கிறான். இன்றைய உலகிற்கு இயேசு தேவையற்றவர். அவர் தண்டிக்கப்பட வேண்டியவர் என்கிறான் விசாரணை அதிகாரி. அதற்கு எண்ணிக்கையற்ற காரணங்களைச் சொல்கிறான்.

இயேசுவின் வருகை மனித சுதந்திரத்திற்கான திறவுகோல். இயேசு தன் வாழ்நாள் முழுவதும் மனிதனை சுதந்திரமான, தனது தவறுகளுக்குத் தானே வருந்தி மீட்சி அடைய விரும்புகிறவனாகவே கருதினார். அதற்காகவே அவர் சிலுவையைச் சுமந்தார். ஆனால் அவர் நினைத்ததுபோல மனிதர்கள் அவ்வளவு சிறப்பானவர்களில்லை.

தங்கள் சுதந்திரத்தின் அருமையை அவர்கள் உணராதவர்கள், அதிகாரமும் அற்ப சுகபோகங்களும் அவர்களுக்குப் போதுமானது. மீட்சியைப் பற்றி அவர்கள் ஒருபோதும் சிந்திப்பதேயில்லை. மனிதர்கள் மீது இயேசு கொண்டிருந்த நம்பிக்கை இத்தனை நூற்றாண்டுகளாகச் சிதறடிக்கபட்டு விட்டது. இன்று மிச்சமிருப்பது வெறும் மதநிறுவனம் மட்டுமே. அது தனது அதிகாரத்தால் தன்னை விமர்சிக்கிற மனிதர்களை உயிரோடு எரிக்கக்கூடியது. அந்த நெருப்பிற்கு இயேசுவும் பலியாக வேண்டிய நிலையே இன்று ஏற்பட்டுள்ளது.

இயேசுவின் புகழ்பாடும் திருச்சபை அவரை விட அதிக அதிகாரம்

கொண்டதாகத் தன்னைக் காட்டிக் கொள்கிறது. இதற்குக் காரணம் மனிதர்கள் நூற்றாண்டுகளாக தங்களின் சகல சுதந்திரத்தையும் மதநிறுவனங்களிடம், அதிகாரத்திடம் அடகுவைத்து வெறும் அற்பபூச்சிகளைப் போல வாழ்ந்துவருவது தான் என்கிறான் இவான்.

இவான் உருவாக்கிக் காட்டிய இயேசுவை அல்யோஷாவால் ஏற்றுக்கொள்ள முடியவில்லை. ஆனால் இவான் சொல்வது மறுக்கமுடியாதது என்பதை அல்யோஷா உணருகிறான். இவானின் இயேசு குறித்த விவாதம் நம் காலத்தின் குரல், இதுவரை நம்பிக்கை தந்த வாசகங்களின் மீதான மீளாய்வு, இவான் இயேசுவை மறுக்கவில்லை. மாறாக இயேசுவின் தேவையை இந்த உலகம் ஏன் புரிந்துகொள்ளவில்லை என்பதையே சுட்டிக்காட்டுகிறான். இன்னொரு இயேசு இன்றைய உலகிற்குத் தேவையா என்பதே அவனது கேள்வி.

இந்த மாபெரும் விவாதம் வழியாக தஸ்தாயெவ்ஸ்கி இன்றுள்ள மதச்சபைகள் மனித மீட்சிக்கு உதவாதவை என்பதை ஆணித்தரமாக அடித்துக்கூறுகிறார்.

என்றால் மனித மீட்சிக்கான துவக்கம் எது, எந்தச் செயல் மனிதன் முதன்மையாகக் கடைபிடிக்க வேண்டியது என்ற கேள்வியை தஸ்தாயெவ்ஸ்கியே எழுப்பி அதற்கான விடையாக குழந்தைகளை நேசிப்பது, அவர்களைப் புரிந்துகொள்வது, அவமானத்தில் இருந்தும் பசியில் இருந்தும், புறக்கணிப்பில் இருந்தும் அவர்களைக் காப்பாற்றுவது என்று கூறுகிறார். ஏழுவயதுக் குழந்தை என்பது இந்த உலகில் புரிந்து கொள்ளப்படமுடியாத ஒரு புதிர். ஒரு விசித்திரம், அதன் அகஉலகை, ஏக்கத்தை, ஆசைகளை நாம் புரிந்துகொள்வதேயில்லை.

இந்த உலகில் மிகவும் கீழான நிலையில், மோசமாக நடத்தப் படுகிறவர்கள் குழந்தைகளே. அவர்கள் பெற்றோர்களின் ஆசைக்கு உட்பட்ட விலங்குகளாகவே நடத்தப்படுகிறார்கள். அவர்களின் ஆளுமையைப் பெற்றோர்களே சிதைக்கிறார்கள். மனிதமீட்சியின் துவக்கப்புள்ளி குழந்தைகளைப் புரிந்துகொள்வதில்தானிருக்கிறது என்கிறார்.

கரமசோவ் நாவல் எழுப்பும் கேள்விகள் ஒவ்வொன்றும் விடை தேடிப் பயணிக்க வேண்டிய நீண்ட தேடுதலை நமக்குள் எழுப்புகின்றன. கரமசோவைப் பின்தொடர்கிறவன் நாவல் என்பது வெறும் வாசித்துக் கடந்துவிடுகிற பொழுதுபோக்கு அம்சமில்லை. அது ஒரு தீவிர விவாத அரங்கு. கதாபாத்திரங்களைக் கொண்டு நடத்தப்படும் விநோதப் புதிர் விளையாட்டு. தீராத அகப்பயணம் என்பதை உணரக்கூடும்.

தஸ்தாயெவ்ஸ்கியை வாசிப்பது மனித மனதின் இருண்மைகளுக்குள் பயணிப்பதைப் போன்றது. அந்தப் பயணத்தில் நாம் அடையும்

வெளிச்சமும் தைரியமும் செவ்விலக்கியத்தின் உன்னதத்தைப் புரிந்துகொள்ள வைப்பதுடன் இந்த உலகில் நமது இருப்பின் அடையாளத்தையும், நோக்கத்தையும் தெளிவுபடுத்திக் கொள்ளவும் உதவுகிறது. அவ்வகையில் கரமசோவ் சகோதரர்கள் அவசியம் வாசிக்கவும் ஆழ்ந்து விவாதிக்கவும்பட வேண்டிய முக்கிய நாவலாகும்.

•••

தஸ்தாயெவ்ஸ்கியின் குற்றமும் தண்டனையும்
(உரையின் எழுத்துவடிவம்)

எல்லோருக்கும் வணக்கம்.

நேற்று ரஷ்ய இலக்கியத்தினுடைய மிகப்பெரிய ஆளுமையான டால்ஸ்டாயை அறிமுகம் செய்தேன், இன்று நாம் தெரிந்துகொள்ளப் போவது தஸ்தாயெவ்ஸ்கி. உலகப்புகழ் பெற்ற நாவலாசிரியர் தஸ்தாயெவ்ஸ்கி. எழுதிய குற்றமும் தண்டனையும் என்கிற நாவலை இன்று அறிமுகப்படுத்திப் பேச இருக்கிறேன்.

டால்ஸ்டாயும் தஸ்தாயெவ்ஸ்கியும் ஒரே காலகட்டத்தில்தான் வாழ்ந்தவர்கள். ஒருவரையருவர் சந்தித்துக் கொள்ளவில்லை. ரஷ்ய இலக்கியத்தில் இரண்டு பெரிய சிகரங்கள் இருப்பதாய் நம்புகிறேன். ஒரு சிகரம் டால்ஸ்டாய்.

இன்னொரு சிகரம் தஸ்தாயெவ்ஸ்கி. இந்த இரண்டு சிகரங்களைப் பற்றிப் பேசாமல் ரஷ்ய இலக்கியங்களை அறிந்துகொள்ள முடியாது. நேற்று ஒரு சிகரத்தினுடைய ஆளுமை, அவர் படைப்பில் கையாண்டு இருக்கிற நுட்பங்களை யெல்லாம் பார்த்தோம். டால்ஸ்டாய், தஸ்தாயெவ்ஸ்கி இருவரையுமே என்னுடைய ஆசானாகத்தான் நினைக்கிறேன்.

இந்த இரண்டு பேரிடமும் எனக்கு இரண்டுவிதமான உறவு இருக்கும் டால்ஸ்டாயிடம் இருக்கக்கூடிய உறவு எனக்கும் என்னுடைய மூத்த ஆசிரியருக்கும் இருக்கக்கூடிய உறவு போன்றது. வழிகாட்டுவதற்கும் நெறிப்படுத்துவதற்கும் ஆலோசனை கேட்பதற்குமானது.

ஆனால், தஸ்தாயெவ்ஸ்கிக்கும் எனக்கும் இருக்கக்கூடிய உறவு விருப்பமான ஒரு நண்பனுக்கும் எனக்குமான உறவு. ஒரு மூத்த சகோதரனின் நட்பைப் போன்றது. என்னுடைய தோழனாகத்தான் தஸ்தாயெவ்ஸ்கியை எப்போதும் நான் நினைக்கிறேன். என்னுடைய இருபது வயதுகளில் தஸ்தாயெவ்ஸ்கியைப் படிக்க ஆரம்பித்தேன். என்னுடைய வாழ்க்கையிலும் சரி. என்னுடைய எழுத்திலும் சரி. நான் யாரோ ஒருவரோடு மிகவும் அந்தரங்கமாக உரையாடி இருக்கிறேன் என்றால் அது தஸ்தாயெவ்ஸ்கியுடன் தான். ஒரு

வாசகன் தனக்குப் பிடித்தமான எழுத்தாளருடன் மனதிற்குள்ளாக உரையாடிக் கொண்டே தானிருக்கிறான். அது ஒரு சந்தோஷம். ரகசியமான உரையாடல்கள் அவை. எழுத்து குறித்தும் வாழ்க்கை குறித்தும் நிறைய விஷயங்களை அவரிடமிருந்து கற்று இருக்கின்றேன். அந்த உந்துதலால் தஸ்தாயெவ்ஸ்கி பற்றி நிறைய கட்டுரைகள் எழுதி இருக்கிறேன்.

அதில் ஒரு கட்டுரை எழுதும்போது எனக்குத் தோன்றியது. ஒருவனுக்கு தஸ்தாயெவ்ஸ்கியோடு இருக்கக்கூடிய உறவு எப்படியானது என்றால் தீவிரமான காய்ச்சல் வந்துவிட்டால் கொதிக்கும். உடலும் அடங்க மறுக்கும் எண்ணங்களும், பயமும் பீறிடும் நினைவுகளுமாக இருக்குமில்லையா? அதுபோன்ற ஒரு வாசிப்பு எண்ணமே தஸ்தாயெவ்ஸ்கியைப் படிக்கும்போது ஏற்படும். அது ஒரு கொந்தளிப்பு, பீறிடல், நோயில் உடலை அறிந்து கொள்வது போல இலக்கியத்தின் வழியே மனதை அறிந்து கொள்ளும் ஒருமுறை. ஒரு காய்ச்சலுற்ற மனிதனைப் போலதான் நான் தஸ்தாயெவ்ஸ்கியைப் படிக்கிறேன்.

தஸ்தாயெவ்ஸ்கி. நம் அகத்தோடு பேசக்கூடிய எழுத்தாளர். அகத்தை சுத்தம் செய்யும் படைப்பாளி. மனதின் சிடுக்குகளை விடுவிக்கும் மாயஎழுத்துக்காரன். அவருடைய படைப்பை நான் அறிமுகம் செய்துவைப்பதில்தான் எனக்குக் கூடுதல் சிறப்பு. நாம் ஏன் தஸ்தாயெவ்ஸ்கியைப் படிக்கவேண்டும் என தெரிந்துகொண்டால்தான் அவரது குற்றமும் தண்டனையும் என்ற நாவலுக்குள் போக முடியும். அதற்கு முன்பாக தஸ்தாயெவ்ஸ்கி எதனால் முக்கியமானவர் என்பதற்கு ஒரு சிறிய கதையைச் சொல்ல விரும்புகிறேன். இந்தக் கதை தஸ்தாயெவ்ஸ்கி சொன்ன ருஷ்யப் பழங்கதை.

ரஷ்யாவினுடைய கிராமப்புறத்தில் ஒரு பெண் இருந்தாள். அவள் விவசாயக் குடும்பத்தை சேர்ந்தவள். மோசமான மனம் படைத்தவள். கஞ்சமும் கர்வமும் கொண்டவள். தன் வாழ்நாளில் யாருக்கும் எந்த உதவியையும் செய்ததே கிடையாது. அடுத்தவரை இம்சை செய்து மனக்கஷ்டம் அளிப்பது அவளது இயல்பு. ஒருநாள் அவள் இறந்து போய் விடுகிறாள். அவள் வானுலகம் சென்றதும் அவளை எங்கே அனுப்ப வேண்டும். நரகத்திற்கா, சொர்க்கத்திற்கா என்ற விசாரணை நடந்துகொண்டு இருக்கிறது.

இந்தப் பெண் வாழ்க்கையில் யாருக்கும் எந்த உதவியும் செய்ததில்லை. அதனால் அவளை நரகத்திற்குத்தான் அனுப்ப வேண்டும் என்கிறது ஒரு தேவதை. உடனே நன்மையின் பொருட்டுப் பேசும் தேவதை குறுக்கிட்டு சொன்னது: யாருமே வாழ்க்கை முழுவதும் எப்போதுமே கெட்டதே மட்டும் செய்திருக்க மாட்டார்கள். இவள் ஒரே ஒரு நல்ல செயலை செய்து இருக்கிறாள். அந்த நல்ல செயல் என்ன தெரியுமா? ஒருநாள் அவள் தோட்டத்தில் வேலை

செய்து கொண்டு இருக்கும்போது ஒரு பிச்சைக்காரன் ஏதாவது சாப்பிட இருந்தால் கொடுங்கள் என்று கேட்டபோது, அவள் மனம் இரங்கி தன்னுடைய தோட்டத்தில் இருந்து வெங்காயத்தைப் பறித்து அவனுக்குப் பிச்சை போட்டு இருக்கிறாள். அவள் மனமறிந்து செய்த ஒரே நல்ல விஷயம் பிச்சைக்காரனுக்கு ஒரு வெங்காயத்தைக் கொடுத்ததுதான். இந்த நற்செயலைக் கணக்கில் எடுத்துக்கொண்டு அவளைச் சொர்க்கத்திற்கு அனுப்ப வேண்டும் என்றது.

அப்போது கடவுள் கேட்டார்: அவள் இப்போது எங்கே இருக்கிறாள்? அவள் நரகக் குழியினுள் இருக்கிறாள். அங்கு பாவத்தின் தீ எரிந்துகொண்டு இருக்கிறது. அவளை மீட்டு சொர்க்கத்திற்கு அனுப்ப வேண்டும் என்று நற்தேவதை கூறுகிறது. அப்போது கடவுள் சொன்னார்: அதே வெங்காயத்தை நரகக் குழிக்குள் விடுங்கள். வெங்காயத்திற்கு நீண்ட சருகுள்ள வால் உள்ளது. அதைப் பற்றிக் கொண்டு அவள் மேலே வருவதாக இருந்தால் அவளுக்கு சொர்க்கத்தில் இடம் கொடுக்கிறேன்.

அப்படியே செய்வதாக ஏற்பாடு ஆனது. இப்போது அவள் நிச்சயம் மீட்சி அடையப் போகிறாள் ஏனென்றால் அந்த வெங்காயத்தை பிடித்து இருக்கப் போகிற கை நற்தேவதையுடையது. அதன்படி நரகக் குழிக்குள் வெங்காயத்தை விடுகிறார்கள். அந்த வெங்காயம் நரகக் குழிக்குள் போகிறது.

அந்தப் பெண்ணை வெங்காயத்தைப் பற்றிக் கொள்ளும்படி தேவதை குரல் கொடுக்கிறது. அந்தப் பெண் பிடித்துக் கொள்கிறாள். வாழ்க்கையில் ஒரே ஒரு நற்செயல் செய்தால் கூட உங்களுக்கு மீட்சி கிடைக்கும் என்ற உறுதியோடு அதை அவள் பிடித்துக் கொள்கிறாள். இப்போது நரகக் குழிக்குள் இருக்கிற எல்லோருக்கும் தெரிகிறது. அவளை மீட்கப்போவது ஒரு தேவதை என்று. அதனால் இவள் காலை நாம் பிடித்துக் கொண்டால் போதும். நாமும் சொர்க்கத்திற்குப் போய்விடலாம் என்று அந்த நரகக் குழிக்குள் இருக்கிற எல்லோரும் அவசர அவசரமாக அவளுடைய கால்களைப் பிடித்துக் கொள்கிறார்கள்.

அப்போது கஞ்சத்தனமிக்க அந்தப் பெண் சொல்கிறாள். இந்த வெங்காயம் எனக்காக மட்டும்தான் அனுப்பப்பட்டு இருக்கிறது. உங்களில் எவருக்கும் சொர்க்கத்தில் இடம் கிடையாது என்று காலை உதறுகிறாள். உதறிய வேகத்தில் அந்த வெங்காயத்தோடு தேவதையையும் இழுத்துக்கொண்டு உள்ளே விழுந்துவிடுகிறாள். இந்தக் கதையை தஸ்தாயெவ்ஸ்கி மேற்கோள்காட்டி சொல்கிறார். உலகத்தில் இப்படி நீங்கள் எதாவது ஒரு நற்செயல் செய்தால் கூட உங்களை மீட்பதற்கு இப்படி ஒரு தேவதையும் ஒரு சந்தர்ப்பமும் கிடைக்கும். ஆனால், அந்த சந்தர்ப்பத்தில்கூட நீங்கள் சுயநலமாக நடந்து கொண்டால், நீங்கள் அழிவதோடு உங்களோடு ஒரு

தேவதையையும் சேர்த்து அழித்து விடுவீர்கள். நண்பர்களே, இதுதான் தஸ்தாயெவ்ஸ்கி. உங்கள் மீட்சிக்கான அன்பை அடையாளம் காட்டும் மகத்தான படைப்பாளி அவர். இந்தக் கதை ஒரு உண்மையை அழுத்தமாகச் சொல்கிறது. நீங்கள் ஒரே ஒரு நற்செயல் செய்யுங்கள். அதற்குக் கூட என்றாவது ஒருநாள் உங்களுக்கு சொர்க்கத்தின் கதவுகள் திறக்கப்படும் என்று.

குற்றமும் தண்டனையும் நாவலுக்குள் செல்வதற்கு முன்பு எனக்கு இன்னொரு கதை ஞாபகம் வருகிறது. அது புதுமைப்பித்தன் எழுதியது. அவருக்கும் தஸ்தாயெவ்ஸ்கிக்கும் இடையில் கால வேறுபாடுகள் நிறைய இருக்கின்றன. ஆனால், இரண்டு கதைகளிலும் சில ஒற்றுமையைப் பார்க்க முடிகிறது. புதுமைப்பித்தனுடைய 'தியாக மூர்த்தி' என்று ஒரு சிறுகதை இருக்கிறது. அது அவருடைய அதிகம் பேசப்படாத சிறுகதை, பெரும்பாலும் எழுத்தாளனுக்குப் பிடித்தமான சிறுகதைகள் வாசகர்களுக்குப் பிடித்தமானதாகயிருப்பதில்லை.

வாசகர்கள் கொண்டாடும் கதைகள் எழுத்தாளனுக்கு சாதாரணமானவை. அது ஒரு முரண். தூணில் உள்ள சிற்பங்கள் கவனிக்கப்படாமலே கடந்து போய்விடக்கூடியவை. அப்படிப் பலரும் கடந்து போய்விட்ட ஒரு கதை தான் தியாகமூர்த்தி, அந்தக் கதைக்குள் ஒரு மனிதனின் மனத்தடுமாற்றம் துல்லியமாக விவரிக்கப்படுகிறது. குற்றம் ஒரு மனிதனை என்ன செய்யும் என்பதை சாட்டையின் நுனி முதுகில் படுவதுபோல சுளீரென சொல்லிப் போகிறார் புதுமைப்பித்தன்.

இதைத்தான் தஸ்தாயெவ்ஸ்கினுடைய நாவல்களும் அடையாளப் படுத்துகின்றன. புதுமைப்பித்தன் கதை, தங்க நகை வேலைகள் செய்யக்கூடிய ராமசாமி பத்தர் என்ற ஒரு கதாபாத்திரத்தைப் பற்றி பேசுகிறது. இந்த பத்தருக்கு ஏழ்மையான நிலையில் குடும்பம் இருக்கிறது. வயது வந்த பெண் பிள்ளைகள் இருக்கிறார்கள். அவருக்கோ போதுமான வருமானம் இல்லை. தான் வேலை செய்யக்கூடிய முதலாளியிடம் கடன் கேட்டால் கூட பணம் கொடுக்க மறுக்கிறார். அதனால் குடும்பச் செலவிற்காகத் திண்டாடுகிறார். ஒருநாள் முதலாளியிடம் நெருக்கடியை சொல்லிப் பணம் கடன் கேட்கிறார். முதலாளி ஆத்திரப்பட்டு உனக்குப் பணம்கொடுக்க கொட்டியா கிடக்கிறது. தரமுடியாது என மறுத்துவிடுகிறார். அந்த வலி அவர் மனதைப் பாதிக்கிறது.

முதல்முறையாக அவர் மனதில் ஒரு எண்ணம் தோன்றுகிறது. நாம் ஏன் இந்த ஆளுக்கு உழைத்துக் கொடுக்கவேண்டும். இரவில் கடையை மூடிவிட்டு மற்ற பணியாட்கள் போனதுக்குப் பிறகு அவர் தனியாகத்தானே இருப்பார். தனியாக இருக்கிறவரை அடித்துப்போட்டு கடையில் உள்ள ரொக்கப் பணத்தைப் பறித்துக் கொண்டுபோவதற்கு எவ்வளவு நேரம் ஆகக்கூடும் என்று நினைக்கிறார். ஒரு சாதாரண

மனிதன் மனதில் முதன்முதலாக தீய எண்ணம் புகுந்து கொள்கிறது. தனக்கு உதவி செய்ய மற்ற மனிதன் மறுக்கும்போது மனதில் தீவினைகள் புகுந்துவிடத் துவங்குகின்றன. அடுத்தவன் பொருளை அடித்துப் பறிப்பது நியாயம் என்ற எண்ணம் தோன்ற ஆரம்பிக்கிறது. மனம் உடனே அந்த செயலை ஒத்திகை பார்க்கத் துவங்கிவிடுகிறது. வீடு வந்து சேர்ந்து மனதைத் தயார்படுத்திக் கொள்கிறார். தன் மகளிடம் எனக்குப் பதவி உயர்வு கொடுத்து சம்பளமும் கொடுத்து வெளியூருக்கு போகச் சொல்லிவிட்டார். அதனால் நான் இரவு வெளியூருக்குப் போகப் போகிறேன். என்னைத் தேடாதீர்கள். உங்களுக்கு தேவையான வசதிகள் எல்லாம் தானாக வரும் என்று சொல்லிவிட்டு முதலாளியை அடித்துக் கொள்ளையிட வீட்டிலிருந்து கிளம்புகிறார் ராமசாமி பத்தர்.

இதைச் சொல்லும்போது அவருக்குள் தவறு நடக்கப்போகிறது. இனி நான் உங்களுக்கு கிடைக்க மாட்டேன். ஆனால், உங்களுக்கு தேவையான வசதிகள் கிடைக்கும். என்று நன்றாகவே தெரிகிறது, ஆனால், தீய எண்ணங்கள் மனதில் ஆழமாக வேரூன்றி விட்டால் உலகின் மீதான பயம் விலகி, பேராசையும், வெறியும்தானே உயர்வு கொள்ளத் துவங்கிவிடும். அதுதான் ராமசாமி பத்தருக்கும் நடக்கிறது.

பிள்ளைகள் ஆச்சரியத்தோடு அப்பா பேசுவதைப் பார்க்கிறார்கள். அப்பா ஒருபோதும் இப்படியான குரலில், முகமாற்றத்துடன் இரவில் வந்து அவர்களிடம் பேசியதே கிடையாது. ஏதோ பிரச்சினை நடக்கப்போகிறது என்று அவர்களுக்கு உள்ளூறப்புரிகிறது. அப்போது அப்பா திடீரென தனது வயதுக்கு வந்த பெண்ணை அருகில் அழைத்து அவளுக்கு ஒரு முத்தம் தந்துவிடுகிறார். நமது பண்பாட்டில் தந்தையாக இருந்தாலும் மகள் பருவம் எய்திய பிறகு அவளைத் தொடுவதில்லை, கட்டி அணைப்பதில்லை, முத்தமிடுவதில்லை. இங்கே ஒரு தகப்பன் மகளை முத்தமிடுகிறார். அது தனது குற்ற மனநிலையின் அடையாளம். அந்தப் பெண் பயந்துவிடுகிறாள்.

அவர் தந்த முத்தம் அவர் செய்யப்போகின்ற தவறைக் காட்டிக் கொடுத்து விடுகிறது. காதலைச் சொல்வதற்கு மட்டுமில்லை, காட்டிக் கொடுப்பதற்கும் முத்தமே துணை நிற்கிறது. யேசுவைக் காட்டிக் கொடுக்க யூதாஸ் முத்தம்தானே தருகிறான். முத்தம் கசப்பானதற்குப் பின்னே பெரிய வரலாறு இருக்கிறது.

முத்தம் கொடுத்த அப்பா மறுநிமிடமே தனது தவறை உணர்ந்துவிடுகிறார். அய்யோ, நான் ஒரு மோசமான செயலை செய்யப் போகிறேன் என்று மறைமுகமாகச் சொல்லி விட்டேனே என்று உணர்கிறார்.

பிள்ளைகளுக்கு அப்பாவின விபரீத மனநிலை புரிந்துவிடுகிறது. ராமசாமி பத்தர் தீர்மானமான முடிவுடன் வேகமாகக் கடைக்குப் போகிறார்.

அவர் நினைத்ததுபோலவே முதலாளி கடையில் தனியாக உட்கார்ந்து இருக்கிறார். ராமசாமி பத்தரும் அவரிடம் போய் பணம் கடன் கேட்கிறார். பணம் தர முடியாதுன்னு முதலாளி மறுத்தவுடனே உடனே அருகில் உள்ள ஒரு பொருளை எடுத்து முதலாளி மண்டையில் அடிக்கிறார்.

அடுத்த இரண்டு வரியை புதுமைப்பித்தன் வலியோடு எழுதுகிறார். என்ன தெரியுமா நண்பர்களே? அந்த ராமசாமி பத்தருக்கு ஒரு விஷயம் மறந்து போய்விட்டது. கடையில் முதலாளிதான் தனியாக இருக்கிறாரே தவிர, உலகம் விழித்து கொண்டுதானே இருக்கிறது.

உடனடியாக பத்தர் பிடிபடுகிறார். காவலர்களால் சிறைக்கு அனுப்பப்படுகிறார். தந்தையில்லாத குடும்பத்தைச் சேர்ந்த அந்தப் பெண்கள் இனி அனுபவிக்கப் போகும் துரதிருஷ்டத்தை சொல்லிவிட முடியாது. பெண்களின் கதியே இப்படித்தானே என கதை முடிகிறது. இந்தக் கதையை நான் ஏன் தஸ்தாயெவ்ஸ்கினுடைய கதையோடு ஒப்பிட்டுச் சொல்கிறேன் என்றால் சாதாரணமாக மனிதன் ஒரு தவறைச் செய்யும்போது முதன்முதலில் அந்த தவறுக்கு காரணமாக தன் குடும்பத்தின் நிலையை நினைக்கிறான். அதன் பொருட்டாக மட்டுமே தான் தவறு செய்யப்போவதாகச் சொல்கிறான். தவறு செய்யும் எண்ணம் ஒரு மனிதனுடைய மனதில் எந்த நிமிசமும் உருவாகி விடலாம்.

ஆனால், அதை செயலாக்குவது எளிதானதில்லை. அதற்கு ஒரு விபரீத மனநிலை வேண்டும். அது ஒரு சாதாரண மனிதனுக்கு எளிதாக உருவாகாது. அதனால் தவறு செய்யும் எண்ணம் தானே வடிந்து போய்விடும். ஆனால், புரையோடிய புண்ணைப் போல எண்ணம் ஆழமாகச் சென்றுவிட்டால் மனது மாற்றம் கொண்டுவிடும். அதன்பின்பு மனது எளிதில் அடங்காது.

குற்ற மனநிலைதான் குற்றத்தின் விளைநிலம். அதைக் குற்றவாளி ஒருநாளில் உருவாக்கி கொள்வதில்லை. அவ்வகையில் இது ஆழமான வலியில், நிராகரிப்பில், அவமானத்தில் இருந்தே உருவாகிறது. குற்றம் ஒருவனை சந்தோஷப்படுத்துகிறது. அந்த சந்தோஷம் அவனது நீண்டநாள் வலியின் மருந்து போலவே செயல்படுகிறது. அப்படியான ஒன்றுதான் ராமசாமி பத்தரின் கதை. அதுபோன்ற ஒரு கதைதான் குற்றமும் தண்டனையும் நாவலில் வரும் ரஸ்கோல்நிகோவின் கதை.

செய்தித்தாளில் தினமும் இப்படி எத்தனையோ குற்றநிகழ்வுகள் இடம்பெறுகின்றன. அவை வெறும் குற்றசம்பவங்கள் மட்டுமில்லை. மனித மனதின் பல்வேறு விபரீதநிலைகள். இந்த சம்பவங்கள் இயல்பிலே குரூரமும், வன்மமும், கொண்டவன்தான் மனிதன் என்பதையே நினைவூட்டுகின்றன.

அன்பும் அடக்கமும் நற்பண்புகளும் மனித மனதில் உருவாக்கப்பட வேண்டியிருக்கின்றது. தீயவற்றைப் பார்த்தாலே பற்றிக்

கொண்டுவிடுகிறது. தீமைகுறித்து நினைத்தாலே மறுநிமிடம் மனம் முழுவதும் நிறைந்து போய்விடுகிறது. தீமையின் வசீகரம் புறக்கணிக்க முடியாத ஒன்று. தஸ்தாயெவ்ஸ்கி ஒரு சாதாரண கொலைக் கதையை அற்புதமான உலக இலக்கியமாக மாற்றிக் காட்டியவர். மனித மனதின் இருண்மைகளை அடையாளம் காட்டியவர். கடவுள் என்று ஒருவர் இல்லாவிட்டால் இந்த உலகில் எல்லா குற்றங்களுமே அனுமதிக்கப் பட்டுவிடும் என்கிறார் தஸ்தாயெவ்ஸ்கி.

யோசித்துப் பாருங்கள் நீங்கள் யாருக்குப் பயப்படுகிறீர்கள் என்று. யாரோ ஒரு கடவுள் அல்லது தெய்வாம்சம் உங்களைப் பார்த்துக் கொண்டு இருக்கிறது. அது நமது தவறுகளை நிச்சயம் தண்டிக்கும் என்ற பயம் இந்த உலகில் இருந்து போய்விட்டால் எல்லா குற்றங்களும் சாத்தியமாகிவிடும். எவ்வளவு மகத்தான உண்மை. யோசித்து பாருங்கள். நீங்கள் எப்போதெல்லாம் யாருமற்ற தனிமைக்கு உட்படுகிறீர்களோ அப்போதெல்லாம் குற்ற மனநிலை பீறிடத்தானே செய்கிறது. வீட்டில் யாரும் இல்லை என்றால், அறையில் யாரும் இல்லை என்றால், பயணத்தில், அலுவலகத்தில் வேறு யாரும் கவனிக்கவில்லை என்றால் எந்தக் குற்றத்தையும் செய்வதற்கு நாம் தயாராகத்தானே இருக்கிறோம்.

பெர்க்மனின் ஒரு படம் நினைவிற்கு வருகிறது. வெர்ஜின் ஸ்பிரிங் என்று நினைக்கிறேன். இப்படத்தில் ஒரு காட்சி வருகிறது. பச்சை பசேலென புல்வெளி. அதில் ஒரு இளம்பெண் தனியே நடந்துவருகிறாள். தொலைவில் மூன்று ஆட்டு இடையர்கள் ஆடு மேய்த்துக்கொண்டு இருக்கிறார்கள். அந்தப் பெண் உற்சாகத்துடன் நடக்கிறாள். இடையர்கள் அவளைத் திரும்பி பார்த்து சிரிக்கிறார்கள். அவளும் பதிலுக்கு சிரிக்கிறாள். மறுநிமிசம் அந்தப் புல்வெளிக்கு எல்லையற்ற தனிமை என்பதைக் காட்சி நமக்குக் காட்டுகிறது அது வேறு மனிதர்கள் யாருமேயில்லாத இடம் இல்லை. மறுநிமிடம் அந்த மூன்று இடையர்களின் முகம் மாறுகிறது. மறுகாட்சியில் அந்தப் பெண் வன்புணர்ச்சிக்கு உட்படுத்தப்படுகிறாள். யாருமற்ற தனிமை குற்றத்தின் விளைநிலமாக இருக்கிறது நண்பர்களே.

பயம்தான் நம்மைக் கட்டுப்படுத்தி வைத்திருக்கிறது. நம்மை யாரோ கண்காணித்துக் கொண்டே இருக்கிறார்கள். யாரோ ஒருவரின் பார்வையின்கீழ் இருக்கிறோம். அந்த யாரோ ஒருவர் யாராக வேண்டுமானாலும் கூட இருக்கலாம். தாய் தந்தையராக இருக்கலாம். சமூகமாக இருக்கலாம். போலீசாக இருக்கலாம். சட்டமாக இருக்கலாம்.

கடவுளாக இருக்கலாம். இந்த பயத்தால் மட்டுமேதான் நாம் தவறைச் செய்யாமல் இருக்கிறோமே தவிர, தவறு செய்ய விரும்பாத மனிதர்களே உலகில் இல்லை என்கிறார் தஸ்தாயெவ்ஸ்கி. இது மனித மனதின் செயலை நுட்பமாக ஆராய்ந்து சொன்ன பதில்.

வரலாற்றில் இப்படியான சம்பவங்கள் நிறைய இருக்கின்றன.

காரணம் இல்லாத குற்றம் என்று இந்த உலகத்தில் எதுவுமில்லை. அந்தக் காரணத்தை நியாயப்படுத்துவதும் ஒரு சாரார். மற்றவர்கள் அதைக் காரணமாகக் காட்டி தான் தப்ப நினைப்பவர்கள். மூன்றாவது வகை குற்றத்தை ஒரு சந்தர்ப்பம், ஒரு தவறு. மனம் தடுமாறிய ஒரு நிமிடம் என சொல்பவர்கள், இந்த மூன்றாம் வகை மனிதன் தஸ்தாயெவ்ஸ்கியின் நாயகன். அவன் தனது குற்றத்தை நியாயப்படுத்துவதேயில்லை. மாறாக, ஆராய்கிறான். மருத்துவன் நோயை ஆராய்வது போல ஆராய்கிறான். அறுவை சிகிச்சை போல குற்றச்செயலை அவனது சிகிச்சையாக நினைக்கிறான்.

பொதுவாக குற்றத்தை நியாயப்படுத்தும்போது அது உடனே அரசியல் ஆகிவிடுகிறது. ஏனென்றால் அரசியலில்தான் குற்றங்கள் தொடர்ந்து நியாயப்படுத்த பட்டுக்கொண்டு வருகின்றன. அது கருத்தியல் ரீதியாக இருக்கலாம் அல்லது ஒரு தத்துவத்தின் பேரால் இருக்கலாம் அல்லது ஒரு சமூகத்தின் மேம்பாடு கருதி என்று சொல்லி ஏதாவது ஒரு சாக்குப் போக்கான காரணமாக இருக்கலாம், அரசியலில் எல்லா குற்றங்களுமே நியாயப்படுத்தப் பட்டுவிடுகின்றன.

குற்றம் அரசியலின் பிரிக்கமுடியாத துணை, உந்துசக்தி, ஏணி. அதன்வழியே தான் ஒருவன் அதிகாரத்தை தன்வசமாக்குகிறான். குற்றத்தின் வரலாறு முக்கியமானது. எது குற்றம், எப்படி அது குற்றம், ஏன் ஒரே குற்றத்திற்கு வேறுவேறு தண்டனைகள் அளிக்கப்படுகின்றன, எல்லா குற்றங்களும் ஏன் தண்டிக்கப்படுவதில்லை, என நிறைய கேள்விகள் நமக்குள் இருக்கின்றன. நாம தஸ்தாயெவ்ஸ்கியைத் தெரிந்து கொள்ளும்போது, குற்றத்தின் வரலாற்றை ஆராய்ந்து பார்க்க வேண்டியுள்ளது.

பேரறிஞர் சாக்ரடீஸுக்கு ஒரு சம்பவம் நடந்தது. ஒரு நாள் சாக்ரட்டீஸ் ஒரு விருந்துக்குச் சென்றிருந்தார். அந்த விருந்து பெரிய வணிகருடையது. விருந்தில் தலைமை விருந்தினராக ஒரு மந்திரியும் கலந்துகொள்ள இருந்தார். ஆனால், மந்திரி வருவதற்குத் தாமதம் ஆகிறது. அதனால் விருந்தில் சாக்ரட்டீஸ் காத்துக்கொண்டே இருக்கிறார். அப்போது அவரது சீடர்கள் வரப்போவது மந்திரியாக இருந்தால் நமக்கென்ன, நாம் ஏன் காத்திருக்க வேண்டும், வெளியேறிப் போயிடலாமே என்கிறார்கள்.

அதற்கு சாக்ரடீஸ் விருந்து நடத்துபவர் என்னுடைய நண்பர். வரப்போகிற மந்திரியும் என்னுடைய நண்பர். காத்திருக்கலாம் பரவா யில்லை என்று சொல்கிறார். மந்திரி அப்படியும் வந்து சேரவில்லை. முடிவில் கிளம்பிவிடலாம் என்று நினைத்து கிளம்பும்போது மந்திரி வந்து விடுகிறார். உங்களுக்கே தெரியும், பொதுவாக மந்திரிகள் தாமதமாகத்தான் வருவார்கள். அது தானே வரலாற்றுக் காலம் முதல் நடந்து வருகிறது. தாமதமாக வந்தால் கூட்டத்தின் மொத்த

கவனமும் கிடைக்கும். அதுபோல அதிகாரத்தைக் காட்டிக்கொள்ள அது ஒரு வழி. அப்படி நினைத்த மந்திரி தாமதமாக வந்த மந்திரி வழியில் சாக்ரடீசைப் பார்க்கிறார். சிரித்தபடியே தன்னோடு அழைத்துக்கொண்டு அருகில் உட்கார வைத்து சாப்பிட வைக்கிறார். விருந்து கோலாகலமாக நடக்கிறது.

மறுநாள் அறிவுசபையில், இது குறித்து வாதம் நடக்கிறது. சாக்ரடீசின் அறிவு சபையில் இப்படியான விஷயங்கள் தினமும் காரசாரமாக விவாதிக்கப்படும். அதில் ஒரு சீடர் சாக்ரடீஸிடம், நேற்று விருந்துக்கு மந்திரி வருவதற்கு முன்பாக நீங்கள் வெளியே போயிருந்தீர்கள் என்றால் என்ன நடந்திருக்கும் என்று நாம் விவாதிக்கலாம் என்றார்.

அந்த நிகழ்ச்சி அன்றைய விவாதப்பொருளானது. சாக்ரடீஸ் சொன்னார்: மந்திரியும் ஒரு விருந்தினர். நானும் ஒரு விருந்தினர். ஆகவே, நான் வெளியேறிப் போயிருந்தால் ஒரு பிரச்சினையும் வந்திருக்காது என்றார்.

அதைக்கேட்ட சீடர் பதில்கேள்வி கேட்டான்: அப்படியானால் நீங்கள் வருவதற்காக ஒரு நாளாவது மந்திரி காத்திருப்பாரா? சாத்தியமில்லை என்றார் சாக்ரடீஸ்.

நீங்கள் மந்திரியை உங்களது நண்பராக நினைக்கிறீர்கள். அப்படி அவர் உங்களை நண்பராக நினைப்பாரா எனக் கேட்டான் மற்ற சீடன். மந்திரிகளுக்குக் கடந்த காலம் நினைவில் இருக்காது என்றார் சாக்ரடீஸ்.

அப்படியானால் நீங்கள் விருந்தில் இருந்து வெளியேறிப் போகமுயன்றது அதிகாரத்திற்கு எதிரான செயலாகக் கருதவில்லையா? அதற்காக மந்திரி உங்களைத் தண்டிக்க நினைக்கலாம் தானே என இன்னொரு சீடன் கேட்டான். அதற்கு சாக்ரடீஸ் ரொம்ப அற்புதமான பதில் ஒன்றை சொன்னார்: ஒரு மனிதனை அரசாங்கம் தண்டிக்க வேண்டும் என்று நினைத்தால் அதற்கான காரணத்தை அதுவே கண்டுபிடித்துவிடும். குற்றத்தை உருவாக்குவதும் மறைப்பதும் அதிகாரத்திற்கு எளிதான ஒன்றே.

யோசித்துப் பார்த்தால் கடந்தகாலத்துக் குற்றங்கள் எல்லாம் நம் காலத்தினுடைய சாதனைகளாக மிகப்பெரிய தியாகமாகப் போற்றப்படுகிறது. பகத்சிங் செய்தது அவர்களது காலகட்டத்தில் குற்றம். ஆனால், அது நம் காலகட்டத்தில் மிகப்பெரிய தியாகச் செயல். அப்படியானால் எது ஒரு குற்றத்தை முடிவு செய்கிறது? யார் குற்றவாளி?

ஒரு குற்றம் என்பதை ஒரு சமூகம் எப்படி அடையாளப்படுத்தி வைத்திருக்கிறது என்று பார்த்தால் குற்றம் என்பதை சமூகம் அதிகாரமும் சட்டமும் சேர்ந்து உருவாக்கி வைத்திருக்கிறதே தவிர,

குற்றவாளிகள் வெவ்வேறு காலகட்டத்தில் வெவ்வேறு விதமாகத்தான் தண்டிக்கப்பட்டு இருக்கிறார்கள், விடுவிக்கப்பட்டு இருக்கிறார்கள். தஸ்தாயெவ்ஸ்கி தனிமனிதனின் குற்றத்தையும் ஆராய்வதன் வழியே சமூகத்தின் குற்றத்தை அடையாளம் காட்டுகிறார். மகத்தான கலைஞர்கள் அப்படித்தான் உண்மைகளை வெளிப்படுத்துவார்கள். இந்த நாவலில் தஸ்தாயெவ்ஸ்கி குற்றம் குறித்து மிக ஆழமாகக் கேள்விகளை எழுப்புகிறார். ஒரு சட்டத்தின்கீழ் எல்லா குற்றங்களையும் எப்படி விசாரிக்க முடியும். ஒவ்வொரு தவறும் ஒவ்வொரு விதமாக இருக்கும்போது ஒரே சட்டத்தின் கீழ் எல்லா குற்றங்களையும் எப்படி விசாரித்து தண்டனை வழங்கமுடியும்?

திருட்டு என்று ஒரு குற்றத்தை எடுத்துக்கொள்ளலாம். அந்தக் குற்றம் ஒருபோல இரண்டு இடங்களில் நடப்பதில்லை. ஆனால், ஒரே குற்றத்தின்கீழ் இருவரும் விசாரிக்கப்பட்டு ஒரே தண்டனை அடைகிறார்கள். அதை தஸ்தாயெவ்ஸ்கி கேள்விக்கு உட்படுத்துகிறார். தஸ்தாயெவ்ஸ்கியின் நாவலில் ஒரு விவாதம் வருகிறது.

விவாதிப்பவர் ஒரு காவல்துறை அதிகாரி. அவருக்கும் இந்த நாவலில் வரக்கூடிய கதாநாயகனுக்கும் ஒரு விவாதம் நடக்கிறது. விவாதம் நடக்கும்போது அவர் சொல்கிறார், சட்டம் அதிகாரத்திற்குத் துணை போவதற்காக உருவாக்கப்பட்ட ஒன்று என்று. இந்தியாவில் இங்கு மட்டும்தான் ஐபிசி எனப்படும் குற்றவியல் நடைமுறைச்சட்டம் மெகாலேவால் கொண்டுவரப் பட்டது. அவர்தான் இந்திய கல்விமுறையை மாற்றி அமைத்தவர். ஒரே ஆள் கல்வி,காவல்துறை இரண்டின் சட்டங்களையும் உருவாக்கிய முரணை எப்படி சொல்வது? அதனால்தான் இன்றும பள்ளிகள் தண்டனைக் கூடமாக இருக்கிறதோ என்னவோ?

நிரூபிக்கப்படாத வரையில் எதுவும் குற்றமில்லை. நிரூபிக்கப்பட்டாலும் உங்களுக்கு வசதியும் அதிகாரமும் துணையிருந்தால் குற்றத்திலிருந்து விடுபட்டுவிடலாம். ஆக, குற்றம் எல்லா நேரங்களிலும் தண்டிக்கப்படுவதில்லை. குற்றம் மனதில் உருவாக்கப்படுகிறது. அதற்கு அளிக்கப்படும் தண்டனையோ உடலை மையமாகக் கொள்கிறது. உடலை ஒடுக்கினால் மனம் ஒடுங்கிவிடும் என்பதே சட்டத்தின் ஆதாரம், மனிதனைத் தனிமைப்படுத்துவது தான் உச்சபட்ச தண்டனை.

உறவுகள் அற்றுப்போய், சுவரை வெறித்தபடியே அடைந்து கிடக்கும் வாழ்க்கை தான் தண்டனை என்றால் இன்று பெருநகரங்களில் பெரும்பான்மை குடும்பங்கள் அப்படித்தானே வாழ்கிறார்கள். அவர்களாக அந்தத் தண்டனையை தனக்குத் தானே கொடுத்துக் கொண்டார்களா என்ன? உடலை ஒடுக்கும் தண்டனைகளுக்கும் வரலாறு இருக்கிறது. இவற்றை எல்லாம் அறிந்துகொள்ள வேண்டும்.

ஒரு நாவலை வாசித்து ஆழ்ந்து புரிந்துகொள்ள நாவலின்

பிரதி மட்டும் போதாது. இடைவெட்டாகப் பல்வேறு தளங்களை அடையாளம் காண வேண்டும். அதற்கு மொழி, பண்பாடு, சமூகம், அறக்கோட்பாடுகள், அரசியல் பொருளாதார பின்புலங்கள், உளவியல் கூறுகள் என பல்வேறு தளங்களைக் கொண்டு ஆராய்ந்து அறிய வேண்டும். மனிதன் கண்டுபிடித்த மிக மோசமான விஷயங்களில் ஒன்று, தண்டனைக் கருவிகளைக் கண்டுபிடித்தது. உலகில் வேறு எந்த அறிவுத்துறையும் விட மனிதனைத் தண்டிக்கக்கூடிய கருவிகள் மற்றும் அது சார்ந்த பரிவர்த்தனைகள் வேகமாகப் பகிர்ந்து கொள்ளபடுகிறது.

நம்மிடம் இருக்கும் பல தண்டனை முறைகள் நாம் உருவாக்கியதும் இல்லை. அரபு நாடுகளிலிருந்து, சீனாவில், ஐரோப்பிய நாடுகளில் உருவாக்கப்பட்ட தண்டனை முறைகளை நாம் கடன்வாங்கி கைகொண்டிருக்கிறோம். உலகெங்கும் ஒரு மனிதனைத் தண்டிப்பதில் இன்னொரு மனிதன் உள்ளூற சந்தோஷமடைகிறான். தண்டனைகளின் வரலாற்றில் ஒரு பகுதி தண்டனைக்கருவிகளின் வரலாறு.

தமிழர்களின் தண்டனை முறைகளைப் பாருங்கள். தோல்வியுற்ற மன்னருடைய ஊரைத் தீக்கிரையாக்குதல், பெண்களின் கூந்தலை அறுத்து கயிறு திரித்தல், தோல்வியுற்ற மன்னருடைய திருமுடியை உருவி உருக்கி காலடியில் பலகையாகப் போடுதல், செருப்பாக அணிதல், தோல்வியுற்ற மன்னருடைய அரண்மனையைத் தீ வைத்து எரித்து கழுதை பூட்டி ஏரால் உழுவது; பௌத்தர், சமணர் போன்றவர்களை அவமானப்படுத்தி, தலையை எண்ணெயில் ஊற வைத்து சித்திரவதை செய்வது, பெண்ணைத் திருமணம் செய்ய மறுக்கிறான் என்ற பொய்க்காரணம் சொல்லி ஒரு மனிதனை சாம்பல் பூசி மயானத்தில் உயிரோடு புதைப்பது, நிலத்தில் பசு மேய்ந்ததற்காக அந்தப் பசுவினுடைய சொந்தக்காரரின் கண்களைப் பறிப்பது, கழுவேற்றுவது, யானையின் காலால் இடறுதல், வாளால் வெட்டிக் கொள்வது, சுண்ணாம்பு காளவாயில் போட்டுக் கொல்வது, மொட்டையடித்து கழுதை மேல் அமர வைத்து கரும்புள்ளி செம்புள்ளி குத்தி ஊர்வலம் விடுவது.

இதையெல்லாம் விட ஒரு பெரும் கொடுமை, தேவரடியார் எனப்பட்ட கோவில் பணிப்பெண்களைத் தண்டிப்பதற்கு அவர்கள் அந்தரங்கக் குறியில் திரிசூலக் குறியிட்டு அதற்கு கதுப்புலி குறி என்று பெயர் சூட்டுகிறார்கள்.

குறுந்தொகையில இருந்து ஒரு பாடல் இருக்கிறது. பரணர் பாடின பாடலது. ஆற்றோரத்தில் ஒரு மாமரம் இருக்கிறது. அதில்காய்த்த மாபிஞ்சு ஒன்று உதிர்ந்து கீழே விழுந்து விட்டது. குளிக்கப்போன சிறுமி ஒருத்தி இந்த மாம்பிஞ்சை எடுத்துத் தின்றுவிட்டாள். அந்த மாமரம் நன்னனுக்குச் சொந்தமானது. மன்னனுக்குச் சொந்தமான மாமரத்தில் இருந்து ஒரு மாம்பிஞ்சை ஒரு சிறுமி

எடுத்துத் தின்றுவிட்டாள் என்பதற்காக அவளுக்குக் கொலைத் தண்டனை கொடுக்கப்படுகிறது. பெண்ணின் தந்தை அவளுடைய எடைக்கு எடை பொன் தருகிறேன், அவளை விட்டுவிடுங்கள் என்று மன்றாடுகிறார். மன்னர் ஒத்துக் கொள்ளவில்லை. அவளுக்கு ஈடாக ஏழு யானைகளைத் தருகிறேன். அவளை விட்டு விடுங்கள் என்று கெஞ்சுகிறார். அப்படியும் மன்னன் மனம் இரங்கவில்லை அவளுடைய தலையைத் துண்டித்தார். அப்படி குரூரமான தண்டனை வழங்கிய நன்னனை இனிமேல் எந்தக் கவியும் பாடமாட்டான். எந்த புலவரும் நன்னன் வீடு தேடிபோய் பரிசிலுக்கு நிற்கமாட்டோம் என்று ஒதுக்கி வைத்த நிகழ்வை குறுந்தொகை சுட்டிக்காட்டுகிறது.

இதுதான் குற்றத்தின் கடந்த கால வரலாறு. தஸ்தாயெவ் ஸ்கியின் நாவல் ஒருவன் தனது குற்றத்தை அறிந்து மேற்கொள்ளும் மனக்கொந்தளிப்புகளைப் பேசுகிறது. குற்றவாளிக்குள் ஒரு கருத்தியல் செயல்படுவதைச் சுட்டிக்காட்டுகிறது. குற்றம் ஒரு மனிதனின் இயல்பை மாற்றிவிடுகிறது. ஒரு நிழலைப்போல அதன் ஞாபகங்கள் அவனைப் பின்தொடரத் துவங்குகின்றன. சட்டத்திலிருந்து தப்பிவிடும் ஒருவனை அவனது மனசாட்சி எப்படித் தண்டிக்கிறது என்பதையே தஸ்தாயெவ்ஸ்கி கவனப் படுத்துகிறார்.

டால்ஸ்டாயின் புத்துயிர் நாவலும், தஸ்தாயெவ்ஸ்கியின் குற்றமும் தண்டனையும் நாவலும் குற்றம் குறித்த தீவிர விசாரணையை முன் வைப்பவை. ஒருவன் தனது குற்றத்தை ஒப்புக் கொள்ளும்போது அடையும் மனத்துயரை முன்வைப்பவை. இதில் டால்ஸ்டாய் காட்டக்கூடிய உலகம் என்பது பிரகாசமானது. அங்கே வெளிச்சம்தான் இருக்கிறது. எல்லாவற்றின் மீதும் அந்த வெளிச்சம் படும்போது உலகம் ஒளிரத் தொடங்குகின்றது. ஆனால், தஸ்தாயெவ்ஸ்கி காட்டும் உலகம் என்பது அப்படியானது அல்ல. அவர் காட்டும் உலகில் ஒளிபடும் போதெல்லாம் கூடவே நிழல் உருவாகிறது. எங்கெல்லாம் நிழல் விழுகிறதோ அங்கெல்லாம் யாரோ முகமறியாத மனிதன் பதுங்கியிருக்கிறான்.

இருண்ட உலகின் மனிதர்களை தான் தஸ்தாயெவ்ஸ்கியின் கதாலோகம் அடையாளம் காட்டுகிறது. தஸ்தாயெவ்ஸ்கி ஒளியில் இருந்தே கருமையான நிழல் பிறக்கிறது என்பதைச் சுட்டிக் காட்டுகிறார். தஸ்தாயெவ்ஸ்கி யார், எங்கே பிறந்தார், எப்படி எழுதத் துவங்கினார், அதை தெரிந்து கொள்ளும்போது மட்டும்தான் நாவலின் மையக்கதைக்கும் அவரது வாழ்விற்குமான ஒற்றுமைகளை அறிந்துகொள்ள முடியும்.

அவமானத்தையும், வறுமையையும், கஷ்டத்தையும், சோகத்தையும் சிறுவயதிலே அனுபவித்த மனிதர்தான் தஸ்தாயெவ்ஸ்கி. அவருடைய அப்பா மிக்கேல். அம்மா மரியா. உக்ரேனில் பூர்வீகமாக இருந்தார்கள். அப்பா ஒரு மருத்துவர். சேரிப்பகுதியில் தொழில்நடத்தியவர். அந்தப்

பகுதியைப் பற்றிய நினைவுகளை தஸ்தாயெவ்ஸ்கி விவரிக்கிறார்.

நாங்கள் வசித்த பகுதி கொள்ளைக்காரர்களும் திருடர்களும், போக்கிரிகளும், போதையடிமைகளும், வீடற்றமனிதர்களும், வேசைகளும், பிச்சைக்காரர்களும், ரோகிகளும் குடியிருந்த பகுதி. அங்கே அடிக்கடி தெருச்சண்டைகள் நடக்கும். அங்கேதான் அப்பா மருத்துவம் செய்துவந்தார். அப்பா மிகவும் கண்டிப்பானவர். பெருங்குடிகாரர். சொந்தப் பிள்ளைகள் மேல்கூட கருணையே இல்லாதவர். கூச்சலிடுவதும், அடிப்பதும், கெட்டவார்த்தைகளால் திட்டுவதும் அவரது வழக்கம்.

வீடு நரகமாக இருந்தது. அதை ஒரு துர்க்கனவு போலவே நினைக்கிறேன் என்கிறார் தஸ்தாயெவ்ஸ்கி. ஓர் எழுத்தாளன், உருவாவதற்கு மிக முக்கியமான காரணம், அவரது பால்யவயதின் நினைவுகள். குறிப்பாக, அந்தவயதில் ஏற்படும் ஏமாற்றங்கள், அவமானங்கள், துயரங்களே ஒருவனை எழுத்தாளன் ஆக்குகிறது. குறிப்பாக, சிறுவயதிலே தனிமையை உணரத் துவங்கியவர்கள் எழுத்தாளர் ஆகிவிடுகிறார்கள். தனிமையென்றால் மற்றவர்களை விட்டுவிலகி இருப்பது என்று அர்த்தம் இல்லை.

தன்னை சிறுவயதிலேயே உணர்ந்து கொள்ளத் தொடங்குவது. தனது விருப்பம், வெறுப்பு போல இன்னொருவருக்கு இல்லை என்று உணர்ந்து கொள்வது. தன்னுடைய எண்ணங்களுக்கு இந்த உலகில் முக்கியத்துவம் இல்லை. தன் இருப்பை பிறர் கவனம் கொள்வதில்ல என்று தீவிரமாக உணர்வதே அகத்தனிமை. அப்படியான அகத்தனிமையை எப்போது ஒருவன் உணர்கிறானோ அந்த இடத்தில்தான் அவன் ஒரு கலைஞனாக ஆரம்பிக்கிறான். தஸ்தாயெவ்ஸ்கி சொல்கிறார்:

ஒவ்வொரு முறையும் நான் கடந்த காலத்தைத் திரும்பிப் பார்க்கும்போதெல்லாம் நிகழ்காலம் அதைவிடவும் வேதனையாக இருக்கிறது என்பதற்காகத்தான் திரும்பி பார்க்கிறேன். எவ்வளவு பெரிய உண்மையது. நன்றாக யோசித்துப் பாருங்கள். பால்ய காலத்தை யாரெல்லாம் நினைத்துப் பார்க்கிறார்கள் என்றால் நிகழ்காலம் அந்த அளவுக்கு சந்தோஷமாக இல்லை என்று உணர்பவர்களே. நிகழ்காலம் எப்போதுமே நம்மை சந்தோஷப்படுத்துவதில்லை. ஆறுதலாக சாய்ந்து கொள்ள கடந்தகாலம் தேவைப்படுகிறது.

எந்தக் குழந்தையும் தான் குழந்தையாக இருக்கும்போதும் வேகமாக வளர்ந்துவிடவே ஆசைப்படுகிறது, பால்யகாலத்தை சிறுவர்களுக்குப் பிடிப்பதில்லை, அவர்கள் பெரியவர்களின் உடை அணிந்துகொண்டு பெரியவர்களைப் போல பேசிப் பெரியவர்களின் செயல்களை பாவனை செய்து, பெரியவர்களாக ஆக முயற்சிக்கிறது.

பெரியவர்கள் தான் குழந்தையாக இருந்த காலத்தை நினைத்து சந்தோஷம் அடைகிறார்கள். ஏனென்றால் குழந்தைகளாக இருந்தபோது

இருந்த உலகம் முழுக்க தன் விருப்பம் சார்ந்து இருந்தது. உலகை வியக்கவும் நம்பவும் கொண்டாடவும் முடிந்தது. இன்று நாம் கைவிட்ட மிக முக்கியமான ஒன்று உலகை வியக்கத் தவறியதுதான். தஸ்தாயெவ்ஸ்கியின் அம்மா அன்பானவர். ஆனால், அப்பா குடிகாரர். அவர் குடித்துவிட்டு வந்து அம்மாவை அடிப்பார். சந்தேகப்படுவார். எட்டுக் குழந்தைகளைப் பெற்றெடுத்த பிறகும் அம்மாவை அப்பா தொடர்ந்து சந்தேகப்பட்டுவந்தார். தஸ்தாயெவ்ஸ்கியின் அம்மா தன் கணவருக்குக் கண்ணீர் மல்க ஒரு கடிதம் எழுதுகிறார். அதைப் படித்துவிட்டு தஸ்தாயெவஸ்கியும் அவரது அண்ணனும் அழுகிறார்கள். அவர்களின் அப்பா செய்த ஒரே நல்ல விஷயம் என்னவென்றால் மாஸ்கோவை விட்டு கொஞ்ச தூரத்தில் தள்ளியிருக்கக்கூடிய ஒரு கிராமத்தில் அங்கே ஒரு பண்ணை ஒன்றை உருவாக்கி, விடுமுறை நாட்களில் அங்கு போகலாம் என்கிறார்.

தஸ்தாயெவ்ஸ்கி நாட்குறிப்பில் அதைக் குறிப்பிடுகிறார். "சிறுவயதில் எங்களுக்கு இருந்த ஆதரவான ஒரே விஷயம் துலா என்கிற இடத்திலிருந்த அந்தப் பண்ணைக்கு சென்று விளையாடுவதுதான். ஆனால், அங்கேயும் எங்களோடு சேர்ந்து விளையாடுவதற்கு வெளியாட்கள் யாருமே கிடையாது. தனிமை தான் எங்களது முக்கியப் பிரச்சினை. தஸ்தாயெவ்ஸ்கியின் அப்பா உருவாக்கிய பண்ணையை உள்ளூர் விவசாயிகள் பார்த்துக்கொண்டார்கள். அவர்களுக்கும் அப்பாவுக்கும் அடிக்கடி சண்டை வலுத்தது. ஒருநாள் கூலிகளோடு சண்டை போட்டு அப்பா அடித்து விரட்டிவிடுகிறார்.

அந்த விவசாயிகள் கோபத்தில் அப்பாவை மறைந்திருந்து தாக்கி வயலில் படுக்கவைத்து சாராயத்தை வாயில் ஊற்றி முட்ட முட்ட குடிக்கவைத்துக் கொலைசெய்துவிடுகிறார்கள். இந்த விஷயத்தை தஸ்தாயெவ்ஸ்கி கேள்விப்படுகிறார். அதிர்ச்சியில் மறுநிமிஷம் தஸ்தாயெவ்ஸ்கிக்கு கை கால் வெட்டி இழுக்கிறது. வலிப்பு நோய் வருகிறது. வாயில் நுரைதள்ள கீழே விழுகிறார். அப்பாவின் மரணம் அவரை வாழ்நாள் முழுவதும் வலிப்பு நோயாளி ஆக்கிவிட்டது. இதைப்பற்றிய தஸ்தாயெவ்ஸ்கியின் குறிப்பு என்ன விவரிக்கிறது தெரியுமா?

"என்னுடைய அப்பா மோசமானவராகக்கூட இருக்கலாம். அவரை நான் உள்ளூற நேசித்தேன். அவரை யாரோ கொலை செய்துவிட்டார்கள் என்று தெரியவந்தபோது, இந்த உலகத்தில் இனிமேல் எங்களைக் காப்பாற்றுவதறகு யாருமே இல்லை. நாங்கள், கைவிடப்பட்டவர்களாக மாறிப்போனோம் என்ற உண்மை என்னைத் தாங்கமுடியாத துயரத்தில் ஆழ்த்தியது. மனதின் அதிர்ச்சியை என் உடலால் தாங்கிக் கொள்ளமுடியவில்லை. பதின்வயதில் தொடங்கி வலிப்பு நோய் அவரது இறுதிநாள் வரை கூடவே இருந்தது.

யோசித்துப் பாருங்கள் நண்பர்களே. ஒரு மகத்தான எழுத்தாளன் தன் வாழ்நாள் முழுக்க வலிப்பு நோயுடனே வாழ்ந்திருக்கிறார். எப்போதெல்லாம் சந்தோஷம் அடைகிறாரோ, எப்போதெல்லாம் துக்கம் அடைகிறாரோ அப்போது அவருக்குக் கைகால் வெட்டி இழுத்து வாயில் நுரை தள்ள வலிப்பு வந்துவிடும். தஸ்தாயெவ்ஸ்கியின் அண்ணன் நகருக்குப் பொறியியல் படிக்கப்போய் இடம் கிடைக்காமல் போய் தட்டுத்தடுமாறிப் படித்த அவன்தான் தஸ்தாயெவ்ஸ்கியைப் படிக்கவைக்கிறான்.

தஸ்தாயெவ்ஸ்கி கல்லூரியில் சேர்ந்து படிக்கிறார். படிக்க ஆரம்பித்த காலகட்டத்தில் அடிப்படை தேவைகளுக்குக்கூட அவரிடம் பணம் கிடையாது. அவருடைய மாமாவுக்கு அவர் ஒரு கடிதம் எழுதுகிறார். "என்னிடத்தில் குளிராடைகள் கிடையாது. குளிர் என்னை வாட்டி எடுக்கிறது. நான் எழுதிவைத்திருக்கக்கூடிய கதைகள், கட்டுரைகளைப் பாதுகாப்பாக வைத்துக்கொள்வதற்கு ஒரு மரப்பெட்டியும் இந்தக் குளிரில் போட்டுக்கொள்வதற்கு ஒரு ஜோடி காலணிகளும் வாங்குவதற்கு எனக்குப் பணம் வேண்டும்.

உங்களால் முடியுமானால் இன்னும் ஒரேயோரு உதவியை உங்களிடம் கேட்பேன். வாரத்தில் ஒரேயொரு மெழுகுவர்த்தியைத்தான் பயன்படுத்துகிறேன். இன்னொரு மெழுகுவர்த்தி வாங்குவதற்குப் பணம் தந்தால் அதை வைத்து நீண்ட நேரம் படிக்க முடியும். என்னால் குளிராடை இல்லாமல் இருக்கமுடியும். காலணி இல்லாமல் இருக்கமுடியும். ஆனால், இன்னொரு மெழுகுவர்த்தி இல்லாமல் போனதால் படிக்க முடியாமல் போவதைத்தான் தாங்கிக் கொள்ள முடியவில்லை. அதற்காவது உடனே எனக்குப் பணம் அனுப்புங்கள் என்று கேட்கிறார்.

அந்த மாமா மெழுகுவர்த்திக்கான பணத்தை அனுப்பித் தரவில்லை. அந்த நிலையிலும் அவர் வாழ்க்கையை வெறுக்கவில்லை. புகார் சொல்லவில்லை. மாறாக, நண்பர்களை நேசிக்கிறார். அன்போடு பழகுகிறார். தஸ்தாயெவ்ஸ்கியிடம் நான் பார்த்த உயர்வான அம்சம் "வறுமையின் போதும் அவர் எல்லோரையும் நேசிக்கிறவராகவே இருந்தார்' என்று அவரது நண்பன் குறிப்பிடுவது நினைவிற்கு வருகிறது.

இவ்வளவு துயரங்களுக்கும் கஷ்டத்திற்கும் காரணமான அப்பாவை அவர் வெறுக்கவேயில்லை. அவரைப் புரிந்து கொண்டிருக்கிறார். அதன் வெளிப்பாடு தான் அவரது "கரமசோவ் சகோதரர்கள்" நாவல். தவறு செய்யக்கூடிய அப்பாவைத் தண்டிப்பதற்கு பிள்ளைகளுக்கு உரிமை இருக்கிறதா இல்லையா என்பதை விவாதங்களுக்கு உட்படுத்துகிறார் தஸ்தாயெவ்ஸ்கி.

துயரங்களில் உழன்று வாழ்ந்த தஸ்தாயெவ்ஸ்கியிடம் எது உங்களை எழுத தூண்டியது எனக்கேட்டதற்கு "எனக்குள்ளே என்

வாழ்க்கை அனுபவங்கள் எரிந்துகொண்டே இருக்கின்ற அந்த ஓயாத தீ என்னை எழுது எழுது என்று சொல்கிறது. நானாக எழுதவில்லை. என்னுள்ளே அடங்க மறுத்து சீறிக்கொண்டிருக்கும் நெருப்பின் வெம்மை தான் என்னை எழுதவைக்கிறது.' என்றார்.

எழுதிய கதைகளை யாரை வைத்து எப்படி வெளியிடுவது என தஸ்தாயெவ்ஸ்கிக்குத் தெரியாது அன்றைக்கு ரஷ்ய இலக்கிய உலகில் பிரபலங்களுக்குத்தான் இடமிருந்தது. அந்தப் பிரபலங்களும்கூட இலக்கிய விமர்சகர்கள் அங்கீகாரம் பெற்றால் மட்டுமே அங்கீகரிக்கப்படுவார்கள். அப்படி அன்றைக்கு ரஷ்ய இலக்கியத்தில் பெரிய ஸ்டார் ரைட்டராக இருந்தவர் இவான் துர்கனேவ்.துர்கனேவைப் படிப்பது, துர்கனேவுக்கு வாசகராக இருப்பது என்பது பெருமைக்குரிய விஷயம். துர்கனேவை ஒரு கதாநாயகனைப் போல ரஷ்ய சமுதாயம் கொண்டாடியது.

இந்தச் சூழலில் தான் எழுதிய 'Poor Folk' நாவலை தஸ்தாயெவ்ஸ்கி தயக்கத்துடன் விமர்சகர் நெக்ரஸாவிடம் தந்து படித்துப் பார்க்கச் சொன்னார். ஒரே இரவில் அந்நாவலைப் படித்துப் பார்த்த நெக்ரஸாவ் விம்மி விம்மி அழுதுகொண்டே படித்து முடித்தார். இதை ஒருவர் தன்னுடைய முதல் புத்தகம் என்று சொல்வது நெக்ரஸாவிற்கு சந்தேகத்தை உருவாக்கியது எழுதித் தேர்ந்த கை எழுதிய இலக்கியப் படைப்பு என்றே நம்பினார்.

மறுநாள் தஸ்தாயெவ்ஸ்கியிடம் நெக்ரஸோவ் சொன்னார். "உன்னுடைய கதை என்பது முழுக்க வாழ்க்கையிலிருந்து எடுத்த உண்மை. நீ ஒரு வார்த்தை கூட பொய் சொல்லவில்லை. வாழ்கை அனுபவத்திலிருந்து எழுதியிருக்கிறாய். Poor Folk நாவலை அவசியம் வெளியிட வேண்டும். அப்படித்தான் அவரது முதல்நாவல் வெளியானது.

ஆனால், அந்த நாவலை துர்கனேவுக்குப் பிடிக்கவில்லை. அப்படித்தானே நடக்கும். எப்போதுமே ஒரு புதிய எழுத்தாளர் வரும்போது ஒரு மூத்த எழுத்தாளருக்குப் பிடிக்காதுதானே. இதுதானே உலக இயல்பு. எனவே தஸ்தாயெவ்ஸ்கியைக் கேலி செய்து தனது எடுபிடிகளை வைத்து விமர்சனம் எழுதச் செய்கிறார். அதனால் தஸ்தாயெவ்ஸ்கி மிகுந்த மனவருத்தம் அடைகிறார்.

சில மாதங்களுக்கு பிறகு ஒரு விருந்துக்குப் போகிறார் தஸ்தாயெவ்ஸ்கி. அங்கே தற்செயலாக துர்கனேவைச் சந்திக்கிறார். துர்கனேவைச் சுற்றி இளம் பெண்கள் கூட்டம். வாசகர்கள் அவரது புகழ்பாடுகிறார்கள். தஸ்தாயெவ்ஸ்கி பயந்துபோய் ஓரத்தில் ஒடுங்கி நின்று இந்தக் காட்சியை வேடிக்கை பார்க்கிறார்.

விருந்தில் நடனம் துவங்க இருக்கிறது. அப்போது ஒரு அழகான பெண் அங்கே வருகிறாள். அவள் நேரடியாக தஸ்தாயெவ்ஸ்கியைத் தேடி சென்று பாராட்டுகிறாள். அதை துர்கனேவால் தாங்கிக்

கொள்ள முடியவில்லை. தன்னைப் போன்ற ஒரு ஆண் அழகன் இருக்கும்போது தஸ்தாயெவ்ஸ்கியைத் தேடி போய் ஒரு இளம் பெண் பாராட்டலாமா என கோபம் கொள்கிறார்.

ஆனால், தன்னைப் பாராட்டிய இளம்பெண்ணிடம் தயக்கத்துடன் "நீங்கள் என்னுடைய புத்தகத்தைப் படித்திருக்கிறீர்களா?" என்று கேட்கிறார். அவளோ "படித்திருக்கிறேன். மிகவும் பிடித்திருக்கிறது. உங்களைப் பார்ப்பதற்காகத்தான் இன்றைக்கு வந்தேன்" என்கிறாள். தன்னோடு நடனம் ஆட அழைக்கிறாள். இருவரும் சேர்ந்து ஆடுகிறார்கள். துர்கனேவ் உடனே தஸ்தாயெவ்ஸ்கியைக் கேலிசெய்து ஒரு பாடலைப் புனைந்து பாட வைக்கிறார். அந்த அவமானத்தை தாங்கமுடியாத தஸ்தாயெவ்ஸ்கி நடன அரங்கில் அத்தனை பேர் பார்த்துக்கொண்டிருக்க வாயில் நுரைபொங்க, கைகால் வலிப்பாகி கீழே விழுந்து துடிக்கத் துவங்கினார். அதைப் பார்த்த துர்கனேவ் சொன்னார்: "இதெல்லாம் நடிப்பு. இவன் இலக்கிய இடம்தேடி வலிப்புநோயாளி போல நடிக்கிறான். அவனை நம்பாதீர்கள்." விருந்தில் மயக்கம் தெளிந்து எழுந்த தஸ்தாயெவ்ஸ்கியை அவருடைய நண்பர்கள் வீட்டில்கொண்டு சேர்த்தார்கள்.

தஸ்தாயெவ்ஸ்கி எழுதுகிறார்: "நான் அந்த நடன விருந்தில் பட்டது போல் என்றுமே அவமானத்தால் துடித்ததே இல்லை. என்னுடைய வறுமை என்னை இவ்வளவு துடிக்க வைத்தது அல்ல. எனக்கு நேர்ந்த வாழ்க்கை நெருக்கடிகள் என்னைத் துவளச் செய்ததே இல்லை. ஆனால், பொது இடத்தில் நான் ஒரு பிரபல இலக்கியவாதியால் அவமானப்பட்டதைத்தான் தாங ்கிக் கொள்ளவே முடியவில்லை. அந்த வலி இதயத்தை ரணமாக்கிவிட்டது."

பொதுவாக வளர்ந்து வரும் எழுத்தாளர்கள் எல்லோரது முதுகிலும் இந்தக் கத்திக்குத்து இருக்கத்தானே செய்கிறது. ஆனால், அவமானத்தால் தஸ்தாயெவ்ஸ்கியின் எழுத்தைத் தடுத்து நிறுத்த முடியவில்லை. எந்த துர்கனேவ் ரஷ்யாவின் இலக்கிய வெள்ளியாகக் கொண்டாடப்பட்டாரோ அவர் தனது காலத்திலேயே மறந்துபோகப்பட்டு உலகத்தின் ஒரே நட்சத்திரமாக, என்றும் பிரகாசமாக ஒளிர்ந்து கொண்டிருக்கக்கூடிய நட்சத்திரமாக தஸ்தாயெவ்ஸ்கி இன்றும் கொண்டாடப்படுகிறார். அதுதான் காலத்தின் தீர்ப்பு.

இலக்கியத்தில் நடைபெறும் சகல அதிகார அரசியல்களும் ஒருநாள் மண்ணோடு மறைந்துபோய்விடும். உண்மையான படைப்புகள் மட்டுமே காலத்தை வென்று நிற்கும். எவர் தனது அவமானத்தை தனது எழுத்தில் கனிவாக, அன்பாக இன்னொரு மனிதன் மேலாக இருக்கிற நேசமாக உருமாற்ற முடிகிறதோ அவர் நிச்சயமாக ஒரு நல்ல இலக்கியவாதியாக இருப்பார். அப்படித்தான் தஸ்தாயெவ் ஸ்கி உருவானார். அதன்பிறகு தஸ்தாயெவ்ஸ்கி சமூக மாற்றம்

குறித்து தீவிரமாகச் செயல்பட ஆரம்பித்தார். ஜார் அரசனுக்கு எதிராகச் செயல்பட்ட அறிவுசார் குழுக்களோடு சேர்ந்து செயல்பட ஆரம்பித்தார். அவர்களுடைய புரட்சிகர பத்திரிகைகளுடன் பணியாற்றினார். எதிர்ப்புக் கூட்டங்களுக்குப் போக ஆரம்பித்தார்.

ஜார் அரசன் மிகவும் கடுமையாக இருந்தான். தனக்கு எதிராகச் செயல்பட்ட எதிர்ப்புக் குழுக்களை இரும்புக்கரம் கொண்டு ஒடுக்கினான். அதில் தஸ்தாயெவ்ஸ்கி கைதுசெய்யப்பட்டார். அவருடைய அண்ணனும் கைதுசெய்யப்படுகிறார். நீதி விசாரணை நடைபெறுகிறது. விசாரணையின் முடிவில் தஸ்தாயெவ் ஸ்கியின் அண்ணன் விடுவிக்கப்படுகிறார். தஸ்தாயெவ்ஸ்கிக்கு மரண தண்டனை விதிக்கப்படுகிறது. அதாவது துப்பாக்கியால் சுட்டுக்கொல்லும்படியான தண்டனையது.

1849வது வருடத்தில் கனவுகள் நொறுங்கிப்போய் சாவை எதிர்கொள்வதற்காகத் துப்பாக்கிமுனையில் ஒரு வரிசையில் நிற்கவைக்கப்படுகிறார். வெள்ளை ஆடை அணிவிக்கப்படுகிறார். அங்கே எல்லாம் கறுப்பு ஆடைகளை அணிவிக்க மாட்டார்கள். கொல்வதாக இருந்தால் வெள்ளை ஆடைகள் அணிவிப்பார்கள். ஏனென்றால் செத்த பிறகு உடைமாற்ற வேண்டிய அவசியம் இல்லை என்பதால்.

இரண்டு வரிசையாக எல்லாக் குற்றவாளிகளும் நிறுத்தப் பட்டிருந்தார்கள். அதில் ஒருவராக நின்றிருந்தார் தஸ்தாயெவ்ஸ்கி. துப்பாக்கியால் சுடப்பட்டு சாவதற்கு முன்பாக கண்ணை மூடிக்கொண்டு யாரை நினைத்துப் பார்ப்பது என்று யோசிக்கிறார்.

தனது அண்ணன் முகம் நினைவில் ததும்புகிறது. அவனை நினைத்துப் பார்க்கிறார். வலியோடு மரணத்தை எதிர்கொள்ளக் காத்திருக்கிறார். அந்தநேரத்தில் ஒரு எதிர்பாராத அறிவிப்பு வருகிறது. ஒருவர் வெள்ளைக்கொடியோடு வந்து சொல்கிறார். புதிய அரசு ஆணை வந்திருக்கிறது. இந்தக் குற்றவாளிகளுக்கு மரண தண்டனை கிடையாது. சைபீரியாவில் ஆயுள்தண்டனை அளிக்கப்படுகிறது என்று. இதைக் கேள்வியுற்ற தஸ்தாயெவஸ்கி நடுக்கத்துடன் மண்டியிட்டுச் சொன்னார்: “இப்போது எனக்குக் கிடைத்திருப்பது இரண்டாவது பிறவி. வாழ்க்கை எனக்கு மீண்டும் ஒரு பரிசளிக்க விரும்பியிருக்கிறது. இந்த வாழ்க்கையை நான் அர்த்தம் உள்ளதாக மாற்றிக் கொள்வேன். அர்த்தமுள்ளவனாக வாழ்வேன். இந்தக் கருணைக்கு என்றும் நான் நன்றி சொல்பவனாக இருப்பேன்.” என்றபடியே கீழே விழுந்து வணங்கி மண்ணை முத்தமிடுகிறார்.

“குற்றமும் தண்டனையும்” நாவலிலும் அப்படியொரு காட்சி வருகிறது. குற்றத்தை ஒப்புக்கொண்டு ரஸ்கோல்நிகோவ் இந்த மண்ணில் விழுந்து மண்டியிட்டுச் சொல்கிறான்: “இந்த பூமி யில்தான் எத்தனை குற்றங்கள் நடந்துவிட்டிருக்கிறது. எவ்வளவு

ரத்தம் சிந்தியிருக்கிறது. எத்தனையோ இறந்த உடல்கள் விழுந்து கிடந்திருக்கின்றன. இதற்கு யாராவது ஒருவர் பூமியிடம் மண்டியிட்டு மன்னிப்பு கேட்டிருக்கிறோமா, இல்லையே. நான் மண்டி யிடுகிறேன். இந்தப் பூமியில் நடைபெற்ற சகல குற்றங்களுக்காகவும் குற்றவாளிகளுக்காகவும் இறந்த உடல்களுக்காகவும் நான் மன்னிப்பு கேட்கிறேன் என்று பொதுஇடத்தில் பூமியில் முகம் பதிய மன்னிப்பு கேட்கிறான் ரஸ்கோல்நிகோவ். அது தஸ்தாயெவ் ஸ்கியின் பிரதிபலிப்பே. அன்றிலிருந்து தன் வாழ்க்கை முழுவதுமே மானுட மேன்மைக்காக மட்டுமே தன்னை வருத்திக் கொண்டார் தஸ்தாயெவ்ஸ்கி.

மரணதண்டனைக்குப் பதிலாக அவருக்கு எட்டு ஆண்டு கடுங்காவல் விதிக்கப்பட்டது. அதில் நான்காண்டு காலம் அவர் சைபீரியச் சிறையில் வாழ வேண்டும், நான்காண்டு காலம் கட்டாய இராணுவப்பணி செய்ய வேண்டும். அதுவும் சைபீரியாவின் ஒரு பகுதியில்தான் செய்ய வேண்டும். என்ற ஆணை பிறப்பிக்கபட்டது. தண்டனையை அனுபவிக்க தஸ்தாயெவ்ஸ்கி சைபீரியாவுக்குப் போனார். சைபீரியா கடுமையான குளிர்ப்பிரதேசம். அங்கே நமது அந்தமான் சிறைச்சாலைபோல மிகப்பெரிய சிறைக்கூடம் இருந்தது. சைபீரியா தேசமே திறந்தவெளி சிறைச்சாலை தான். அங்கிருந்து யாரும் எளிதாகத் தப்பிவர முடியாது. யாராவது ஒரு கைதி தப்பிக்க முற்பட்டால் பனி தாங்க முடியாமல் வழியிலேயே செத்துவிடுவான்.

சைபீரியாவின் கிழக்குப் பகுதிக்குக் கைதிகளைக் கப்பலில் கொண்டு சென்று இறக்கிவிட்டு விடுவார்கள். பதினைந்து நாட்கள் பனியினுள் நடந்தே போகவேண்டும். நடக்க முடியாதபடி காலில் கட்டை அணிவித்துவிடுவார்கள். சைபீரியச் சிறைச்சாலையில் எத்தனை கைதிகள் இருந்தார்கள் தெரியுமா? அங்கிருந்த கைதிகளின் எண்ணிக்கை சுமாராக ஒன்றரை லட்சம். அப்படியென்றால் அது கைதிகளின் தனிதேசம் போல இருந்தது. அங்கே பல்வேறு பட்ட சிறைக்கூடங்கள் இருந்தன. ட்ரான்ஸ் சைபீரியன் என்று மிகப்பெரிய ரயில்வே தொடர்பாதை இருக்கிறது.

இந்த ரயில்வே பாதையை அமைக்கிற பணியைக் குற்றவாளிகள்தான் செய்தார்கள். சைபீரியச் சிறையில் நான்காண்டு காலம் தஸ்தாயெவ் ஸ்கியும் இருந்தார். யோசித்துப் பாருங்கள் நண்பர்களே, எங்காவது ஒரு எழுத்தாளன் இதுபோல தனிமைச்சிறையில், அதுவும் கடுமையான பனிப்பிரதேசத்தில் குற்றவாளிகளோடும் மிகவும் மோசமான அடிமை நிலையிலும் வாழ்ந்திருக்கிறானா என்று. நான் படித்தவரைக்கும் இந்தத் துயர வாழ்வு எவருக்கும் ஏற்பட்டதில்லை.

பெரிய பிரபுக்கள் வீட்டிலிருந்து எழுத்தாளர்கள் வந்திருக்கிறார்கள். கஷ்டப்பட்டாலும்கூட தனக்கான வாழ்க்கையைத் தேடிக்கொண்ட எழுத்தாளர்கள் இருக்கிறார்கள். இப்படியரு சிறைக்கைதியாகத்

தன்னுடைய வாழ்க்கையை சைபீரிய பனி எப்படி இருக்கும் தெரியுமா? நடுக்கம் தாங்கமுடியாமல் கல் கூட அசைந்து கொண்டிருக்குமாம். அவ்வளவு குளிர்ச்சியான பனியது.

சிறைச்சாலை சுவர் முழுவதும் கற்களால் ஆனது. ஆகவே, கல்லின் வழியாக குளிர் இறங்கிவந்து கைதிகளின் முதுகெலும்பை உறையச் செய்துவிடுமாம். வாழ்ந்தவர் யாருமே இல்லை. காலையில் உறங்கி எழுந்தால் அவர்களால் முதுகெலும்பை நிமிர்த்தி நிற்க முடியாது. சூடேற்றும் கணப்படுப்புக்குப் போகும்வரைக்கும் நடுங்கிக் கொண்டிருப்பார்கள். நெருப்பை விழுங்கினால்கூட குளிர் போகாது என்பது போன்ற நிலையது. சிறைச்சாலையில் தஸ்தாயெவ்ஸ்கி எழுதப்படிக்க முடியாத தனிமையை மிகவும் உணர்ந்தார். நல்லவேளையாக அவரது சிறைக்குள் ஒரு சிலந்தி இருந்தது. ஒவ்வொரு நாளும் அறையின் மூலையில் இருக்கிற அந்தச் சிலந்தியிடம் தஸ்தாயெவ்ஸ்கி மனம்விட்டுப் பேசுவார். கதைகள் சொல்வார். சிலந்தி மௌனமாக

தனது வலையைப் பின்னிக்கொண்டே இருக்கும். இந்த உலகத்தில் கடவுள் இருக்கிறார் என்று நான் நம்புவதற்கு ஒரே காரணம், அந்த சிலந்தி சிறையில் என்னோடு துணையாக இருந்ததுதான் என்று தஸ்தாயெவ்ஸ்கி சொல்கிறார்.

அந்தச் சிலந்தியை அவர் கடவுளின் மறுவடிவமாக கருதினார். இந்த சிறைக்குள் ஒரு அணில் எங்கிருந்தோ வந்து உள்ளே சுற்றியலைந்துவிட்டு வெளியேறிப்போவது வழக்கம். அதன் வருகையை சிறைக்கைதிகள் ஆவலோடு பார்த்துக்கொண்டே இருப்பார்கள். ஏனென்றால் சிறைக்குள் வந்துவிட்டு அந்த அணில் சுதந்திரமாக வெளியே போகிறது. அது ஒரு மகத்தான விடுதலை உணர்வின் அடையாளமாகவே இருக்கிறது.

சிமியோ என்கிற ஒரு கைதி சிறையில் இருந்தான். அவன் அந்த அணில் சுவர்மேலேறி போகும்போதெல்லாம் அழுவான். காரணம் என்ன தெரியுமா? நான் ஏன் ஒரு அணிலாகக்கூட இல்லாமல் வாழ்கிறேன் என்ற துயரம்தான் என்று. சிறைச்சாலை யினுள் புரிந்துகொள்ள முடியாத ஒரு தன்மை இருக்கிறது. அப்படி நான்காண்டு காலம் கொடுஞ்சிறையில் கடும்தண்டனைக்கு ஆட்பட்ட தஸ்தாயெவ்ஸ்கி வெளியே வந்து கஸகஸ்தானுக்கு ராணுவ உதவியாளராக வேலை செய்யும்போது அவருக்கு ஒரு சின்ன வாய்ப்பு உருவாகிறது.

அவர் கல்லூரியில் படித்திருக்கிறார் என்பதால் ஒரு ராணுவ அதிகாரி தன்னுடைய மனைவிக்குக் கணிதம் கற்பிக்க முடியுமா என்று தஸ்தாயெவ்ஸ்கியிடம் கேட்கிறார். தஸ்தாயெவ்ஸ்கியும் உடனே ஒத்துக்கொள்கிறார். மறுநாள் மரியா என்ற அந்த ராணுவ வீரனின் மனைவிக்கு ஆசிரியராகப் பணியாற்ற அவளது வீடு தேடிச் சென்றார்.

மரியாவைப் பார்த்த மறுநிமிடமே அவளைக் காதலிக்க ஆரம்பித்து விடுகிறார். அவளுக்குத் திருமணமாகியிருக்கிறது. குழந்தைகள் இருக்கிறது. ஆனாலும் மனதில் காதல் தோன்றிவிடுகிறது. அந்தப் பெண் தனது கடந்த கால சோகங்களை அவருடன் பகிர்ந்து கொள்கிறாள். ஆறுதல் சொல்லித் தேற்றிய தஸ்தாயெவ்ஸ்கியை அவளும் காதலிக்கத் துவங்குகிறாள்.

இருவருக்கும் காதல் உருவாகிறது. ஆனால், அவர்களின் காதலைக் கணவன் அனுமதிக்கவில்லை. அந்தப் பெண் பிரிந்து போய்விடுகிறாள். காதல் துயரத்தில் தஸ்தாயெவ்ஸ்கி கண்ணீர் விடுகிறார். அவளுக்கு உருகி உருகி காதல் கடிதம் எழுதுகிறார். அவள் சென்ற ஊருக்கே தானும் போகிறார். சில காலத்தில் அந்தப்பெண்ணின் கணவன் நோயுற்று இறந்துவிடுகிறார். தான் விரும்பிய பெண்ணை தஸ்தாயெவ் ஸ்கி திருமணம் செய்துகொள்கிறார். இனி குடும்ப வாழ்வில் இனிமையாக ஈடுபட்டு எழுத்துப்பணியை மட்டுமே செய்யலாம் என்ற கனவோடு பீட்டர்ஸ்பெர்க் நகரத்திற்குப் போகிறார்.

பீட்டர்ஸ்பெர்க் நகரம் அவரை மறுபடி இழுத்துக்கொண்டது. பீட்டர்ஸ்பெர்க் பற்றி தஸ்தாயெவ்ஸ்கி அளவுக்கு எழுதிய ஆளே கிடையாது. நகரின் ஒவ்வொரு வீதியையும் பற்றிப் பக்கம் பக்கமாக தஸ்தாயெவ்ஸ்கி எழுதியிருக்கிறார். அவருடைய "வெண்ணிற இரவுகள்" படித்திருப்பவர்களுக்குத் தெரியும்.

பீட்டர்ஸ்பெர்க்கை வியந்து வியந்து எழுதுகிறார். அவர் கனவுகண்டது போல வாழ்க்கை அமையவில்லை. மனைவி சில வருஷங்களில் இறந்துவிடுகிறார். அவளது முதல் கணவனுக்குப் பிறந்த பிள்ளையைத் தானே வளர்க்கத் துவங்கினார். அந்த வளர்ப்பு மகனைப் பற்றி பீட்டர்ஸ்பெர்க் நாயகன் என்று நோபல் பரிசு பெற்ற கூட்ஸி நாவல் வரும். அவனுக்கு தஸ்தாயெவ்ஸ்கியைப் பிடிக்காது. ஊதாரியான அவன் தஸ்தாயெவ்ஸ்கியின் வீட்டிலிருந்த வெள்ளிப் பொருளை எடுத்துப்போய் விற்றுவிடுவான்.

ஒருநாள் ஒரு இலக்கிய நண்பர் தஸ்தாயெவ்ஸ்கியைப் பார்க்கப்போகிறார். தஸ்தாயெவ்ஸ்கி ஒரு மர ஸ்பூனால் சூப் குடித்துக் கொண்டிருப்பதை காண்கிறார். பொதுவாக சூப் குடிப்பதற்கென்றே ஒரு சில்வர் ஸ்பூன் இருக்கும். அந்த ஸ்பூனில்தான் எல்லோரும் சூப் சாப்பிடுவார்கள். இவர் மர ஸ்பூனால் சாப்பிட்டுக் கொண்டிருப்பதை கண்ட விருந்தினர் ஏன் என்று கேட்கிறார். அதற்கு தஸ்தாயெவ்ஸ்கி "எனது பையன் என் வீட்டிலிருந்த அத்தனை சில்வர் ஸ்பூன்களையும் எடுத்துக்கொண்டுபோய் விற்றுவிட்டான். கடைசியாக என்னிடம் இந்த மர ஸ்பூனைத்தவிர வேறொன்றுமில்லை" என்று அமைதியாகச் சொன்னார்.

ஒரு பக்கம் கசந்துபோன உறவுகள், மறுபக்கம் தீராத கடன் சுமை இரண்டிற்கும் நடுவில் சிக்கித் தவித்தார் தஸ்தாயெவ்ஸ்கி. தனது

கடனை அடைக்க அவர் என்னென்னமோ செய்து பார்க்கிறார் முடியவில்லை. கடைசியாக வேறு வழியே இல்லாமல் சூதாடுவது என்று முடிவு செய்கிறார்.

தஸ்தாயெவ்ஸ்கியைப்போல உலகத்தில் மிகப்பெரிய சூதாடி யாருமே இல்லை. அவர் ரூலட் என்று சொல்லப்படுகிற சுழற்பலகையில் ஆடுகிற சூதாட்டத்தில் நிறைய பணத்தை இழந்திருக்கிறார். சூதாட்டத்தில் எதிரில் இருப்பது எப்போதுமே சாத்தான் தான். அது நம்மை வசீகரித்து சூதிற்குள் இழுத்துக் கொண்டுவிடும் என்கிறார். சூதாட்ட விடுதியில் ஒரு பெண்ணைச் சந்தித்து காதல் கொள்கிறார். அவள் பணத்தில் சூதாடுகிறார். ஆனாலும் அதிர்ஷ்டம் அவர் பக்கம் திரும்பவேயில்லை. அன்று ருஷ்யாவில் இருந்த பதிப்பாளர்கள் எழுத்தாளனின் ரத்தம்குடிப்பவர்கள். நாவல் எழுதுவதற்கு முன்பு கொஞ்சம் முன்பணம் கொடுத்துவிட்டு அவனது சகல உரிமைகளையும் விலைக்கு வாங்கிவிடுவார்கள். ஒப்பந்தத்தை நிறைவேற்றாவிட்டால் போலீஸில் புகார் செய்து சிறைக்கு அனுப்பிவிடுவார்கள். அந்த பயம் தஸ்தாயெவ்ஸ்கியைப் பாடாய்ப்படுத்தியது.

அப்படி மூவாயிரம் ரூபிள்களுக்கு தன்னுடைய எல்லா எழுத்துக்களின் உரிமைகளையும் அவர் ஸ்டெலோவ்ஸ்கி என்பவருக்கு எழுதிக்கொடுத்துவிட்டார். பதிப்பாளர் அவருக்குக் கொடுத்த சன்மானம் எவ்வளவு தெரியுமா? பேசியது மூவாயிரம் ரூபிள். கொடுத்தது நூற்றியிருபத்தைந்து ரூபிள். மிச்சப்பணம் எங்கே என்று கேட்கிறபோது, உனது முந்தைய கடன்களின் வட்டிக்கு சரியாகிவிட்டது என்றார்.

இதற்கிடையில் புதிய நாவலை முப்பது நாட்களுக்குள் எழுதி தராவிட்டால் அவர்மீது காவலநிலையத்தில் புகார் அளிக்கப்படும் என்று பதிப்பாளர் மிரட்டியதால் அவசரமாக ஒரு நாவலை எழுத முயன்றார் தஸ்தாயெவ்ஸ்கி. ஆனால், அவருக்கோ மனதில் கடன்சுமை. கவலைகள் தீப்பிடித்து எரிந்துகொண்டிருக்கிறது. எழுத மனமில்லை. கையில் பணமில்லை. சூதாட்ட விடுதியில் இருக்கிறார். ஜெர்மனிக்குப் போய் ஜெர்மனியில் இருக்கக்கூடிய ஒரு சூதாட்ட விடுதியில் தங்கி சூதாடுகிறார். இந்த முப்பது நாட்களுக்குள் நாவல் எழுதி முடிக்கப்படாவிட்டால் தனது வாழ்க்கை முடிந்துவிடும் என்று தெரிகிறது. மறுமுறையும் சிறைக்குப் போவதா, இன்னும் எத்தனை ஆண்டுகாலம் கம்பியெண்ணுவது என்று பயம். தன்னால் உட்கார்ந்து எழுத முடியாது.

யாராவது ஒரு உதவியாளரை வைத்துக் கொண்டு சொல்லச் சொல்ல எழுதிவிடலாம் என்று முடிவு செய்கிறார். இதற்காக ஒரு உதவியாளர் தேவை என்று அறிவிப்பு கொடுக்கிறார். அப்படி உதவியாளராக ஒரு இளம் பெண் அவரைத் தேடி வருகிறாள். அவள் பெயர் அன்னா. அவள் தஸ்தாயெவ்ஸ்கியின் எழுத்துகளை

நேசிப்பவள். அவர் மீது மிகுந்த மரியாதை கொண்டவள். தட்டச்சு படித்த பெண். அவளது ஒரே நோக்கம் தஸ்தாயெவ்ஸ்கி என்கிற அந்த மிகப்பெரும் எழுத்தாளனை ஒருமுறை பார்த்தால் கூடப் போதும் என்பதே.

முதல் சந்திப்பில் அந்தப் பெண்ணிடம் கடுமையான குரலில் தஸ்தாயெவ்ஸ்கி சொன்னார். "உன்னைப்போன்ற ஒரு சிறு பெண்ணாலே என்னுடைய தீவிர மனநிலைக்கு ஏற்ப வேலை செய்ய முடியாது. போய்விடு." அவளோ, "இல்லை. எனக்கு உங்களின் எழுத்துக்களைப் பிடிக்கும். உங்களது புத்தகங்களைப் படித்து நான் வளர்ந்திருக்கிறேன். எனக்கு உங்களின்மீது விருப்பமிருக்கிறது" என்று சொல்லி கூட உட்கார்ந்து எழுத ஆரம்பித்தாள். அப்படி எழுதிய நாவல்தான் சூதாடி.

அன்னா மிகவும் பொறுமையாக தஸ்தாயெவ்ஸ்கி சொன்ன அத்தனை திருத்தங்களையும் மேற்கொண்டு நாவலை எழுதி முடித்தாள். இந்த நாட்களுக்குள் அவள்மீது காதல் கொண்ட தஸ்தாயெவ்ஸ்கி அவளிடம் எப்படி காதலைச் சொல்வது என்று புரியாமல் தடுமாறினார். நாவலின் கதை போலவே தனது காதலையும் மறைமுகமாகத் தெரிவித்தார். அவள் முடிவில் தஸ்தாயெவ்ஸ்கியை ஏற்றுக் கொண்டுவிட்டாள்.

எழுதிய சூதாடி நாவலை ஒப்பந்தத்தின் கடைசி நாளில் பதிப்பாளர்கள் வாங்கமாட்டேன் என்ற காரணத்தால் போலீஸ் ஸ்டேஷனில் கொண்டு போய் ஒப்படைக்கிறார். "இன்றோடு நமக்குள் இருந்த உறவு முறிந்துவிடும் இல்லையா?" என்று ஆதங்கத்துடன் கேட்டார் தஸ்தாயெவ்ஸ்கி. அதற்கு அன்னா. "நாவல்தான் முடிந்தது. வாழ்க்கை இன்னும் முடியவில்லையே" என்று சொல்லி அவரை ஏற்றுக்கொண்டு திருமணம் செய்ய ஒத்துக்கொண்டாள்.

படித்தவர்கள் செய்கின்ற குற்றத்தைத்தான் எளிதாகக் கண்டுபிடிக்க முடியாது என்ற கருத்தாக்கமே குற்றமும் தண்டனையும் நாவலின் மையப்பொருள். அது ஒரு கருத்தியல். அதை ஒருகதாபாத்திரத்தின் வழியே ஆராய்கிறார் தஸ்தாயெவ்ஸ்கி. இந்த நாவலில் ஒரு படித்த மாணவன் கொலை செய்கிறான். காவலர்களால் அவனைக் கண்டுபிடிக்கவே முடியவில்லை. ஆனால், அவனது மனசாட்சி உறுத்துகிறது. அதனால் அலைக்கழிக்கப்படுகிறான்.

இது ஓர் உண்மைசம்பவத்தில் இருந்து உருவான நாவல். படிப்பதற்காக ஒரு மாணவன் கொலை செய்தான் என்ற செய்தி நாளிதழில் வெளியாகி இருந்தது. அப்படி ஒருவன் படிப்பதற்காக ஒருவனைக் கொலை செய்வானா, என்ற கேள்வியே அவரை நாவல் எழுத வைத்தது. இந்த நாவலில் சோனியா என்றொரு கதாபாத்திரம் வருகிறது. அது ஒரு அற்புதமான கதாபாத்திரம். வேசை தொழில் செய்தாலும் தூய்மையும், அன்பும் நிரம்பியவளாக சித்தரிக்கபடுகிறாள்.

நாவலின் கதாநாயகன் ரஸ்கோல்நிகோவ். நாவல் மொத்தமே ஒன்பது நாட்களில்தான் நடக்கிறது. முதல் இரண்டு நாட்கள் கொலைக்காகத் திட்டமிடுகிறான். ஒரு வீட்டில் தனியறையில் படுத்துக்கொண்டு யாரைக் கொலை செய்வது என திட்டமிடுகிறான். நீண்ட யோசனையின் முடிவில் அடகுக்காரப் பெண்ணைக் கொலை செய்யலாம் என்று முடிவு செய்கிறான். அதற்கான ஒத்திகை பார்ப்பது போல அவளிடம் ஒரு பொருளை அடமானம் வைக்கப்போவதாக நடித்து, அந்த வீட்டை நோட்டம் பார்த்து வருகிறான்.

இவன் வழக்கமான கொலையாளிகளைப் போன்றவனில்லை. இவனுக்கு ஒரு தத்துவ சார்பு இருக்கிறது. நாவல் முழுவதுமே இந்தக் கொலையை அவன் நியாயப்படுத்துகிறான். எப்படி நியாயப்படுத்துகிறான் என்றால், உலகில் இரண்டுவகையான மனிதர்கள் இருக்கிறார்கள். ஒருவகை மனிதர்கள் தைரியமற்றவர்கள். எதையும் துணிந்து செய்யப் பயப்படுவார்கள். இன்னொரு வகை மனிதர்கள் இருக்கிறார்கள். அவர்கள் அசாதாரணமானவர்கள். அவர்கள் நினைத்தால் எதையும் செய்துபார்ப்பார்கள். அவர்களுக்கு எதைப்பற்றியும் பயம் கிடையாது. அவர்களால் சாதிக்கவும் முடியும். இந்த இரண்டு பிரிவில் ரஸ்கோல்நிகோவ் அசாதாரணமான மனிதர்களில் ஒருவன். அவன் சொல்கிறான், “என்னுடைய கொலை என்பது ஒரு பரிசோதனை என்கிறான். என்ன பரிசோதனை தெரியுமா? நீதியமுக்கத்தின் மீதான பரிசோதனை. ஒரு கொலையைச் செய்தால் என்ன நடக்கும், அதை எப்படிக் கண்டுபிடிப்பார்கள், அதனால் யார் எவ்வாறு பாதிக்கப்படுவார்கள் என்று தன்னைப் பரிசோதனை பண்ணிப் பார்க்க விரும்புகிறான்.

கொலை என்பது வலிமையான ஒரு எண்ணம். கொலை செய்வது கடினம் என்று பொதுவான எண்ணம் இருக்கிறது. அதை பொய்யாக விரும்புகிறான். கொலை செய்தால் பிடிபட்டுவிடுவோம் என்ற ஒரு எண்ணம் இருக்கிறது. அதைப் பொய்யாக்க விரும்புகிறான் ரஸ்கோல்நிகோவ். கொலை செய்வதற்கு ஆயுதத்தைத் தேர்ந்தெடுக்க வேண்டும். கொலையாளி தன்னுடைய ஆயுதத்தை தற்செயலாகத் தேர்வு செய்வதே இல்லை என்று ஒரு வழக்குச் சொல் வருகிறது. கோடரிதான் அவன் தேர்வு செய்த ஆயுதம். ஏன் அவன் கோடரியை ஆயுதமாக தேர்வு செய்தான் என்பதற்கே ஒருவர் பெரிய ஆய்வு செய்திருக்கிறார்.

கொலை ஒரு நாடகம். அதற்காக அவனே ஒரு நியாயத்தைக் கற்பித்துக் கொள்கிறான். எப்படியென்றால், நியூட்டனை எடுத்துக்கொள்ளுங்கள். பெரிய விஞ்ஞானி. நியூட்டன் தன்னுடைய விஞ்ஞானக் கண்டுபிடிப்புகளை உலகத்திற்குச் சொல்லும்போது யாரோ சிலர் இந்தக் கண்டுபிடிப்புகள் அறிவுலகத்திற்குத் தெரியக்கூடாது என்று தடுக்க நினைத்தால் அவர்களை அழிக்க வேண்டும் என்று நியூட்டன் நினைப்பாரா இல்லையா? அப்படித் தீமையை அழிப்பது நன்மையின்

வேலை என்கிறான் ரஸ்கோல்நிகோவ். குற்றம் குறித்த பயம் அவனிடமில்லை. திட்டமிட்டபடி அந்த பெண்ணைக் கோடரியால் ஒரே அடி அடிக்கிறான். அவள் அப்படியே சரிந்து விழுகிறாள். அந்த இடத்திலேயே தஸ்தாயெவஸ்கி ஒரு ஷாம்பெய்ன் பாட்டிலிலிருந்து ஷாம்பெய்ன் வெளிவருவதுபோலத்தான் ரத்தம் வெளிவருகிறது என்று எழுதுகிறார்.

கொலை முடிந்துவிட்டது. தனது வேலை முடிந்துவிட்டது. பணத்தை எடுப்பதற்காகத் தேடுகிறான். பணம் இருக்கிறது. அந்த இடத்தில்தான் ரஸ்கோல்நிகோவ் ஒரு சாதாரண கொலையாளியாக இல்லாமல் நடந்துகொள்கிறான். எனக்கு எதற்கு இவ்வளவு என்று நினைக்கிறான். எனக்கு எவ்வளவு தேவையோ அவ்வளவுதானே திருடவேண்டும், எதற்கு இந்த மொத்தப்பணமும் என்று தேவையானதை மட்டுமே அவன் திருடுகிறான். திருடி பாக்கெட்டில் போட்டுக்கொண்டு வெளியேறும்போது அந்த அடகுக்கடைக்காரியின் தங்கை வந்துவிடுகிறாள். கதவு திறந்துகிடக்கிறதே என்று உள்ளே வந்து தேடுகிறாள். உடனே அவளையும் கொன்றுவிடுகிறான். கொன்றதோடு மட்டுமின்றி, அவளைப் பற்றி நாவல் முழுவதும் அவன் வருத்தப்படவே இல்லை. அவள் எதிர்பாராத ஒரு குறுக்கீடு என்று நினைக்கிறான்.

கொலையைச் செய்துவிட்டு வெளியே போகலாம் என்று ரஸ்கோல்நிகோவ் நினைக்கிறபோது கதவு தட்டப்படுகிறது. வெளியே இரண்டு வாடிக்கையாளர்கள் கதவைத் திறக்கச் சொல்கிறார்கள். வீட்டில் யாரும் இல்லை என்று திரும்பப் பார்த்த ஒருவன் சொல்கிறான், உள்ளே தாழ்ப்பாள் போட்டிருக்கிறது என்று. எனவே ஆளிருக்கிறார்கள். கதவைத்திற. கதவைத் தட்டும்போது கதவு திறக்கவில்லை. மாறாக, கொலையாளி உள்ளே நின்றுகொண்டே இருக்கிறான். கையில் கோடரி இருக்கிறது. ரத்தக்கறை படிந்த கை. அவர்கள் கிழவி தூங்கியிருக்கக் கூடும், நாளைக்கு வரலாம் என்று போய்விடுகிறார்கள்.

ரஸ்கோல்நிகோவ் கதவைத் திறந்து அவசரமாக வீட்டுக்கு வருகிறான். கோடரியைக் கழுவி சுவடே இல்லாமல் கொண்டுபோய் மாட்டிவைக்கிறான். படுக்கையில் விழுகிறான். ஒரு நாவலின் நோக்கம் கதையைச் சொல்வது மாத்திரமில்லை, எழுத்தாளன் கதையின் வழியாக விவாதங்கள். சந்தேகங்கள், அனுமானங்கள், கேள்விகள், நம்பிக்கைகள், கண்டுபிடிப்புகள், ஆதங்கங்கள் என பல்வேறு தளங்களை வெளிப்படுத்துகிறான். நாவல் ஒரு கூட்டுவடிவம். ஒரு சிம்பொனி இசைபோல அதற்குள் பல எழுச்சிகளும் தாழ்நிலைகளும் இருக்கின்றன.

நாவலின் வழியாக எது சார்ந்த கேள்விகள், எது சார்ந்த விவாதம் பேசப்படுகிறது என்பது ஒவ்வொரு எழுத்தாளனுக்கும்

மாறுபடுகிறது. நல்ல நாவல்கள் வாழ்க்கையை அப்படியே படம்பிடித்துக் காட்டுவதோடு ஒதுங்கிக் கொள்வதில்லை. மாறாக, வாழ்க்கையின் சுகமோ சந்தோஷமோ எதனால் ஏற்படுகிறது. அதன் விளைவுகள் அகபுற உலகை எவ்வாறு பாதிக்கின்றன என்பதைக் குறித்து நுட்பமாக விவரிக்கின்றன.

அதற்கான சில காரணிகளையும் அடையாளம் காட்டுவதோடு, கதாபாத்திரங்கள் இயங்கும் சமூக நிகழ்வுகளின் மீதான தனது விமர்சனத்தையும் விவாதத்தையும் முன்வைக்கின்றன. எழுத்தாளன் நாவலின் ஊடாகச் சில கனவுகளை உருவாக்குகிறான். அது வாழ்க்கை குறித்து நமக்குள் உள்ள பிம்பங்களை விலக்கிய உன்னதமான கனவு. அந்தக் கனவில் வாழ்வதற்காகவே நாவலை விரும்பி வாசிக்கிறோம் என்று கூட சொல்லலாம்.

டால்ஸ்டாயும் தஸ்தாயெவ்ஸ்கியும் இதைத்தான் செய்திருக்கிறார்கள். கொலை செய்துவிட்டு வீடு திரும்பும் ரஸ்கோல்நிகோவ்வின் கனவு விவரிக்கபடுகிறது. அந்தக்கனவில் ரஸ்கோல்நிகோவ் ஏழுவயதில் இருக்கிறான். அவனது அப்பா அவனை விடுமுறை நாளன்றின் மதிய நேரம் புறநகரில் உள்ள கல்லறைத் தோட்டத்திற்கு அழைத்துப் போகிறார். அந்தக் காட்சி மிகத் துல்லியமாக அவனுக்குத் தெரிகிறது. தொலைவில் நகரம் வீழ்ந்துகிடக்கிறது. இடையில் மரங்கள் எதுவுமில்லை. பட்டுப்போய் நிற்கின்ற ஒரேயொரு மரம் தொலைவில் தென்படுகிறது அதைக் காணும்போது அச்சம் தருவதாக இருந்தது.

அந்த இடத்தைக் கடந்து அவனும் அப்பாவும் போகிறார்கள். அங்கே ஒரு இடத்தில் ஒரே கூச்சலும் குழப்பமுமாக இருக்கிறது. குடிகார முகங்களைக் காண்பது பயமுறுத்துவதாக இருக்கிறது. அப்பாவின் கைகளைப் பிடித்துக் கொண்டு பதுங்கிக் கொள்கிறான். அங்கே ஏதோவொரு சிறப்புவிழா கொண்டாட்டம் நடப்பது போலிருக்கிறது. ஊரே கூடி அலங்காரமான உடை அணிந்து கொண்டு ஆடிப்பாடிக் கொண்டிருக்கிறார்கள். அந்த இடத்தில் ஒரு குதிரைவண்டி நின்றிருந்தது. அது வெறும் சரக்கு வண்டியில்லை. பயணிகளை ஏற்றிச் செல்லும் பெரியவண்டி. ஆனால், காலியாக இருந்தது. அந்த வண்டியில் ஒரு கிழட்டுக்குதிரை பூட்டப்பட்டிருந்தது.

குதிரை வண்டிக்காரன் குடிவெறியில் உற்சாகம் மிகுதியாகி 'வண்டியில் எல்லோரும் ஏறிக் கொள்ளுங்கள் என்று கத்திக் கொண்டேயிருக்கிறான். போதுமான அளவிற்கும் மேலாக ஆட்கள் வண்டியில் ஏறி நிரம்பிவிட்டார்கள். குதிரையால் வண்டியை இழுக்க முடியவில்லை. வண்டிக்காரன் சவுக்கால் குதிரையை அடிக்கிறான். மக்கள் குதிரையின் மூக்கில் அடி, சவுக்கால் முடிந்தமட்டும் அடி. வயிற்றில் உதை என்று கூச்சலிடுகிறார்கள். அவன் வண்டியை இழுக்கச் சொல்லி குதிரையை சாட்டையால் மாறி மாறி அடிக்கிறான். தன்னால் இழுக்க முடியாதபோது குதிரை திணறுகிறது.

வேடிக்கை பார்க்கின்ற கூட்டம் குதிரையின் வலியைக் கண்டு கொள்ளவேயில்லை. குதிரை மாறிமாறி அடித்து இம்சிக்கப்படுகிறது. கூட்ட்ம் அதை ஆரவாரமாக ரசிக்கிறது. வண்டிக்காரன் அது தன்னுடைய குதிரை என்பதால் அதை அடிப்பதற்கும் அழிப்பதற்கும் உரிமையிருக்கிறது என்று கூச்சலிடுகிறான். குதிரையின் கண்களில் கண்ணீர் கசிகிறது.

பாரம் தாங்கமுடியாமல் கால் தாங்குகிறது. தனது சொல்லை மதிக்காத குதிரையைக் கோபத்தில் கொன்றுவிடப்போவதாகக் கத்துகிறான். அதைக் கொல் கொல் என்று மக்களே தூண்டிவிடுகிறார்கள். கோடரியைப் பயன்படுத்தி வெட்டிப் போடு என்கிறது ஒரு குரல். குதிரை இம்சிக்கப்படுவதை வேடிக்கை பார்த்த சிறுவன் பயந்து போய்விடுகிறான். அவன் குதிரையின் அருகாமைக்குப் போகிறான். அடிபட்ட குதிரையின் மூச்சுக்காற்று சிறுவன் கைகளில் படுகிறது. சிறுவன் குதிரையின் வலி நிரம்பிய கண்களைக் காண்கிறான். அதன் உடல் தளர்ந்து நடுங்குவதை உணர்கிறான். முடிவில் அடிதாங்க முடியாமல் குதிரையின் வாயில் ரத்தம் வழிகிறது. மூச்சடங்கி கீழே விழுவதுபோல் தள்ளாடுகிறது. அக்குதிரை சாக இருப்பதை அந்தச் சிறுவன் உணர்கிறான்.

வண்டிக்காரன் தனது மகிழ்ச்சிக்காக குதிரையைத் தொடர்ந்து இம்சிப்பதை சிறுவனால் தாங்கிக் கொள்ளவே முடியவில்லை. கூட்டத்தில் இருந்த அப்பா, ரஸ்கோல்னிகோவை இழுத்துக்கொண்டு புறப்படச்சொல்கிறார். அப்பா, "வயதான குதிரையை ஏன் இப்படி மாறிமாறி அடிக்கிறார்கள்?" என்று பயமும் நடுக்கமுமாக அந்தச் சிறுவன் கேட்கிறான்.

"அவர்கள் குடித்திருக்கிறார்கள். அது நமக்கு சம்பந்தமில்லாத வேலை. வா போகலாம்" என்று இழுத்துக் கொண்டு நடக்கிறார். அவனுக்கு குதிரை கொல்லப்படப் போவது நன்றாகவே தெரிகிறது. சட்டென விழிப்பு வந்து ரஸ்கோல்நிகோவ் கண்விழித்துக் கொள்கிறான். எவ்வளவு கோரமான கனவு என்று அந்தப் பதைபதைப்பிலிருந்து விடுபட முடியாமலே இருக்கிறான்.

"கடவுளே, நல்ல வேளை, இது வெறும் கனவுதான்" என்று மனதை சாந்தம் செய்து கொள்கிறான். பிறகு, "எனக்கு ஏன் இந்தக் கனவு வந்தது? ஒருவேளை காய்ச்சல் கண்டிருக்கிறதா" என்று யோசிக்கிறான். தஸ்தாயெவ்ஸ்கியின் நாவலில் வரும் கனவு வெறும் துர்சொப்பனமல்ல. அதுதான் நாவலுக்கான திறவுகோல். குதிரையின் கொலை, சமூகம் தனது கருணையால் வாழ்கின்ற எதையும் அடித்துக் கொல்வதற்கான உரிமையைக் கொண்டிருக்கிறது. அதற்கு எந்த சிறப்புக் காரணமும் தேவையில்லை, உரிமையாளன் விரும்பினால் வன்முறையைக் கட்டவிழ்த்துவிடுவதற்கு அவனுக்குப் பூரண உரிமை யிருக்கிறது என்பதை அடையாளம் காட்டுகிறது.

அதுபோலவே வாழ்நாள் முழுவதும் உழைத்த குதிரை, அதன் எஜமானாலே அடித்துக் கொல்லப்படும்போது அது தன்னை ஒப்புக் கொடுத்ததைப் போல நடந்துகொள்வதையும் சுட்டிக்காட்டுகிறார். மூன்றாவது, சமூகம் வன்முறையை ஆதரிக்கிறது. உருவாக்குகிறது. கொல் கொல் என்று தூண்டுகிறது. வன்முறையைக் கண்டு ஆரவாரம் செய்கிறது. ஆயுதம் தருகிறது. யாரோ வலியால் துடிப்பதை கண்டு பரிகாசம் செய்கிறது. இந்த சமூகத்தையா நாம் மேலானது என்று கருதுகிறோம் என்றும் கோபம் கொள்கிறார்.

நான்காவது, குடிவெறியில் மனிதன் தனது இயல்பை இழந்துவிடுவதோடு, அவனுக்கு சேவை செய்பவர்களைக்கூட காரணமில்லாமல் அவமதிக்கத் தயங்குவதில்லை என்பதையும் எடுத்துச் சொல்கிறது. நாவலின் நாயகன் ரஸ்கோல்நிகோவ் பல நேரங்களில் அந்தக் குதிரையை போலவே இருக்கிறான். அவனைப் புறவாழ்க்கையின் நெருக்கடி தொண்டையை இறுக்கும்போது அவன் செய்வதறியாமல் உழலுகிறான். அப்போது அவனுக்குத் தீர்வாக மிஞ்சுவது ஒரு கொலை மட்டுமே.

இதுபோலவே வண்டிக்காரன் போலவே சோபியாவின் அப்பா மர்மலதேவ் இருக்கிறான். அவன் தன்னைப் பிரியமாக நடத்தும் குடும்பத்தை அடித்து நொறுக்கி சொந்த வீட்டிலே திருடி இம்சை செய்கிறான். அவனுக்குத் தன்னை நேசிப்பவர்களை ஏற்றுக்கொள்ள முடியவில்லை. அவனுக்குள் குதிரை வண்டிக்காரனின் மனநிலையே இருக்கிறது. நிராகரிப்பும் கைவிடப்படுதலுமே மனிதனின் ஆறாத துயரங்கள் என்று தஸ்தாயெவ்ஸ்கி அடையாளப்படுத்துகிறார்.

சவுக்கடிபட்டு ரத்தக்காயங்களுடன் நடுங்கும் கால்களுடன் கண்ணீர்கசிந்த அந்தக் குதிரையின் சித்திரம் அழியாத உருவமாக நாவலில் இருந்து வாசகனின் மனதிற்குள் பதிவாகிறது. அது தான் கலையின் வெற்றி. காவல்துறையினர் ரஸ்கோல்நிகோவை தேடவில்லை. ஆனால், அவனுக்குக் குற்றம் ஏற்படுத்திய மனஉளைச்சல் தானே தேடிப்போய் 'யார் குற்றவாளி என கண்டுபிடித்து விட்டார்களா?' என போலீஸிடம் கேட்க வைக்கிறது. நான்தான் அந்தக் கொலையைச் செய்தேன் என்று சொன்னால் என்ன செய்வீர்கள் என்று கேட்கிறான்.

போலீஸ் அதை விளையாட்டு என்று எடுத்துக் கொள்கிறது. ரஸ்கோல்நிகோவ் செய்த கொலைக்கு ஒரு அப்பாவி பெயிண்டர் குற்றவாளியாக மாட்டிக் கொள்கிறான். அவன் அந்த வீட்டுக்குப் பக்கத்தில் பெயிண்ட் அடித்துக்கொண்டிருந்தவன். நாவலின் முக்கிய ஆன்மா போல இருக்கக்கூடிய ஒரு கதாபாத்திரம் மர்மலதேவ். இவர் ஒரு குடிகாரர். அவனுக்குத் தனிப்பட்ட ஒரு குணாம்சம் இருக்கிறது. அது என்னவென்றால், தெரியாதவர்களோடு பேசுவான், தெரிந்தவர்களோடு பேசமாட்டான். அப்படி ரஸ்கோல்நிகொவைப் பார்க்கிறான். பார்த்தவுடனே பேச ஆரம்பிக்கிறான்.

குடிப்பவர்கள் எல்லோரும் ஏதாவது ஒரு காரணத்தை வைத்திருக்கிறார்கள். ஆனால், அது உண்மையான காரணம் அல்ல. அந்தக் காரணத்தை உருவகித்துக் கொள்கிறார்கள் என்று சொல்லிவிட்டு, "நான் குடிக்க வந்திருப்பதற்கான காரணம் சந்தோஷமாக இருப்பதற்காக அல்ல. என்னுடைய துக்கத்தைப் போக்கிக் கொள்வதற்காக, என்னுடைய துக்கத்தை நானே பார்த்துக் கொள்வதற்காக, என்னுடைய விரோதிகளை நான் அடையாளம் கண்டுகொள்வதற்காகத்தான் குடிக்கிறேன். எல்லோரும் என்னை நேசிக்கிறார்கள் என்பதுதான் எனது வேதனையே. நான் ஒரு குடிகாரன். ஆனால், என்னை என் மனைவி நேசிக்கிறாள். என் பிள்ளைகள் நேசிக்கிறார்கள். நான் எதற்குமே உதவாதவன். ஆனால், என் குடும்பம் தாங்கிக்கொண்டே இருக்கிறது. எனக்குப் பணிவிடை செய்கிறார்கள். அதை என்னால் ஏற்றுக்கொள்ளவே முடியவில்லை. அதனால்தான் குடிக்கிறேன். என்னை மற்றவர்கள் நேசிக்கிறார்கள் என்பதை ஏற்றுக்கொள்ள முடியவில்லை. அதற்கான அருகதையற்றவன் நான்" என மனம் வருந்துகிறான்.

அவருடைய மகள் சோனியா வேசியாக இருக்கிறாள். 'குடியால் சீர்கெட்டு நெருக்கடிக்கு உள்ளான குடும்பத்தின் கதையை மிக உணர்ச்சிபூர்வமாக விவரிக்கிறார் தஸ்தாயெவ்ஸ்கி. ரஸ்கோல்நிகோவ்விற்கு ஒரு தங்கை இருக்கிறாள். அவளுக்குத் திருமண வயதாகியிருக்கிறது. அவள் ஒருவனைக் காதலிக்கிறாள். அவனைத் திருமணம் செய்துகொள்வதற்காக நகரத்திற்கு வருகிறாள். அவளுடன் அவனது அம்மாவும் வந்திருக்கிறார். இந்தத் திருமணம் நடக்குமா இல்லையா என் கேள்வி நாவலின் ஊடாக எழுகிறது. தங்கையைத் திருமணம் செய்துகொள்ள இருப்பவன் பணக்காரன். அவன் உதவி செய்வதாகச் சொல்லி அவளை ஏமாற்றிவிடுவான் என்று ரஸ்கோலிநிகொவ் அந்தத் திருமணத்தை மறுக்கிறான்.

பெர்பெரி என்கிற அந்த துப்பறியும் காவல்துறை அதிகாரி இந்தக் கதையில் வரக்கூடிய அவர் அழகான கதாபாத்திரமாக உருவாக்கப்பட்டிருக்கிறார். அவர் குற்றங்களை அல்ல, குற்றவாளிகளின் மனநிலைகளை விசாரித்துக்கொண்டே இருக்கிறார்.

பிராய்ட் வந்தபிறகுதான் உளவியல் விமர்சனமுறை உருவானது. ஆனால், அதற்கு நூறு வருஷங்களுக்கு முன்னரே தஸ்தாயெவ ஸ்கியின் இந்த நாவலுக்குள் இந்த மனவியல் ஆய்வு நடக்கிறது. நாவலின் முடிவில் ரஸ்கோல்நிகோவ் குற்றத்தை ஒப்புக்கொள்ளலாம் என நினைக்கிறான். அதற்காக சோனியாவைத் தேர்வு செய்கிறான். இதற்கிடையிலேயே ஒரு விபத்தில் கார் மோதி மர்மலதேவ் இறந்துவிடுகிறார். கடைசியாக ரஸ்கோல்நிகோவ் குற்றத்தைத் தானே ஒத்துக்கொண்டு சைபீரிய சிறைக்குப் போகிறான். முடிவில் அவனைத்தேடி சோனியாவும் அங்கே போகிறாள். சிறைக்குள் இருந்த எல்லாக் குற்றவாளிகளுக்கும் சோனியா ஒரு கருணைத்

தாயைப்போல இருந்தாள் என்பதோடு முடிந்துபோய்விடுகிறது. இந்த நாவல் ரஷ்ய சமூகத்தையே உலுக்கியது.

கொலைக் குற்றத்தை தாஸ்தாயெவ்ஸ்கி நியாயப்படுத்துகிறார் என்று எதிர்ப்புக் குரல்கள் எழுந்தன. ரஸ்கோல்நிகோவ் எதற்காகக் கொலை செய்தான் என்றால் அவன் தன்னை நெப்போலியனாக கருதுவதுதான். தானும் மற்றவர்களை விட அசாதாரணமான மனிதன் என்று அவன் நினைக்கிறான்.

ஒரு மனிதனுக்கு மனசாட்சியைத் தவிர வேறு தண்டனை கிடையாது. சிறைக்கூடங்கள் கிடையாது. மனசாட்சி கொடுக்காத தண்டனையை எந்தச் சட்டமும் கொடுத்திராது என்று தஸ்தாயெவ்ஸ்கிதான் சொல்கிறார்.

"குற்றமும் தண்டனையும்" நாவல் எம்.ஏ.சுசீலா அவர்களால் மொழிபெயர்க்கப்பட்டு தமிழில் வந்திருக்கிறது. சிறப்பான மொழியாக்கமது. கவிஞர் தேவதச்சன் ரஸ்கோல்நிகோவிற்கு ஒரு கடிதம் எழுதியிருக்கிறார். ஒரு கவிஞர் முதன்முதலாக உலகப் புகழ்பெற்ற ஒரு கதாபாத்திரத்திற்கு ஒரு கடிதத்தை எழுதுகிறார். நானறிந்தவரையில் உலகப் புகழ்பெற்ற ஒரு கதாபாத்திரத்திற்கு எழுதப்பட்ட முதல் கடிதம் அதுதான் தமிழிலிருந்துதான் எழுதப்பட்டிருக்கிறது. தஸ்தாயெவ்ஸ்கி யினுடைய நாவலுக்கு இணையாக இன்னொரு நாவலிருக்கிறது அது ஆல்பர் காம்யூவினுடைய அந்நியன்.

தன்னுடைய வீட்டைவிட்டு எண்பத்திரெண்டாவது வயதில் தனியாக டால்ஸ்டாய் கிளம்புகிறார். பரதேசிபோல யாவும் துறந்து வெளியேறி, அவரது பையில் ஒரேயொரு புத்தகமிருந்தது, அது தஸ்தாயெவ்ஸ்கியினுடைய கரமசோவ் பிரதர்ஸ். எண்பத்தி இரண்டாவது வயதில் ஓர் எழுத்தாளன் இன்னொரு எழுத்தாளனுடைய புத்தகத்தைத் துணைக்கு எடுத்துப்போகிறான். டால்ஸ்டாய் இறக்கும்போது அவரது தலையணைக்குப் பக்கத்தில் பாதி திறந்தபடி தஸ்தாயெவ்ஸ்கி நாவல்தான் கிடக்கிறது.

தஸ்தாயெவ்ஸ்கியின் மரண ஊர்வலத்தில், முப்பதாயிரம் பேர் திரண்டு வந்தார்கள். இன்றைக்கும் தஸ்தாயெவ்ஸ்கிக்கு தேசமெங்கும் வாசகர் வட்டங்கள் இருக்கின்றன. அவரது கதையை நாடகமாக நடத்துகிறார்கள். கூட்டம் போடுகிறார்கள். நினைவுச்சிலைகள் இருக்கின்றன. எல்லாவற்றையும் கடந்து தஸ்தாயெவ்ஸ்கி தனது நாவல்களால் நம்மோடு வாழ்ந்து கொண்டிருக்கிறார். அத்தகைய மகத்தான படைப்புகளில் ஒன்றான குற்றமும் தண்டனையும் நாவலை நீங்களும் வாசியுங்கள். நாம் அனைவரும் இணைந்து தஸ்தாயெவ்ஸ்கியைக் கொண்டாடுவோம்.

• • •

தேசாந்திரி பதிப்பகம்
நூல் பட்டியல்

1. தனிமையின் வீட்டிற்கு நூறு ஜன்னல்கள் (சிறுகதைகள்)
2. நாவலெனும் சிம்பொனி (கட்டுரைகள்)
3. உலகை வாசிப்போம் (உலக இலக்கிய கட்டுரைகள்)
4. எழுத்தே வாழ்க்கை (வாழ்க்கை வரலாற்று கட்டுரைகள்)
5. எலியின் பாஸ்வேர்டு (சிறார் நூல்)
6. உப பாண்டவம் (நாவல்)
7. சஞ்சாரம் (நாவல்)
8. இடக்கை (நாவல்)
9. பதின் (நாவல்)
10. தாவரங்களின் உரையாடல் (சிறுகதைகள்)
11. காண் என்றது இயற்கை (இயற்கை அறிதல்)
12. எனதருமை டால்ஸ்டாய் (உலக இலக்கியக் கட்டுரைகள்)
13. இலக்கற்ற பயணி (பயணக்கட்டுரைகள்)
14. வெயிலைக் கொண்டு வாருங்கள் (சிறுகதைகள்)
15. செகாவ் வாழ்கிறார் (வாழ்க்கை வரலாறு)
16. கோடுகள் இல்லாத வரைபடம் (கட்டுரைகள்)
17. உலக இலக்கியப்பேருரைகள் (கட்டுரைகள்)
18. கூழாங்கற்கள் பாடுகின்றன (ஜென் கவிதைகள் குறித்த கட்டுரைகள்)
19. காட்சிகளுக்கு அப்பால் (உலக சினிமா கட்டுரைகள்)
20. சிரிக்கும் வகுப்பறை (சிறார் நூல்)
21. அப்போதும் கடல் பார்த்துக் கொண்டிருந்தது (சிறுகதைகள்)
22. பதினெட்டாம் நூற்றாண்டின் மழை (சிறுகதைகள்)
23. வாக்கியங்களின் சாலை (உலக இலக்கியக் கட்டுரைகள்)
24. காந்தியோடு பேசுவேன் (சிறுகதைகள்)
25. பிகாசோவின் கோடுகள் (ஓவியக் கட்டுரைகள்)